DEAR मुर्लींनो

रजत महेशकर

Copyright © Rajat Maheshkar
All Rights Reserved.

This book has been published with all efforts taken to make the material error-free after the consent of the author. However, the author and the publisher do not assume and hereby disclaim any liability to any party for any loss, damage, or disruption caused by errors or omissions, whether such errors or omissions result from negligence, accident, or any other cause.

While every effort has been made to avoid any mistake or omission, this publication is being sold on the condition and understanding that neither the author nor the publishers or printers would be liable in any manner to any person by reason of any mistake or omission in this publication or for any action taken or omitted to be taken or advice rendered or accepted on the basis of this work. For any defect in printing or binding the publishers will be liable only to replace the defective copy by another copy of this work then available.

सर्व महिलांच्या योगदानासाठी हे पुस्तक मुलींचं सर्व स्वप्नं पुर्ण होवोत तसेच आपणास समर्पित करतो..

प्रत्येक सर्व मुलींना

हे पुस्तक सादर समर्पित...

अनुक्रमणिका

अनुक्रमणिका

ऋणनिर्देश, पावती

प्रकाशक : RM Publishing

छायाचित्र मुद्रीत, एडीटींग, क्रीएव्टिव्ह आणि लेखक- रजत महेशकर

वेबसाईट- www.amzonkindle.com

www. notionpress.com

प्रकाशन : 1 ऑगस्ट 2022

(श्री शालीवाहन शके 1943)

RM Publication Copyright ®2022

विनामूल्य वितरणासाठी उपलब्ध..

आपले वाचून झाल्यावर आपण हे फ़ॉरवर्ड करू शकता...

Copyright ©? 2022

(This declaration is as per the Copyright Act 1957 read with Secetions 43 and 66 of the IT Act 2000. Copyright protection in India is available for any literary, dramatic, musical, sound recording and artistic work. The Copyright Act 1957 provides for registration of such works. Although an author's copyright in a work is recognised even without registration, Infringement of copyright entitles the owner to remedies of injunction, damages and accounts.)

मनोगत

लेखक हा भावनांनी बांधलेला माणूस असतो आणि त्याला आपल्या लेखणीने मानवी भावनांची गुंफण सोडवायची असेल. त्याच्या आजूबाजूच्या वातावरणातून त्याला साहित्याची बीजे रुजतात.. काही प्रसंग असे असतात जे मनाला भिडतात आणि मग लेखणीतून उतरतात.

माझ्या पुस्तकाचं नाव 'डियर मुलींनो' आहे. ती तर कुटुंबाचा कणा असते. कुटुंबाच्या सुखासाठी ती नेहमीच सदैव धडपड असते. त्या स्त्रीचे मन जाणून घेताना आपण थक्क होत जातो. महिला सक्षमीकरणाचा ध्यास घेऊन या पुस्तकाची निर्मिती झाली आहे. त्याचाच एक भाग असा आहे की, ही पुस्तके एका मालिकेत आहेत, जसे की पुरुषांना स्त्रियांबद्दल काय विचार करतात, पुरुष प्रधान मानसिकता का निर्माण होते, ती मोडून काढण्यासाठी काय केले पाहिजे, स्त्रियांनी स्वतःला चांगले बनवण्यासाठी काय केले पाहिजे, काय केले जाऊ शकते. एकमेकांच्या सहकार्याने अधिक चांगलं जीवन जगण्यासाठी काय करता येईल यासारख्या गोष्टींवर लेख यात विचार मांडले आहे..

पण याहून गंभीर वास्तविकता आहे की यातील काही

महत्त्वाच्या मुद्द्यांवर स्त्रिया बोलायला तयार नाहीत. याची अनेक कारणे आहेत. पण या सगळ्याचा विचार करूनही त्याबद्दल अधिक प्रतिसाद अपेक्षित असलेल्या सुशिक्षित महिलांकडून लेखांना अपेक्षित प्रतिसाद मिळाला नाही. त्यावर जी चर्चा होणे अपेक्षित होते ते झाले नाही. मी पुरुष आहे म्हणून त्यांनी त्यावर चर्चा करणे टाळले तर याचा अर्थ असा होतो की लैंगिक समानता अद्याप आपल्यात अंतर्भूत नाही कारण पुरुषांना या विषयावर बोलण्याचा अधिकार नाही आमचं आम्ही काय ते पाहून घेऊ..

हे कारण असेल तर ते तितकेच दुर्दैवी आहे. तिसरे कारण, ज्याचा मी काही अंशी विश्वास ठेवतो, ते हे आहे की अनेक स्त्रिया या विषयांवर चर्चा करणे महत्त्वाचे मानत नाहीत. त्यांना करिअरबद्दल बोलायला आवडतं.. अनेक लेखांतून किंवा या चर्चासत्रातून ते त्याला चोख उत्तर देतात. पण लैंगिक समस्या, बलात्कार, लैंगिक अत्याचार, कौटुंबिक हिंसाचार यावर मोकळेपणानं बोलायला कोणीही तयार नाही. या संकोचामागे काही कारण असेल तर ते समजण्यासारखे आहे. उलट ज्या गोष्टींची आपल्याला गरज नाही अशा गोष्टी आपल्यासोबत घडणार नाहीत यावर आपला विश्वास असेल. पण आपण अशा मुली किंवा स्त्रिया नाही असा समज असेल तर ती नक्कीच गंभीर बाब आहे. स्त्रियाच स्त्रियांच्या खऱ्या आणि पक्के शत्रू आहेत, असे आपले म्हणणे आहे. जेव्हा मी माझ्या आजूबाजूला पाहतो तेव्हा मला हे खरे वाटते, ते दोन

प्रकारचे आहे.. स्त्रीशी वैर आणि स्वतःशी वैर. एक स्त्री दुसऱ्या स्त्रीला समजू शकत नाही का? त्याचे प्रश्न बोलण्यात, त्याला मदत करण्यासाठी, त्याच्या वतीने लढण्यासाठी ती मागे पडते का, हा भाग आहे. दुसरे म्हणजे स्त्री स्वतःची शत्रू बनते आणि स्वतःला चांगले बनवण्याचा प्रयत्न करते? इथे मला नक्कीच जाणून घ्यायला आवडेल की महिला याविषयी काय विचार करतात आणि त्या यावर विचार करतील की नाही. स्त्री-पुरुष समानतेबाबतही अनेकांच्या मनात काही चुकीच्या कल्पना आहेत.

पुरुष आणि स्त्री यांच्यात खरी समानता निर्माण व्हावी म्हणून जे जे पुरुष करतात ते ते स्त्रियांनी करायला हवं हा सर्वांत चुकीचा विचार आहे. स्त्री-पुरुष हे नैसर्गिक, शारीरिक आणि मानसिकदृष्ट्या एकमेकांपासून वेगळे आहेत, त्यामुळे त्यांची व्यक्तिमत्त्वे वेगळी आहेत, हे लक्षात घ्यायला आपण विसरतो.. जेव्हा एखादी स्त्री किंवा पुरुष स्त्रीबद्दल लिहितो, तेव्हा आपण त्यांना लगेच स्त्रीवादी म्हणतो, असं म्हणतात. मग काही पुरुष स्वतःला दुष्ट समजतात आणि पुरुषांबद्दल लिहितात, जे मला दोन्ही चुकीचे वाटते. मी स्वतःला व्यक्तिवादी मानतो, मी स्त्री आणि पुरुष व्यक्ती मानतो. त्यामुळे त्यांच्या गुण-दोषांची चर्चा करणे सोपे जाते. त्यांना माणूस म्हणून समजून घेणे सोपे होते.

तिचं मोकळेपणा बोलणं भरभरून बोलतं आणि तिचं अंतरंग उलगडून दाखवतं.. ती विमान उडवू शकते तसंच घरही चालवू शकते.. काळाची हाक ऐकून तिने तिचा वेग वाढवला आणि काळाच्या कसोटीवर उतरली पण तिच्या आत असलेली स्त्री तशीच आहे. त्याचे अंतरंग. म्हणजे भावनांचे सात रंगांचे इंद्रधनुष्य.. तिच्या आयुष्यातल्या वेगवेगळ्या नात्यांबद्दल तिला काय वाटतं हे जाणून घेणं महत्त्वाचं आहे.. तिच्या रोजच्या आयुष्यात खूप काही दडलंय. जीवनातील गोष्टी जीवनांच्या गोष्टींसारख्या दिसू लागतात.. स्त्री-पुरुष एकमेकांना पूरक असतात. ते एकमेकांच्या उणीवा भरून काढू शकतात. मला विश्वास आहे की ते एकमेकांना चांगले जीवन जगण्यासाठी प्रेरित करू शकतात. पण हे व्हायचे असेल तर दोघांमध्ये मुक्त संचार झाला पाहिजे. एकमेकांना दोष न देता, कमी-जास्त न करता आपण हे करू शकलो, तरच आपण स्त्री-पुरुष समानतेकडे वाटचाल करू शकू. हे आवश्यक आहे कारण महिला मागे राहिल्या तर पुरुष मागे राहतील, पुरुष मागे राहिल्यास महिलाही मागे राहतील. दोघांच्या विचारात आणि कृतीत साम्य असेल, प्रगती असेल, मोकळेपणा असेल, समज असेल तेव्हा दोघांच्या प्रगतीची शक्यता असते.

हे विचार मी या पुस्तकात मांडण्याचा प्रयत्न केला आहे. मला वाटते की वाचकांना मी जे शब्दात सांगत आहे त्यापेक्षा तेच किंवा थोडे वेगळे वाटते. इतकं की

सगळ्यांच्या मनात ते लिहिण्यात मी यशस्वी झालो. जणू माझे शब्द पंख पसरून त्यांच्यापर्यंत पोचले होते.. त्यावेळी माझे शब्द माझ्यासाठी आयुष्य बनले होते. प्रेमळ शब्दांत लिहिणे हा नेहमीच माझा आदर करत असे... मग मला वाटले या शब्दांना पुस्तकाची चांगली चौकट द्यावी आणि वाचक लेख एकत्र वाचू शकतात.

तेच सर्व विषय सदरातून उलगडून दाखवले आहेत आणि त्यातूनच माझे हे पुस्तक साकारले आहे.. मला आशा आहे की माझे हे पुस्तक वाचकांच्या पसंतीस उतरणार आहे...

-रजत महेशकर

प्रस्तावना

समाजात वावरताना अनेक प्रकारच्या समस्यांना तोंड द्यावे लागते, प्रामुख्याने महिलांना प्रत्येक पाऊलावर अन्यायकारक वागणूक दिली जाते. स्वातंत्र्याच्या पंचाहत्तर वर्षांनंतर महिला मुक्त होतील का? ते सांगण्याचा हा एक मार्ग आहे. तीन वर्षांच्या चिमुरड्यांपासून ते सत्तर वर्षांच्या महिलांपर्यंत त्यांना अत्याचाराचा फटका सहन करावा लागतो. देशात महिलांवरील वाढत्या बलात्कार आणि अत्याचाराच्या घटनांमुळे महिलांच्या अस्तित्वाची भीती निर्माण होत आहे."डियर मुलींनो" या अंकावरील माझे पुस्तक तुमच्यासमोर सादर करताना मला खूप आनंद होत आहे. आईसाहेब जिजाऊ, क्रांतीज्योती सावित्रीबाई फुले, पुण्यश्लोका अहिल्याबाई होळकर अशा अनेक महिलांनी आपले कर्तृत्व जगाला दाखवून दिले आहे. आधी मी त्याच्या चरणी नतमस्तक झालो. एकविसाव्या शतकातील महिलांवरील अन्याय आणि अत्याचाराच्या मुद्द्यावर माझ्या पुस्तकाच्या माध्यमातून तिच्या अधिकृत इतिहासाने प्रेरित होऊन तुमच्यापर्यंत पोहोचण्याचा माझा हा छोटासा प्रयत्न आहे.

हे माझे पहिलेच पुस्तक असल्याने त्यात काही चुका किंवा वगळल्यास मी कृतज्ञ राहीन. पुस्तकातील कल्पना आणि विचार आवडल्यास अभिप्राय जरूर कळवा आणि इतरांना वाचण्यासाठी शेअर करा...

ओळख

मी रजत महेशकर, मी स्वतः दिव्यांग, एक मध्यम वर्गीय सामान्य माणूस आहे. मला अभिमान आहे आणि मला मराठी वाचनाची खूप आवड अगदी लहापणापासून आहे. लहानपणी बरेच पुस्तके, कविता कादंबरी वाचल्या. अशे अनेक लेखक पुलं, कुसुमाग्रज आणि वपुर्झा यांचं लिखाण मला आवडत. माझ्या आदर्श लेखक कुसुमाग्रज आहे. एखादं ऐतिहासिक दृश्य समोर कसं उभं करायचं हे चांगलं अनुभव मिळालं आहे. मी सिनीयर कॉलेजपासून लघुकथा किंवा शॉर्ट स्टोरी लिहिणे मला फार आवडतं. मी माझी पहिले कादंबरी संग्रह जानेवारी मध्ये प्रकाशित केले होतं 'माझ्या चेहरा' अर्थातच ते कथा फारशी कोणाला आवडलं नाही माझ्या मतानुसार. तरी पण आपणही काही लिहू शकतो याची मला तेव्हा जाणीव झाली होती. पण लिखाणात सातत्य नव्हतं. तरीही मी हार मानलं नाही मी काही ना काही लिहित गेलो आणि आता पण..

मी स्वतःच सर्व एडीटींग पासुन ते पब्लीशिंग पर्यंत कामं करतो आणि माझं अनेक ऑनलाईनच्या माध्यमातून पुस्तके प्रकाशित झाले आहेत. 'माझ्या चेहरा' व 'मीरा एका संसारची गोष्ट' या मराठी दोन कादंबऱ्या प्रकाशित झाल्या आहेत. याच इंग्रजीमधून 'रोझ स्टोरीज ऑफ मॅरिड लाइफ' व 'लव्ह एक्स्पेट' या दोन कादंबऱ्या अमेझॉन किंडलवर उपलब्ध आहेत. याच हिंदी मध्ये सुद्धा उपलब्ध आहे. तसेच नोशन प्रेस या वेबसाइटवर ई-बुक्स संकेतस्थळांवर 6 पेक्षा ई-बुक्स प्रकाशित आहेत.

माझ्या लिखाणाबाबत माझं एक स्वप्नं म्हणजे मला असं लिहायचं आहे जे आपल्यासारख्या साधारण माणसाच्या मनाचं ठाव घेईल. जे आपण सगळ्यांनी आपल्या आयुष्यात अनुभवलं असेल, जगलं असेल. कारण शेवटी माझ्या संवाद व विचार सर्वात महत्त्वाची असते.

'डियर मुलींनो' हे माझं तिसऱ्या पुस्तक प्रकाशित झाले आहे. वाचकांचा भरघोस प्रतिसाद मिळाला तर असंच लिखाण सुरु राहील, आणखी नव्या जोमाने..

अस्वीकरण

'डियर मुलींनो' ही पुस्तकं पूर्णपणे सामाजिक विषयांवरील लेखन आहे आणि खास करून स्त्रियासाठीच लिहिले आहे. सर्वांना एक सांगु इच्छितो, सर्व अनुक्रमे मध्ये प्रत्येक भाग मुद्देसूद मांडणी केलेली आहे, या काही भाग मुद्दे मध्ये काही लेख लोकांच्या मते लिखाण विचार व कविता वगैरे ध्यास घेऊन मी विचार मांडलेला आहे सर्वच मी स्वतः लिहिले म्हणून असे श्रेय घेण्याची मुळीच इच्छा नाही. याचसाठी तुम्ही योग्य वाचून समजून घ्यावे हीच विनंती करतो. तुमच्या भाषेत सोप्या पद्धती मध्ये विचार करून स्त्रियासाठीच लिहिले आहेत. या पुस्तकाद्वारे अंधश्रद्धा पसरवण्याचा किंवा अंधश्रद्धेला प्रोत्साहन देण्याचा कोणताही हेतू नाही. या पुस्तकातील विचार, लघुकथा, घटना किंवा पात्रे निव्वळ सामाजिक असून त्यांचा जिवंत किंवा मृत व्यक्तींशी कोणताही संबंध नाही. असे साम्य आढळल्यास तो निव्वळ योगायोग समजावा. या पुस्तकेतील कथा लेखन, संवाद आणि विविध प्रकारचे विचार केवळ स्त्री सक्षमीकरणासाठी ध्यास घेऊन तयार करण्यात आले आहेत. यात कोणत्याही व्यक्तीचा, समूहाचा, जातीचा, धर्माचा किंवा प्रदेशाचा अवमान करण्याचा हेतू नक्कीच नाही. कोणत्याही व्यक्तीच्या, धर्माच्या किंवा प्रदेशाच्या भावना दुखावण्याचा प्रकाशनेचा व आमचा हेतू नाही. स्त्री-पुरुष समाजाला अशा अंधश्रद्धा, भ्रम, गैरसमज आणि अटकळांपासून स्त्री मुक्त करण्याचा या आमच्या प्रामाणिक प्रयत्न आहे.

1

स्वतंत्र देश आणि स्त्री वर्ग

स्त्री, अबला, नारी, महिला, रमणी, कामिनी, कांता, सुंदरी, औरत, बनिता अशा अनेक नावांनी ओळखल्या जाणाऱ्या भारतीय महिला आज जागतिक महिला दिनानिमित्त महिला स्वातंत्र्य, हक्क, व्यवस्थेतील समानता, कौटुंबिक विभागणी, समाजातील आदर आणि राजकीय-सामाजिक क्षेत्राचे अस्तित्व, याचे थोडेसे विश्लेषण करूया. क्रांतीज्योती सावित्रीबाई फुले यांनी १९व्या शतकात स्त्री शिक्षण, स्त्रियांचे हक्क, गुलामगिरीत जगणे, स्त्रियांकडे उपभोगाची वस्तू म्हणून पाहण्याचा समाजाचा दृष्टीकोन, धार्मिक अंधार आणि चूल आणि मूल या पलीकडचे जग या रेषेवर उभे करण्यासाठी आपले अस्तित्व पणाला लावले. वेगळे भारतात मुलींच्या शिक्षणासाठी प्रथम शाळा स्थापन झाल्या, पण आज आपल्या स्त्रिया उच्च शिक्षण घेत आहेत, क्रीडा, राजकारण, शिक्षण आणि इतर अनेक क्षेत्रात त्या अव्वल स्थान मिळवत आहेत पण याचे सर्व श्रेय क्रांतिकारक फुले दाम्पत्याला जाते, आजचा समाज हे चालणार नाही.

अधिकार आणि शिक्षणापासून वंचित असलेल्या महिलांना या जगात मुक्तपणे फिरण्याचे स्वातंत्र्य दिले गेले, परंतु नंतर विश्वरत्न बाबासाहेब आंबेडकर यांनी आपल्या आयुष्यातील 4 वर्ष 1 महिना 26

दिवस खर्च करून या महिलांसाठी "हिंदू कोड बिल" लिहिले. बाबासाहेब आंबेडकरांनी यासाठी कायदामंत्री पदाचा राजीनामा दिला होता, पण बाबासाहेबांचे प्रयत्न व्यर्थ गेले नाहीत, हे जाणून घ्या. ज्या कायद्याला विरोध होता तो 1955-56 मध्ये चार स्वतंत्र कायद्यांमध्ये विभागला गेला आणि हिंदू कोड बिलाला जन्म दिला आणि हा कायदा म्हणजे महिलांच्या अस्तित्वाची गडगडाट आहे. बाबासाहेब आंबेडकरांनी महिलांवरील प्रत्येक शोषणात्मक दबावाचा विचार केला आणि त्यात कायदे करून महिलांना मुक्त केले. . कायद्याने पुरुषांच्या स्थितीत समानता प्रस्थापित केली. आजचा महिला वर्गही हे विसरणार नाही. अशा महापुरुषांचे गुण आजचा वर्ग विसरत चालला आहे. माँ साहेब जिजाऊ, ताराराणी अहिल्याबाई होळकर, सावित्रीबाई फुले, रमाई यांनी निस्वार्थी स्त्रियांचे अस्तित्व इतिहासात नोंदवले आहे. पण दुर्दैवाने आजही महाराष्ट्रातील महिलांना तुच्छतेने वागवले जाते, त्यामुळे गेल्या काही वर्षांतील दहावी, बारावी आणि उच्च शिक्षणाच्या पदवीचे निकाल पाहिले तर त्यात मुलीच आघाडीवर आहेत. दर्जेदार मुलींची कमतरता नाही, पण शिक्षणाचे दरवाजे लवकरच बंद होत आहेत.

पंडित जवाहरलाल नेहरू यांची कन्या इंदिरा गांधी 19 जानेवारी 1966 रोजी भारताच्या पहिल्या महिला पंतप्रधान म्हणून उदयास आल्या. महाराष्ट्राच्या प्रतिभाताई पाटील यांनी 2007 मध्ये भारताच्या राजकीय दृष्टीच्या पलीकडे असलेल्या स्त्रियांची ओळख करून दिली. समाजजीवनात तो किती स्वतंत्र आहे याची कल्पना येते. महिलांवरील हिंसाचार आणि बलात्काराने संपूर्ण देश हादरला. दिल्लीतील निर्भयाची घटना असो की कोपर्डीची घटना, देशात ज्वालामुखीचा उद्रेक झाला, अनेक महिला रस्त्यावर उतरल्या, मेणबत्त्या पेटवल्या, क्रांती मोर्चासारख्या ऐतिहासिक मोर्चे निघाले, आता मला वाटतं न्याय मिळेल, महिलांना न्याय मिळेल. त्यांचे अस्तित्व पाहण्यासाठी रस्त्यावर, त्यांचा स्वातंत्र्यदिन, आता देशातील महिलांवर अत्याचार करणाऱ्या पुरुषांना कठोर शिक्षा होईल जेणेकरून त्यांनी त्यांची मानसिकता बदलू नये, तिची सर्व वचने झाली, या ओळी केवळ लेखांमधून बोलण्यासाठी आणि प्रदर्शनासाठी उरल्या आहेत , बाकीचे

महाभारत द्रौपदी आणि रामायणात सीतेने ही परीक्षा सोडली नाही आणि या मुक्त देशातील महिलांना या समस्येला सामोरे जावे लागणे चुकीचे नाही. देशातील तीन ते सत्तर वयोगटातील महिलाही या कष्टकरी पुरुषांच्या हातातून सुटलेल्या नाहीत.

2

स्त्रीचं अस्तित्व किती..?

असा एक काळ होता, पुरुष प्रधान संस्कबृीतीत असणारा स्त्री चा दर्जा आणी त्यतुनही काही सशक्त विचारांच्या स्त्रियाचं झालेले समाजाला दर्शन ज्यात जिजाबाई नी स्वराज्याचा हिन्दू रास्ट्राचचा विचार शिवबा आपल्या पुत्राला दिला आणि शिवाजी महाराज घडले मधल्या काळात स्त्रीच् अस्तित्व सशक्त केल सविंत्री बाई नी म्हणून आज उच्चशिक्षित महिला दिसत आहेत. आई, मुलगी, बहीण, पत्नी, प्रेयसी व मैत्रिण अशा निरनिराळ्या रूपात आपण स्त्रीला ओळखतो खरे; परंतु, स्त्रीचे रूप एवढ्यापुरतेच मर्यादित नाही तर या स्त्रीत्वाची व्याख्या याहीपेक्षा अधिक मोठी आहे.

पुरातन काळात डोकावले तर तेव्हाची स्त्री ही वेदशास्त्र संपन्न आढळते. तिला शास्त्रांस्त्राचे शिक्षण दिले जात असे. गार्गी, मैत्रेयी यांसारख्या वेदशास्त्रनिपुण कैकेयीसारख्या युद्धशास्त्रात कुशल असणार्‍या स्त्रिया सर्व प्रकारच्या विद्याकलांत पारंगत होत्या. आई, मुलगी, बहीण, पत्नी, प्रेयसी व मैत्रिण अशा निरनिराळ्या रूपात आपण स्त्रीला ओळखतो खरे; परंतु, स्त्रीचे रूप एवढ्यापुरतेच मर्यादित नाही तर या स्त्रीत्वाची व्याख्या याहीपेक्षा अधिक मोठी आहे. परंतु, पुरुषप्रदान संस्कृतीच्या प्रभावामुळे ती कदाचित आपल्यापैकी अनेक पुरुष आणि

खुद्द स्त्रीयांनाही माहिती नसण्याची शक्यता आहे. तिच्या रूपाचा ठाव लावणे खरेच इतके सोपे नाही. अशा स्त्रीत्वाबाबत आज मी आपल्याशी बोलणार आहे. हे केवळ भावना प्रकट करणे नसून या माध्यमातून आपल्या पुरुषप्रधान समाजाला मला काही प्रश्न विचारायचे आहेत. या मध्ये मला माझ्या मैत्रिणींचीही साथ मिळेल, अशी माझी अपेक्षा आहे. कारण माझ्या भावना व माझ्या प्रश्नांशी त्या नक्कीच सहमत असतील असा विश्वास मला वाटतो.

आज भारतात मुलींना मोफत शिक्षण दिले जाते. तिच्या साठी नौकरीत राखीव जागा ठेवल्या आहेत. संपत्तीचा वारशा हक्क तिलाही देण्यात आलेला आहे. समान वेतनाचा व समान नागरिकत्वाचा दर्जा देऊन सामाजिक व आर्थिक समता प्रस्थापित करण्यात आली आहे. ज्या कुटुंबात स्त्री-पुरुष समानतेची जाणीव विकसित झालेली आहे. अश्या घरातील मुलींनाही स्वताचे छंद, आरोग्य, ध्येय इत्यादी जोपासण्यासाठी प्रोत्साहन दिले जाते व तिचा सर्वांगीण विकास घडवून आणण्याचा प्रयत्न केला जात आहे.

स्त्रीच्या स्वताच्या कार्य शक्तीला, बुद्धीला, आणि कर्तुत्वाला पूर्ण वाव मिळावा आणि समाजात स्त्रीला समान सामाजिक दर्जा मिळावा म्हणून स्त्री-मुक्ती चळवळ निर्माण झाली. विविध स्त्री-मुक्ती संघटनांच्या माध्यमाद्वारे समाजात आणि विशेषता स्त्रियांमध्ये जागृती निर्माण केली जात आहे. यासाठी स्त्रियांना त्यांच्या हिताच्या कायद्यांचे ज्ञान व मदत दिली जात आहे. घटस्पोटीत, परित्यक्ता, विधवा आणि निराधार स्त्रियांना मानाचे जीवन जगता यावे म्हणून आर्थिक मदत केली जात आहे. रोजगार मिळवून दिला जात आहे. ही मदत समाजातील सर्व थरांतील सर्व धर्माच्या स्त्रियांसाठी खुली आहे.

प्राचीनकाळी मानवाने निसर्गशक्तीलाच दैवत मानले. शेतीचा शोध हा मानवीजीवनातील सर्वांत क्रांतिकारक शोध. शेतीमुळे माणसाचे भटके जीवन स्थिर झाले आणि धरणीच्या ठिकाणी असलेल्या सुजलाम सुफलाम या गुणांची ओळख झाली. प्राचीनकाळी मानवाने निसर्गशक्तीलाच दैवत मानले. शेतीचा शोध हा मानवीजीवनातील सर्वांत क्रांतिकारक शोध. शेतीमुळे माणसाचे भटके जीवन स्थिर झाले

आणि धरणीच्या ठिकाणी असलेल्या सुजलाम सुफलाम या गुणांची ओळख झाली. तेव्हापासून मातृदेवतेच्या पूजेचे महत्त्व वाढले. स्त्रीकडेही बीजधारणेचा गुण असल्यामुळे तिलाही आदिशक्ती मानून तिच्या मूर्ती बनवून तिला मखरात बसवून तिची पूजा केली जाऊ लागली. कालांतराने पुरुषसत्ताक व्यवस्था वाढत गेली आणि एकीकडे स्त्रीची पूजा, तर दुसरीकडे तिचा छळ असा दुटप्पीपणाही वाढत गेला. स्त्रीचे कितीही शोषण झाले असले, तरी तिच्यामुळे आपल्याकडील कुटुंबव्यवस्था टिकून आहे.

कुटुंबव्यवस्था हा आपल्याकडील महत्त्वाचा सामाजिक घटक आहे आणि त्याबद्दल अनेक जण अभिमानाने बोलतही असतात. या व्यवस्थेचे फायदे-तोटे आहेत; परंतु या व्यवस्थेमुळे समाजाचा डोलारा उभा आहे, हे नाकारता येणार नाही. चंगळवादी संस्कृतीमुळे या व्यवस्थेला धक्के जरूर बसत आहेत; परंतु त्याची पाळेमुळे घट्ट असल्याने तडे गेलेले नाहीत. स्त्री आणि पुरुष ही संसाररथाची दोन चाके असल्याचे म्हटले जाते खरे; परंतु संसारथाचा तोल सावरला जातो, तो स्त्रीमुळेच. पुरुषसत्तेने स्त्रीला कायम कमकुवत ठेवण्याचा प्रयत्न केला आहे. हजारो वर्षे शिक्षणापासून वंचित ठेवले.

आताशा कुठे तिला कायद्याने हक्क मिळू लागले आहेत. त्या आधारे ती आपली प्रगती करीत आहे. बुद्धिमत्तेच्या बाबतीत आपण पुरुषांपेक्षा कमी नाही हे ती आज सिद्ध करीत आहे. स्त्री म्हणजे त्यागाची मूर्ती, परमेश्वराचे रूपच जणू. स्त्री म्हणजे सहनशीलतेचा कळस. संसारात तिचे अस्तित्व प्रकर्षाने जाणवते. ती नसेल तर कुटुंब कोमेजते. रात्रंदिवस कष्ट करून कुटुंबाचा डोलारा सांभाळते; पण आपल्या मुलांबाळांना त्याची झळ पोहोचू देत नाही. बहिणाबाई चौधरी म्हणतात,

अरे संसार संसार । नाही रडणं कुडनं ।
येड्या गळ्यातला हार । म्हणू नको रे लोढणं ।

संसार कसाही असला, तरी गळ्यातला हार मानून त्याचा स्वीकार करते. आज ती चुल व मूल सांभाळून पुढे जाण्याचा प्रयत्न करीत आहे. आपल्या हातातून हळूहळू सत्ता जात आहे, या कल्पनेनेच अनेक पुरुष

पछाडलेले आहेत. स्त्री बिचारी सर्व आघाड्यांवर लढत आहे. असे असले, तरी पुरुषसत्ताक समाजाची मानसिकता अद्याप बदललेली नाही. आजही मुलींच्या जन्माचे मनापासून स्वागत होतेच असे नाही. स्त्री भ्रूण हत्येला कायद्याने लगाम घातला असला, तरी तंत्रज्ञानाचा लाभ उठवित कळ्यांना गर्भातच खुडण्याचा प्रकार लपून-छपून करणारे आहेतच. वाढत्या चंगळवादामुळे स्त्रीकडे वस्तू म्हणून पाहणारेही आहेत. चित्रपटांतूनही अनेकदा तशाच प्रकारे चित्रण केले जाते. बलात्काराच्या वाढत्या घटना हीच बाब अधोरेखित करतात. मात्र, स्त्रियांच्या हक्कांबाबत जागरुकता येत आहे. अनेक पुरुष घरी कामात वाटा उचलत आहेत. मुलींच्या शिक्षणाला प्राधान्य देत आहेत. त्यांना करिअर करण्यास प्रोत्साहन देत आहेत.

गेल्या शतकात स्त्री हक्कांबाबत झालेल्या चळवळी, स्त्रीवादाचा स्वतंत्र अभ्यास, त्याबाबतचा जागर या सर्वांचा हा व्यापक परिणाम आहे. आठ मार्चला साजरा होणारा जागतिक महिला दिन हेही याचेच फलित आहे. अलीकडच्या काळात महिला दिन मोठ्या उत्साहात साजरा केला जातो. महिलांचे हक्क, त्यांची कर्तबगारी, त्यांनी मिळविलेले यश या साऱ्यांच्या कथा या दिवशी सांगितल्या जातात. महिला दिनाच्या निमित्ताने ते व्हायलाही हरकत नाही. मात्र, महिला दिनाला प्रतीकात्मक महत्त्व प्राप्त होऊ नये. स्त्रीला देवत्व बहाल करून, तिचा छळ करण्याची पुरुषी मानसिकता आणि महिला दिनाला प्रतीकात्मक महत्त्व वाढवून स्त्रीकडे वस्तू म्हणून पाहण्याची वृत्ती या दोहोंत फरक नाही. याचे भान समस्त समाजाला येणे आवश्यक आहे.

स्त्री म्हणजे शक्ती, शुद्ध ऊर्जा यांचे मूर्त स्वरूप. आपल्या प्राचीन लोकांनी याला मान्यता दिली म्हणून वैदिक काळात स्त्रियांना उच्च आदर दिला जात होता. स्त्रीच्या रूपाने आशीर्वाद म्हणून लाभलेल्या या शक्तीला मोठ्या कल्याणासाठी हितकर मार्गाने दिशा देणे, एक समाज म्हणून आपली जबाबदारी आहे. स्त्री म्हणजे शक्ती, शुद्ध ऊर्जा यांचे मूर्त स्वरूप. संपूर्ण निर्मिती या शक्तीपासून क्षमता आणि प्रेरणा घेते. या शक्तीची विशालता परिमाणापलीकडे आहे. संपूर्ण निर्मिती माता आदिशक्तीच्या गर्भातून प्रकट झाली. एक स्त्री स्वतःच्या चिकाटीने

असिम असे साध्य करू शकते, हे पार्वतीने शिवाचे पतीरूपाने काळीज जिंकून दाखवून दिले आहे.

आपल्या प्राचीन लोकांनी याला मान्यता दिली म्हणून वैदिक काळात स्त्रियांना उच्च आदर दिला जात होता. एक वैदिक म्हण आहे, 'जिथे स्त्रियांना पूजले जाते तिथे देव वास करून असतात. वास्तविक मनुस्मृतीमध्ये विशद केले आहे, 'वडील, पती, भाऊ आणि दीर, भावोजी, ज्याना कोणाला आपले कल्याण साधून घ्यायचे आहे त्यांनी स्त्रीचा आदर केला पाहिजे व तिला विभूषित किंवा सुशोभित करणे आवश्यक आहे.'

जिथे स्त्रीचा सन्मान केला जातो तिथे देव संतुष्ट असतात. पण जिथे स्त्रीचा अनादर होतो तिथे कुठल्याही प्रकारचे धार्मिक कर्मकांड फळ देत नाही. ज्या घरामध्ये स्त्री बरोबरच्या नात्याचा योग्य प्रकारे सन्मान होत नाही ती घरे शापित होऊन जादू झाल्यासारखी पूर्णपणे नष्ट होतात.

'प्रत्येक यशस्वी पुरुषामागे एक स्त्री असते' हे प्रसिद्ध विधान शिवशक्तीच्या मिलाफाद्वारे उत्क्रांती या वैदिक विचारावर भर देते. येशूना त्यांचे ज्ञान त्यांच्या आईकडून प्राप्त झाले. सदाचाराने लढाई लढण्यासाठी शिवाजीचे संगोपन जिजाबाईंनी केले. कालिदासांना त्यांच्या विद्वान पत्नीकडून नकार मिळाल्यावर कालिमातेची साधना करून ते प्रसिद्ध पंडित झाले.

हिलरीच्या पाठिंब्यामुळेच, जनक्षोम असूनसुद्धा बिल क्लिंटन आपले पद शाबूत ठेवू शकले. पुन्हा पुन्हा स्त्रियांनी मानवी मर्यादेच्या पलीकडे जाऊन मूर्तमंत उदाहरणे दिलेली आहेत. मीराबाई – प्रेम आणि वैराग्य, लक्ष्मीबाई – धैर्य आणि निश्चय आणि सीता – शुद्धता आणि निष्ठा. सतीच्या रूपाने त्यांनी अलौकिक बलिदान आणि सावित्रीच्या रूपाने मृत्यूला सुद्धा तुरी दिली.

गांधारीने दुर्योधनाला नग्नावस्थेत भेटायला येण्याची सूचना दिली होती. ती सूचना झुगारल्यामुळे, त्याच्या पराभवाचा मार्ग मोकळा झाला. आजच्या नकारात्मकतेच्या, भरभराटीच्या काळात, दोन शक्तीच्या बेबनावाने वाईट स्वरूप धारण केले आहे. लैंगिक छळ, स्त्रीभ्रूण हत्या,

लिंगभेद, हुंडा, दडपशाही, विषमता या सर्व गोष्टींनी आधुनिक समाजाला सुपीक केलेले आहे.

'जसे कराल तसे भराल' या म्हणीप्रमाणे प्रेम, दया आणि बलिदान या गोष्टींचा दुष्काळ पडला आहे. आजचे जग भ्याडपणा, विश्वासघात आणि लोभ ह्या गोष्टींमुळे दूषित झाले आहे. स्त्रीच्या रूपाने आशीर्वाद म्हणून लाभलेल्या या शक्तीला मोठ्या कल्याणासाठी हितकर मार्गाने दिशा देणे, एक समाज म्हणून आपली जबाबदारी आहे. तरच आम्ही पी. टी. उषा आणि बिच्छद्री पाल यांच्यामधील प्राकृतिक शक्तीला किंवा लता मंगेशकर व अमृता प्रीतम यांच्यामधील सर्जनशीलतेला तसेच किरण बेदी आणि सरोजिनी नायडू यांच्यामध्ये वाहणा-या क्षमतेला आणि धर्याला उपयोगात आणू शकू.

एक काळ असा होता की, स्त्रीचे कार्यक्षेत्र घराच्या आतच होते. घरात पुरुषाचेच वर्चस्व असे. सर्व निर्णय पतीच घेई. एकदा निर्णय झाल्यावर पत्नीने चकार शब्द काढायचा नाही, अशी परिस्थिती होती. कार्यालयांमध्ये स्त्रिया क्वचितच दिसत.

संपूर्ण महाविद्यालयात दोन-चारच मुली असत. चारचौघांत, चौकात, रस्त्यात, सार्वजनिक ठिकाणी मुली वा स्त्रिया मोकळेपणाने बोलताना दिसत नसत. उच्च शिक्षणात तर पुरुषांचीच मक्तेदारी होती. या पार्श्वभूमीवर आजचे दृश्य आश्चर्यचकित करणारे आहे.

आजच्या स्त्रीने केलेली स्वतःची प्रगती ही खरोखरच आश्चर्यचकित करणारी आहे. समाजसुधारक महात्मा जोतिराव फुले, आगरकर, महर्षी कर्वे यांनी भारतीय स्त्रीला हा आत्मविकासाचा मार्ग दाखवला आणि स्त्री विचार करू लागली. चूल आणि मूल यांपेक्षाही वेगवेगळ्या क्षेत्रांत आपण समर्थपणे, पुरुषाच्या बरोबरीने कार्य करू शकतो याची जाणीव तिला झाली. आज सर्व प्रकारच्या उच्च शिक्षणामध्ये स्त्रीने स्थान मिळवले आहे. आता असे एकही क्षेत्र दाखवता येणार नाही की ज्यात स्त्रीचा सहभाग नाही. अमूक अभ्यास स्त्रीला जमणार नाही; अमूक काम स्त्रीला झेपणार नाही; अमूक गोष्ट स्त्रीच्या आवाक्याबाहेर आहे, असे पूर्वी मानले जाई. गेल्या काही वर्षात स्त्रीने या सा-या चौकटींना घक्के देऊन आपले कर्तृत्व सिद्ध केले आहे.

आजच्या स्त्रीला कोणतेच क्षेत्र अगम्य राहिलेले नाही. उलट काही काही क्षेत्रे तिने पूर्णपणे काबीज केली आहेत. ती उत्तम राज्यकर्ती बनते. ती वैद्यकीय क्षेत्रात, संशोधनाच्या क्षेत्रातही नेत्रदीपक कामगिरी करते. इतकेच नाही; तर ती रणरागिणीही बनू शकते. जग एवढे पुढारले आहे, पण हुंड्याच्या बाबतीत आपला देश अधिकाधिक मागासलेला बनत आहे. मुलगी जितकी जास्त शिकेल, तितका जास्त हुंडा देण्याची पाळी येते. याबाबतीत स्त्रियांनी बंडखोरी केल्याशिवाय समाजाचे मतपरिवर्तन होणार नाही.

आजच्या स्त्रीची ताकद जबरदस्त वाढली आहे. ती शिक्षण घेते. विविध प्रकारच्या नोकऱ्या करते. पण अजूनही परते जबाबदारी मात्र तीच उचलते. शिवाय मुलांचा अभ्यास, त्यांच्या भवितव्याची जडणघडण यांचा भारही स्त्रीने स्वतःवरच आहे. एवढे सगळे पेलण्याची प्रचंड क्षमता आजच्या स्त्रीने कमावली आहे आणि आपले अनन्यसाधारण स्थान समवत दाखवून दिले आहे.

आज भारतात मुलींना मोफत शिक्षण दिले जाते. तिच्या साठी नौकरीत राखीव जागा ठेवल्या आहेत. संपत्तीचा वारशा हक्क तिलाही देण्यात आलेला आहे. समान वेतनाचा व समान नागरिकत्वाचा दर्जा देऊन सामाजिक व आर्थिक समता प्रस्थापित करण्यात आली आहे. ज्या कुटुंबात स्त्री-पुरुष समानतेची जाणीव विकसित झालेली आहे. अश्या घरातील मुलींनाही स्वताचे छंद, आरोग्य, ध्येय इत्यादी जोपासण्यासाठी प्रोत्साहन दिले जाते व तिचा सर्वांगीण विकास घडवून आणण्याचा प्रयत्न केला जात आहे.

स्त्रीच्या स्वताच्या कार्य शक्तीला, बुद्धीला, आणि कर्तृत्वाला पूर्ण वाव मिळावा आणि समाजात स्त्रीला समान सामाजिक दर्जा मिळावा म्हणून स्त्री-मुक्ती चळवळ निर्माण झाली. विविध स्त्री-मुक्ती संघटनांच्या माध्यमाद्वारे समाजात आणि विशेषता स्त्रियांमध्ये जागृती निर्माण केली जात आहे. यासाठी स्त्रियांना त्यांच्या हिताच्या कायद्यांचे ज्ञान व मदत दिली जात आहे. घटस्पोटीत, परित्यक्ता, विधवा आणि निराधार स्त्रियांना मानाचे जीवन जगता यावे म्हणून आर्थिक मदत केली जात आहे. रोजगार मिळवून दिला जात आहे. ही

मदत समाजातील सर्व थरांतील सर्व धर्मांच्या स्त्रियांसाठी खुली आहे.

1. स्त्रीची पूर्वीची स्थिती
2. स्त्रीने अनेक बंधने तोडली
3. स्त्रीने केलेली प्रगती आश्चर्यकारक
4. स्त्रीला कोणतेही क्षेत्र अगम्य नाही
5. वेगवेगळ्या क्षेत्रांत प्रगती
6. स्त्रीची दुर्दशा संपवण्या साठी स्त्रीने संघटित होणे आवश्यक

या समाजात, अशा खूप मुली व स्त्रिया असतील ज्यांच्या मनात हाच प्रश्न आला असेल की, स्त्री म्हणजे नेमके काय? तिचे अस्तित्व काय? ती जन्मदात्री, आई, बहीण, मुलगी, सखी बस इतकीच मर्यादित आहे का, तर मुळीच नाही! तर त्याहीपेक्षा अधिक तिची महती आहे. त्यामुळेच तर 'स्त्री हे खरं अस्तित्व जगाच्या आरशाचे,' अशी उपमा अनेक कवी व लेखक तिला देतात, ते तिची त्याग व समर्पणाची भावना जाणतात. पण, आजही स्त्रिला अबला नारि समजले जाते, अशक्त व गौण मानले जाते, त्यांचा वापर करू पाहतात, याच समाजात आई जगदंबेला आदि माया, शक्ती देवी म्हणून पूज ले जाते आणि दुसरीकडे त्याच देवीचे रूप असलेल्या स्त्रीला मात्र, भोग्यवस्तू व फक्त वापरण्याची वस्तू म्हणून समजले जाते. आपल्याला अशा प्रवृत्तींना हे पटवून द्यायचे आहे की स्त्री, ही जर प्रेम आणि मायेपोटी सर्वस्व त्यागू शकते तर स्वतःच्या अस्मितेसाठी, अस्तित्वासाठी ती दुर्गेचा अवतारही धारण करू शकते. त्यामुळे आपल्याला या समाजातील लोकांची स्त्रीबद्दलची मते बदलण्याचा प्रयत्न करायचा आहे. स्त्रीचा आदर सन्मान करणं हे प्रत्येक पुरुषाचं कर्तव्य आहे. स्त्री ही कायम कर्तव्याचं ओझं घेऊनच जगत आली आहे. मग हीच कर्तव्य पुरुषानेही पार पाडावीत. स्त्री ही भावनेत वाहून अत्याचार सहन करणारी अबला नारी नसून, पुरुषांना जीवनात लढा देत पुढे कसे जायचे हे शिकविणारी जीवनदर्शिका आहे. तिच प्रत्येक परिस्थितीत पुरुषांची साथ देते, त्याग करते, मग तीच्या या त्यागाचा सन्मान करण्याऐवजी तिचा अनादर

का होतो? ती जननी जगाचा आधारस्तंभ आहे. मग त्या स्तंभालाच पाडण्याचा प्रयत्न का केला जातो?

एक दिवस असा यायला नको की या समाजात स्त्रीचं अस्तित्वच नाहीसं होण्यास सुरुवात होईल आणि मग या पुरुषप्रधान समाजाच्या हाती केवळ पश्चाताप उरेल.

जर पश्चाताप होऊ द्यायचा नसेल तर "एक पाऊल, पुढे टाकावेच लागेल. लोकांच्या मनातले स्त्री बद्दलचे गैरसमज खोडून काढावेच लागतील. यासाठी कुणी एकीने नव्हे तर प्रत्येक स्त्रीला लढा द्यावा लागेल. कुणावरही अन्याय करणं पाप आहे तर अन्याय सहन करणं हे तेवढेच मोठे पाप आहे. म्हणून बोला आणि पुढे या आणि स्त्रीला समाजात जे तिचे स्थान आहे ते मिळवून द्या. आपण स्त्री आहोत याचा आपल्या माता-भगिनींना अभिमान हवा. एकदा पाऊल उचलले की ते थांबायला नको. तेव्हाच समाजाला स्त्री या शब्दाची महानता पटेल.

स्त्री ही समाजाचा पाया आहे. पायदळी तुडवली जाणारी वस्तू नाही. झाशीची राणीही एक स्त्रीच ना, परंतु, तिने गाजवलेले शौर्य पुरुषांपेक्षा कमी नाही. इतिहासातील तिचे कार्य स्त्री जातीसाठी नवीन दिशा व प्रेरणा आहे.

आजही मुली शिकल्या, स्वतःच्या पायावर उभ्या राहिल्या, तरी त्या स्वतःच्या मनाप्रमाणे वागलेल्या बघणंही पुरुषांना सहन होत नाही. त्यांनी कसं वागावं, कसं बोलावं, कसे/कोणते कपडे घालावेत, शिकावं की शिकू नये, बाहेर एकटं फिरावं की फिरू नये, एवढंच काय तर जन्माला यावं की येऊ नये, हेही आपल्या देशात अजून फक्त पुरुषच ठरवत असतात. टीव्हीच्या एका चॅनेलवर 'ग्रेट अचिव्हर'च्या सत्कार समारंभात अमिताभ बच्चन, मुकेश अंबानी, सचिन तेंडुलकर, शाहरुख खान यांसारख्या दिग्गजांचा नुकताच सत्कार केला गेला. त्यावेळी त्यांनी त्यांची मनोगतं व्यक्त केली. ते बोलत असताना त्यांच्या बायकोवर कॅमेरा होता. नीता अंबानी, अंजली तेंडुलकर वगैरे. त्या सर्वच जणींच्या चेहऱ्यावर आपल्या नवऱ्याच्या कर्तृत्वाचा अभिमान, त्यांच्याबद्दलचं प्रेम जणू स्वतःच खूप काही मोठं मिळवल्याप्रमाणे ओसंडून वाहत होता. त्या सर्वच जणींनी नवऱ्यांना आयुष्यातल्या बऱ्या-

वाईट प्रसंगात नेहमी साथ दिली. खूप काही त्यागही केलं. त्यामुळेच या आजच्या यशावर त्यांच्या नवऱ्याएवढाच त्यांचाही हक्क आहे ना!

मग हेच उलट असतं, तर खाली बसलेल्या त्यांच्या नवऱ्यांच्या चेहऱ्यावर तेवढाच आनंद, अभिमान, प्रेम दिसलं असतं का? आपल्या आजूबाजूला खरंच असे किती पुरुष असतील, की ज्यांना त्यांच्या बायकोच्या कर्तृत्त्वाचा मनापासून अभिमान वाटतो? तिच्यात बुद्धिमत्ता, कुवत असेल, तर वेळप्रसंगी त्याग करून किंवा तिला सहकार्य करून ती स्वत:च्याही पुढं गेलेली पाहायला आवडतं?

असे नवरे नसतातच असं नक्कीच नाही; पण महिलांच्या तुलनेत खूपच कमी. आजही मुली शिकल्या, स्वत:च्या पायावर उभ्या राहिल्या, तरी त्या स्वत:च्या मनाप्रमाणे वागलेल्या बघणंही पुरुषांना सहन होत नाही. त्यांनी कसं वागावं, कसं बोलावं, कसे/कोणते कपडे घालावेत, शिकावं की शिकू नये, बाहेर एकटं फिरावं की फिरू नये, एवढंच काय तर जन्माला यावं की येऊ नये, हेही आपल्या देशात अजून फक्त पुरुषच ठरवत असतात. पूर्वीच्या काळात रमाबाईंसारख्या निरक्षर मुलीला शिकवून तिला स्वत:च्या पायावर उभी करून स्वत:च्याही पुढं निघून गेलेली पाहाण्यात धन्यता वाटणारे न्यायमूर्ती रानडेंसारखे पुरुष २०० वर्षांनंतरही हाताच्या बोटावर मोजण्याएवढेच सापडतील!

हल्लीच्या काळात तर मुलींना करिअरचे बरेच पर्याय उपलब्ध झाले आहेत. मुलीही जिद्दीनं, कष्ट करून विविध अडथळे पार पाडून वेगवेगळ्या क्षेत्रात उच्च पदापर्यंत जाताना दिसतात; पण मग फक्त लग्न झालं म्हणून किंवा घरची जबाबदारी पार पाडता यावी म्हणून किंवा ते नवऱ्याला आवडत नाही म्हणून हातातोंडाशी आलेलं यश तिनं सोडून द्यायचं का? याला जबाबदार कोण?

बायको जशी नवऱ्याला प्रत्येक बाबतीत सहकार्य करते, तसंच नवऱ्यानंही करणं अपेक्षित नाही का? अजूनही कित्येक सुशिक्षित (?) घरात बुद्धिमान, उच्च पदावर जबाबदाऱ्या पेलणाऱ्या स्त्रिया घरच्या चार भिंतीत मात्र नवऱ्याच्या शारीरिक, मानसिक अत्याचारांना, असूयेला बळी पडत असलेल्या दिसतात. बाहेर कुणाला कळू नये म्हणून जेवढं सहन करता येईल, तेवढं सहनही करतात. बायकोला असा त्रास

देण्यातच पुरुषार्थ वाटणारी मानसिकता असेल, तर खंबीरपणे सहकार्य करण्याची गोष्ट लांबच.

समीर आणि सुनिता लग्न झाल्यावर सासू-सासऱ्यांबरोबरच राहातात. समीर एक साधारण नोकरी करतो, तर सुनिता बँकेत मोठ्या पदावर काम आहे. लग्नानंतर समीरनं व्यवसाय करण्यासाठी म्हणून नोकरी सोडली; पण आता तो दिवसभर टीव्ही बघत, सिगारेट ओढत घरीच असतो. आई-वडीलही एकुलता एक मुलगा म्हणून काही बोलत नाहीत. सुनिता नोकरी सांभाळून घरातला स्वयंपाक, बाहेरची कामं सर्व करते. स्वतः पैसे मिळवूनही महिन्याच्या शेवटी सर्व पगार नवऱ्याच्या हवाली द्यावा लागतो. नाहीतर सतत संशय घेणं, टोचून बोलणं, कधी-कधी मारणं (यात सासूही मागं नसते) या गोष्टी घडतात. माहेरच्या लोकांना कसं सांगायचं, लोक काय म्हणतील या विचारानं ती गप्प राहाणंच पसंत करते.

सुनिता असंही सर्व करतेच आहे; पण त्याबद्दल असूया, ईर्ष्या वाटण्यापेक्षा नवऱ्यानं थोडं समजून घेऊन प्रेम आणि सहकार्य केलं असतं तर? आणखी जोमानं उत्साहानं तिनं काम केलं नसतं का? जोपर्यंत बायको नोकरी करून घराला हातभार लावते आहे तोपर्यंत पुरुष खूष असतात; पण जेव्हा ती त्याच्या पुढं जात आहे असं वाटतं, तेव्हा खरी समस्या सुरू होते. 'अभिमान' सिनेमातील अमिताभ बच्चनचं पात्र हे त्याचंच उत्तम उदाहरण आहे. लग्नानंतर नातं टिकवून ठेवण्यासाठी दोघांच्या प्रयत्नांची आवश्यकता असते. त्यात प्रेम, विश्वास, सहकार्य, प्रोत्साहन असणंही खूप आवश्यक आहे.

राहुल आणि नमिताचंच उदाहरण घ्या. दोघंही एका नामांकित कंपनीत नोकरी करतात. नमिताला प्रमोशनची संधी चालून आली. देश-विदेशात सतत फिरणं गरजेचं होतं. त्यावेळी त्यांचा मुलगा फक्त १० महिन्यांचा होता. अशा वेळेस तिनं ते काम स्वीकारावं, की नाही हा पेच त्यांच्यापुढे निर्माण झाला; पण राहुलने सरळ घरून काम करून मुलाकडे लक्ष देणं पसंत केलं. त्याच्या आई-वडिलांचाही पाठिंबा मिळाला.

तुमच्यात खालीलप्रमाणे लक्षणं नाहीत ना? असल्यास नक्कीच काहीतरी चुकते आहे.

बायकोला सतत टोचून बोलणं, टीका करणं, तिच्या मतांचा आदर न करणं/ स्वतंत्र निर्णय घेऊ न देणं, तिच्या यशाकडे, कर्तृत्त्वाकडे दुर्लक्ष करणं, तिला सतत दोषी ठरवणं (स्वतःच्या अपयशासाठीही), दुसऱ्या स्त्रीशी तिची सतत तुलना करणं, मित्र-मैत्रिणी, कुटुंबीयांना भेटू न देणं, पैशाचे व्यवहार स्वतंत्रपणे करू न देणं, ईर्ष्येनं किंवा मनात पझेसिव्हनेस घेऊन वागणं, तिच्यावर सतत नजर ठेवणं...

हेही महत्त्वाचं वरील पैकी कोणतीही गोष्ट तुमच्या हातून कळत-नकळत घडत असेल, तर ताबडतोब कोणाशी तरी त्यावर बोला किंवा कोणाची तरी मदत मागायला लाजू नका. बायकोच्या आवडी-निवडी, काम, शिक्षणाचा आदर करा. बदल्यात तुम्हालाही प्रेम आणि आदरच मिळेल. बायकोच्या यशाचं, कीर्तीचं कौतुक केल्यानं तुमची किंमत कमी होणार नाही, तर वाढेलच. बायको फक्त 'सेक्स ऑब्जेक्ट' नाही, तर एक मनुष्य प्राणी आहे. तिच्या मतांचा आदर करा. कोणतंही महागडं गिफ्ट देण्यापेक्षा पाठीशी खंबीरपणे उभं राहा. कोणत्याही परिस्थितीचा तटस्थपणे विचार करा.

आजकाल गृहोपयोगी साधने निर्माण झाली म्हणून स्त्रीला घरात जास्त काम नसते हे म्हणणे म्हणजे तिच्यावर अन्याय करणारे आहे. उलट या फावल्या वेळात गृहोपयोगी वस्तुंची खरेदी करणे,मुलांचे अभ्यास घेणे, त्यांना शाळेत पोचविणे व आणणे घरचे हिशोब राखणे, यां सारखी अशी वेळखाऊ कामे तिच्याकडे आपोआपच आलेली आहे. त्यामुळे तिची ओढाथांब थांबलेली नाही.

घरच्या कर्त्या पुरुष्यासह अन्य घटकांनी स्त्रीच्या बरोबरीने घरकामाची जबाबदारी उचलून तिला मदत करायला हवी. त्या दृष्टीने तिच्या व्यवसायात व नोकरीत आवश्यक ते सहकार्य व प्रोत्साहन तिला द्यायला हवे. सर्व बाबतीत स्वतंत्रपणे निर्णय घेण्याची मोकळीक तिला दिल्यास खऱ्या अर्थाने समाजात स्त्री-पुरुष समानता निर्माण होईल व त्यामुळे आजचे स्त्री-जीवन खऱ्या अर्थाने सुखी व समृद्ध होईल.

"जगास वाटते, स्त्री असावी सुंदरी
मोहक तरूणी, अप्सरा स्वर्गाची
मंजुळ मितभाषी, गोड स्वभावाची
तिच्या स्पर्शाने तृप्ती व्याकुळ मनाची !
जगास वाटते, स्त्री असावी शालिनी
माता-कन्या-भगिनी, मायेची संजीवनी
नम्र आज्ञाधारी, सेवाभावी पत्नी
तिच्या संयमाने शांती बेघर मनाची !
जगास खचित वाटते, स्त्री असावी पराक्रमी !
कुशाग्र बुद्धीची तेजस्वी सौदामिनी
उदात्त विचारांची सुसंस्कृती निर्माती
तिच्या ज्ञान, नेतृत्वाने प्रगती जगाची !
नसे स्त्री गौण, दासी वा वस्तू उपभोगाची
शिव-पुरूष, स्त्री-शक्ती- समानता गुणांची
स्त्रीने धरावी आस प्रगती पथाची
जागृत शिव-शक्ती, उन्नती जगाची!
जागृत शिव-शक्ती, होई उन्नती जगाची!"

स्त्रीच्या वेगळेपणाचा उल्लेख करावा लागतोय, तिच्या योगदानाचा सत्कार करावा लागतोय, ह्याचं जरा आश्चर्यच वाटतं नाही ? पण सत्य हे की काही अपवादात्मक प्रगत समाज घटक सोडल्यास बहुतांशी समाजात स्त्रीचे महत्व, तिच्या विषयी संवेदनशीलता व आदर नगण्यच दिसतो.

समाजात स्त्रिया व पुरुष दोन्ही घटक सामाविष्ट आहेत आणि ह्या समाजाच्या स्त्री कडून काही अपेक्षा आहेत. तशा अपेक्षा पुरुषांकडूनही असतात, पण एक फरक वाटतो तो म्हणजे बहुतांशी स्त्रिया त्या अपेक्षांचे कुंपण स्वत:भोवती इतके घट्ट बांधून घेतात, स्वत:ला अडकवून घेतात की त्या कुंपणाचे दार उघडून बाहेर येऊन मोकळया हवेत श्वास घ्यायचेच विसरून जातात ! ज्यामुळे उद्योग-व्यवसाय, समाजाच्या प्रगतीत, जडणघडणीत स्त्रियांचा सहभाग कमी होतो,

त्यांचे वेगळे विचार, दृष्टीकोण समजले जात नाहीत (diversity inclusion), संस्कृतीची समृद्धता वाढत नाही. ज्या प्रगत समाजासाठी पुरूष व स्त्रिया दोघांचे ही योगदान समप्रमाणात महत्वाचे आहे, तो घडत नाही !

मोलमजुरी करून स्वतःचे व कुटुंबाचे पोट भरणारी गरीब स्त्री, कुटुंबाच्या गरजा पुरवणारी कर्तव्यदक्ष गृहिणी,घर-कार्यालय- व्यवसाय अशी कामाची तारेवरची कसरत सांभाळणारी नोकरदार, व्यावसायिक, उच्चशिक्षित, मोठ्या हुद्द्यावर जबाबदारीचे काम सांभाळणारी कर्तबगार यशस्वी महिला वा आंतरराष्ट्रीय कितीर्ची अभिनेत्री, खिलाडू, कलाकार, ... प्रत्येकीच्या वाट्याला छोट्यामोठ्या प्रमाणात संघर्ष हा अटळ आहे - एक व्यक्ती म्हणून स्वतःचे वेगळे अस्तित्व, व्यक्तीमत्व राखण्यासाठी, त्याचा विकास करण्यासाठी.

स्त्री ही कुटुंबवत्सल गृहिणी असावी, प्रेम करणारी, काळजी वाहणारी आई, बहीण, मुलगी, पत्नी, सून असावी.. अशा अपेक्षा नकळत समाज करत जातो आणि ती स्त्री ही त्या अपेक्षा बंधने, रिती- संस्कार, कर्तव्य ह्या बिरुदांखाली आनंदाने पुरवत जाते. त्याकरता कधी स्वतःची आवड, स्वास्थ, स्वाभिमान ही दुय्यम मानते. हळूहळू घर, स्नेही, नातेसंबंध हेच स्वतःचे विश्व मानून बसते. स्वतःची बौद्धिक, कलागुणांची प्रगती खुंटवून टाकते. अपयशाची भिती बाळगत स्वतःचे वेगळे स्थान निर्माण करण्याचा आत्मविश्वासच हरवून बसते. ह्या सर्वांची खंत मनात खोलवर रुतून असते आणि बऱ्याचदा ती खंत कारण बनते कौटुंबीक कलह, नैराश्य व दुःखाचे.

स्त्री दिसायला कायम सुंदर, सुडौल दिसणारी असावी, ही पुरुषप्रधान समाजाची अजून एक अपेक्षा. मग त्यातून उगम होतो सौंदर्यप्रसाधने, कपडे लत्ते, फॅशन, डाएट चा अतिरेक, अनैसर्गिक उपचार पद्धती, महागडी जीवनरहाणी, स्त्री चे प्रदर्शन करणाऱ्या जाहिराती, सिनेमे, अश्लील गाणी... यादी वाढत जाईल. ह्या समजुतीच्या, अपेक्षेच्या आहारी जाऊन काही जणी स्वतःच्या आरोग्याचे नुकसान करून घेतात, आर्थिक अस्थैर्य ओढवून घेतात. स्त्री ही एक सुख देणारी, उपभोग घेण्याची वस्तू आहे, ही घाणेरडी समजूत समाजात बोकाळायला लागते,

ज्यातून स्त्रियांवरचे अत्याचार, त्यांचा छळ (sexual harassment) वाढीस लागतो.

काहीजणी स्वतःचे अस्तित्व राखणे म्हणजे संसाराकडे दुर्लक्ष व नोकरी- व्यवसायात यशस्वी होणे, हेच पूर्ण लक्ष्य अशी टोकाची भूमिका घेतात व कुटुंब सुखच हरवून बसतात. तर काहीजणी कुटुंब जबाबदाऱ्या व नोकरी व्यवसाय ह्या दोन्ही पातळ्यांवर लढाई करत, दमछाक होत, स्वतःचे व्यक्तिमत्व, छंद जोपासणे विसरून जातात, चिंताग्रस्त कातावलेल्या रहातात.

ह्या सुखाचा समतोल साधायचा असेल तर मला वाटतं एक स्त्री म्हणून स्वतः बद्दलच्या अपेक्षा, स्वतःच्या क्षमता, आनंदाच्या व्याख्या, स्वतःच्या नजरेतून तोलून पाहणे, हे सर्वात महत्त्वाचे. मला काय हवे आहे, ते माझ्या शारिरीक व मानसिक व कौटुंबिक स्वास्थ्या करता योग्य आहे का ? मी जे आत्ता करत आहे त्यात आनंदी आहे का फक्त इतरांच्या अपेक्षा पुरवण्यासाठी करत आहे ? माझ्या आवडीचा छंद, शिक्षण, नोकरी, व्यवसाय याकरता लागणारे कष्ट, वेळ, पैसा मी कसा देऊ शकते ? त्यात अपयश आले, तर त्याला कसे सामोरे जायचे, त्यातून काय शिकता येईल ? यश आले तर त्यातून मी स्वतःसाठी व इतरांसाठी काय मिळवेन व पुढे काय करेन ?... ह्या व अनेक प्रश्नांचा विचार करून, त्याविषयी इतरांशी संवाद साधून, जाणत्यांकडून मार्गदर्शन घेऊन छोट्या छोट्या सुधारणा करू शकतात.

प्रेम व संवेदनशीलता, चौकस तीक्ष्ण बुद्धी, बारीक नजर, जाणीव, तारतम्यता, युक्तिवाद, एकाच वेळी अनेक कामे करण्याची क्षमता, कष्टाळूपणा असे अनेक चांगले गुण स्त्रीमध्ये निसर्गाने उपजत दिले आहेत. गरज असते ती स्त्रीने स्वतःला प्रेरणा देण्याची, आत्मपरिक्षण करण्याची, सकारात्मक दृष्टीकोण व उन्नत विचार करण्याची, ते निर्भीडपणे समाजासमोर मांडण्याची, आपल्या वेळेचा व गुणांचा सदुपयोग योग्यरित्या स्वतःच्या विकासासाठी करण्याची, पुरुष घटकासोबत बरोबरीने प्रयत्न करण्याची, एक प्रगत समाज घडवण्यासाठी स्त्रीशक्ती चा जागर करण्याची.

"सौभाग्यवती असताना जीवनाचे उतार-चढाव खंबीरपणे, सहजपणे पार करणारी स्त्री, मग ती सुशिक्षित असो किंवा अशिक्षित, निडर, बेफिकीर, स्वच्छंदपणे आपला संसार फुलवत असते पण...

अचानक एके दिवशी पती साथ सोडून गेला तर, तीच कर्तृत्ववान, खंबीर, सबला स्त्री लगेच अबला, दुर्भागी व अस्तित्वहीन होते त्यात समाजाच्या जाचक रुढी परंपरा, भेदक नजरा याने होरपळते..

पण स्त्रीने न भरकटता परमेश्वराने दिलेल्या अनमोल जन्माचे सार्थक करण्यासाठी स्वतःची वाट, ध्येय काही देवदूताप्रमाणे सज्जन लोकांची साथ घेऊन स्वतःचे अस्तित्व सिद्ध करावे आणि म्हणावे...

3

स्वातंत्र्यापासून ते महिलांचा प्रवास

ज्या महाराष्ट्रात राष्ट्रमाता जिजाऊ, सावित्रीबाई फुले, ताराबाई, झाशीची राणी लक्ष्मीबाई, अहिल्याबाई होळकर, पंडित रमाबाई यांसारख्या थोर महिलांनी प्रस्थापित व्यवस्थेत पुरुषत्वाचा पुरस्कार केला, त्या महाराष्ट्रातील महिलांनी जिद्दीने पुढे येऊन समाजात स्त्री स्वातंत्र्यासाठी लढा दिला. , पण खेदाची बाब आहे की, या लोकशाही देशात ज्या देशात महिलांना स्वातंत्र्य मिळाले आहे, तिथे महिलांवरील अन्याय, अत्याचाराला कमी नाही. नुकत्याच पार पडलेल्या मिस वर्ल्ड 2022 मध्ये भारताची कन्या हरनाज संधूच्या यशाने देशाला अभिमान वाटला आणि दंगल गर्ल म्हणून प्रसिद्ध असलेली अभिनेत्री झायरा वसीम हिचा त्या दिवशी विमानात विनयभंग झाला ही लाजिरवाणी गोष्ट नाही का? एकीकडे महिला मुक्त आहेत, तर देशाची मान उंचावणाऱ्या महिलांवर अन्याय, अत्याचार होत असून देशाची मान शरमेने झुकत आहे. हा प्रश्न मानवजातीसमोर नाही का? तुम्ही किती सहन कराल, स्त्रीचे अस्तित्व स्वातंत्र्याकडून स्वातंत्र्याकडे वाटचाल करत आहे, का? , देशाचे स्वातंत्र्य नष्ट करून पुन्हा गुलामगिरी लादतोय, मला काही समजत नाही..!

दिल्लीतील निर्भया प्रकरण असो की कोपर्डी घटना, या प्रकरणानंतर देशात ज्वालामुखीसारखे स्फोटक मोर्चे आणि आंदोलने सुरू झाली, अनेक महिला रस्त्यावर उतरल्या, मेणबत्त्या पेटवल्या, मराठा क्रांती मोर्चासारखे ऐतिहासिक मोर्चे झाले, आता न्याय मिळेल असे वाटले. स्त्रिया त्यांच्या अस्तित्वाचे, स्वातंत्र्याचे दिवस पाहण्यासाठी रस्त्यावर उतरल्या. देशातील महिलांवर अत्याचार करणाऱ्या मारेकऱ्यांना कठोर शिक्षा व्हावी जेणेकरून त्या विचारांची पुनरावृत्ती होणार नाही, महिलांकडे पाहण्याचा दृष्टिकोन बदलेल, रात्रंदिवस रस्त्यावरून घरी परतणाऱ्या माझ्या माता-भगिनींना या भावाचा आधार मिळेल, प्रत्येक स्त्रीला सुरक्षित आहे घरी परतणार पण काय झालं, सगळी आश्वासनं राहिली, लेखातून बोलण्याच्या आणि दाखवण्याच्या या ओळी फक्त कागदावरच राहिल्या. इतकेच काय, महाभारतातील द्रौपदी आणि रामायणातील सीता या अग्निपरीक्षेला अपयशी ठरल्या नाहीत आणि या मुक्त देशातील स्त्रिया या समस्येला तोंड देण्यास मागेपुढे पाहत नाहीत. कला, क्रीडा, शास्त्रज्ञ, अगदी राजकारणातही महिलांनी अनेक क्षेत्रात वर्चस्व गाजवले आहे.पंडित जवाहरलाल नेहरू यांच्या कन्या इंदिरा गांधी 19 जानेवारी 1966 रोजी भारताच्या पहिल्या महिला पंतप्रधान म्हणून जगासमोर आल्या. प्रतिभाताई पाटील यांच्या महाराष्ट्राच्या 2007 मध्ये भारताच्या पहिल्या महिला राष्ट्रपती झाल्या. उत्तर प्रदेशच्या पहिल्या महिला राज्यपाल सरोजिनी नायडू, भारताच्या पहिल्या महिला महापौर सुलोचना मोदी, त्यानंतर तामिळनाडू, राजस्थान, पंजाब, दिल्ली, उत्तर प्रदेश, बिहार, मध्य प्रदेश आणि पश्चिम बंगाल या राज्यांचा क्रमांक लागतो. महिला मुख्यमंत्री. पण महाराष्ट्राला अजूनही महिला मुख्यमंत्री मिळण्याइतपत भाग्यवान नाही.

महाराष्ट्रातील समाजव्यवस्थेने नेहमीच महिलांना राजकारणापासून दूर ठेवण्याचा प्रयत्न केला आहे. 50 टक्के आरक्षण असूनही मुख्यमंत्रीपदासाठी एकही महिला का पुढे आली नाही? हा प्रश्न आहे. प्रस्थापित विसाव्या शतकाचा विचार केला, तर महिलांना राजकारणातून आदेश मिळत असल्याचे दिसून येते, अनेक ठिकाणी

महिलांना केवळ आरक्षणाच्या नावाखाली निवडणूक लढवावी लागते आणि संपूर्ण कारभार पुरुषच हाताळतात, महिलाच नाममात्र राज्यकर्ते आहेत, व्यवस्था सर्व पुरुष चालवतात, त्यामुळे स्त्रियांना स्वातंत्र्य मिळत नाही. काही दिवसांपूर्वी भूमाता ब्रिगेडने रस्त्यावर उतरून या महिलांना न्याय मिळवून देण्यासाठी अनेक यशस्वी प्रयत्न केले आणि महिलांच्या हक्कांसाठी, स्त्री-पुरुष समानतेसाठी महाराष्ट्रातील काही मंदिरांमध्ये महिलांना परवानगी नाही म्हणून अनेक आक्रमक भूमिका बजावल्या. , पण आजही परिस्थिती बिकट आहे. महिला संरक्षण कायद्याबाबत महिलांसाठी केलेल्या कायद्याबाबत आजही महिला अनभिज्ञ आहेत. त्यांना न्याय मिळवून देण्यासाठी कायद्याची योग्य अंमलबजावणी होत नाही. त्यामुळे प्रगत महाराष्ट्र महिलांच्या शोषणात तिसऱ्या क्रमांकावर तर हुंडाबळीमध्ये दुसऱ्या क्रमांकावर आहे. 2013 ते 2014 दरम्यान महिलांवरील अत्याचाराच्या घटनांमध्ये 358 टक्क्यांनी वाढ झाली आहे. या दरम्यान दररोज 14 अत्याचाराच्या घटना घडल्या आहेत.

त्याचबरोबर हत्या आणि अपहरणाच्या बाबतीत उत्तर प्रदेश पहिल्या क्रमांकावर आहे. प्रेमप्रकरणातून 300 हून अधिक खून झाले आहेत. दिल्ली चोरीच्या घटनांची राजधानी बनली आहे. आणखी एक धक्कादायक बाब म्हणजे, गेल्या पाच वर्षांत देशात अडीच लाखांहून अधिक अपहरणाच्या घटना घडल्या आहेत. 46% अपहरण प्रकरणे खंडणीसाठी नसून लग्नासाठी आहेत. अपत्यहीन जोडप्याला मूल विकण्यासाठी किंवा दत्तक घेण्यासाठी 410 मुलांचे अपहरण करण्यात आले. स्त्री-पुरुष असमानतेमुळे हे घडत असल्याचे मत सामाजिक विश्लेषक व्यक्त करत आहेत, वरील आकडेवारी लक्षात घेता स्त्री ही वस्तू आहे, अशी प्राचीन परंपरा सुरू ठेवल्याचे चित्र समोर आले आहे. समाज, त्याने चूल आणि मुलासमोर जाऊ नये. यावर ठोस उपाय म्हणजे केवळ अत्याचार करणाऱ्या नराधमांना कठोर शिक्षा न होता, शिक्षाही अतिशय कठोर असायला हवी, त्याचवेळी या समाजातील पुरुषांनी महिलांचा आदर आणि आदर केला पाहिजे आणि रस्त्यावर काम करणाऱ्या महिलांकडे पाहणे बंद केले पाहिजे. राजकारण असो,

अभिनेत्री असो वा इतर कोणतेही क्षेत्र आणि समाजात सन्मानाने जगणे आवश्यक आहे, तरच देश स्वातंत्र्याने समृद्ध होताना दिसेल..!

4

स्त्री अस्तित्वाची ज्योत - सावित्रीबाई फुले

संघर्ष जेथे घडतो ते रण, विश्वाच्या सूक्ष्मतेचे प्रतीक म्हणजे कण, सर्व काही बदलण्यास पुरेसा ठरतो तो क्षण, हे सर्व ज्यात सामावले ते जीवन ! या जीवनाला यशस्वी बनवतं ते खंबीर मन. असं खंबीर मन बाळगणारं स्त्री हृद्य जेव्हा मनातील क्रोध, मत्सर, अपराधीपणाची भावना यांना वाट मोकळी करून देते. पेटून उठतं अत्याचाराबद्दल ,सामोरं जात स्त्री संरक्षण सबलीकरणासाठी, स्त्री पुरुष समानतेसाठी, आरक्षणासाठी, पण निष्पन्न काय होत ? काहीच नाही. विरोधच होतो स्त्री जातीला, उंबरठ्याबाहेर तिचं काय अस्तित्व? स्त्रीवर होणाऱ्या या सर्व अत्याचाराचे तिच्या दुःस्थितीचे कारण म्हणजे शिक्षणाचा अभाव. संपूर्ण मानवजातीच्या विकासासाठी मुलींच्या शिक्षणाइतके परिणामकारक दुसरे साधन नाही. एका मुलीला शिकवणे म्हणजे अख्ख्या कुटुंबाला शिकविण्यासारखे आहे.

स्त्रियांपुढे गंभीर समस्या आहेत,स्त्रीला एकीकडे माता म्हणून गौरवयाचे आणि दुसरीकडे ती जन्माला येण्यापूर्वीच वा आल्या आल्या

"

स्त्री-भ्रूणहत्या करून तिला खुडून टाकायचे. ही आहे आपल्याकडे पुरुषसत्ताकातून प्रसवली गेलेली तथाकथित संस्कृती पण शिक्षण या जादूच्या कांडीने सोडविली जाणार नाही, अशी एकही समस्या नाही. त्यासाठी समाजाचा स्त्रीकडे पाहण्याचा दृष्टीकोन बदलला पाहिजे. स्त्री ही त्याग नम्रता, श्रद्धा व सुजाणपणा याची मूर्ती आहे. ती कोणत्याच बाबतीत पुरुषांपेक्षा कमी नाही. पारंपारिकरित्या पुरुषांची समजली जाणारी क्षेत्रे आता महिला काबीज करीत आहेत. झाशीची राणी लक्ष्मीबाई, ताराबाई शिंदे, इंदिरा गांधी यांच्या पावलावर पाऊल ठेवून किरण बेदी, मीरा बोरवणकर, अंजू जॉर्ज, सानिया मिर्झा आपापल्या क्षेत्रात कर्तृत्व गाजवत आहेत. तसेच पोलिस, लष्करी दल याबरोबरच रिक्षा, ट्रक चालविणे, पेट्रोल पंपावर काम करणे, पत्रकारिता ही कामे महिला करु लागल्या आहेत. हे सर्व शक्य झालं ते एका स्त्रीमुळेच. ती स्त्री म्हणजे क्रांतीज्योती सावित्रीबाई फुले यांच्या जीवन कार्याचा उलघडा करणे म्हणजे स्त्री स्वातंत्रांचा अस्तिवाची जाणीव करणे होय,खर तर आजच्या वैज्ञानिक युगात हा समाज इतका शिक्षित झाला,की त्यांचे पाय जमिनीवर कधी येतच नाहीत,स्त्रियांच्या शिक्षणाचा विचार केल्यास शैक्षणिक,राजकीय, क्रीडा अश्या अनेक क्षेत्रात उत्तुंग भरारी घेतल्याचे दिसते,मात्र आज जी स्त्री या समाजात स्वतंत्रपणे वावरत आहे,आज प्रत्येक क्षेत्रात आपली भूमिका बजावत आहे या सर्वांच श्रेय महात्मा फुले दांपत्याला जाते,मात्र खंत या गोष्टीची वाटते खन्या विध्येची देवता असलेल्या क्रांतीज्योती सावित्री बाई फुलेंकडे या समाजाचा पाहण्याचा दृष्टिकोन नाहीच.एकोणविसाव्या शतकांत पुण्यासारख्या सनातन्याच्या बालेकिल्ल्यात मुलींसाठी, अतिशुद्रांसाठी आणि त्यातही एक स्त्री शिक्षिका होणे हे स्वप्नातही येणे शक्य नव्हते. पण महात्मा जोतिबा फुले आणि सावित्रीबाई यांनी स्वप्नातले सत्यात आणले. बालहत्या प्रतिबंधक गृह, विधवा विवाह, केशवपन बंदीसाठी नाव्ह्यांचा संप इ. सामाजिक सुधारणा करून जे युग निर्माण केले ते नवयुग ठरले. म्हणून महात्मा जोतिबा फुले युगपुरुष तर सावित्रीबाई युगस्त्री ठरल्या.

महात्मा फुलेंच्या विचारांची ज्योत तेवत ठेवणा-या पणती, ख-या अर्थाने काळाची पावले ओळखणा-या एक दूरदृष्टी खंबीर, कर्तबगार लोकमाता होत्या. अशा या आदयक्रांतीचा जन्म ३ जानेवारी 1831 रोजी सातारा जिहयातील खंडाळा तालुक्यातील नायगांव येथे झाला. तो काळ म्हणजे एकोणिसावे शतक पेशव्यांच्या काळात स्त्री आणि शुद्र यांना पशुपेक्षाही करूण आणि दारुण वागणूक देणारा काळ. स्त्री म्हणजे नरकद्वार, अशा या महाभयंकर काळात कुणीतरी समाजाला दिशा देणारा, मायेची ऊब देऊन योग्य वाटेने चालते करणारा जन्माला यावा लागतो. त्याचा भाग म्हणून सावित्रींनी जन्म घेतला. त्या जन्मतःच सौदामिनीप्रमाणे तेजस्वी व सुंदर कन्या होत्या. चरित्र नायिका, युगस्त्री होत्या..

सावित्रीबाई फुले ह्या बालपणापासूनच धीट नि तल्लख बुद्धीच्या होत्या. सावित्रीबाई ह्या चुणचुणीत व धाडसी स्वभावाच्या होत्या. गोरगरीबांची सेवा करण्याची त्यांना लहानपणापासूनच अतिशय तळमळ होती पण समाजसेवेसाठी प्रत्येक माणसाला शिक्षणाची गरज असते याची जाणीव त्यांना लगेच झाली. धैर्य, शौर्य, न्याय, नीती आदी लोकोत्तर गुण सावित्रीच्या स्वभावात लहानपणीच झळकू लागले. सात वर्षाची कन्या सुस्वरूप व बांधेसूद होती. त्याकाळी सात वर्ष म्हणजे स्त्रीचे लग्नाचे वय समजले जायचे हा विचार करून खंडोजी पाटलांनी जोतिबा फुलेंशी सावित्रीचा विवाह १८४० साली मोठ्या थाटामाटात लावून दिला.

ज्या व्यवस्थेत बहुजन समाजाला शिक्षणाचा अधिकार नव्हता,ज्या व्यवस्थेत स्त्रियांना काही कठोर कायद्याचा बंधनात अडकवले होते, स्त्री म्हणजे केवक भोग वस्तू,स्त्रीयांना चूल आणि मूल या पकीकडे कुठलाच अधिकार स्वीकारता येणार नाही,शिक्षणाचा अधिकार,स्वतंत्रेचा अधिकार, विधवा माहिलेवरील अत्याचार,बालविवाह, अश्या अनेक बंधनात अडकलेला हा स्त्री समाज, अश्या अवस्थेत एकोणीसाच्या शतकात असा एक द्रूव तारा जन्माला आला,की समस्थ बहुजन समाजाच्या शिक्षणासाठी आपलं अस्तित्व पणाला लावले,ते म्हणजे महात्मा ज्योतिबा फुले,बहुजन समाजाचे

अज्ञान, दारिद्र्य आणि समाजातील जातिभेद पाहून ते अतिशय अस्वस्थ होत असत. ही सामाजिक परिस्थिती सुधारण्याचा त्यांनी निश्चय केला,हा दारिद्र, गुलामी ही केवळ आशिक्षतेमुळे होत असल्याचे त्यांच्या एका काव्याच्या ओळीतून आपल्याला पाहायला मिळते.

सावित्रीबाई म्हणजे एकोणविसाव्या शतकातील स्त्री रत्न असून त्यांनी स्त्रिया आणि दीन-दुबळ्यांसाठी केलेले कार्य खऱ्या अर्थाने क्रांतिकार्य आहे. त्यांच्या कार्याने भारताच्या सांस्कृतिक इतिहासात नवा आदर्श निर्माण केला. भारतातील पहिली शिक्षिका, मुख्याध्यापिका स्त्री, अनाथांची माता आणि स्त्रीमुक्ती आंदोलनाच्या पहिल्या प्रणेत्या म्हणून त्यांचे जीवन अमर झाले आहे. महात्मा जोतिबा फुले यांनी आपल्या दिव्य ज्योतीने प्रज्वलित केलेली दिव्य ज्योत सावित्रीबाई ठरल्या आहेत. जोतिबांप्रमाणेच सत्य, समता आणि मानवता यासाठी प्रखर विरोधाला आणि छळाला टक्कर देवून लढा दिला. स्त्री हीसुद्धा मानव आहे आणि पुरुषांइतकीच कर्तबगार आहे, हे जगाला दाखवून दिले. स्त्री-पुरुष समानता प्रतिपादनाच्या आद्य महिला आणि स्त्रियांची प्रतिष्ठा वाढविणारी पहिली भारतीय नारी म्हणून सावित्रीबाईंचा उल्लेख करावा लागेल.

क्रांतीज्योति सावित्रीबाई फुले यांच्या जयंती निमित्त महाराष्ट्र भरात बालक दिन म्हणून उत्साहात साजरी केले जाते , त्या अनुषंगाने त्यांच्या कार्याचा व त्यांच्या विचारांचा जागर या महाराष्ट्रात होतोय का , महिलांच्या स्वतंत्रासाठी , शिक्षणासाठी ज्यांनी रक्त सांडले त्यांच्या विचारांचा अस्तित्व , स्त्री स्वातंत्र्याची ज्योत आजही पेटती आहे का ? असा प्रश्न माझ्या सारख्या एका सामान्य माणसाला पडणे सहजीकच आहे . क्रांतीज्योती सावित्रीबाई फुले यांच्या जीवन कार्याचा उलघडा करणे म्हणजे स्त्री स्वातंत्रांचा अस्तिवाची जाणीव करणे होय , खर तर आजच्या वैज्ञानिक युगात हा समाज इतका शिक्षित झाला , की त्यांचे पाय जमिनीवर कधी येतच नाहीत , स्त्रियांच्या शिक्षणाचा विचार केल्यास शैक्षणिक , राजकीय , क्रीडा अश्या अनेक क्षेत्रात उत्तुंग भरारी घेतल्याचे दिसते , मात्र आज जी स्त्री या समाजात स्वतंत्रपणे वावरत आहे , आज प्रत्येक क्षेत्रात आपली भूमिका बजावत आहे या सर्वाच

श्रेय महात्मा फुले दांपत्याला जाते , मात्र खंत या गोष्टीची वाटते खऱ्या विध्येची देवता असलेल्या क्रांतीज्योती सावित्री बाई फुलेंकडे या समाजाचा पाहण्याचा दृष्टिकोन नाहीच.

स्त्रीसुद्धा माणूस आहे. तिला बुद्धी, भावना, मन आणि स्वतंत्र व्यक्तिमत्व आहे हे सपशेल नाकारण्यात आले होते. गुलामांची गुलाम म्हणजे स्त्री. संपूर्ण देशच लोळा गोळा होऊन पडला होता. भीषण अज्ञान, वर्णभेद, जातीभेद, बालविवाह, केशवपन, सतीची चाल इ. व्याधी-महाव्याधींनी देश ग्रासला होता. स्त्रियांची अवस्था अंगावर शहारे आणणारी होती. स्त्रियांचा जन्मच मुळी अशुभ मानला जाई. पुरुषांच्या वासनापूर्तीचे साधन, चूल आणि मूल हेच तिचे कार्यक्षेत्र, गरीब गाय, पायाची दासी एवढेच तिचे अस्तित्व होते. बालविवाहाची पद्धत, विषम विवाह होत होते. विधवेचे जीवन तर 'दे माय धरणी ठाय' असेच होते.

सतीची पद्धत अंगावर शहारे आणणारी होती. २७ सप्टेंबर १८२३ कोकणस्त ब्राह्मण स्त्री राधाबाई सती जायला निघाली. सरणावर बसविली आणि अग्नी दिला. आग सहन न झाल्याने तिने बाहेर उडी मारली. तिला इंग्रजांनी दवाखान्यात नेले पण फायदा झाला नाही. याहीपेक्षा भीषण म्हणजे १८५४ मध्ये पतीत विधवेच्या प्रकरणाचा शंकराचार्यांनी निर्णय दिला की, दक्षिणा देऊन तिच्या बापाला आपल्या पायाचे तीर्थ आणि पंचगव्य देऊन शुद्धी समारंभ करावा. मुलीच्या शुद्धीकरणासाठी तिला आम्रवृक्षाच्या ढोलीत बसवून आग लावावी. पुरेशी धग लागल्यानंतर बाहेर काढून केशवपन करावे आणि सहस्त्र ब्राह्मणांना भोजन घालावे, म्हणजे ती शुद्ध होईल. यावरून फुलेकालीन आणि पूर्वी स्त्री जीवन कसे उपेक्षित आणि अन्यायग्रस्त होते हे लक्षात येते.

ज्या व्यवस्थेत बहुजन समाजाला शिक्षणाचा अधिकार नव्हता , ज्या व्यवस्थेत स्त्रियांना काही कठोर कायद्याचा बंधनात अडकवले होते , स्त्री म्हणजे केवक भोग वस्तू, स्त्रीयांना चूल आणि मूल या पकीकडे कुठलाच अधिकार स्वीकारता येणार नाही , शिक्षणाचा अधिकार , स्वतंत्रेचा अधिकार , विधवा माहिलेवरील अत्याचार, बालविवाह , अशया अनेक बंधनात अडकलेला हा स्त्री समाज , अशया

अवस्थेत एकोणीसाच्या शतकात असा एक द्रुव तारा जन्माला आला , की समस्त बहुजन समाजाच्या शिक्षणासाठी आपलं अस्तित्व पणाला लावले , ते म्हणजे महात्मा ज्योतिबा फुले , बहुजन समाजाचे अज्ञान , दारिद्रय आणि समाजातील जातिभेद पाहून ते अतिशय अस्वस्थ होत असत . ही सामाजिक परिस्थिती सुधारण्याचा त्यांनी निश्चय केला , हा दारिद्र , गुलामी ही केवळ आशिक्षतेमुळे होत असल्याचे त्यांच्या एका काव्याच्या ओळीतून आपल्याला पाहायला मिळते..

त्या काळी स्त्रियांना विद्येचा अधिकार नव्हता. त्यांना विश्वासास अपात्र, दुष्ट, चंचल, अविचारी मानले जाई. तिने शिकणे म्हणजे भ्रष्टाचार, शिक्षणाने अकाली वैधव्य येते, नवऱ्याशी बोलणे म्हणजे असभ्यपणा, स्त्री दोषांची, अज्ञानाची खाण. तिला शिकविणे म्हणजे माकडाच्या हाती कोलीत देणे होय, अशी समाजाची धारणा होती.शूद्र-अतिशूद्रांची स्थितीसुद्धा भयानक होती. मागास समाजाचा अन्वनित छळ, उपहास, अवहेलना आणि उपेक्षा हेच त्यांचे जीवन. सावलीचासुद्धा विटाळ होऊ नये म्हणून कमरेला झाडाच्या फांद्या बांधून रस्ता झाडावा लागे. थुंकण्यासाठी गळ्यात मडके बांधावे लागे. गावकुसाबाहेर त्यांची वस्ती असायची. या ढोंगी धर्माविरुद्ध व धर्ममार्तंडांविरुद्ध त्यांनी बंडाचे निशाण फडकविले. त्यावेळी विधवा महिलांचे केशवपन करून त्यांना विद्रुप केले जाई. त्यामुळे नारायण बंधु लोखंडे यांनी आपल्या दिनबंधु या वृत्तपत्रात 23 मार्च 1890ला आवाहन करून नाभिकांचा ऐतिहासिक संप घडवून आणला. हजारो वर्षापासून चालत आलेल्या गुलामगिरीला मूठमाती देण्यासाठी फुले दाम्पत्य आयुष्यभर झटले.

बोले तैसा चाले त्याची वंदावी पाऊले...' ही उक्ती सार्थ करणारे महात्मा फुले हे भारतीय इतिहासातले आद्य समाज क्रांतिकारक. आपले विचार प्रत्यक्ष आचरणात आणणारे ते बंडखोर युगपुरुष होते. आपली वैचारिक मांडणी त्यातून त्यांनी अनेक आघाड्यांवर लढा दिला. जाती प्रथा, ब्राह्मणी धर्माचे वर्चस्व, स्त्रियांचे शोषण, शेतकृकरी-कष्टकरी यांची पिळवणूक, सांस्कृतिक गुलामगिरी या सर्व आघाड्यांवर संघर्ष केला. त्यांचा हा संघर्ष सत्यशोधनावर आधारलेला होता. महात्मा

फुले यांना 'स्त्री शिक्षणाचे आद्यजनक' असे म्हंटले जाते. मुलींसाठी आणि मागासलेल्या समाजातील मुलांसाठी त्यांनी शाळा सुरू केल्या. स्त्री-पुरुष सर्वांना शिक्षण मिळावे असा त्यांचा आग्रह असे. त्यांच्या मते शिक्षण हा मुक्तीचा प्रमुख मार्ग आहे. शिक्षणाचे महत्व सांगताना ते म्हणतात,

> "विद्येविना मती गेली । मतीविना नीती गेली ।
> नीतीविना गती गेली । गतीविना वित्त गेले ।
> वित्ताविना शूद्र खचले । इतके अनर्थ एका अविद्येने केले
> ॥"

या समाजाला जर गुलामीतून मुक्तता मिळवायचे असल्यास सर्वप्रथम शिक्षणाची कास धरणे हाच खरा उपाय आहे , आणि हाच गुलामी वरील प्रहार आहे , ज्योतिबांनी मानवी जीवनात शिक्षणाला खुप मोठं स्थान दिले आहेत , त्यातच स्त्री शिक्षणासाठी आपलं अस्तित्व देखील खर्ची घातले , १८४८ साली पुण्यातील भिडे वाड्यात देशातील पहिली मुलींची शाळा सुरवात करून स्त्री शिक्षणाची मुहूर्तमेढ रोवली , स्त्रीयांना शिक्षण म्हणजे महिला शिक्षिका लागते अश्या चिंतेत असतांना पत्नी सावित्रीबाई फुले आपल्या पतीच्या सहकार्याला , त्यांच्या सामाजिक कार्यात खांद्याला खांदा लावून कार्य करण्याची जिद्द दाखवली , महात्मा फुलेनी सावित्रीबाई ला एखाद्या ज्वारीची बियाणे मातीत पेरल्यावर त्याच उगवण हे रोपट्यात , झाडात व त्या झाडाला कणसं येत आणि जो पेरलेलं बियाण आपलं अस्तित्व मिटवून कणसंरुपी अनेकांना घडवते , अश्या उदाहरणानी सावित्रीबाईंना प्रेरित करत समाज कार्यात स्त्री असल्याचा कुठलाच भेदभाव नठेवता प्रस्थपित व्यवस्थेशी झुंज घेण्यास उभा केलं , पती कडून अक्षर ओळख करून घेऊन स्वतः मुलींना शिकवण्या सज्ज झाली , सावित्रीबाई देशयाच्या पहिल्या महिला मुख्याध्यापीका बनल्या , या यशस्वी शाळेचे स्वागत सनातनी उच्च वर्णीयांनी " धर्म बुडाला , जग बुडणार , कली आला . " असे सांगून केले . सनातन्यांनी विरोध केला . अंगावर शेण

फेकले . काही उन्मत्तांनी तर अंगावर हात टाकण्याची भाषा केली. अनेक संघर्ष करत हा शिक्षणप्रसाराचा उपक्रम चालूच राहिला , सावित्रीबाई अश्या धमक्यांना डगमगल्या नाहीत , शाळेत जाताना अश्या कर्मठ लोकांनी अंगावर शेण दगड फेकले असता अंगावरचे घाण झालेले कपडे बदलून पुन्हा या समाजाला लागलेल्या गुलामीच घाण काढण्यासाठी शाळेत शिकवू लागल्या , स्त्रीयांना केवळ शिक्षणच नाहीतर प्रत्येक क्षेत्रात समानता मिळण्यासाठी त्यांनी झगडले , स्त्रियांचे मनोबल वाढवण्यासाठी त्यांनी कार्य केले , बाल जठर विवाह पध्दतीमुळे वयाच्या ११-१२ वर्षात मुली विधवा होऊ लागल्या अश्या विधवा मुलींना एकतर सती जावे लागले नाहीतर केशवपन करून कुरूप बनवले जाई , स्वातंत्र्याची हक्क नसल्याने ही स्त्री एखाद्या नराधमाचा शिकार होत असे , आणि समाज गरोदर विधवा म्हणून छळ करत असे , अश्या अवस्थेत या महिलापुढे जीव देणे नाहीतर भ्रूणहत्या करणे हाच पर्याय असे , अश्या अवस्थेत जोतिबांने बालहत्या प्रतिबंधक गृह सूर केले , आणि त्यास सावित्रीबाईंनी समर्थकपणे चालवल्या , त्यात जन्माला येणार सर्व बाळांना मायेची उब दिली , त्यातच काशीबाई नामक एका ब्राम्हण विदवेची मूल सावित्रीबाई फुलेंनी दत्तक घेतले , त्यांचं यशवंत अस नामकरण केले , तोच यशवंत पुढे चालून डॉक्टर झाला. त्या काळात काशीबाई नावाच्या ब्राहमण विधवा स्त्रीला आत्महत्येपासून परावृत्त करून तिचे मुल दत्तक घेतले. हे क्रांती कार्यच आहे. स्त्रियांना विद्येचा अधिकार नव्हता. त्यांना विश्वासास अपात्र, दुष्ट, चंचल, अविचारी मानले जाई. तिने शिकणे म्हणजे भ्रष्टाचार, शिक्षणाने अकाली वैधव्य येते, नवऱ्याशी बोलणे म्हणजे असभ्यपणा, स्त्री दोषांची, अज्ञानाची खाण तिला शिकविणे म्हणजे माकडाच्या हाती कोलीत देणे होय, अशी समाजाची धारणा होती. शूद्र-अतिशूद्रांची स्थितीसुद्धा भयानक होती. मागास समाजाचा अन्वनित छळ, उपहास, अवहेलना आणि उपेक्षा हेच त्यांचे जीवन. सावलीचासुद्धा विटाळ होऊ नये म्हणून कमरेला झाडाच्या फांद्या बांधून रस्ता झाडावा लागे. थुंकण्यासाठी गळ्यात मडके बांधावे लागे. गावकुसाबाहेर त्यांची वस्ती असायची. या ढोंगी धर्माविरुद्ध व धर्ममार्तंडांविरुद्ध त्यांनी बंडाचे निशाण फडकविले.

हजारो वर्षांपासून चालत आलेल्या गुलामगिरीला मूठमाती देण्यासाठी फुले दाम्पत्य आयुष्यभर झटले.

फुले दाम्पत्यांनी त्यानंतर नेटिव्ह फिमेल स्कूल, दि सोसायटी फॉर प्रमोटिंग एज्युकेशन या संस्था स्थापन केल्या. पाहाता-पाहाता फुलेंनी पुणे शहर व परिसरात 20 शैक्षणिक संस्थांचं जाळं पसरवलं. इतकेच नव्हे तर, शाळेतील मुलांची गळती थांबविण्यासाठी त्यांनी विद्यार्थ्यांना 'प्रोत्साहन भत्ता' तसेच 'आवडेल ते शिक्षण' देण्यावर भर दिला. 19व्या शतकात स्त्री शिक्षणात त्यांनी केलेली कामगिरी अद्वितीय ठरली.अभिरुची संवर्धन व चारित्र्याची जडणघडण या गोष्टींकडे फुलेंच्या शाळांमध्ये कटाक्षाने लक्ष दिले जात असे. त्यामुळे फुले दाम्पत्यांच्या शाळांमधील मुलींची संख्या सरकारी शाळेतील मुलांच्या संख्येपेक्षा 10 पटीने वाढली. इतकेच नव्हे तर, फुलेंच्या शाळेतील मुली परीक्षेतही सरकारी शाळेतल्या मुलांपेक्षा गुणवत्तेत सरस ठरल्या. परिणामी फुले दाम्पत्यांची शैक्षणिक क्षेत्रातील कामगिरीची सर्वदूर प्रशंसा झाली..

स्त्री शिक्षणाचा पहिला प्रयोग महात्मा फुले यांनी आंब्याच्या झाडाखाली केला. माती झाली पाटी आणि काडी झाली लेखणी. सावित्रीबाई आणि सगुणाबाई ज्योतिबांच्या मावस बहिणी. या दोन पहिल्या विद्यार्थिनी. उंबरठ्याचा दिवा जसा आत बाहेर उजेड देतो तसे एक स्त्री शिकली तर सासर-माहेर शिक्षित होतात असे त्यांचे म्हणणे होते.

जोतिबांनी सावित्रीबाईंना शिक्षित करून शिक्षिका केले. १ जानेवारी १८४८ ला पुण्यात बुधवारपेठेतील भिडेवाड्यात मुलींच्या पहिल्या शाळेचा श्रीगणेशा झाला. पण सावित्रीबाईंना खूप त्रास सहन करावा लागला. बहिष्काराचा अंगार, दगड, शेणमाती यांचा वर्षाव करण्यात समाजकंटकांनी पुण्याई मानली. कधी कधी सावित्रीबाई निराश होऊन म्हणायच्या. 'मला आता हे सहन होत नाही, मी हे सर्व सोडून देते'. जोतिबा धीर देऊन म्हणायचे, 'जोतिबांच्या ज्योतीनेच असे विझायचे ठरविले तर काळोख कसा नष्ट होईल'. कोणत्याही चांगल्या कार्याची प्रथम अवहेलना, नंतर कुतूहल आणि शेवटी स्वीकार होत असतो.

१८५४ साली सावित्रीबाईंचा काव्यफुले नावाचा कवितासंग्रह प्रकाशित झाला. त्यात 41 पैकी 12 कविता मोडी लिपीत आहेत. सावित्रीबाई एक उत्तम लेखिका आणि कवयित्री होत्या. त्यांनी १८५४ मध्ये "काव्यफुले" आणि १८९२ मध्ये "बावन काशी सुबोध रत्नाकर" असे लेख आणि "गो, गेट एज्युकेशन" नावाची कविताही प्रकाशित केली. शिक्षिका, लेखिका, कवियित्री, माता, समाजसेविका अशा विविध भूमिकेतून सावित्रीबाईंनी समाजातील गोरगरीब, दुर्बल घटकांची सेवा करण्यात आपले सारं आयुष्य पणाला लावलं. समाजातलं स्त्रीदास्यत्व मिटविण्यासाठी स्त्रियांनी शिकून सवरुन स्वावलंबी बनावं, म्हणजे त्यांना आपल्या खर्‍या शक्तीची ओळख होऊन पुरुषप्रधान समाजाची गुलामगिरी पत्करण्याची वेळ येणार नाही, असं ठाम मत त्यांनी स्त्रियांपुढे मांडलं.त्यांच्या आयुष्याच्या आणि कामाच्या अनुभवामुळे त्या एक स्त्रीवादी बनल्या होत्या. त्यांनी स्त्रियांच्या हक्काबद्दल जागरूकता पसरवण्यासाठी "महिला सेवा मंडळ" सुद्धा स्थापन केले होते. त्यांनी महिलांसाठी सार्वजनिक जागेची मागणी केली जिथे सर्व जातींच्या महिला एकत्र येऊ शकतील. त्यांनी 'होम फॉर द प्रिव्हेंशन ऑफ इन्फिडिसाईड' नावाने महिलांचे आश्रयस्थान उघडले.

अशी जोतिरावांना 'ज्ञानसूर्य' मानणारी महान कवयित्री अठराव्या शतकातील प्रेरक व प्रेरणादायी कवयित्री होती. १८११ साली जोतिरावांच्या पश्चात सावित्रीबाईंनी जोतिरावांचे एक पद्‌यमय चरित्र लिहिले आहे. त्याचे नाव 'बावन्नकशी सुबोध रत्नाकर' हा काव्य चरित्रग्रंथ दस्तुरखुद्द सावित्रीनेच लिहिला आहे. फुले चरित्राबाबत तो अत्यंत विश्वसनीय दस्तऐवज मानला पाहिजे.

महिलांनी अंधश्रध्दांच्या व जुनाट गुलामगिरीतून मुक्त करण्यासाठी त्यांनी आटोकाट प्रयत्न करून महिला सेवामंडळाची स्थापना केली. त्याव्दारे स्त्री जागृतीसाठी सर्वांगीण प्रयत्नांची पराकाष्टा करून स्त्री मुक्ती आंदोलन उभारले. दीनदलितांची रखरखत्या उन्हात पाण्यासाठी होणारे हाल पाहून स्वतःच्या घरचा हौद खुला केला. इ.स. १८७६-७७ च्या दुष्काळात फुले दांपत्यांनी मिळेल तिथून अन्न जमवून ५२ अन्नछत्रालये चालविली. त्यात बारा वर्षाच्या

आतील दोन हजार बालकांना अन्न मिळू लागले. यावरून त्यांच्या मनाची महती, हृदयाचा, दिलदारपणा व लोकहितवादाची तयारी लक्षात येते. दीन दुबळ्यांची सेवा हीच खरी ईश्वर सेवा होय असे त्या म्हणत असत.

सर्व मानवजात एकाच परमेश्वराची लेकरे आहेत तर उच्च-नीच हा भेदभाव का? कर्माने, कर्तृत्वाने माणूस ओळखला पाहिजे म्हणून या दाम्पत्यांनी शूद्रादि-अतिशूद्रांसाठी घरचा पाण्याचा हौद खुला करून दिला. श्राद्धाला सर्वांना बोलाविले. दुष्काळात अन्नछत्र उघडले हा अद्भुत चमत्कार होता. पुणे पापात बुडाले, कलियुग आले, धर्म बुडाला म्हणून खूप आकांडतांडव झाले पण त्या डगमगल्या नाहीत. केवळ शिकविणे महत्त्वाचे नाही तर मातेच्या ममतेने पोटाशी धरले पाहिजे. सेवा सुश्रूषा केली पाहिजे. पोटापाण्याचा प्रश्न सुटला पाहिजे. ही शैक्षणिक तत्वे सांगणारी तत्ववेत्ती स्त्री म्हणजे सावित्रीबाई.

इ.स. 1896-97 दरम्यात पुणे परिसरात प्लेगच्या साथीने धुमाकूळ घातला होता, हा जीवघेणा आजार अनेकांचे जीव घेऊ लागला. ब्रिटीश सरकारने या रोगीना वस्ती पासून लांब स्थलांतरित करून खबरदारी चे पाऊल उचलले असता, यातून उद्भवणारे हाल ओळखून सावित्रीबाईंनी प्लेग पीडितांसाठी पुण्याजवळ वसलेल्या ससाणे यांच्या माळावर दवाखाना सुरू केला. त्या रोग्यांना व त्यांच्या कुटुंबीयांना आधार देऊ लागल्या. प्लेगच्या रोग्यांची सेवा करताना सावित्रीबाईंनाही प्लेग झाला. रुग्णांची सेवा करता करता सावित्रीबाईंनाही लागण झाली. त्यातून 10 मार्च, इ.स. 1897 रोजी त्यांचे निधन झाले. झाडाची उंची तो उभा असेपर्यंत का कळू नये? आज त्यांच्यामुळे स्त्रियांसाठी प्रगतीचे सगळे मार्ग मोकळे झाले. पण अनेक प्रश्न आजही भेडसावतच आहेत. या दिव्य ज्योतीने स्त्रीमुक्ती, स्त्री स्वातंत्र्य, स्त्री समानता यांच्यासाठी आंदोलन केले. सत्य, समानतेसाठी आयुष्य वेचले. ते पूर्णार्थाने सफल झाले काय? जसा भारत अपेक्षित होता तसा झाला काय? अन्याय थांबला काय? गरीब-श्रीमंत, उच्च-नीच सर्व अमंगल भेदाभेद संपले काय? स्त्रिया नोकऱ्यांमुळे पायावर उभ्या झाल्या असतीलही पण कार्यालयांमध्ये, कामाच्या ठिकाणी अगदी सार्वजनिक ठिकाणी

अत्याचार, विनयभंग, शिव्याशाप हे सर्व थांबले काय? या सर्वांची उत्तरे नकारार्थीच द्यावी लागतील.

आशा स्त्री शिक्षण त्याच बरोबर स्त्री अस्तित्वाची जननी असलेली क्रांतीज्योती सावित्रीबाई फुले हे आपल्या समाज कार्याचा ध्यास शेवटच्या स्वासपर्यंत खांद्यावर पेलली , पतीच्या खांद्याला खांदा लावून स्त्री शिक्षणासाठी झगडणारी ही नारी आपल्या पतीच्या कार्याच कौतूक करतांना त्यांच्या एका ओळीत सापडत.

"काळरात्र गेली । अज्ञान पळाले ।।
सर्व जागे केले । या सूर्याने ।।
शूद्र या क्षितीजी । जोतिबा हा सूर्य ।।
तेजस्वी अपूर्व । उगवला ।।"

अश्या स्त्री शिक्षणाचे मुहुर्तमेड रवणारी नारी , विधेची खरी दैवत , क्रांतीज्योती सावित्रीबाई फुले यांच्या कार्याला व कर्तृत्वाला सलाम..

5

प्रस्थापित व्यवस्थेशी लढणारी नारी- माँ साहेब जिजाऊ

स्वराज्यजननी राजमाता राष्ट्रमाता जिजाऊ माँसाहेब, सिंधखेड राजा

सिंधखेड राजा हे महाराष्ट्र राज्यातील बुलढाणा तालुक्यातील ऐतिहासिक वारसा लाभलेले शहर. स्वराज्य निर्माते आणि महाराष्ट्राचे आराध्यदैवत छत्रपती शिवाजी महाराज यांच्या माॅसाहेब राजमाता जिजाऊ यांचे हे जन्म ठिकाण.

आई ही मुलाची पहिली शाळा असते

तर शाळा ही मुलाची दुसरी आई असते.

खर तर प्रत्येक मुलाच्या आयुष्यात त्याला जगाची पहिली ओळख जर कोणी करून देत असेल तर ती त्यांची जन्मदात्री आई असते. पहिल्या आईच्या कुशीत अक्षरांचे बीज रोपण होत असते तर दुसऱ्या आईच्या कुशीत या बिजांचे पिक बहरत असते. पहिल्या आईच्या कुशीत शिक्षण घेत असताना मुलं आकाशात गगनभरारी घेण्याचे स्वप्न बघत असतात, तर दुसरी आई याच स्वप्नपूर्तीसाठी लागणारे ज्ञानाचे आणि अनुभवांचे बळ पंखांमध्ये भरत असते. मोठी भाग्याची गोष्ट अशी की,

जिजाऊ मॉसाहेबांच्या रुपात ही दोन्ही रूपं छत्रपती शिवाजी महाराजांच्या नशिबी आली आणि ती शेवटपर्यंत त्यांच्या पाठीशी खंबीरपणे उभी राहिली.

हिंदवी स्वराज्य संकल्पक, आपल्या संस्काराने जिने एक नव्हे तर दोन दोन छत्रपती घडवणारी रणरागिणी राष्ट्रमाता, राजमाता माँ साहेब जिजाऊ, स्त्री स्वतंत्र व स्त्रियांच्या अस्तित्वाचा इतिहास निर्माण करणारी रणरागिणी.

जिजाऊ मॉसाहेबांच्या मांडीवर, किल्ले शिवनेरीच्या प्रांगणात, लालमहालाच्या अंगणात आणि सह्याद्रीच्या अंगाखांद्यावर बालशिवबा कलेकलेने वाढत होते. रामायण महाभारताच्या गोष्टी ऐकता ऐकता इतिहासातून बोध घेत जिजाऊ नावाच्या गुरुपीठात उगवत्या सूर्याप्रमाणे तेजस्वी असणाऱ्या हिंदवी स्वराज्याची मांडणी करत होते. समाजाला पोखरणाऱ्या अंधश्रद्धा, जुनाट रूढी परंपरा, माणसाला माणूस म्हणून जगू न देणारी जाचक बंधने अशा कैक समाजबंधनांना कायमचा लगाम घालून त्यांचे क्रांतीत रुपांतर करण्याचे शिक्षण शिवाजीराजांनी याच गुरुपीठात घेत होते. मातीचे किल्ले बनविता बनविता भविष्यातील स्वराज्याचे हात संघटित करण्याचे शिक्षण याच गुरूपीठात घेत होते. त्याचबरोबर धर्मशास्त्र, अर्थशास्त्र, राज्यशास्त्र, समाजशास्त्र यांचे धडे शिकता शिकता तलवारबाजी, घोडेस्वारी, भालाफेक, दांडपट्टा, धनुर्विद्या अशा विविध कलांमध्ये पारंगत होत होते. या गुरुपीठात फक्त शिवबा शिकत नव्हते. तर शेकडो वर्षांची गुलामगिरी, हजारो वर्षांच्या बिकट रूढी-परंपरा, समाजाला पोखरणारी जाचक बंधने या साऱ्यांना मोडीत काढून तरुणाईला नवी दिशा देणारे, समाजाची दशा बदलवणारे आणि हजारो वर्ष क्रांतीची मशाल म्हणून तळपत राहिल असे 'नेतृत्व' घडत होते. लालमहालातील सदरेवर जिजाऊंना सामान्य रयत असो अथवा गावचा पाटील-कुलकर्णी, परका असो अथवा घरातील व्यक्ती या साऱ्यांना समान न्याय देताना पहिले. पुढे जाऊन शिवरायांनी याच विचारांचे शिवधनुष्य उचलले.

याच महाराष्ट्राला ज्यांनी आपल्या रक्ताने अभिषेक करून, उद्याचा स्वराज्य हा ना कुठल्या आदिलशाहीचा असेल ना कुठल्या मोगलशाहीचा, हा स्वराज्य रयतेचा, लोककल्याणकारी जनतेचा, स्त्री स्वतंत्रेचा, शिवशाहीचा असा ठामपणे आपल्या हृदयी बाळगून जिने हे स्वराज्यांचे स्वप्न आपल्या संस्काराने वीर छत्रपती शिवाजी व संस्कृत पंडित छत्रपती संभाजी सारखे दोन बलाढ्य वाघांना घडवून ते स्वराज्याचे स्वप्न साकार करूनच या मातीत विलीन झालेले आऊसाहेब, माँ साहेब राष्ट्रमाता जिजाऊ यांच्या पराक्रमाचा, यांच्या त्यागाचा, त्यांच्या संस्काराचा, त्यांच्या धाडसी नेतृत्वाचा, त्यांच्या स्वराज्य पेरण्याच्या संलकल्पणेचा पाडा हा अवघ्या महाराष्ट्राला ठाऊक आहे.

सिंदखेडराजा येथील जाधव घराण्यातील लखुजी राजे जाधव यांच्या पत्नी म्हाळसाबाई यांच्या पोटी १२ जानेवारी १५९८ रोजी जिजाऊंचा जन्म झाला, राजघराण्यातील कन्या असल्याने अक्षरओळख तसेच घोडेस्वार, तलवार बाजी, संकटप्रसंगी स्वतः बरोबर या मातीच्या रक्षणासाठी मैदानी सर्व युद्ध कलेचं प्रशिक्षण घेतली, लखुजीने मुलगा-मुलगी असा भेदभाव नठेवता प्रत्येक गोष्ट जिजाऊंना शिकवलं, जिजाऊंना पाळण्यातच आपल्या पिताच्या पराक्रमाची पोवाडे ऐकायला मिळाले, त्याच बरोबर पारतंत्र्याची जाणीवही होऊ लागली, गुलामी, रायतेवरचा अन्याय या वर विलक्षतेणे जिजाऊ वेळोवेळी जाणवत असे, पुढे १६०५ साली दौलताबाद येथे भोसले घराण्यातील मालोजीराजे यांचे चिरंजीव शहाजीराजे भोसले यांच्याशी अगदी थाटामाटात विवाह सोहळा सम्पन्न झाला, मात्र कार्यक्रमात हत्तीच्या धुमाकूळाने त्यास आवर घालण्यासाठी दोन गट निर्माण झाले व यातच भोसले-जाधव यांच्यात मतमतांतरे होऊन राजकीय वैर सुरु झालं, जिजाऊ अवघी ७ वर्षांची आपल्या पतीशी एकनिष्ठ राहून आपल्या माहेरशी संबंद तोडून निघून गेले, मात्र वैर काही शांत झालेलं नव्हतं, यातच शाहजी राजे दूर कर्नाटकात आदिलशाही च्या कार्यकिर्दीत कार्य करत, जिजाऊ माहेरच कुटुंब व आपल्या पतीच्या आश्रयापासून दूर असूनही जिजाऊ कधी खचले नाहीत, मी स्त्री आहे या समाजात एकटी जगू तरी कसं या

भीतीपोटी कधी हार मानले नाहीत, उलट जगण्याची व या मातीच रक्षण करण्याची, पारतंत्र्यावर मात करण्याची नेहमीच मनामध्ये उखळत स्वराज्याचे तक्त पेलत आपल उभं आयुष्य या स्वराज्याच्या रक्षणासाठी लावण्याचे ती जिद्द इतिहासाच्या पाणापणात सापडते, पाहता पाहता दिवस लोटले जात होते, शहाजी राजे कधी मधी पुरसत मिळताच जिजाऊंना भेटण्यासाठी येत असत, पुन्हा सुर्यस्था सारख जिजाऊंच्या आयुष्यात काळोख दाटलेला अंधार पसरत असे..

आपल्या पहिल्या मुलगा संभाजी तिकडेच शहाजीराजे सोबत कर्नाटकात वास्तव्यास होते, काही काळ लोटता, दिवस उजडला १९ फेब्रुवारी १६३० चा जिजाऊ पोटी एक शूर वीर महापराक्रमी, स्वराज्यांची समशेर जणू मातृगरबातुनच घेऊन आला असा राजा शिवबाचा जन्म झाला, आणि बाळ शिवाजींना वाढत्या वयाप्रमाणे संस्काराणे, महापराक्रमी योध्यांचे कथे, पिताश्री शहाजीराजेंची महापराक्रमी गाथा, आणि भोसले-जाधव घराण्यांतील वैर्य याच बरोबर स्वतःच रक्षणासाठी व या मातीच्या उज्वल भविष्यासाठी, रयतेवर होणाऱ्या अन्यायावर आवाज उठवण्यासाठी, रयत पारतंत्र्यात, गुलामीत जगत असतांना त्यावर स्वतंत्र मिळवण्यासाठी मैदानी खेळ, तलवारबाजी, घोडेस्वारी खुद्द जिजाऊ शिवबाला शिकवले, राजा-रयत, उच्च - निच्छता, जात-पात यात काही फरक नाही, आणि ते जिजाऊंच्या स्वराज्य संकल्पनेत थारा नव्हता. म्हणून शिवबाला रयतेच्या गोरगरिबांच्या मुलांसोबत मैत्री करून, त्यांच्या घरची कांदा भाकरीची चव खाण्यास ते संस्कार जिजाऊंचे पहायला मिळतात, जिजाऊ ने पाहिलेले स्वराज्याच्या स्वप्नासाठी कधी होमहवन केलं नाही, कधी उपास तपास केला नाही, जिजाऊ प्रयत्नवादी होते, देववादी नाही, शिवबालाही प्रयत्नवादी संस्कार दिले, १४ वर्ष्याच्या शिवबाच्या हाती शाहजी राजेंनी पुण्याचा प्रांत दिला, बाळ शिवबाला जिजाऊ पुण्याच्या मातीत घेऊन गेली, सर्व वस्ती जाळून राख झालेली, कुठेतरी एक पहार त्या वर फुटक मडकं, फितवा निघाला होता या या प्रांतात जो वस्ती करेल त्यांचा निर्वाश होईल, मात्र जिजाऊ डगमगल्या नाही, तीच पहार त्या मातीतून उचलली आणि त्याच मातीत बाळ शिवबाच्या हाती सोन्याचा नागर फिरवली

आणि दऱ्या खोऱ्यात लपून बसलेल्या रयतेला पुन्हा या जिजाऊंनी हाक दिली, "माझ्या रयत बांधवांनो या आपलं वस्ती पुन्हा निर्माण करा, जो कोणी आड येईल त्यांचा निर्वंश करण्यासाठी अत्ता शिवबा आलाय", आणि अश्या नेतृत्वाने माँसाहेब जिजाऊ आपल्या शिवबाला वेळोवेळी शत्रूशी झुंझ घेण्यास मार्गदर्शन दिले, वेळप्रसंगी स्वतः शत्रूवर चालून गेले, माणसे जोडले, मावळे जोडले, महिलांना देखील पुरुषांच्या खांद्याला खांदा लावून संघर्ष करण्याची, एक महिलांची स्वतंत्र फौंज निर्माण केली, स्वतः बरोबरच स्वतःच्या मातीच्या रक्षणासाठी मावळ्यांना एकनिष्ठ होण्यास सार्थ केलं, माँसाहेब जिजाऊ संकट प्रसंगी स्वतः स्वारीवर जात असे, युद्ध मैदानात उतरत असे, कधी स्त्री असल्याची भेदभाव नठेवता, अनेक वेळप्रसंगी जिजाऊ हाती तलवार घेत, शिवाजीराजे ज्यावेळेस आग्राकैदेत होते, तेंव्हा महाराष्ट्रातील इंचभर भूमी देखील मिर्जाराजा जयसिंगला जिंकता आली नाही.

शिवाजीराजांना आपल्या वडिलांचा सहवास फारसा लाभला नाही. पण ती जागा जिजाऊंनी मात्र पूर्णपणे भरून काढली ही गोष्ट तितकीच खरी. जिजाऊंना विजयनगरचे राज्य, देवगिरीचे साम्राज्य या हिंदू राष्ट्रांचा इतिहास पूर्णपणे ज्ञात होताच, पण त्याचबरोबर या हिंदू राष्ट्रांचा पराभव का व कसा झाला ? ती लयाला / ऱ्हास कशी गेली ? याची पूर्णपणे कल्पना होती. निजामशाही-आदिलशाही-मोगल या जुलमी राजवटींची झळ जिजाऊंच्याही कुटुंबव्यवस्थेला अगदी जवळून लागली होती. निजामशहाच्या भर दरबारात जिजाऊंचे वडील व तीन सख्ख्या भावांच्या कत्तली झाल्या. गोदावरीच्या तिरावर जाऊबाईंची लुटली गेलेली अब्रू, जहागिरीची उडवलेली धूळधाण या साऱ्या गोष्टी जिजाऊ कधीच विसरू शकत नव्हत्या. दख्खनच्या बदलत्या राजकारणाचे रंग जिजाऊ चांगल्या प्रकारे जाणत होत्या. त्यामुळे शहाजीराजेंनी शिवाजीराजांच्या पालनपोषणाची आणि शिक्षणाची जबाबदारी जिजाऊवर सोपवली. शिवाजी राजांबरोबरच पुणे-सुपे जहागिरीच्या स्वतंत्र कामकाजाचीही जबाबदारी जिजाऊ आणि पंत दादोजी कोंडदेव यांजकडे सूपूर्द केली. तसे पाहता पुणे-सुपे प्रांत मोगली आणि आदिलशाही आक्रमणाने होरपळून निघालेला. ताख्तताराज

झालेल्या या भूमीवर नवी वस्ती वसविणे महाकठीण काम होते. शत्रूने गाढवाचा नांगर फिरवून शापित ठरवलेल्या भूमीवर पुनश्चः एकदा वस्ती वसविणे, रयतेच्या मनात घर तयार करणे तसे महाकठीण काम होते. पण हे आव्हान मात्र जिजाऊंनी लीलया पेलले. शिवाजीराजेंच्या आठ विवाहांसबंधीतही जिजाऊंच्या राजकारणाचाच एक महत्त्वाचा भाग दिसून येतो.

कारण त्यावेळेस स्वराज्याची सुत्रे जिजाऊमातांच्या हाती होती. म्हणजे जिजाऊमातांची जरब कशाप्रकारे होती हे यावरून स्पष्ट होते. शहाजीराजांचा मृत्यू झाला त्याप्रसंगी जिजाऊ सती गेल्या नाहीत, म्हणजे जाधव-भोसले घराण्यात सतीप्रथा तर नव्हतीच पण जिजाऊमाता देखील सतीप्रथेच्या विरोधात होत्या. आज २१ व्या शतकात जिजाऊमातेच्या पुरोगामी विचारांची गरज आहे. जिजाऊंच्या मार्गदर्शनाखाली शिष्टमंडळ स्थापले, राज्यकारभार सुरू झाला, रयत आनंदी नांदू लागली, शिवबा रयतेचा राजा झाला, शेतकऱ्यांचा, कष्टकऱ्यांच्या, लोककल्याणकारी राजा झाला, अश्या प्रकारे जिजाऊंच्या संकल्पनेतला स्वराज्य उभा राहिला, ६ जून १६७४ ला रायगडावर थाटामाटात शिवाजी राजेंचा राज्याभिषेक सोहळा संपन्न झाला, आणि शिवबा राजे रयतेचे छत्रपती झाले, ही संकल्पना ज्या जिजाऊंनी मांडून आपलं उभं आयुष्य तलवारीच्या टोकांवर काढले शिवबाला छत्रपतीच्या गादीवर बसवून आपली संकल्पना सत्यात उतरवून राज्याभिषेकाच्या नंतर १२ दिवसांनी राष्ट्रमाता राजमाता माँ साहेब जिजाऊंनी पाचाडला आपला अखेरचा स्वास घेतला, अन या स्वराज्याला पोरका करून गेले, अश्या विरपराक्रमी माँ साहेब जिजाऊ यांच्या चरणी अभिवादन...

'शिवभारत' घडविण्यामागील जिजाऊंची महत्त्वकांक्षा कधीच शाहिरांच्या कवनांत, इतिहासकारांच्या लेखनीत सापडत नाही. नव्हे तर ती सापडणेच महाकठीण. जाधवरावांच्या घरची सुकन्या असणाऱ्या आणि भोसल्यांच्या घरी लक्ष्मीच्या रुपात आलेल्या जिजाऊ राणीसाहेब, अंगी चिलखत चढवून हाती तलवार, भाला, धनुष्यबाण घेऊन साक्षात वाघावर स्वार व्हावं आणि लढाया माराव्यात, गडकोट जिंकावेत असे

साक्षात माता पार्वतीसारखे डोहाळे लागलेल्या जिजामाता, "सहस्र जन्मांचे पांग फेडणारा आणि चौदिशांत कीर्ती उधळेल असाच पुत्र माझ्या पोटी जन्माला घाल" असे हट्टाने शिवाई देवीकडे मागणे मागणाऱ्या जिजामाता, शिवनेरीच्या प्रांगणात बालशिवबासाठी अंगाईगीत गाणाऱ्या आऊसाहेब, लालमहालातील सदरेवर करारी मुद्रेने पुण्यातील रयतेचे न्यायनिवाडे करणाऱ्या राजमाता, स्वराज्याचे तोरण बांधून पाठीवर विजयश्री घेऊन येणाऱ्या शिवबांचे प्रसन्न मुद्रेने औक्षण करणाऱ्या राजमाता, स्वराज्यासाठी तलवार गाजवणाऱ्या मर्द मावळ्यांच्या पाठीवर कौतुकाची थाप टाकणाऱ्या राजमाता. वाईत शिवाजीराजांना 'जिंदा या मुर्दा' पकडायला आलेल्या अफजलखानाच्या छावणीत बेदरकारपणे गेलेल्या राजमाता, अफजलखानाच्या भेटीस निघालेल्या शिवाजीराजांकडे 'संभाजी राजांचे उसने फेडून या!' असे निक्षून सांगणाऱ्या राजमाता, महाराणी सईबाईंच्या निधनानंतर बाळ शंभूराजांच्या आई झालेल्या आणि दुसरे शिवाजीराजे घडविण्याची जबाबदारी उचलणाऱ्या राजमाता, पन्हाळयावर सिद्दीच्या वेढ्यात अडकून पडलेल्या राजांना सोडविण्यासाठी रणवेश घालून निघालेल्या साक्षात रणचंडीसारख्या भासणाऱ्या राजमाता, तीर्थरूप महाराज शहाजीराजांच्या अकस्मात निधनानंतर सतीचं वाण घेऊन निघालेल्या निर्धारी राजमाता, पुरंदरच्या तहात राजांना साक्षात भगवान श्रीकृष्णासारख्या मार्गदर्शन करून त्यांचे मनोधैर्य खचू न देता लढण्याचे बळ देणाऱ्या राजमाता, शिवाजीराजे आग्ऱ्यात औरंगजेबाच्या कैदेत सापडलेले असताना कोल्हापूरजवळील रांगणा किल्ला स्वराज्यास जोडून स्वराज्य संवर्धित करणाऱ्या राजमाता, राज्याभिषेकदिनी शिवबाराजांना खळखळत्या आनंदाअश्रूंनी आशीर्वाद देणाऱ्या राजमाता, ३२ मण सुवर्ण सिंहासनावर या हिंदवी स्वराज्याचे पहिले छत्रपती म्हणून सिंहासनाधीश्वर होत असलेल्या छत्रपती शिवाजीराजांना कृतार्थ होऊन पाहणाऱ्या राजमाता, 'या वैभवशाली हिंदवी स्वराज्याचा सूर्य असाच तळपत राहो' असे आई कुलस्वामिनीच्या चरणी मागणे मागून पाचाडमध्ये आपला देह ठेवणाऱ्या राजमाता जिजाऊ मॉसाहेब. ही सारी रूप पाहता जिजाऊंची

स्वराज्य विषयक महत्त्वकांक्षा लक्षात येण्यासारखी आहे. ज्या मातेनं आपल्या पुत्राच्या स्वराज्याचा सूर्योदयही पाहिला आणि 'हिंदवी स्वराज्य' रुपी वैभवाचा तळपता सूर्यही पाहिला, त्या राजमाता जिजाऊंचे वर्णन लेखकाच्या लेखणीत गवसणे म्हणजे लेखकाच्या भाग्याचेच. मात्र 'न भूतो न भविष्यति' अशी आई या महाराष्ट्राच्या मातीत होऊन गेली हेच या महाराष्ट्राच्या मातीचे परमभाग्य.

6

स्त्री शिक्षणासाठी झगडलेल्या महापुरुषांचा विसर!

प्राचीन काळापासून या देशातील बहुजन समाज शिक्षणापासून वंचित राहिला असून, आपल्या पूर्वजांवर गुलामगिरी लादून आपले अस्तित्वच नष्ट केले आहे. या सर्व प्रकरणांमध्ये मध्ययुगीन भारताच्या इतिहासाने एक महान क्रांतिकारी क्रांती घडवून आणली आणि शिक्षणाच्या दृष्टिकोनातून आपल्या बहुजनांच्या अत्याचाराविरुद्ध आवाज उठवणारा एक महापुरुष झाला, गेल्या 100 ते 150 वर्षांपासून आपण या प्रवाहात येत आहोत. शिक्षण, आमच्या समुदायाचे सदस्य अजूनही त्या प्रवाहाशी जोडलेले नाहीत. शिक्षणाचा हा अधिकार इतक्या साध्या आणि सरळ मार्गाने मिळाला नाही, तर महापुरुषांनी आपल्या रक्ताने या देशाला पावन केले. 18व्या शतकात महात्मा फुले व त्यांच्या पत्नीने स्त्री शिक्षणासाठी प्रस्थापित व्यवस्थेच्या विरोधात लढा देत चूल आणि मूल या पलीकडे शिक्षण देऊन महिलांना धार्मिक व्यवस्थेतून मुक्त केले.धार्मिक व्यवस्थेला हळूहळू पाझर फुटत असताना, मात्र या विरोधाला न जुमानता फुले दाम्पत्य खचून गेले नाही, त्यांनी शेवटच्या

श्वासापर्यंत महिलांच्या स्वातंत्र्यासाठी लढा दिला आणि संपूर्ण बहुजन समाजाला एकत्र करण्याचे काम केले. शिक्षणाचा प्रवाह हा आजच्या बहुजनांच्या अस्तित्वाचा आधार आहे.

या पार्श्वभूमीवर राष्ट्रसंत श्री तुकडोजी महाराजांनी आपल्या अखंड रचना आणि वैयक्तिक ज्ञानातून वेळोवेळी संपूर्ण बहुजन समाजाला शिक्षणाचे महत्त्व पटवून देण्याचे कार्य केले. काटकसरी समाजाला प्रवाहात घेऊन जाण्याच्या त्यांच्या निर्धाराची जाणीव डॉ. शिक्षण बाबासाहेब आंबेडकरांनी हजारो वर्षांपासून अस्पृश्यता आणि गुलामगिरीच्या गर्तेत अडकलेल्या लाखो दलित-पीडितांचे पुनरुज्जीवन केले, शिका, संघटित व्हा, संघर्ष करा, हे ब्रीदवाक्य उखडून टाकले, बाबासाहेबांनी भारतीय संविधानात शिक्षण हा जन्मसिद्ध हक्क असल्याचे जाहीर केले, दारात शिक्षण खुले केले. सामान्य माणूस, आणि वरील महापुरुषांच्या वैचारिक दृष्टीचे अनुसरण केले. कठोर परिश्रमाने देशाचा सर्वांगीण विकास शिक्षणामुळे होतो, माझा देश शैक्षणिक क्षेत्रात मागासलेला असून देशाच्या भवितव्यासाठी बहुजन समाजासाठी शिक्षण अनिवार्य करून शिक्षणाला वाघाच्या दुधाची उपाधी दिली आहे.

महाराष्ट्रातील सर्वकालीन महान स्त्रीयांची नावे आणि त्यांच्या कार्याबद्दल माहिती..

1) पंडिता रमाबाई सरस्वती :

रमाबाईंचे वडील अनंतशास्त्री डोंगरे हे त्या काळी स्त्रियांच्या बाबतीत पुरोगामी विचारांचे होते, स्त्रियांना शिक्षण द्यावे या मताचे ते होते. पत्नी लक्ष्मीबाई व मुलगी रमाबाई यांस त्यांनी वेद शास्त्रांचे शिक्षण दिले होते. रमाबाई नऊ वर्षांच्या झाल्या, तरी त्यांचे लग्न करून दिले नाही. रमाबाई 17-18 वर्षांच्या असतानाच त्यांच्या आई-वडिलांचे निधन झाले. मातृपितृछत्र हरपल्यानंतर आपल्या ज्येष्ठ बंधूंसह भ्रमण करत त्या कोलकत्याला पोहोचल्या. रमाबाईंना आई-वडिलांकडून संस्कृत व्याकरण व साहित्याचे शिक्षण मिळाले होते. त्यांच्या संस्कृतवरील प्रभुत्वामुळे कोलकता तेथील सिनेट हॉलमध्ये त्यांचा 'पंडिता' व 'सरस्वती' या बिरुदावली बहाल करून गौरव करण्यात आला.

इ.स. 1880 साली त्यांनी कोलकत्यातील बिपिन बिहारीदास मेधावी या वकिलांशी लग्न केले. पंडिता रमाबाई या ब्राह्मण तर त्यांचे पती शूद्र मानल्या गेलेल्या जातीचे होते. पण रमाबाईंनी चुकीच्या रूढींना झुगारून देण्याचेच ठरवले होते. दुर्दैवाने इ.स. 1882 मध्ये मेधावी यांचा मृत्यू झाला. त्यानंतर आपली एकुलती एक मुलगी मनोरमा हिच्यासह त्या पुण्यास येऊन स्थायिक झाल्या.

बालविवाह, पुनर्विवाहास बंदी यांसारख्या घातक चालीरीती व दुष्ट रूढींपासून समाजास मुक्त करण्याच्या उद्देशाने त्यांनी प्रथम पुण्यात व नंतर महाराष्ट्रातील इतर ठिकाणी 'आर्य महिला समाजाची' स्थापना केली. आपल्या विचारांच्या प्रसारार्थ त्यांनी 'स्त्रीधर्मनीति' हे पुस्तक लिहिले. 1886 मध्ये त्या आपल्या स्त्री-शिक्षणविषयक कार्याला मदत मिळवण्यासाठी अमेरिकेस गेल्या. तेथे त्यांनी हिंदू बालविधवांच्या प्रश्नांचा ऊहापोह करणारे 'द हायकास्ट हिंदू वूमन' हे पुस्तक लिहिले. 11 मार्च, इ.स. 1889 रोजी त्यांनी मुंबईला विधवांकरिता 'शारदा सदन' नावाची संस्था काढली. त्यांनी केशवपनाविरुद्धही प्रचार केला व संमती वयाच्या चळवळीसही पाठिंबा दिला. कालांतराने त्यांनी ख्रिस्ती धर्म स्वीकारला.

पंडिता रमाबाई ह्या तात्कालीन काळाच्या शेकडो वर्षे पुढे होत्या. अशा या थोर विदुषीला इ.स. 1919 साली त्यांच्या कार्याबद्दल तत्कालीन ब्रिटिश राज्यव्यवस्थेतील सर्वोच्च पुरस्कार कैसर-ए-हिंदने गौरविण्यात आले.

2) अहिल्याबाई होळकर:

अहिल्याबाई होळकर ह्या सुभेदार श्रीमंत मल्हारराव होळकरांच्या सुनबाई व खंडेराव होळकरांच्या पत्नी होत्या. या मराठा साम्राज्यातील महत्त्वाच्या व्यक्ती होत. त्यांना पुण्यश्लोक या उपाधीने संबोधले जाते. इ.स. 1754 मध्ये कुम्हेरच्या लढाईत खंडेराव होळकर धारातीर्थी पडले. त्यांच्या मृत्यूनंतर सासरे मल्हाररावांनी अहिल्याबाईंना सती जाऊ दिले नाही. 18 वर्षांनंतर, मल्हारराव होळकर हेही मृत्यू पावले. त्यानंतर अहिल्याबाई मराठा साम्राज्याच्या माळवा प्रांताचा कारभार बघू लागल्या.

अहिल्याबाई होळकर या उचित न्यायदानासाठी प्रसिद्ध होत्या. राणी अहिल्यादेवी यांनी भारतभरात अनेक हिंदू मंदिरे व नदीघाट बांधले, किंवा त्यांचा जीर्णोद्धार केला; त्या अनेक देवळांच्या आश्रयदात्या होत्या. त्यांनी अनेक तीर्थक्षेत्री धर्मशाळांचे बांधकाम केले. वेरावळ येथील सोमनाथचे गझनीच्या महंमदाने ध्वस्त केलेले देऊळ बघून अहिल्यादेवींनी शेजारीच एक शंकराचे एक देऊळ बांधले.

अहिल्यादेवींनी जनतेच्या/रयतेच्या काळजीपोटी अनेक गोष्टी केल्या. त्यांनी अनेक विधवांना पतीची मिळकत त्यांच्यापाशीच ठेवण्यात मदत केली. अहिल्यादेवींच्या राज्यात कोणीही विधवा मुलाला दत्तक घेऊ शकत असे. शेतकऱ्यांच्या जाचक करातून मुक्त केले. अनेक ठिकाणी तलाव व विहिरी बांधल्या. अहिल्याबाई होळकर यांच्या न्यायप्रियतेची ख्याती सर्व दूर पसरली होती.

आशा पुण्यश्लोक अहिल्यादेवी होळकरांचे इ.स. 1715 मध्ये वयाच्या 70व्या वर्षी निधन झाले. इंडोरमध्ये आणि महाराष्ट्रात त्यांना संतांचा दर्जा प्राप्त झाला आहे.

3) सरसेनापती उमाबाई दाभाडे:

उमाबाई दाभाडे ह्या छत्रपती शाहू महाराजांचे सरसेनापती श्रीमंत सरदार खंडेराव दाभाडे ह्यांच्या पत्नी होत्या. इ.स.1729 साली खंडेरावांच्या मृत्यूच्या पश्चात त्यांचे चिरंजीव त्रिंबकरावांस सेनापतीपद मिळाले. परंतु इ.स 1731 मध्ये बाजीराव पेशव्यांविरुद्ध झालेल्या डभईच्या युद्धात त्रिंबकरावांचा मृत्यू झाला. मुलाच्या मृत्यूमुळे पेटून उठलेल्या रणरागिणीने श्रीमंत बाजीरावसाहेबांची खोड मोडण्याचा चंग बांधला. परंतु शाहू महाराजांच्या मध्यस्थीने त्यांना आवरते घ्यावे लागले. शाहू स्वतः बाजीरावांना घेऊन तळेगावला आले आणि उमाबाईंची समजूत काढली की बाजीराव तर आपल्या पुत्रवत आहेत मायेच्या ममतेने त्यांस माफ करावे. पेशवे बाजीरावांना उमाबाईंची माफी मागायला लावली.

इ.स. 1732 मध्ये जोरावरखान विरुद्ध अहमदाबाद येथे झालेल्या युद्धात श्रीमंत उमाबाईसाहेब सेनापती स्वतः सफेद कपडे परिधान करून उपस्थित होत्या आणि त्यांनी जोरावरखानचा नुसता पराभवच

केला नाही तर त्यास कैद करून साताऱ्यास घेऊन आल्या. त्यांच्या ह्या शौर्यावर खुश होऊन शाहू छत्रपतींनी त्यांस पायात घालण्याचे सोन्याचे तोडे दिले. हे तोडे घालण्याचा मान फक्त राजस्त्रियांना होता.

उमाबाई दाभाडेना मराठा इतिहासातील पहिल्या महिला सरसेनापती बनण्याचा मान मिळाला. त्यांचा मृत्यू 1761 मध्ये तळेगाव दाभाडे येथे झाला.

4) डॉ. आनंदीबाई जोशीः

वयाच्या 9व्या वर्षी यमुनाबाईंचा (लग्नानंतर आनंदीबाई) विवाह आपल्याहून 20वर्षांनी मोठे असलेल्या गोपाळरावां बरोबर झाला. गोपाळराव हे पुरोगामी विचारवंत होते. महिलांच्या शिक्षणाला त्यांचा नेहमी पाठिंबा होता. आपल्या पत्नीस शिक्षणात रस आहे हे त्यांनी जाणले. त्यांनी तिच्या शिक्षणाची सुरवात केली. आपल्या पत्नीने वैद्यकीय शिक्षण घेऊन डॉक्टर बनावे असा त्यांचा आग्रह होता. वयाच्या 14व्या वर्षी आनंदीबाईंना मूल झाले; परंतु दुर्दैवाने पुरेशी वैद्यकीय सुविधा न मिळाल्याने तो केवळ दहा दिवस जगू शकला. हीच खंत आनंदीबाईना वैद्यकीय शिक्षणाकडे खेचून घेण्यास कारणीभूत ठरली.

गोपाळरावांनी तिला मिशनरी शाळांमध्ये प्रवेश मिळावा म्हणून प्रयत्न केला, कलकत्याला गेल्यावर तिने संस्कृत आणि इंग्रजी वाचणे आणि बोलणे शिकले. गोपाळरावांनी वैद्यकीय शिक्षणासंदर्भात अमेरिकेत काही पत्रव्यवहार केला. परंतु हे शिक्षण घेण्यासाठी ख्रिस्ती धर्म स्वीकारण्याची अट होती. आनंदीबाईंची तळमळ आणि गोपाळरावांची चिकाटी यांचे फलित म्हणजे आनंदीबाईना ख्रिस्ती धर्म न स्वीकारता 1883 मध्ये, वयाच्या एकोणिसाव्या वर्षी "विमेन्स मेडिकल कॉलेज ऑफ पेन्सिल्व्हानिया"मध्ये प्रवेश मिळाला. कष्टाच्या आणि जिद्दीच्या जोरावर अभ्यासक्रम पुरा करून मार्च इ.स. 1886 मध्ये आनंदीबाईना एम.डी.ची पदवी मिळाली. एम.डी.साठी त्यांनी जो प्रबंध सादर केला त्याचा विषय होता, 'हिंदू आर्य लोकांमधील प्रसूतिशास्त्र'. एम.डी. झाल्यावर व्हिक्टोरिया राणीकडूनसुद्धा त्यांचे अभिनंदन झाले. हा खडतर प्रवास करताना त्यांना गोपाळरावांचा

पाठिंबा होता. तिच्या पदवीदान समारंभाला गोपाळराव स्वतः उपस्थित राहिले.

पतीची साथ मिळाली तर स्त्री आभाळाला गवसणी घालू शकतो ह्याचे मूर्तिमंत उदाहरण म्हणजे भारताच्या पहिल्या महिला डॉक्टर, डॉ. आनंदीबाई गोपाळराव जोशी होय. परंतु वयाच्या 21व्या वर्षी आनंदीबाईंचा क्षयरोगाने मृत्यू झाला.

केवळ 21 वर्षांच्या जीवनयात्रेत आनंदीबाईंनी भारतीय स्त्रियांसाठी प्रेरणादायी जीवनादर्श उभा केला. दुदैवाने आनंदीबाईंच्या बुद्धिमत्तेचा आणि ज्ञानाचा फायदा जनतेला होऊ शकला नाही. मात्र 'चूल आणि मूल' म्हणजेच आयुष्य असे समजणाऱ्या महिलांना त्या काळात आनंदीबाई जोशी यांनी आदर्श व मानदंड घालून दिला.

5) संत मुक्ताबाईः

संत मुक्ताबाई महाराष्ट्रातील संत व कवियत्री होत्या. अवघा महाराष्ट्र त्यांना मुक्ताई म्हणून ओळखतो. त्या संत निवृत्तीनाथ, संत ज्ञानेश्वर माऊली, संत सोपानदेव ह्यांच्या सर्वात धाकट्या भगिनी होत्या.

मुक्ताई वयाने सर्वांपेक्षा लहान असल्या तरी बुद्धीने अफाट प्रतिभावान होत्या. योगी चांगदेव सिद्धपुरुष खरा, परंतु त्याच्या अहंकाराचे मडके मुक्ताईने आपल्या बुद्धितेजाने फोडले. योगी चांगदेवाचा अहंकार छोट्याशा मुक्ताबाईचे अलौकिक ज्ञान बघून गळून गेला आणि त्याने मुक्ताईस आपला गुरू बनविले.

अवघ्या २०वर्षांचे थोडके आयुष्य लाभलेल्या ह्या पोरीचे कर्तृत्व एवढे महान आहे की 900 वर्षांच्या काळपडद्याला बाजूला सारून आज देखील महाराष्ट्र तिला पुजातोय आणि पुढेही पूजत राहील. आपल्या 20 वर्षांच्या आयुष्यात मुक्ताबाईंनी कल्याण-पत्रिका, मनन, हरिपाठ, ताटीचे अभंग लिहिले.

6) महाराणी येसूबाई भोसलेः

सुविद्य, सुसंस्कृत, कर्तव्यदक्ष, राजकारण-कुशल अशा महाराणी येसूबाई साहेबांनी 1680-1730 या कसोटीच्या काळात अतिशय महत्त्वाचे योगदान केले आहे. महाराणी येसूबाई ह्या शिवरायांच्या जेष्ठ

सूनबाई तर छत्रपती संभाजी महाराजांच्या धर्मपत्नी होत्या. महाराणी येसूबाई रणांगणी नसल्या तरी त्या धैर्यशील आणि कणखर वृत्तिच्या होत्या. ज्या शिवरायांच्या अनुपस्थितीत स्वराज्याचा काराभार माँसाहेब सांभाळत तसा संभाजी राजांच्या अनुपस्थितीत येसूबाई सांभाळत असत. याकरिता "श्री सखी राज्ञी जयती।" असा त्यांच्या नावाचा शिक्का ही होता.

पुढे इ.स.1689 मध्ये शंभुराजेंच्या हत्येनंतर निर्माण झालेल्या परिस्थितीला आपले वैयतिक दुःख बाजुला सारून मोठ्या निर्धाराने सामोरे गेल्या. दीर राजाराम महाराज व पुत्र शाहू हे स्वराज्याचे दोन्ही वारस एकत्र शत्रुच्या हाती सापडू नयेत म्हणून त्यांनी पुत्र शाहुला आपल्या जवळ ठेवून राजारामाना रायगड सोडून जाण्यास सांगितले आणि स्वतः मुघलांची कैद पत्करली. आयुष्यातील उमेदिची २७ वर्षे त्यांनी मोगल कैदेत घालवली. आलेल्या अनेक अडचणींना सामोऱ्या गेल्या. मराठ्यांच्या वारसाला भावी काळातील सम्राट थोरल्या शाहू महाराजांना तळहाताच्या फोडेप्रमाणे जपल्या.

27वर्षे कैदेत राहून अखेर इ.स. 1719 साली त्यांची सुटका झाली. दक्षिणेत स्वराज्याची झालेली सातारा, कोल्हापुर अशी शकले पाहिली. सातारा आणि कोल्हापूर गादीमध्ये समेट घडवून आणण्यासाठी इ.स. 1730 ला वारणेचा तह घडवून आणला. त्याच्या काही दिवसानंतर त्यांचे देहावसान झाले. शिवजी महाराजांच्या काळातील स्वराज्य, मराठा-मुघल संघर्ष आणि मराठ्यांचा उत्कर्ष याची देही याची डोळा अनुभवण्याचे भाग्य महाराणी येसूबाईंना मिळाले.

7) महाराणी ताराबाई भोसले छत्रपतीः

अखंडलक्ष्मीअलंकृत, वज्रचुडमंडीत महाराणी ताराबाईसाहेब ह्या राजाराम महाराजांच्या द्वितीय पत्नी आणि शिवरायांच्या कनिष्ठ सुनबाई होत्या. त्यांचे पिता हंबीरराव मोहिते हे स्वराज्याचे सरसेनापती होते. 1700 साली राजाराम महाराजांच्या निधनानंतर राज्यकारभाराची सर्व सूत्रे हाती आल्यावर समोर उभ्या असलेल्या अनेक कठीण प्रसंगांनी खचून न जाता मोगली फौजांना मागे सारण्यासाठी ताराबाई राणीसाहेबांनी आक्रमक भूमिका घेतली. संपूर्ण हिंदुस्थानवर हुकूमत

गाजवण्याची स्वप्न पाहणाऱ्या मुघल बादशाह औरंगजेबला एक २५वर्षांची रणरागिणी आवाहन देत होती. ताराबाईंनी लष्कराचा आत्मविश्वास वाढवला. मोगलांना कर्दनकाळ वाटावेत असे कर्तृत्ववान सरदार त्यांच्यासमोर उभे केले. दिल्लीच्या राजसत्तेवर स्वतःचा असा धाक निर्माण केला. मराठ्यांची खालावलेली आर्थिक परिस्थिती उंचावण्यासाठी त्यांनी मोगली मुलुखावर स्वाऱ्या करून चौथाई आणि सरदेशमुखी गोळा करून आर्थिक बळ वाढवले. सन १७०५ मध्ये मराठी फौजा नर्मदा ओलांडून माळवा प्रांतात शिरल्या आणि मोगल फौजांना त्यांनी खडे चारले. त्या जिंकलेल्या प्रांतांमधून चौथाई आणि सरदेशमुखी वसूल करून स्वराज्याची तिजोरी आर्थिकदृष्ट्या बळकट केली.

करवीर राज्याची, कोल्हापूरच्या राजगादीची त्यांनी स्थापना करून इ.स.1761 मध्ये त्यांचा मृत्यू झाला. ताराबाई मराठ्यांच्या इतिहासातील ही एक कर्तबगार राजस्त्री होती. सरसेनापती संताजी, धनाजी यांना बरोबर घेऊन मोगलांना सळो की पळो करून सोडणारी ही रणमार्तंड रागिणी, रंचण्डिका महाराणी ताराबाई म्हणजे महाराष्ट्रातल्या कर्तृत्ववान स्त्रियांमधील एक मानाचे पान आहे.

8) सावित्रीबाई फुलेः

इ.स.1840 मध्ये 13 वर्षांच्या ज्योतिबांचा 9 वर्षांच्या सावित्रीबाईंशी विवाह झाला. शिक्षण हा सर्वांचा मूलभूत अधिकार आहे, ही गोष्ट ज्योतिबांना पटली व त्यांनी स्वतः शिकून सावित्रीबाईंना शिकवले. मनात क्रांतीची ठिणगी पडली होती बस आता त्याचा वणवा करण्याचे बाकी होते. फुले दाम्पत्याने सामाजिक कार्यात स्वतःला झोकून दिले. 1 जानेवारी, इ.स. 1848 रोजी "भिडेवाड्यात" जोतीराव आणि सावित्रीबाईंनी मुलींची शाळा काढली. साऱ्या कर्मठ समाजाच्या विरोधाला न जुमानता विवाहानंतर शिक्षण घेतले आणि शिक्षक, मुख्याध्यापक बनून शिक्षण दिले. केवळ चार वर्षांत 17 शाळा उघडल्या आणि चालवल्या. अशाप्रकारे फुले दाम्पत्याने आशिया खंडातील मुलींची पहिली शाळा सुरू केली.

सावित्रीबाईंच्या शाळेत सुरुवातीला सहा मुली होत्या, पण 1848 साल संपेपर्यंत ही संख्या 40-45 पर्यंत जाऊन पोहोचली. या यशस्वी शाळेचे स्वागत सनातनी उच्च वर्णीयांनी "धर्म बुडाला.... जग बुडणार.... कली आला...." असे सांगून केले. सनातन्यांनी विरोध केला. अंगावर शेण फेकले. काही उन्मत्तांनी तर अंगावर हात टाकण्याची भाषा केली. पण अनेक संघर्ष करत हा सावित्रीबाईंचा शिक्षणप्रसाराचा उपक्रम चालूच राहिला. अनेक आघात होऊनही सावित्रीबाई डगमगल्या नाहीत.

केशवपन बंद करण्यासाठी नाभिक समाजातील लोकांचे प्रबोधन करणे व त्यांचा संप घडवून आणणे, पुनर्विवाहाचा कायदा व्हावा यासाठी प्रयत्न करणे अशी अनेक कामे सावित्रीबाईंनी कल्पकतेने पार पाडली. आपल्या विचारांचा प्रसार त्यांनी आपल्या साहित्याच्या माध्यमातून केला. 'काव्यफुले' व 'बावनकशी सुबोध रत्नाकर' हे काव्यसंग्रह त्यांनी लिहिले.

पुढे 1897 मध्ये प्लेगची भयंकर साथ आली असताना त्यांनी आपल्या स्वतःच्या प्रकृतीचीही पर्वा न करता प्लेगची लागण झालेल्यांसाठी काम केले. दुर्दैवाने त्या स्वतःच प्लेगच्या भीषण रोगाच्या बळी ठरल्या. प्लेग मुळेच त्यांचे निधन झाले.

आजपासून तब्बल 150 वर्षांपूर्वी महात्मा ज्योतिबा आणि सावित्रीबाईंनी महिलांचे प्रश्नांसाठीसंघर्ष केला. त्याचे फलस्वरूप आज 'सावित्रीच्या लेकी' भारताचे नाव जगात सार्थकी लावत आहेत. स्त्रीवाद, Feminism ई.चे ज्वलंत उदाहरण म्हणजे फुले दाम्पत्य होय.

9) जिजाबाई भोसले:

जिजामाता ह्या मराठा साम्राज्याचे संस्थापक छत्रपती शिवजीमहाराजांच्या मातोश्री होत्या. जेथवर मराठ्यांच्या घोड्यांचे टापा पडल्या, आज ती स्वतंत्र भारताची सीमा झाली आहे आणि ह्याच मराठ्यांच्या उरात स्वातंत्र्याची ज्वाला ज्यांनी पेटवली त्या आमच्या शिवरायांच्या मातोश्री राजमाता जिजाऊसाहेब भोसले ह्या देवगिरीच्या यादवरायांच्या थेट वंशज होत्या. राजमाता जिजाऊनी आपल्या संस्कारांनी बाळ-शिवबांना खऱ्या अर्थाने 'शिवाजीराजे' बनवले. सदैव

मुलूखगिरी करण्यात व्यस्त असणाऱ्या शिवाजी महाराजांच्या पाठीमागे राज्यकारभार, न्यायनिवाडा, महसूल अशा सर्व कामांवर जिजाबाई लक्ष पूर्वत असे. त्या मूलखी कारभारात प्रवीण होत्या, राजकारण कुशल होत्या. शिवरायांनी वेळोवेळी जिजाबाईंचे मार्गदर्शन घेतले आहे. स्वराज्य-प्रेरीका जिजाऊसाहेब शिवाजी महाराजांचे प्रेरणास्थान होत्या. उरी बाळगलेले स्वातंत्र्याचे स्वप्न पूर्ण झालेले पाहून आणि मराठ्यांची गादी स्थापन झालेली पाहून अखेर इ.स. 1674 साली त्यांनी शेवटचा श्वास घेतला.

ह्या माऊलीचे अवघ्या हिंदुस्थानवर अनन्य उपकार आहेत. परंतु आपण तो सारे लेकुरे त्यांची अन् लेकुरांवर माईचे उपकार ते कैसे धरणे ?

स्त्री.. विधात्याला मानवरूपात पडलेले सर्वांत सुंदर आणि गोमटे स्वप्न..! स्त्रीची अनके रूप आहेत. कधी जन्मदात्री बनून आयुष्य घडवते तर कधी बहीण बनून पाठराखण करते. कधी मैत्रीण बनून प्रेम करते तर कधी मुलगी बनून प्रेम करायला शिकवते आणि कधी अर्धांगिनी बनून सुख-दुःखाचा अर्धा वाटा हक्काने उचलते.

तेव्हा जर सध्याच्या सामाजिक परिस्थितीत त्यांचे कोणी स्मरण करून काही सामाजिक किंवा राजकीय फायदा मिळणार नसेल ... तर ह्या महान व्यक्ती लोकांना कशा माहित असणार?

गीतकार वैभव जोशींनी एक गाण्यामध्ये खूपच छान ओळी लिहले आहेत,

"तुला फक्त तू जन्म देतेस येथे,
तुझ्यावाचूनी वांझ पुरुषार्थ हा..!
तू.. आहेस ना.."

7

स्त्री प्रतिमेचे संकल्पना स्वरुप आणि वास्तव

प्रतिमानिर्मिती ही अतिशय सूक्ष्म आणि गुंतागुंतीची प्रक्रिया आहे. हे अनेक मानसिक, सांस्कृतिक आणि सामाजिक कारणांमुळे घडते. संवेदनात्मक संवेदना, काल्पनिक भावना, वास्तवाचे भान, मनावर होणारे संस्कार आणि नकळतपणे आणि लहान-मोठ्या हजारो भूतकाळातील अनुभवांमधून प्रतिमा साकारल्या जातात. त्या प्रतिमांच्या पालनामुळे ते सामाजिक आणि वैयक्तिक भावनिक जगामध्ये खोलवर रुजलेले आहेत. एक प्रकारे ते समाजाच्या सामूहिक चेतनेचे परिणाम आहेत. त्यांचे अस्तित्व व्यक्तिनिष्ठ असले तरी सूक्ष्म आणि स्थूल सामाजिक व्यवहार आणि हालचालींमधून ते सतत दिसतात. एखाद्या विशिष्ट प्रतिमेचे कारण नष्ट झाले तरी ती प्रतिमा कायम राहते. अनेकदा भूतकाळातील अनुभव प्रतिमांच्या माध्यमातून मांडले जातात. काही प्रतिमा गंध, रंग, ध्वनी यासारख्या विशिष्ट संवेदनांशी संबंधित असतात. संबंधित प्रतिमा कधीही, कुठेही सापडल्याबरोबर सक्रिय केल्या जातात. काही चित्रं मनात आशा आणि

स्वप्नं दडवून बसलेली असतात.

प्रतिमानिर्मितीची ही सामान्य विधाने आपल्या समाजातील स्त्रियांच्या प्रतिमेबद्दलही खरी आहेत. 'स्त्री कधीच जन्माला येत नाही, घडलेली असते' ही प्रसिद्ध म्हण स्त्रीच्या प्रतिमेच्या निर्मितीला सूचित करते. लिंग (लिंग) आणि लिंगभाव (लिंग) यासारख्या वेगवेगळ्या संज्ञा वापरून समस्या स्पष्ट केली जाऊ शकते. लिंग ही जैविक वस्तुस्थिती असली तरी लिंग ही एक सामाजिक घटना आहे. धर्म, चालीरीती, शिक्षण, सामाजिक संस्था आणि प्रथा, उत्पादन संबंधांच्या संरचनात्मक आवश्यकता आणि इतर आर्थिक प्रक्रिया, रक्ताचे नाते इत्यादी अनेक घटकांनी आकार घेतात.

या निर्मितीला लिंग समाजीकरणाची प्रक्रिया म्हणतात. पुरुषप्रधान समाजव्यवस्थेत समाजकारणातून मुला-मुलींच्या वेगवेगळ्या आणि विरुद्ध प्रतिमा निर्माण होतात. त्या प्रतिमा पिढ्यानपिढ्या प्रसारित केल्या जातात आणि उत्तरोत्तर स्थिर होतात. हे नैसर्गिक आणि नैसर्गिक वाटते. कोणत्याही तक्रारीशिवाय स्वीकारले. या वर्षी आपण महिला सक्षमीकरणाचे वर्ष साजरे करत असलो तरी लोकांच्या आणि विशेषतः महिलांच्या मनात महिलांची प्रतिमा फारशी गांभीर्याने घेतली जात नाही. मग ती प्रतिमा बदलण्याचा प्रयत्न करण्याचे मार्ग शोधणे तर दूरच! भारतीय परंपरेने स्त्रियांची प्रतिमा खूप उंचावली आहे. धनदायिनी लक्ष्मी, विद्यादायिनी सरस्वती, संहारक दुर्गा, थेट वरदायिनी भवानीपासून संतोषीमाता, गार्गी-मैत्रेयी-लोपामुद्रापासून विदुषी किंवा झाशीची राणी ते सोनिया-जयललिता प्रभुवती या ऐतिहासिक नायिका असोत, त्यांना स्त्री प्रतिनिधी म्हणता येणार नाही. हा समाज. परंपरेने स्त्रियांवर लादलेली गुलामगिरी, अधीनता आणि अज्ञान तसेच सामाजिक बाबतीत पुरुषांचे वर्चस्व आणि आर्थिक बाबतीत पितृत्वाचा वारसा स्त्रीत्वाच्या दैवी उदात्ततेने किंवा अपवादात्मक स्त्रियांच्या प्रदर्शनाने कधीही मागे टाकला नाही. जरी स्त्री-पुरुषांमधील लिंग-आधारित फरक परंपरा आणि संस्कृतीने निर्माण केले असले तरी, ते सेंद्रिय आणि नैसर्गिक असल्याचे दिसून येते, ही धारणा अनेक धार्मिक विधी, विधी आणि व्रत यांच्याद्वारे

सातत्याने निर्माण केली गेली आहे. बीजक्षेत्र न्यायसारख्या तत्त्वांतून निर्माण होणारी स्त्रीत्वाची प्रतिमा ही आश्रित, निष्क्रीय, दुय्यम आणि नि:स्वार्थी आहे हे स्पष्ट होते. बीज पक्षासाठी सर्व अधिकारांचे असमान वितरण आणि सेक्टर पक्षासाठी सर्व असुरक्षितता या तत्त्वामध्ये मूळ आहे. कौटुंबिक रचनेत जन्मपूर्व अवस्थेपासून मुलीचे संगोपन हे स्त्रियांच्या पारंपारिक प्रतिमेची नैसर्गिकता अधोरेखित करते. सर्रासपणे स्त्रीभ्रूणहत्या, मुलांपेक्षा मुलींचे जास्त अत्याचार आणि कुपोषण; सरकारी शाळांमध्ये मुलींची उच्च पटनोंदणी, भावी पत्नी आणि माता यांच्या भूमिका पार पाडण्यासाठी शिक्षणावर भर, घर सांभाळणे, बायका आणि सासरचे वर्चस्व आणि सर्व पुरुषांची शक्तीहीनता, *त्यांच्याशी संबंधित सर्व समस्यांपूर्वी, 3 मध्ये स्पष्टपणे उघडपणे संबंध आणि हिंसा. तो त्या संगोपनाचा एक भाग आहे. पौगंडावस्थेमध्ये आणि यौवनाच्या नंतरच्या सर्व टप्प्यांवर, कुटुंबात होणार्‍या लैंगिकतेच्या विर्धीमुळे* स्त्रियांचा आत्मसन्मान कमी होतो आणि पुरुषांसाठी तो अनावश्यकपणे वाढतो.

त्या कर्मकांडांतून स्त्रीत्व आणि जननक्षमता याविषयीच्या नकारात्मक समजुती प्रचलित आहेत. तसेच स्त्रीच्या जागी कायम असुरक्षिततेची भावना निर्माण होते. त्यांना आणि इतरांना कौटुंबिक नातेसंबंधांमध्ये होणारा हिंसाचार जाणवत नाही. त्यामुळे त्याला त्यांची सवय होते. निर्णयप्रक्रियेत महिलांचा सहभाग नसणे आणि त्यांच्या प्रयत्नांना दाद न देणे यात काही गैर आहे असे त्यांना वाटत नाही. त्यांना लिंग रेषांच्या मुद्द्याची इतकी सवय झाली आहे की त्यांना न्याय्य वाटते. या संगोपनाचा परिणाम म्हणून, मुलींमध्ये आत्मविश्वासाचा अभाव, अपूर्णतेची घातक भावना, कमी आत्मसन्मान आणि तीव्र आत्म-असंतोष अशा प्रतिक्रिया निर्माण होतात. शिक्षण प्रक्रियेतून काढून टाकण्याऐवजी त्यांचे पालनपोषण केले जाते. खरे तर आठ वर्षांचे मूलभूत शिक्षण सर्व मुलांसाठी आवश्यक आहे आणि अपवाद न करता सर्वांना समान संधी दिली पाहिजे. किंबहुना आपल्या समाजात मुला-मुलींमध्ये शैक्षणिक भेदभाव सर्रास दिसून येतो. शाळा प्रवेशाबाबत भेदभाव यापूर्वीच नमूद करण्यात आला आहे. सह-शैक्षणिक शाळांमध्ये

वर्गांमधील भेदभाव देखील खूप जास्त आहे. महिला शिक्षकांची नियुक्ती मुलींच्या शिक्षणाच्या दृष्टीने उपयुक्त आहे, हे तत्त्वत: मान्य असले तरी प्रत्यक्षात त्या आघाडीवर आपण फारसे काही करू शकलो नाही. 50% प्राथमिक शाळा एकल शिक्षक शाळा आहेत आणि अशा शाळांमध्ये महिला शिक्षकांची नियुक्ती नाही हे जरी आपण लक्षात घेतले तरी या बाबतीत आपले अपयश उघड आहे. परंपरेने स्त्रियांवर होणारा अन्याय दूर करून त्यांच्या स्थितीत मूलभूत बदल घडवून आणणे हे खरे तर स्त्रीशिक्षणाचे अपेक्षित परिणाम आहे. (तत्कालीन) राजीव गांधींनी जाहीर केलेले नवीन शैक्षणिक धोरण आत्मविश्वासपूर्ण होते आणि त्यांनी ते आपले ध्येय जाहीरपणे जाहीर केले. स्त्रियांच्या पारंपारिक प्रतिमेच्या जागी, स्त्रीची स्वतंत्र, स्वतंत्र, सक्रिय, उद्यमशील, समाजाच्या सर्व क्षेत्रात पुरुषांच्या बरोबरीची प्रतिमा निर्माण करून आमूलाग्र सामाजिक बदल घडवून आणण्याचे साधन म्हणून शिक्षणाकडे पाहिले गेले. त्याआधारे नवीन शैक्षणिक धोरणाचे वस्तुनिष्ठ पत्रक तयार करण्यात आले.

अर्थात पुस्तके तयार करताना वस्तुनिष्ठ पेपरमध्ये हे उद्दिष्ट प्रत्यक्षात गृहीत धरले गेले असे म्हणणे सोयीचे नाही. NCERT च्या तज्ज्ञांनी शिक्षण मंत्रालयाने तयार केलेल्या इयत्ता 3, 5 आणि 8 च्या भाषेवरील पुस्तकांचे परीक्षण केले तेव्हा त्यांच्या लक्षात आले की त्या पुस्तकांमधील संदेश लक्ष्य पेपरच्या आदर्शांशी खूप विसंगत आहेत. क्रमिक भाषेतील विषयांच्या पुस्तकांमध्ये स्त्री प्रतिमांचा हा देखावा अशा वेळी होता जेव्हा शिक्षण धोरण पारंपारिक स्त्री प्रतिमांच्या भाषेची जागा घेत होते. आता बोलून शिक्षणाचे भगवेकरण करण्याचे सरकारचे धोरण असल्याने आगामी मालिकांमध्ये महिलांची प्रतिमा कशी असेल, याचा सहज अंदाज येऊ शकतो. भाजपच्या नेतृत्वाखालील सरकारने राष्ट्रीय अभ्यासक्रम आराखडा म्हणून जाहीर केलेला दस्तऐवज या संदर्भात अतिशय वाचाळ आणि चिंताजनक आहे. शिक्षण हे समाजपरिवर्तनाचे सामर्थ्य आहे किंवा स्त्रियांसाठीचे शिक्षण हे मुक्ती, सशक्तीकरण आणि सामाजिकदृष्ट्या सर्वसमावेशक आहे, ही धारणा नव्या राज्यकर्त्यांना अमान्य असल्याचे दिसून येते.

त्यांनी शिक्षणाच्या प्रक्रियेतून समतावादी समाजाची स्थापना करण्याची अपेक्षा करू नये! ते शिक्षण हा असंतुलित घटक म्हणून पाहतात. विशेषत: स्त्रीशिक्षणामुळे कुटुंबसंस्थेचे स्थैर्य आणि समाजव्यवस्था धोक्यात येईल, असा तिचा ठाम विश्वास आहे. परंपरा आणि संस्कृतीचे सातत्य राखण्याची महिलांची प्राथमिक जबाबदारी आणि ती जबाबदारी पार पाडण्यात अपयश आल्यास शिक्षणाचा अनर्थ होईल, अशी भीती या अभ्यासक्रमाच्या चौकटीच्या शिल्पकारांना थेट जाणवत होती.एकोणिसाव्याच्या स्त्रीशिक्षणाच्या विरोधकांनी व्यक्त केले होते. परंपरा आणि संस्कृतीचे सातत्य राखण्याची प्राथमिक जबाबदारी महिलांवर आहे आणि ती जबाबदारी पार पाडण्यात अपयश आल्यास शिक्षणावर अनर्थ घडेल, अशी भीती एकोणिसाव्या शतकात या अभ्यासक्रमाच्या रचनेच्या शिल्पकारांना स्त्री शिक्षणाच्या विरोधकांना वाटू लागली होती.

त्या काळात शिक्षित बायको चेष्टेचा विषय होती. जेव्हा एखादी स्त्री समजते की ती फॅशनेबल बनते, घराबाहेर पडते, इतर पुरुषांमध्ये मिसळते, तिची पारंपारिक ओळख गमावते, पुरुष बनते, सतीचा आदर्श विसरते, परंतु स्वार्थी आणि व्यभिचारी देखील बनते. 21व्या शतकातील 'अभ्यासक्रम रचना' जेव्हा चांगल्या माता, बहिणी आणि मुलींच्या पारंपारिक भूमिकेत स्त्रियांना शिक्षित करण्यावर लक्ष केंद्रित करते, तेव्हा ते 19व्या शतकातील त्याच गैरसमजांचे प्रतिध्वनित करते. स्त्रीशिक्षणाचे भारतीयीकरण आणि स्त्रीशिक्षणातून भारतीय स्त्रीत्वाचा आदर्श निर्माण करण्याच्या मोहक नावाखाली स्त्रियांची पारंपारिक प्रतिमा वाढवण्याची प्रवृत्ती आहे, असे म्हणणे रास्त आहे. • लिंग भूमिका नैसर्गिक आणि स्वीकारणारे धडे RailCell NCERT हे येणाऱ्या पुस्तकांतून घडेल हे कोणत्याही ज्योतिषाला सांगण्याची गरज नाही. • आपण साहित्य, कला आणि प्रसारमाध्यमांमध्ये स्त्रीत्वाच्या हजारो विकृत प्रतिमा पाहतो या गृहीतावर आधारित आहे की स्त्रियांना फक्त एक शरीर आहे आणि पुरुषांना आकर्षित करण्यासाठी ते सजवणे हा त्यांचा पूर्णवेळ व्यवसाय आहे. खुद्द या क्षेत्रातील महिलांनीही या कल्पनेकडे क्वचितच दुर्लक्ष केले. इतकेच नाही तर सर्वसामान्य

महिलाही त्याच प्रतिमांना आदर्श आणि आदर्श मानू लागतात. आपल्या बुद्धीला मोहरा देऊन त्या प्रतिमांकडे आकर्षित होतात. आपल्या मानकांनुसार स्वतःचे मोजमाप करा आणि त्यांच्याशी संपर्क साधण्याची इच्छा बाळगा. त्यासाठी त्या प्रतिमांच्या विवेकी निर्मात्यांना ज्या वस्तू वापरायच्या आहेत त्या खरेदी करण्याची गरज त्या स्त्रियांना वाटते.

उत्पादक जाहिरातदारांचे हेतू सफल होतात. बहुराष्ट्रीय कंपन्या आणि देशी-विदेशी भांडवलदारांची नफेखोरी साधली जाते. यातून केवळ खोट्या गरजा किंवा अनावश्यक खर्चच निर्माण होत नाहीत, तर समाजात महिलांकडे आणि महिलांकडे बघण्याचा विकृत दृष्टिकोनही निर्माण होतो. विक्रीयोग्य वस्तू म्हणून स्त्रीची प्रतिमा मंदावली आहे आणि तिच्या अंगभूत गुणांचे अवमूल्यन झाले आहे. त्याचा आकार, वजन, रंग आणि मोजमाप यांना चलन मूल्य दिले जाते आणि इतर सर्व मूलभूत बाबी मौल्यवान बनतात. स्त्री ही एका निर्जीव बाहुलीसारखी असते जिचे भाग बदलता येतात, तिचे पूर्ण व्यक्तिमत्व नसते. विशिष्ट सौंदर्यप्रसाधने वापरून शरीराचे काही अवयव मोकळे, आकर्षक, मऊ, आकर्षक, मादक, गोंडस इत्यादी बनवता येतात हे प्रभावीपणे सांगू इच्छिणारे जाहिरातदार, निर्माते स्त्रीची 'रोबोट प्रतिमा' विचारात घेतात. त्यांना खेळणी किंवा वापरलेल्या वस्तूंमध्ये साठवा! एक चांगली दिसणारी मुलगी लग्नाचा बाजार जिंकू शकते, एअर होस्टेसची नोकरी स्वीकारू शकते किंवा केवळ पाच रुपयांच्या चेहऱ्यावर मलई लावून अशक्य गोष्ट शक्य करून जगावर राज्य करू शकते. त्यामुळे ती विशेष टूथपेस्ट वापरून एखाद्याच्या जवळ जाऊ शकते, ती साबणाने चमक मऊ करून तिचे वय लपवू शकते. औषध घेणे किंवा व्यायाम केल्याने तुमचा लठ्ठपणा काही दिवसात कमी होऊ शकतो. वयामुळे शरीरात होणारे बदल लपवून तरुण ठेवणे हेच स्त्रीच्या अस्तित्वाचे मर्म! स्त्रीच्या आयुष्याला अर्थ तेव्हाच असतो जेव्हा ती तरुण, रानटी आणि सुंदर असते! एकेकाळी रविवर्मा यांच्या चित्रांमध्ये सुसज्ज महिलांना समाज सौंदर्याच्या मूर्ती म्हणून पाहत असे. पण आता कृश, सडपातळ आणि हलक्या स्त्रिया सुंदर मानल्या जातात. सर्व जाहिरातींनी तयार केलेल्या

स्त्री-प्रतिमांची ही जादू आहे. स्त्री फक्त शरीर आहे. त्यांची योग्य देखभाल आणि घरगुती वस्तू म्हणून सजावट केली पाहिजे किंवा स्वयंपाक करणे, भांडी धुणे, घर साफ करणे यासाठी वापरली पाहिजे! जाहिरातींच्या दुनियेत अनेकदा महिलांची जी चित्रे दिसतात, त्यांना वाटते की या दोघांशिवाय त्यांना दुसरी भूमिका दिली गेली नाही. कुकर, वॉशिंग मशिन, व्हॅक्यूम क्लीनर, लाँड्री साबण यांच्या जाहिराती शारीरिक हालचालींमध्ये गुंतलेल्या स्त्रियांच्या प्रतिमा तयार करतात. पेप्सी किंवा कोका-कोला, शेव्हिंग क्रीम, कपडे आणि सौंदर्यप्रसाधनांच्या जाहिरातींमध्ये महिलांना कामुक, कामुक आणि मादक प्रतिमा दाखवतात.

कुकरच्या जाहिरातीतील बाई आणि कुकरची चित्रे इतकी गुंफलेली आहेत की चंदनची शरीरयष्टी, हसू, बांधणीतील गोलाकारपणा याचा नेमका संदर्भ कोणाला आहे असा गोंधळ होतो. येथे आपण एका स्त्रीच्या ऑब्जेक्ट इमेजची उंची पाहतो. स्त्री फक्त शरीर आहे. त्याचा पुढील भाग म्हणजे स्त्रीलिंगी शरीर म्हणजे शरीराचे अतिरिक्त भाग. कधी फक्त त्याची छाती, कधी नितंब, कधी पोट तर कधी त्याचे केस - एकामागून एक जाहिरातीत टाकले जातात. त्यांच्या वक्रता किंवा सौंदर्याचे रहस्य विशिष्ट उत्पादनातच प्रभावीपणे सांगितले जाते. जाहिरातींमध्ये सर्व पुरुष धैर्याने थेट कॅमेऱ्याच्या डोळ्यांकडे पाहतात तर सर्व स्त्रिया दुसरीकडे पाहतात. महिलांच्या अशा विकृत, निस्तेज आणि उथळ प्रतिमा घेणाऱ्या जाहिराती महिलांनी गांभीर्याने का घ्याव्यात? जाहिरातींमध्ये केवळ पाच टक्के स्त्रिया मॉडेल्सप्रमाणे असू शकतात हे उघड सत्य असूनही, सामान्य स्त्रिया आपण त्यांच्यासारखे सहज होऊ शकू अशा इच्छा, आशा आणि स्वप्ने कशी निर्माण करतात? या जाहिरातीमुळे बहुतेकांच्या स्त्रीत्वाचा अपमान झाला आहे, अशी भावना स्त्रियांना का नसावी आणि त्यांनी त्याविरुद्ध आवाज उठवावा? थोडे खोलात जाऊन या प्रश्नांची उत्तरे शोधणे आवश्यक आहे. त्यांचा गाभा स्त्रियांना सामान्यतः स्वतःबद्दल वाटत असलेल्या खोल असंतोषात आहे. आम्ही उदार आणि नम्र बांधणीचे नाही, आमचे केस पांढरे आहेत आणि कोंडा आहे. आम्हाला आमच्या चेहऱ्यावर कोंडा आणि पुरळ आहे,

आमचे शरीर गोलाकारपणा गमावत आहे आणि आम्हाला आमच्या चेहऱ्यावर वय जाणवू लागले आहे.

महिलांना असुरक्षिततेचा सामना करावा लागतो की त्यांच्याकडे लक्ष दिले जात नाही, त्या जाहिरातींकडे आकर्षित होतात आणि त्यांच्या खोट्या आश्वासनांवर अवलंबून राहू लागतात. ही असुरक्षितता स्त्रियांच्या सामाजिकीकरणाशी जोडलेली आहे. स्त्रीचे समाजीकरण जे उदारमताने तिच्या मनात बिंबवते की जर ती पुरुषी नजरेला आकर्षित करू शकत नसेल तर तिचे आयुष्य व्यर्थ आहे, तिला जाहिरातीच्या प्रमाणात स्वतःचे मूल्यांकन करण्यास भाग पाडते. तो न्यूनगंडाने ग्रस्त आहे. ती तिचा आत्मविश्वास गमावून बसते. जाहिरातीत स्वप्नांचा चुराडा होतो तेव्हा ती हतबल होते. तिला असुरक्षित वाटते. इतर कोणीतरी तिच्यासाठी सेट केलेल्या प्रतिमांच्या चौकटीत स्वतःला बसवण्याचा ती सर्वतोपरी प्रयत्न करते. दुसरीकडे, लहानपणी वाढल्यास, तिला विश्वास बसवला जातो की ती जशी आहे तशीच ती आहे, जे काही दोष असले तरी त्यांवर मात करणाऱ्या बाजू खूप मोठ्या आणि अधिक मौल्यवान आहेत आणि वेगळेपणा आणि वेगळेपणा टिकवून ठेवणारी आहे. कठोर समानतेपेक्षा महत्त्वाचे, मग वेगळे चित्र समोर येते. सुंदर काय आहे हे ठरवण्याचा अधिकार निर्मात्यांना आणि जाहिरातदारांना कोणी दिला आणि त्यांनी त्यांच्या आर्थिक फायद्यासाठी पेरलेल्या बियांवर मी विश्वास का ठेवू? , अशा प्रतिमेशिवाय महिला सक्षमीकरण अशक्य आहे.

8

स्त्रियांचे मानसिकता

स्त्रियांच्या मानसशास्त्राचे रहस्य

जर आपण स्त्रियांचे मानसशास्त्र ऑनलाइन वाचले तर जगातील अर्ध्या महिलांचे सर्वात प्रसिद्ध रहस्य म्हणजे त्यांना सतत गप्पाटप्पा करायला आवडतात. हे या वस्तुस्थितीमुळे आहे की स्त्रिया खूप भावनिक असतात, म्हणून त्यांना इतर लोकांसह उर्जेची देवाणघेवाण करण्याची आवश्यकता असते. त्यांच्या स्वतःच्या अनुभवांबद्दल बोलणे, त्यांचे विचार सांगणे त्यांच्यासाठी महत्वाचे आहे. म्हणून स्त्रिया प्रियजनांमध्ये मान्यता आणि समर्थन शोधतात. त्यांचे ध्येय साध्य करण्यासाठी, स्त्रिया अनेकदा हाताळणी तंत्र वापरतात. हे वर्तन मादी ओळीतून खाली जाते. महिला प्रतिनिधी उघडपणे त्यांच्या स्वतः- च्या इच्छा व्यक्त न करण्याचा प्रयत्न करतात, ते अशा प्रकारे कार्यक्रमांची साखळी तयार करतात की इतर लोक कृती करू इच्छितात. स्वतःची इच्छा. विशेषतः अनेकदा दैनंदिन जीवनात हाताळणी वापरली जातात.

महिला मानसशास्त्र आणखी एक रहस्य स्त्रिया नेहमी त्यांच्या देखावा निरीक्षण इतर लोकांच्या कौतुकास्पद नजरेने ते अधिक आनंदी होतात. पुरुषांनी पोशाख आणि आकृतीची प्रशंसा करावी अशी त्यांची इच्छा आहे. स्तुतीच्या फायद्यासाठी, ते जटिल केशरचना तयार करण्यास आणि अस्वस्थ शूज घालण्यास तयार आहेत.

माता, पत्नी अशा अनेक भूमिकांतील स्त्रियांच्या जबाबदारी व समर्पणाचे आपण जेवढे कौतुक करू तेवढे कमीच. पण त्याची किंमत मात्र स्त्रीला प्रचंड प्रमाणात द्यावी लागते. ती स्वतःच्या आरोग्याची मात्र अक्षम्य हेळसांड करते. आणि शारीरिक आणि मानसिक आजार तिला भेडसावू लागतात.

यंत्र नारी पूज्यन्ते तत्र रमन्ते देवता । आपल्या वेद आणि पुराणात याचा उल्लेख आहे. जिथे स्त्रियांची पूजा केली जाते तिथे त्याच देवता वास करतात. पण ही गोष्ट आज नावापुरतीच उरली आहे. ज्या देशात महिलांना देवीचे स्थान मिळाले आहे, त्या देशात आता महिलांना चैनीच्या वस्तू मानले जात आहे, हे दररोज महिलांसोबत होणारे बलात्कार सिद्ध करतात. स्त्रिया, अगदी स्त्रिया, अगदी 1 वर्ष आणि 2 वर्षांची मुले, गर्विष्ठ भक्षकांवर नजर ठेवतात. नुकताच डॉ. प्रियांका रेड्डी यांच्यावर झालेला सामूहिक बलात्कार, नंतर कापडात गुंडाळून जिवंत जाळणे हा इतका जघन्य गुन्हा आहे की अशा व्यक्तीला फाशीपेक्षाही मोठी शिक्षा द्यायला हवी. असा बोध घ्यायचा की, असे दुष्कृत्य कोणी करू शकत नाही. आता वेळ आली आहे की आपल्या न्यायव्यवस्थेने कठोर पावले उचलण्यास मागेपुढे पाहू नये. भारतात, जिथे महिला सक्षमीकरणावर भर दिला जात आहे, तिथे महिलांसोबत दिवसेंदिवस होणारे गैरप्रकार भारताच्या लवचिक आणि कठोर कायद्यांचा पर्दाफाश करत आहेत. निर्भया प्रकरण असो, कठुवा प्रकरण असो किंवा डॉ. प्रियंका रेड्डी या सर्वांवरून व्यक्तीची घसरलेली मानसिकता दिसून येते. हे वातावरण देशात कायम राहिले तर महिला, लहान मुले घराबाहेर पडण्यासही घाबरतील, त्यांना नेहमीच भीती वाटेल, त्यांचा संशय सर्वांवर राहील आणि ते सन्मानाने, स्वतंत्र आणि स्वाभिमानी जीवन जगण्यापासून वंचित राहतील. आणि हे आपल्या संविधानातील मूलभूत अधिकारांचे उल्लंघन होईल. ज्या देशात स्त्रीच्या सन्मानार्थ रामायण, महाभारत करण्याची प्रथा आहे, त्याच देशात आज आपण आपल्या महिलांचे रक्षण करू शकत नाही. आज जिथे स्त्रिया पुरूषांच्या खांद्याला खांदा लावून काम करण्यात पुरोगामी आहेत, तिथे त्यांच्यासोबतचे असे गैरप्रकार अशोभनीय आहेत.

आज जिथे मुली सैन्यात भरती होऊन शत्रूंचे षटकार खेचत आहेत, तिथे त्यांनी स्वयंपाकघरापासून संसदेपर्यंत आणि मुख्यमंत्रिपदापासून राष्ट्रपतीपदापर्यंतची जागाही पायदळी तुडवली आहे. व्यक्तींची हीच विचारसरणी आज त्यांच्यासाठी चिंताजनक आहे. त्यांना केवळ संभोगाची वस्तू मानणे ही आपली पतित मानसिकता दर्शवते. आज आपण एकविसाव्या शतकात जगत आहोत, आपण स्वतःला आधुनिक म्हणवून घेतो, हीच आपली आधुनिकता आहे का आपण स्त्रीचा आदर करू शकत नाही, तिचा आदर करू शकत नाही तर तिचा अनादर करण्याचा अधिकार आपल्याला कोणी दिला आहे? अशा आधुनिकतेचा काय उपयोग जी आपली विचारसरणी बदलू शकत नाही. एका महापुरुषाने सांगितले की विश्वाची निर्मिती आणि विनाश स्त्रीच्या हातात आहे. मग आपण त्याच्याशी असे गैरवर्तन कसे करू शकतो? स्त्रीला पाहिल्यावर आपल्याच आईची, बहिणीची आठवण येत नाही का, तिला आपल्या आई, बहिणीसारखा आदर देऊ शकत नाही का? गांधीजींच्या देशात आपण राहतो का? आपण गांधीजींचे स्वप्न पूर्ण करू शकतो का? ज्यांना वाटत होतं की स्त्रियांना योग्य तो मान मिळाला पाहिजे. किती घृणास्पद गोष्ट आहे की ज्या आईने आपल्याला ९ महिने पोटात ठेवले त्या आईच्या प्रेमाला आपण चिरडतो आहोत. असे वातावरण राहिले तर आई आपल्या पोटातून मुलाला जन्म देताना हजार वेळा विचार करेल.

आपल्याला आपली विचारसरणी बदलावी लागेल, आपल्या येणाऱ्या पिढीला आपण मूल्ये द्यायची आहेत, त्यांना सर्व स्त्रियांचा आदर करायला शिकवायचे आहे, त्यांना आपल्या भूतकाळातील महापुरुषांच्या कहाण्या सांगायच्या आहेत ज्यांनी आपला जीव द्यायला मागेपुढे पाहिले नाही. स्त्रीचा सन्मान. सीतेच्या सन्मानार्थ संपूर्ण लंका उध्वस्त करणाऱ्या रामाची कथा, द्रौपदीच्या सन्मानार्थ धावून चीर हरणात तिची इज्जत वाचवणाऱ्या कृष्णाची आणि महाभारत करून सर्व कौरवांना शिक्षा करणाऱ्या कृष्णाची कथा सांगायची आहे. स्वतःला बदलावे लागेल, कारण बदलले तर युग बदलेल. चला, आपण शपथ घेऊया की आपण कुठेही असलो तरी आपल्या आजूबाजूच्या सर्व महिलांना

आपल्या बहिणी मानू आणि त्यांच्या सन्मानासाठी आपला जीव द्यायला मागेपुढे पाहणार नाही आणि कोणत्याही मार्गाने त्यांचे रक्षण करू. ही विचारसरणी सर्व लोकांपर्यंत आली तर त्याच दिवशी आपण महान भारताचे रहिवासी आहोत, आपण भारती मातेचे पुत्र आहोत, आपण भारत मातेचे लाल आहोत, असे म्हणण्याचा अधिकार आपल्याला मिळेल.

स्त्री आणि पुरुष एकाच नाण्याच्या दोन बाजू आहेत, ते एकमेकांना पूरक आहेत, ते मित्र आहेत, विरुद्ध नाहीत. निसर्गाने विश्वाच्या निरंतरतेसाठी एका विशिष्ट हेतूने दोघांची निर्मिती केली आहे, दोन्ही एकमेकांसाठी आवश्यक आहेत, निरुपयोगी नाहीत. दोघेही एकमेकांचे मित्र आहेत, शत्रू नाहीत. नुकत्याच दिल्लीत घडलेल्या सामूहिक बलात्काराच्या भीषण आणि घृणास्पद घटनेने संपूर्ण भारतालाच हादरवून सोडले नाही, तर आजवर आपल्या समाजात निर्माण झालेल्या स्त्री-पुरुष समीकरणाचा पुनर्विचार करण्यास आपण सर्वांना भाग पाडले आहे. वृत्तपत्रे आणि वृत्तवाहिन्यांवर दिवसभर सुरू असलेले वादविवाद, धरणे आणि निदर्शने पाहिल्यानंतर पुढील दोन प्रकारची मते समोर येत आहेत.

एक मत अजूनही सरंजामी विचारसरणी आणि क्षुल्लक मानसिकतेने वेडलेले दिसते, ज्याला स्त्री आणि पुरुषांसाठी वेगवेगळ्या शिक्षा हवी आहेत. ही दुहेरी मानसिकता त्यावेळची उत्पत्ती आहे, जेव्हा आपली अर्धी लोकसंख्या बहुतेक स्त्रिया अशिक्षित होती हे या मताचे लोक समजू शकत नाहीत. आज जग बदलले आहे, आपण एकविसाव्या शतकात आहोत, सुशिक्षित आहोत, लोकशाही समाजात जगत आहोत आणि समतेकडे वाटचाल करत आहोत. या दुटप्पीपणाला या आधुनिक समाजात स्थान नाही.

आज आपली निम्मी लोकसंख्या रस्त्यावर आली आहे. एकमेकांच्या आवाजात एकत्र येऊन पुरुषांना संस्कृती शिकवणे, त्यांच्या मर्यादेत राहणे, लिंगभेद सोडून महिलांवर होणाऱ्या अत्याचारापासून दूर राहणे याविषयी ते बोलत आहेत. सर्व पुरुषांनी नेहमीच आपल्या मर्यादेत रहावे, कोणताही लिंगभेद न करता सर्व महिलांना समानतेने व

सौजन्याने वागावे, यासाठी कठोर कायद्याची मागणी ती करत आहे. समानता व शालीनतेची वागणूक न दिल्यास अत्याचार, बलात्कार यांसारख्या गुन्ह्यांमध्ये गुंतलेल्या पुरुषांना ते स्वतःच्या हाताने, लाठ्या, दगडाने, मारहाण करून किंवा डोळे मारून किंवा हातातील नखे काढून शिक्षा करतात.देण्याचे बोलतात.

वर नमूद केलेल्या गोष्टींशी सहमत असलेले दुसरे मत, स्त्रियांबद्दल सहानुभूतीपूर्ण आहे, ते ऐकून असे वाटते की स्त्री आणि पुरुष दोघेही म्यानातून तलवारी काढून एकमेकांसमोर उभे आहेत. आज हे लोक ज्या समानतेसाठी रस्त्यावर उतरले आहेत, त्या समानतेच्या पलीकडे जाऊन ते पुन्हा नव्या प्रकारची विषमता पुकारत आहेत, हे विसरून हा दृष्टिकोन खूप महत्त्वाकांक्षी वाटतो. हा दृष्टिकोन परिपक्व होऊ शकतो आणि अशा असमानतेला जन्म देऊ शकतो, ज्यामध्ये आज काही पुरुष ज्या गुन्ह्यांमध्ये सामील आहेत त्या सर्व गुन्ह्यांमध्ये नंतर महिलांचा सहभाग असेल. समानतेऐवजी, स्त्रियांमध्ये अहंकाराची भावना निर्माण होईल आणि आजच्या काही पुरुषांप्रमाणे त्या देखील अत्याचारी किंवा निरंकुश होण्याची शक्यता निर्माण होईल, जी पुन्हा नवीन समस्येच्या जन्माचे कारण बनेल. आपला लढा स्त्री-पुरुष समानता आणण्यासाठी आहे हे आपण विसरू नये. परंतु या दुसऱ्या दृष्टिकोनाचे अनुसरण करून, जाणूनबुजून किंवा नकळत, एक समस्या सोडविण्याऐवजी, आपण त्याचे रूपांतर दुसऱ्या प्रकारच्या समस्येत करू. याबाबत आपण सावधगिरी बाळगली पाहिजे.

मी येथे स्पष्ट करू इच्छितो की मी महिलांच्या विरोधात नाही, मी त्यांचा आदर करतो आणि मी त्यांना समान वागणूक देण्याच्या बाजूने आहे. "यत्र नार्यस्तु पूज्यन्ते, रमन्ते तत्र देवता" या विचारसरणीवर विश्वास ठेवणाऱ्या या देशाच्या भूमीवर अशा घटना अत्यंत खेदजनक आणि लज्जास्पद आहेत, आपण सर्वांनी मिळून त्याचा तीव्र शब्दात निषेध केला पाहिजे आणि अशा घटनांची पुनरावृत्ती रोखण्यासाठी सर्वतोपरी प्रयत्न केले पाहिजेत. यासाठी कठोर कायदे करावे लागले तरी प्रयत्न व्हायला हवेत.

सामूहिक बलात्कारासारख्या घृणास्पद घटना अजूनही थांबत नाहीत. हा आपल्या आई, बहीण, सून, मुलींवर घोर अन्याय असून आपल्या कपाळावर कलंक आहे. आपल्या सर्वांना हे अजिबात सहन होत नाही. आपण सर्वांनी जागे व्हावे, स्वतःच्या आत डोकावले पाहिजे. आता वेळ आली आहे की, प्रबळ इच्छाशक्ती दाखवून देशाची दशा आणि दिशा ठरवणारे आपले राजकारणी असे गुन्हे रोखण्यासाठी कठोर कायदे तर करतातच शिवाय त्यांची पूर्ण तत्परतेने अंमलबजावणीही करतात. जेणेकरून अशा घटनांना आळा बसेल.

स्त्री-पुरुष समानतेबाबत काही प्रमाणात जागरूकता निर्माण होत असली आणि स्त्रियांबाबत कायदे होत असले, तरी खरा प्रश्न मानसिकतेचा आहे. स्त्री आणि पुरुष सारखेच आहेत हे आपण मनाने स्वीकारायला हवे. कारण मानसिकता बदलली नाही, तर व्यवस्था बदलत नाही. गेल्या २५ वर्षांत स्त्रियांच्या हक्कांसाठी, त्यांच्या संरक्षणासाठी अनेक कायदे झाले. ते आवश्यकही होते. या कायद्यांनंतर पुरुष मुक्ती मंच, पत्नी पीडित पुरुष मंच आदी संघटनाही सुरू झाल्या आहेत. स्त्रियांबाबतच्या कायद्याचा काही प्रमाणांत त्यांचा गैरवापरही झाला, त्यामुळे काही पुरुषांवर अन्यायही झाला असेल. तरी स्त्रिया कधीच खोटे बोलणार नाही, असे म्हणणार नाही. मात्र, त्याचे नेमके प्रमाण किती आणि डांगोरा किती पिटला जातोय हेही तपासून घ्यायला हवे. त्याचा विचार व्हायला हवा. वास्तविक स्त्री-पुरुष समानतेची संकल्पनाच आपल्याकडे नाकारली गेलीय. हजारो वर्षांपासून. मात्र, त्याचे भान आपल्याला नाही.

पण समानतेच्या या उद्दिष्टात पूर्ण यश मिळवण्यासाठी आपल्यालाही स्वतःला बदलावे लागेल, स्वतःमध्ये पहावे लागेल, आत्मपरीक्षण करावे लागेल. आणि प्रत्येकाने, मग तो पुरुष असो वा स्त्री, सर्वांनी मिळून ठरवायचे आहे की आपण सर्वांनी आपल्या घरातील सर्व मुलांना, मग तो मुलगा असो वा मुलगी, सारखे संस्कार करू आणि मुलगा आणि मुलगी दोघेही सोबत दिसले पाहिजेत याची काळजी घेऊ. एक डोळा. दोन्हीसाठी, आपल्या मनात आणि मेंदूमध्ये समान निकष असले पाहिजेत. त्यांच्याकडे वेगवेगळ्या कोनातून पाहू नका. आपण

सर्वांनी आपल्या मुलांसाठी एक उत्तम उदाहरण म्हणून स्वतःला दाखवू या आणि मानवी गुण आणि मूल्यांसह कोणताही लिंगभेद न करता मुला-मुलींना समान रीतीने शिक्षण आणि पालनपोषण करू या.

आपल्या सर्वांना माहित आहे की आपल्याला एखादी समस्या सोडवायची असेल तर आपण त्याच्या मुळावरच प्रहार केला पाहिजे. फाशी देऊन ही भीषण समस्या मुळापासून दूर करू शकणार नाही. मला विचारायचे आहे की, बलात्कारासारख्या जघन्य गुन्ह्यात सहभागी असलेले आणि ज्यांच्यासाठी आज आपण फाशीची मागणी करत आहोत, त्यांची अशी अवस्था का झाली आहे..? जन्मापासून ते इतर मुलांप्रमाणेच असावेत. माझ्या समजुतीनुसार, आपल्या विस्कळीत कुटुंबांचा, तुटलेल्या नातेसंबंधांचा आणि ढासळत चाललेल्या मानवी मूल्यांच्या दीर्घकालीन परिणामाचा हा व्यापक परिणाम आहे, ज्यामुळे समाजात अशी मानसिकता निर्माण झाली आहे. आणि आज काळजी घेतली नाही तर भविष्यात ही परिस्थिती आणखी भयावह होऊ शकते.

आज पालकांकडे मुलांसाठी वेळ नाही, जी मूल्ये आपल्याला आपल्या पूर्वजांकडून मिळाली आहेत, ती आपण आपल्या मुलांपर्यंत पोचवू शकत नाही कारण आपण आपल्या जीवनाच्या धावपळीत व्यस्त आहोत. आमची मुले मोबाइल, टीव्ही, इंटरनेट, फेसबुक इत्यादी आणि इतर सर्व इच्छित आणि अवांछित इंटरनेट साइटवरून गुण आणि तोटे शिकत आहेत. असं म्हणतात की मुलाची पहिली गुरू ही त्याची आई असते. ही सर्व मुले स्त्रीनेच जन्माला घातलेली असावीत, स्त्री आणि पुरुष दोघांनी एकत्र कुटुंबात वाढवले असावे. लहान मुलापासून तरूण होण्याच्या या प्रक्रियेत आपण त्यांच्यात मानवी गुण आणि मूल्ये का रुजवली नाहीत...? किंवा आम्ही ही वाट सोडताना सुरुवातीपासूनच त्यांचे कान का वळवले नाहीत....? ज्या प्रकारचे संगोपन कुटुंबात आणि वातावरणात शाळा, कॉलेज, समाजात आढळते, त्याच माणसाला समाजही मिळतो आणि आता ती व्यक्ती स्वतःने मिळवलेल्या सद्गुणानुसार चांगली कामे किंवा दुष्कर्म करेल. आज आपल्या शाळा, महाविद्यालये चांगले डॉक्टर, अभियंते, अभिनेते, गायक, नर्तक घडवत आहेत पण ते चांगले माणूस घडवण्यात अपयशी ठरत आहेत. आपण

भौतिकवादात वर आहोत पण नैतिकतेत घसरत आहोत. शारीरिक विकासासोबतच मानवामध्ये नैतिक मूल्ये असणेही अत्यंत आवश्यक आहे. आज आपल्या पाठ्यपुस्तकांमधून आपले पूर्वज, नैतिक शिक्षण, मानवी मूल्ये आणि चारित्र्य घडवणारी पुस्तके कुठे गायब झाली आहेत...?

कडक कायदा करून अशा बदमाशांना फाशी द्या. घाण नक्कीच कमी होईल, इतरांनाही चांगला धडा मिळेल. पण तेच झालं की आम्ही सुंदर बाग लावली आणि त्यात काटे पेरत राहिलो, खत आणि पाणी देत राहिलो. जेव्हा तेच काटे वाढतात आणि आपल्याला टोचायला लागतात, तेव्हा ते नष्ट करण्याचे मार्ग शोधा. बागेची लागवड करताना आपल्या बागेत काटे नसून सुंदर रंगीबेरंगी सुवासिक फुलांच्या रोपांना स्थान मिळाले पाहिजे, हे आपण का लक्षात ठेवत नाही. चांगल्या शिक्षणाद्वारे ज्ञान, प्रेम, सौहार्द, बंधुता, देशभक्ती, दया, प्रेम, करुणा, सत्य, प्रामाणिकपणा, लहानांप्रती प्रेम, मोठ्यांचा आणि स्त्रियांचा आदर यासारख्या इतर सर्व मानवी गुणांना खत आणि पाणी देऊन, त्या वनस्पती. वाढले होते. जा. या काळात आपल्या बागेत तण सारखे तण आले तरी त्यांची वेळीच तण काढावी. परिपक्व होऊन, ही झाडे केवळ भारतालाच नव्हे तर संपूर्ण जगाला त्यांच्या गुणांच्या रूपात सुंदर सुगंधी फुलांचा सुगंध देतील. केवळ बलात्कारच नाही तर आज आपल्या समाजात प्रचलित असलेल्या इतर अनेक प्रकारच्या सामाजिक वाईट गोष्टी दूर करण्याचा हा एक चांगला आणि कायमचा मार्ग आहे असे मला वाटते..

म्हणूनच समानतेची संकल्पना अजूनही अनेकांना पटत नाही. मानसिकता बदलायला हवी, असे मी म्हणते ते यामुळेच. पुरुषांची मानसिकता तर बदलायला हवीच; परंतु त्याचबरोबर स्त्रियांची मानसिकताही बदलायला हवी. समाजव्यवस्था पुरुषसत्ताक असल्याने विचार करण्याची पद्धतही साचेबद्ध असते. या व्यवस्थेबद्दल स्त्रियांमध्येही समज-गैरसमज असतात. स्त्री बोलू लागते, शोषणाबद्दल व्यक्त होऊ लागते, टीका करू लागते, तेव्हा समाजाच्या प्रतिक्रिया कशा असतात? स्त्रियांवर अत्याचार झाले आहेत, होत आहेत.

त्यामुळे स्त्री-पुरुष समानतेबाबत बोलताना त्यांच्या बाजूने विचार होणे आवश्यकच आहे.

गोपाळ गणेश आगरकारांनी एक खूप चांगले वाक्य लिहून ठेवले आहे. सामाजिक परिवर्तन घडवून आणण्याचा समाजातील सर्वांत महत्त्वाचा घटक म्हणजे कुटुंब. या वाक्याचा उल्लेख मी अनेकदा भाषणांतून करीत असते. कुटुंब हे स्त्री आणि पुरुष मिळून तयार होत असते. त्यामुळे कुटुंबातील या दोघांचे नाते बळकट असायला हवे. या नात्यावरच कुटुंबाची उभारणी होत असते. म्हणूनच मानसिकता बदलण्याची सुरुवात कुटुंबापासून व्हायला हवी. आपल्याकडे अनेक नेतेमंडळी सभा-समारंभांमध्ये लांबलचक भाषणे देतात, स्त्री मुक्तीबद्दल बोलत असतात. मात्र, आपल्या स्वतःच्या घरात ते महिलांना चाकोरीबद्ध जीवनात अडकवून ठेवतात. त्यामुळे क्षेत्र कोणतेही असले, तरी सुरुवात कुटुंबापासून व्हायला हवी. घरातील स्त्रियांचा सन्मान व्हायला हवा. त्यांची हिंमत वाढविण्यासाठी प्रयत्न व्हायला हवेत. त्यासाठीची संवेदनशीलता पुरुषांत असायला हवी. स्त्री-पुरुष समानतेचा पाया कुटुंबात रोवला गेला, तर समाजाच्या सर्व स्तरांत तो पोहोचू शकेल.

आज बहुतांश स्त्रिया ज्या खूप चांगल्या पगाराची नोकरी करतात, त्यांना बाहेर मान-सन्मान आहे. परंतु घर, ऑफिस, मुलं हे सगळं सांभाळून हे करत असताना त्या आतून एका खूप मोठ्या मानसिक ताणाचा सामना करत असतात. बहुतेक वेळा त्यांनी स्वतःच स्वतःसाठी अनेक गोष्टी ठरवून दिलेल्या असतात आणि त्या स्वतःच्याच बंधनात त्या जगत असतात. नोकरी करणारी स्त्री खूप काही तरी 'ग्रेट' करते आणि गृहिणी फक्त घरीच असते हा एक खूप मोठा गैरसमज महिलांमध्येच मोठ्या प्रमाणात दिसतो. एखाद्या गृहिणीला, 'तुम्ही काय करता' असा प्रश्न केला, तर ती अगदी पटकन म्हणून जाते, 'काहीच नाही.. मी घरीच असते.' गृहिणी असणं हे इतकं सोपं कसं ठरवता येईल..? घरात राहूनही त्या खूप काही करत असतात, कदाचित नोकरी करणाऱ्या स्त्रियांपेक्षाही जास्त काम करत असतात. तेव्हा हा एक खूप मोठा नकारात्मक दृष्टिकोन महिलांच्याच मनात असतो. तो

त्यांनी बदलला पाहिजे. अशी अनेक उदाहरणं देता येतील. महिलांची विचारप्रक्रिया आणि त्यांची कृती यामध्ये असलेली ही एक खूप मोठी पोकळी आहे. खरं तर या सगळ्यांत स्वतःचे महत्त्व ओळखून महिलांनी नात्यांसकट आपल्या सगळ्या भूमिका आनंदानं जगल्या पाहिजेत. असं झालं, तर ती स्त्री इतर स्त्रियांनाही यातून सक्षम करू शकते. आजूबाजूच्या इतर स्त्रियांचा दृष्टिकोनही ती बदलू शकते. तुम्ही स्वीकारलेली जबाबदारी ही 'बाय चान्स आहे, की बाय चॉइस आहे,' हे आधी तुम्हाला ठरवता आलं पाहिजे. हे ठरवता आलं, तर पुढच्या अनेक मानसिक प्रक्रिया सुकर होतात.

कुटुंब हे स्त्री आणि पुरुष मिळून तयार होत असते. त्यामुळे कुटुंबातील या दोघांचे नाते बळकट असायला हवे. या नात्यावरच कुटुंबाची उभारणी होत असते. म्हणूनच मानसिकता बदलण्याची सुरुवात कुटुंबापासून व्हायला हवी. स्त्रियांची मानसिक क्षमता या दृष्टीने जर सक्षमीकरण या मुद्द्याचा विचार केला, तर एक गोष्ट अगदी जाणीवपूर्वक आपल्याला मान्य केली पाहिजे, की निसर्गानं स्त्री आणि पुरुष यांची रचना करताना, त्यांच्या मानसिक क्षमता वेगवेगळ्या ठेवल्या आहेत. दोघांमध्येही त्यांचं स्वरूप आणि प्रकार भिन्न आहे. असंच भावनिक क्षमतेच्या बाबतीतही म्हणता येईल, की तीदेखील भिन्न आहे. एका नव्या जिवाला जन्म देण्याची क्षमता स्त्रीमध्ये आहे, हे लक्षात घेऊनच तिची जडणघडण झालेली आहे. त्यामुळे यासाठी लागणाऱ्या भावनिक, मानसिक आणि शारीरिक क्षमता या तिच्यात पुरुषांपेक्षा वेगळ्या आहेत. याची जाणीव ठेवून त्याचा आदर केला पाहिजे. केवळ सर्व गोष्टी करता आल्या पाहिजेत किंवा त्या करून दाखवल्या पाहिजेत याचा अट्टाहास ठेवताना अशा काही गोष्टींची जाणीव ठेवली पाहिजे आणि त्यानुसार स्वतःला तयार केलं पाहिजे. मी हे करू शकत नाही.. मला हे जमत नाही... मी यासाठी समर्थ नाही, अशी समजूत करून घेण्यापूर्वी आपल्या या मर्यादांचा आणि नैसर्गिक जडणघडणीचा विचार जरूर केला पाहिजे. दुसरी आवश्यक गोष्ट आहे, ती म्हणजे छंद जोपासला पाहिजे किंवा सकारात्मक गोष्टी वाचल्या, ऐकल्या, पाहिल्या पाहिजेत. व्यायाम करताना, आपलं रोजचं काम

करताना चांगल्या काही टिप्स देणाऱ्या ऑडिओ क्लिप्स ऐकू शकतो, वाचू शकतो. ज्यामुळे सतत सकारात्मक विचारांमध्ये राहता येईल आणि निराशेपासून किंवा तशा विचारांपासून स्वतःला दूर ठेवता येईल.

नातेसंबंधांमध्ये महिलांचे मानसशास्त्र

जर तुम्ही मानसशास्त्र ऑनलाइन वाचले तर तुम्हाला समजेल की स्त्रियांचे विचार आणि त्यांचे वर्तन हे संपूर्ण वैज्ञानिक ज्ञान म्हणून पुरुषांसमोर मांडले जाते. समजून घेणे मानसिक पैलूसंबंधांमध्ये दीर्घकालीन सुसंवाद देते.

पुरुषांपेक्षा स्त्रियांना जास्त लक्ष देण्याची गरज असते. म्हणून, त्यांना भेटवस्तू घेणे आणि त्यांच्या पत्यातील प्रशंसा ऐकणे आवडते. मुलींना प्रामुख्याने ऐकण्याच्या मदतीने आवडते, त्यांच्यासाठी पुरुष आवाज, त्याचे स्वर आणि प्रियकराच्या ओठातून आवाज येणारे शब्द महत्वाचे आहेत.

महिला प्रतिनिधींच्या वर्तनात, ते अधिक वेळा भावनिक घटकाद्वारे मार्गदर्शन करतात. त्यांच्या काही कृती तार्किक स्पष्टीकरणाला विरोध करू शकतात. येथे नात्यात एक बारीक ओळ दिसते - स्त्री आणि तिच्या इच्छांना पूर्णपणे बळी पडणे किंवा आपली स्वतःची इच्छा आणि चारित्र्य दर्शविणे. एकीकडे, मुलींना हेपेक केलेले लोक आवडत नाहीत, दुसरीकडे, ते ऐकण्याची मागणी करतात आणि ते देखील विश्वास ठेवतात की सर्व परिस्थितीत ते बरोबर आहेत.

स्त्रिया अधिक वेळा त्यांच्या संरक्षकांमधील खालील गुणांची प्रशंसा करतात:

उच्च बौद्धिक पातळी;

हेतुपूर्णता;

खानदानी आणि प्रामाणिकपणा;

सुंदर स्मित, आनंददायी देखावा.

उच्च बुद्धिमत्ता ही पहिली गोष्ट आहे ज्याकडे महिला लक्ष देतात. बऱ्याचदा माणसाचे स्वरूप पार्श्वभूमीत फिकट होते. अलीकडील अभ्यासानुसार, उच्च बौद्धिक क्षमतामुळे मुलींकडे शारीरिकदृष्ट्या आकर्षित होतात.

मनाची उपस्थिती पुरुषाला स्त्रीबद्दलच्या स्वतःच्या भावना व्यक्त करण्यासाठी योग्य शब्द निवडण्यास सक्षम करते. मर्यादित शब्दकोशमहिलांना दूर करते.

आपल्या ध्येयासाठी प्रयत्न करणे आणि चिकाटी हे वास्तविक म्हणून प्रकट होते मर्दानी गुण. जर माणसाला त्याच्या योजनांची अंमलबजावणी कशी करायची हे माहित असेल तर जिंकणे कठीण होणार नाही महिला हृदय.

एखाद्या महिलेचे ऐकण्याची आणि तिच्याशी सहानुभूती दाखवण्याची क्षमता देखील भविष्यातील नातेसंबंध निर्माण करण्यात सकारात्मक भूमिका बजावेल. मुली विशेषत: विश्वासार्हता आणि त्यांच्या बॉयफ्रेंडमध्ये युनियनच्या सदस्याचा आदर करतात.

महिला संप्रेषणाचे मानसशास्त्र

भागीदारांची भावी जवळीक भावनिक संपर्क प्रस्थापित करण्यावर अवलंबून असते. जर एखाद्या पुरुषाला स्त्रीचे मन जिंकायचे असेल तर आपल्याला अशी भावना निर्माण करणे आवश्यक आहे की संवादक एकमेकांना एका दिवसापेक्षा जास्त काळ ओळखतात, त्यात बरेच साम्य आहे, एकमेकांच्या सवयी जाणून घ्या.

पहिल्या काही बैठकांनंतर, थोड्या काळासाठी संप्रेषणात व्यत्यय आणण्याचा सल्ला दिला जातो आणि नंतर तो आणखी मोठ्या स्वारस्याने पुन्हा सुरू करा. तारखांवर, एखाद्या मुलीची प्रशंसा करणे, शोधणे उचित आहे सकारात्मक बाजूतिच्या स्वभावात, थोडे इश्कबाज करणे.

स्त्री प्रतिनिधीसाठी, हे समजून घेणे महत्त्वाचे आहे की पुरुष केवळ मैत्रीपूर्ण संवादच चालू ठेवू इच्छित नाही तर तिला भावी जीवन साथीदार मानतो. मुलीच्या आवाजात वैयक्तिक वाक्ये हायलाइट करण्याची शिफारस केली जाते. परंतु त्यांच्या आधारावर, आपण पुढील संभाषण तयार करू शकता. यामुळे आध्यात्मिक जवळीक, समज आणि आदराची भावना निर्माण होते. माणूस जे बोलले जाते ते ऐकण्याची आणि ऐकण्याची क्षमता प्रदर्शित करतो. अशा क्षणांची मादी बाजूने खूप कदर केली जाते. जोडीदाराला स्वतःबद्दल सांगणे केवळ भावनिक

संबंध मजबूत करेल.

महिला वर्तनाचे मानसशास्त्र

बहुतेक भागांसाठी, महिला प्रतिनिधींच्या कृती भावनांद्वारे नियंत्रित केल्या जातात. अनेकदा निर्णय त्वरित घेतले जातात, मुली स्वतः ला विचार करण्यासाठी वेळ सोडत नाहीत. हे विशेषतः खरेदी प्रक्रियेत स्पष्टपणे पाहिले जाऊ शकते. उत्स्फूर्त खरेदीसाठी एक जागा आहे, निर्णय नेहमीच तर्कसंगत नसतात. स्त्रिया नियोजन टाळतात, ते मोजमापाने जगू शकत नाहीत, ज्याचा त्यांना अनेकदा पश्चात्ताप होतो.

तसेच प्रतिनिधी महिला जगत्यांना त्यांच्या भावना सावरता येत नाहीत. जर त्यांना एखादी गोष्ट आवडत नसेल तर ते निश्चितपणे त्यांची वृत्ती इतरांना दाखवतील. पैशाच्या बाबतीत वर्तन उधळपट्टीतून प्रकट होते. एकीकडे, स्त्रिया काळजीपूर्वक कौटुंबिक अर्थसंकल्पाचे नियोजन करण्याचा प्रयत्न करतात, तर दुसरीकडे, थोड्याशा संधीवर ते स्वतः ला कमकुवत करतात.

स्त्रीचे नैसर्गिक नशीब तिच्या मातृत्वाच्या क्षमतेची जाणीव असल्याने, तिचे वर्तन काळजीद्वारे वैशिष्ट्यीकृत आहे. ते केवळ स्वतःसाठीच नव्हे तर इतर लोकांसाठी, विशेषतः त्यांच्या जवळच्या लोकांसाठी देखील जगण्याचा प्रयत्न करतात.

असे घडते की मुलांच्या किंवा पालकांच्या कल्याणासाठी मुली त्यांच्या वैयक्तिक जीवनाचा किंवा शिक्षणाचा त्याग करतात. महिला प्रतिनिधी पतींना सोडू शकत नाहीत जे कठीण परिस्थितीत आहेत. जीवन परिस्थिती. या परोपकारी कृती आहेत, कारण एक स्त्री तिला वेळ आणि शक्ती देते आणि त्या बदल्यात काहीही आवश्यक नसते. नर आणि मादी केवळ शरीरविज्ञानातच नाही तर त्यांच्या मानसशास्त्रात, जगाबद्दलच्या त्यांच्या आकलनात, समान उत्तेजनांवरील त्यांच्या प्रतिक्रियांमध्येही भिन्न आहेत. स्त्रियांसाठी पुरुषांइतकेच अवघड आहे, कारण एकमेकांच्या काही विशिष्ट वैशिष्ट्यांबद्दलचे अज्ञान हे संघर्ष आणि भांडणांना उत्तेजन देते.

तर, पुरुषांसाठी महिला मानसशास्त्राबद्दल थोडेसे प्रथम, स्त्रिया भावनिक पुरुषांना प्राधान्य देतात. जेव्हा एखादा पुरुष त्याचे दुःख,

अनुभव, भावना सामायिक करतो तेव्हा स्त्री लिंग आवडते. जोडीदाराची भावनिक बाजू स्त्रीसाठी खूप महत्त्वाची असते. जर एखाद्या स्त्रीने पाहिले की पुरुष रागावलेला किंवा दुःखी आहे, तर तिला हे वागणूक विश्वास म्हणून समजते. तिचा असा विश्वास आहे की जर एखाद्या पुरुषाने तिला त्याची वृत्ती दाखवली तर तो तिच्याशी गंभीर हेतूने वागतो. भावना नकारात्मक असल्या तरी, पुरुष जेव्हा त्यांना दाखवतो तेव्हा स्त्रीला अधिक आनंद होतो.

तिसऱ्यांदा , महिला मानसशास्त्रात पुरुष मानसशास्त्रापेक्षा आणखी एक फरक आहे - स्वतः ची काळजी आणि सौंदर्य. सौंदर्य हे स्त्रीसाठी आरोग्याचा समानार्थी शब्द आहे. स्त्रीच्या आयुष्यात सौंदर्याला महत्त्वाचं, अगदी मध्यवर्ती स्थान आहे. त्यांना स्वतःची काळजी घेणे आवडते आणि ते पुरुषांपेक्षा ते अधिक काळजीपूर्वक करतात. सहज पातळीवर, एक जाणीव आहे की सौंदर्य आणि आरोग्य माणसाला आकर्षित करण्याची आणि संतती वाढवण्याची शक्यता वाढवू शकते.

चौथा , स्त्री मानसशास्त्राला भांडणे आणि संघर्षानंतर शांत होण्यासाठी अधिक वेळ लागतो. ही वस्तुस्थिती या वस्तुस्थितीद्वारे स्पष्ट केली जाते की स्त्री पुरुषापेक्षा अधिक भावनिक असते. तिची मज्जासंस्था उत्तेजित होण्यासाठी सर्वात संवेदनशील आणि अधिक प्रतिसाद देणारी आहे, म्हणूनच संघर्ष संपला तरीही, स्त्रीची मज्जासंस्था अजूनही उत्तेजित असते आणि मेंदूला सिग्नल पाठवते की संघर्ष चालू आहे. अशा प्रकारे, अद्याप शांत न झाल्याच्या आधारावर, पुढील स्तरावरील संघर्ष अनेकदा उद्भवू शकतात. मज्जासंस्थामहिला त्यात आहे महान महत्वसंबंध निर्माण करताना. दोन्ही भागीदारांची इच्छा असल्यास उबदार संबंधभांडणे आणि संघर्षाशिवाय, एकमेकांकडून स्पष्ट छाप पाडणे आणि जगणे लांब वर्षेएकत्र समजून, मग दोघांनाही एकमेकांचे मानसशास्त्र माहित असणे आवश्यक आहे. स्त्रीचे मानसशास्त्र पुरुषासाठी नेहमीच अनाकलनीय असते, जरी खरं तर, आधीच खूप अभ्यास केला गेला आहे आणि स्त्रीला समजून घेण्यात आणि तिला आनंदित करण्यात काहीही अवघड नाही.

पुरुषांच्या संबंधात स्त्रियांनाही हेच लागू होते. वर्तन आणि चारित्र्याचे मूलभूत गुणधर्म जाणून घेतल्यास, आपण सहजपणे एकमेकांशी संवाद साधू शकता आणि गंभीर संघर्ष टाळू शकता. तांडव ऐकू नका आणि घाबरू नका की ती नाखूष आहे. महिला मानसशास्त्र काय आहे? मुलींचे मानसशास्त्र कसे समजून घ्यावे?

महिला वेगळ्या आहेत, ते पूर्णपणे वेगळे आहे. त्यांना तुमच्या प्रेमाचा पुरावा सतत हवा असतो. तिच्या मानसशास्त्राचा शोध घेणे चांगले आहे आणि ते बदलण्याचा प्रयत्न करू नका. आता मी तुम्हाला स्त्रियांच्या वागणुकीबद्दल सांगेन.

1. पुरुषांसाठी महिला मानसशास्त्र:
2. महिला भावनिक असतात.
3. महिलांना लक्ष देणे आवश्यक आहे.

त्यात फारसे कधीच नसते. तुम्ही कितीही दिले तरी ते पुरेसे होणार नाही. प्रत्येक स्त्रीचे लक्ष वेधण्याचे स्वरूप वेगळे असते. पण प्रशंसा, कदाचित, सार्वत्रिक आहेत. तुमची स्त्री टॉप मॉडेल किंवा डंपलिंगसारखी दिसली तरी काही फरक पडत नाही, तरीही ती एक सुंदरी आहे हे सांगण्याची गरज आहे! जर एखादी स्त्री हुशार असेल तर ती सुंदर आहे असे म्हणा. जर ते सुंदर असेल तर ते स्मार्ट आहे. जर तुम्हाला काय बोलावे हे माहित नसेल तर म्हणा की महिलेचे वजन कमी झाले आहे.

1) महिलांना सेक्स आवडते.

मला माहित आहे की त्यांच्यापैकी बहुतेक जण ओरडतात की त्यांना नातेसंबंध, भावना आणि सुसंवाद आवश्यक आहे. आणि सेक्स फक्त आहे दुष्परिणामकुटुंबाकडून. तुमचा माझ्यावर आत्ता विश्वास नसेल तर नवल. पण अशा गोष्टींना बळी पडणाऱ्या मृग-मुलींना ते हे सगळं सांगतात. स्त्रिया त्यांची प्रतिष्ठा खराब होऊ नये म्हणून उत्कट सेक्सची इच्छा लपवतात, एवढेच.

2) महिलांना सतत काहीतरी हवे असते.

एक स्त्री तिच्या प्रिय माणसाला देवासारखे वागवते - ती मूर्ती बनवते आणि सतत काहीतरी मागते. शेल्फला खिळा, फर्निचरची पुनर्रचना करण्यास मदत करा, थायलंडला जा. तिच्याकडे कपडे असल्यास - अधिक कपडे खरेदी करा. ती नवीन आणि नवीन घेऊन येईल, अशा प्रकारे तुमच्याकडून तुमच्या भावनांचा पुरावा मिळेल. म्हणून जर तुमच्याकडे ध्येये नसतील तर एक स्त्री मिळवा आणि तुमच्याकडे ध्येये असतील.

3) स्त्रियांना तर्क नसतो.

स्त्रीला समजून घेण्याचा प्रयत्न करू नका. ती कोण आहे यासाठी तिला स्वीकारा. ते सोपे आहे. कारण-आणि-परिणाम संबंधांचे तर्कशास्त्र आणि समज ते पूर्णपणे अनुपस्थित आहेत. महिला भावनिक प्राणी आहेत. तथ्यांच्या आधारे तुम्ही तुमचा निर्णय तिला तुमच्या आवडीनुसार समजावून सांगाल, परंतु ती भावना आणि अंतर्ज्ञान पाळेल.

4) स्त्रीला प्रेमाची गरज असते.

महिलांना समजून घेण्याची गरज नाही. त्यांच्यावर प्रेम करणे आवश्यक आहे. पुरुषांना हे समजत नाही की स्त्रीसाठी तो फक्त तिथे असणे किती महत्त्वाचे आहे. मुलींना अनेकदा असुरक्षित, एकटेपणा, नकोसा वाटतो. आणि बहुतेकदा त्यांना सुपरमॅन किंवा लक्षाधीश नसून फक्त एखाद्या प्रिय व्यक्तीची आवश्यकता असते. जेव्हा एखाद्या स्त्रीवर प्रेम केले जाते तेव्हा ती फुलते आणि सुगंधित होते.

5) स्त्रीला पुरुषाची गरज असते.

ते सर्वात महत्त्वाचे आहे.बहुतेक पुरुषांच्या वर्तनासाठी आधुनिक मुलीकिमान म्हणायला विचित्र वाटते. ते त्यांच्या दावेदारांची अत्यंत मागणी करतातः त्यांना सतत आश्चर्यचकित व्हायचे असते आणि डोळ्यात भरणारा भेटवस्तू देतात. या सर्वांसह, मुली घरातील कामे करण्यास विशेषतः उत्सुक नसतातः स्वयंपाक करणे, अपार्टमेंट साफ करणे किंवा कपडे धुणे. असे का होते?

समजून घेण्याची सर्वात महत्त्वाची गोष्ट म्हणजे जवळजवळ सर्व मुलींना हे माहित आहे की पुरुषांना कसे हाताळायचे आणि त्यांना पाहिजे

असलेले सर्वकाही कसे मिळवायचे. त्यांना लक्ष केंद्रीत व्हायला, प्रशंसा ऐकायला आवडते, त्यांची काळजी घेण्याची आणि त्यांच्या सर्व इच्छा पूर्ण करण्याची त्यांना सवय असते. नवीन कंपनीमध्ये स्वतःला शोधून, मुली लगेच अपवाद न करता सर्व पुरुषांचे डोळे आकर्षित करण्याचा प्रयत्न करतात. टाकोवा वेगळे वैशिष्ट्यस्त्रियांचे मानसशास्त्र, म्हणजे मोहकपणा. त्याचे ध्येय प्रत्येकास स्वारस्य आहे आणि त्यानंतरच निवडा एकूण संख्या"पीडित", त्यांना तपासणे आणि स्वतःसाठी बोनस नॉकआउट करणे ...

जर तुम्हाला मुलगी खरोखरच आवडली असेल तर, तिच्या पाया पडण्याची घाई करू नका आणि तिच्या हसण्यासाठी पर्वत हलवण्याचे वचन देऊ नका. तटस्थपणे वागण्याचा प्रयत्न करा, जसे की तुमचे जीवन एक अद्भुत आहे आणि विरुद्ध लिंगाकडून लक्ष देण्याची कमतरता नाही. तथापि, एखाद्याने अज्ञानाने वाहून जाऊ नये, कोणालाही शांत आणि हळवे लोक आवडत नाहीत.

स्त्रीचे स्वरूप आणि त्याची वैशिष्ट्ये

स्त्री आणि पुरुष वर्ण एकमेकांपासून खूप भिन्न आहेत, अशा प्रकारे ते एकमेकांना पूरक आहेत. स्त्रिया मऊपणा, संयम, सावधगिरीने दर्शविले जातात आणि इतरांबद्दल आक्रमकतेचे प्रकटीकरण शक्य आहे जेव्हा तिला दुःखी किंवा कसे तरी वंचित, नाराज वाटते. पुरुष, उलटपक्षी, जोखीम आणि स्पर्धा आवडतात, सतत इतरांपेक्षा त्यांची श्रेष्ठता दर्शविण्याचा प्रयत्न करतात, त्यांची बुद्धिमत्ता, ज्ञान आणि सामर्थ्य प्रदर्शित करतात. अडथळ्यांचा सामना करून, ते मागे हटत नाहीत, परंतु विशेष आवेशाने आणि दबावाने ते त्यावर मात करण्यासाठी आणि त्यांचे ध्येय साध्य करण्याचा प्रयत्न करतात.

पुरुष आणि स्त्रिया वेगळ्या पद्धतीने वागतात तणावपूर्ण परिस्थिती. जेव्हा एखादी स्त्री काळजीत असते तेव्हा ती त्वरित हरवली जाते आणि पुढे काय करावे हे तिला कळत नाही. परंतु पुरुषांमध्ये, या प्रकरणात, उलटपक्षी, निरीक्षण अनेक वेळा वर्धित केले जाते.

अभिव्यक्ती: एक स्त्री तिच्या कानांवर प्रेम करते शुद्ध सत्य. ते तुमच्या शब्दांकडे सर्वात जास्त लक्ष देतात. मुलींमध्ये माहितीच्या

आकलनाचा वेग मुलांपेक्षा जास्त असतो. ते अधिक लक्षात ठेवतात, आणि अगदी लहान तपशीलात, आणि त्यांना लक्षात ठेवलेल्या प्रत्येक गोष्टीची अचूक माहिती देतात. म्हणून, अधिक वाचा आणि मनोरंजक बातम्या शोधण्याचा प्रयत्न करा, हे तुम्हाला अधिक हुशार आणि स्त्रियांसाठी अधिक मनोरंजक बनवेल. ते सोबत विशेष लक्षतुम्ही त्यांच्याबद्दल बोलल्यास ते तुमचे ऐकतील. नक्कीच, मुलीला आपल्याबरोबर गोष्टी कशा आहेत याबद्दल देखील स्वारस्य आहे, हे स्त्री मानसशास्त्राचे आणखी एक वैशिष्ट्य आहे. प्रथम तिच्या स्वयंपाक कौशल्याची प्रशंसा करण्याचा प्रयत्न करा किंवा आज तुमची मैत्रीण किती सुंदर दिसते हे सांगा आणि त्यानंतरच तुमच्या घडामोडी आणि भविष्यासाठीच्या योजनांबद्दल बोला.

स्त्री अंतर्ज्ञानाचे रहस्य

प्रसिद्ध महिला अंतर्ज्ञान काय आहे? प्रथम, कोणत्याही परिस्थितीत, मुली क्षुल्लक गोष्टींकडे अधिक लक्ष देतात, तर मुलांना क्षुल्लक गोष्टी अजिबात लक्षात येत नाहीत, परंतु प्रत्येक गोष्टीकडे सामान्यीकरण केल्यासारखे पहा. कधीकधी हे मुलीला काय घडत आहे याचे पुरेसे मूल्यांकन करण्यापासून प्रतिबंधित करते, परंतु प्रसिद्ध स्त्री अंतर्ज्ञान यावर आधारित आहे. तीच मुलीला सांगेल की माणूस गप्प असताना किंवा त्याच्या प्रियकराला फसवण्याचा प्रयत्न करत असतानाही, सर्व प्रकारचे हास्यास्पद सबब समोर येत असतानाही नेमके काय घडत आहे. देहबोली, हावभाव, स्वर - हे सर्व त्वरीत कोणत्याही मुलीला तुमचे अप्रामाणिक हेतू किंवा छुपे हेतू देईल. एक दुर्मिळ मुलगी तुम्हाला कबूल करते की ती तुमच्याद्वारेच पाहते, तुम्हाला गमावण्याची किंवा नष्ट करण्याची भीती वाटते. मजबूत संबंध, जे सहसा त्या व्यक्तीला त्याच्या अभिनय प्रतिभेवर एक भ्रामक आत्मविश्वास देते. बरं, याचा परिणाम म्हणून, मुलींना अचानक अशी गरज भासल्यास मुलींना सहसा फसवणूक करण्यास व्यवस्थापित करतात.

1. भावनिकता

मुलींना जास्त भावनिक होणे आणि मूड बदलणे यापेक्षा जास्त काहीही मुलांना चिडवत नाही. आज मुलगी कशी असेल: मऊ किंवा उग्र, यावर अवलंबून आहे विविध परिस्थितीआणि तिच्या आजूबाजूचे लोक. काम, कुटुंब, घर, प्रिय व्यक्तींशी असलेले नाते यांचा थेट परिणाम मुलीच्या मनःस्थितीवर होतो. म्हणूनच एखाद्या रागावलेल्या मुलीच्या जवळ न जाणे चांगले आहे, परंतु आपण एखाद्या प्रियकराला मिठी मारून त्याची काळजी घेऊ शकता, कारण अशा काळात ते पूर्णपणे निरुपद्रवी असतात. अत्यधिक भावनिकता स्त्रियांना कल्पनारम्य बनवते, अनुमान लावते, मत्सर करते आणि हे सर्व जवळजवळ विनाकारण. शिवाय, ते पुरुष आणि स्त्रिया स्वतः साठी अशा गोष्टी शोधण्यास सक्षम आहेत दुःस्वप्नस्वप्न पाहू नका. पण याचेही फायदे आहेत. अशी संवेदनशीलता आणि वातावरण आणि परिस्थितीनुसार मूडमध्ये तीव्र बदल स्त्रियांना जीवनातील कोणत्याही बदलांशी पूर्णपणे जुळवून घेण्यास अनुमती देतात.

2. इतरांशी संबंध

मुली इतरांशी मैत्रीपूर्ण आणि सकारात्मक संबंध प्रस्थापित करण्यासाठी खूप लक्ष देतात. त्यांच्यासाठी प्रतिष्ठा ही सर्वात महत्त्वाची गोष्ट आहे. ते त्यांच्या सभोवतालच्या लोकांना उत्कटतेने अनुभवतात आणि अगदी किरकोळ बदल देखील दुर्लक्षित केले जाऊ शकत नाहीत. स्त्रीलिंगी देखावातो माणूस सोडून देत असताना. म्हणूनच मुलींसाठी हे इतके महत्त्वाचे आहे की तिचे इतरांशी संबंध चांगले विकसित होतात, तिला योग्यरित्या समजले जाते आणि त्यांचे कौतुक केले जाते. तिचे विचार व्यक्त करताना, ती प्रत्येक गोष्ट अचूकपणे स्पष्ट करण्यासाठी अनेक अभिव्यक्ती आणि शब्द वापरते. बरं, तिच्या शेजारचा माणूस किती यशस्वी आणि आकर्षक आहे हे मुलीसाठी अत्यंत महत्त्वाचे आहे.

3. नैसर्गिकता

मुलांसाठी ते खूप सोपे आहे. ते क्वचितच त्यांचे लपवतात खरा चेहरा. ते पूर्णपणे प्रत्येक गोष्टीत नैसर्गिकरित्या वागतात: बोलण्याची पद्धत, हावभाव आणि भावना. या क्षणी कोणीतरी त्यांच्याकडे पाहू शकेल असे त्यांना वाटत नाही.

मुलींसाठी, हे अगदी उलट आहे. ते घरी असताना, पूर्णपणे एकटे असतानाही, ते रेड कार्पेटवर असल्यासारखे वागतात आणि संपूर्ण जग त्यांच्याकडे पाहत आहे. शक्य तितक्या चांगल्या प्रकाशात इतरांसमोर येण्याची इच्छा बाळगून, ते त्यांची नैसर्गिकता लपवण्याचा सर्वतोपरी प्रयत्न करतात. त्यामुळे मुलींचे वागणे हाच मुळात जनतेचा खेळ आहे, त्यामुळे थोडे खोटे बोलणे आणि थोडे शोधणे याकडे त्यांचा कल असतो.

चांगली प्रतिष्ठा असलेली, मुलगी केवळ बार कमी करण्याचाच नाही तर त्यास मागे टाकण्याचा प्रयत्न करते. या अनैसर्गिकतेच्या लालसेमध्येच दुर्बल लिंगाचे सर्व रहस्य आणि रहस्य दडलेले आहे. नेहमी आनंदी आणि आनंदी दिसण्यासाठी ते मेकअपसह त्यांचे सर्वोत्तम दिसण्याचा प्रयत्न करतात, त्यांचे रहस्य आणि अपयश लपवतात. फक्त मुलींनी इतर लोकांची गुपिते लपवायला शिकले नाही, त्यांच्यासाठी हे अवघड आहे, जे इतर लोकांची रहस्ये सांगण्यास फारच नाखूष असलेल्या मुलांबद्दल सांगितले जाऊ शकत नाही.

4. स्पर्शीपणा

मुली, अर्थातच, मुलांपेक्षा जास्त वेळा नाराज होतात. आणि जरी गुन्हा निघून गेला असला तरीही, मुलीला बहुधा तिला वेदना का झाल्या याचे कारण दीर्घकाळ लक्षात राहील. असे वैशिष्ट्य स्त्री पात्रमांजरींशी त्यांची तुलना करण्याची कारणे देतात, जे त्यांना दिलेल्या वेदना देखील क्वचितच विसरतात.

महिलांसाठी प्रेम आणि त्याचा अर्थ

बर्‍याच मुलींना मुलांवर प्रेम वाटते कारण त्यांना बदला वाटतो. मुली अध्यात्मिक संबंधांना विशेष महत्त्व देतात, हाच घटक त्यांनी स्वतःसाठी जोडीदार निवडताना प्रथम स्थानावर ठेवला आहे. एखाद्या मुलीसाठी शारीरिक जवळीक साधण्यासाठी, तिला या मुलावर प्रेम आहे की नाही हे समजून घेणे आवश्यक आहे. परंतु सशक्त लिंगासाठी, उलट सत्य आहे, शेवटी तो त्याच्या निवडलेल्याच्या प्रेमात आहे की नाही हे समजून घेण्यासाठी, एखाद्या पुरुषाला सहसा तिच्याशी घनिष्ठ नातेसंबंध जोडणे आवश्यक असते.

आणखी एक हॉलमार्कस्त्री वर्ण स्थिरता आहे. तिने काय केले हे मुलीला माहित असणे आवश्यक आहे योग्य निवडकी तिचा प्रियकर शेवटपर्यंत तिच्यासोबत असेल आणि तुम्हाला कधीही निराश करणार नाही. तिच्या निवडलेल्या व्यक्तीकडून, प्रत्येक मुलीला जीवनासाठी अमर्याद प्रेम आणि निष्ठा अपेक्षित असते. आणि आपण याबद्दल काहीही करू शकत नाही, हे फक्त स्त्री मानसशास्त्र कार्य करते. त्यांना खात्री करून घ्यायचे आहे की त्यांचा मुलगा फक्त त्यांचाच आहे आणि म्हणूनच तो इतर मुलींच्या मागे फिरण्याचा अधिकार आपोआप गमावून बसतो.

हे अर्थातच मर्दानी तत्वाचा विरोधाभास आहे, कारण अगदी आदिम काळापासून, जगण्यासाठी पुरुषांना सुपिकता करावी लागली. सर्वात मोठी संख्यामहिला परंतु स्त्रिया त्यांच्या संयुक्त मुलांचे संरक्षण, पोषण आणि वाढवण्यास मदत करणारा एकमेव शोधत आहेत. म्हणूनच, आधीच विवाहित स्त्री असल्याने आणि तिचा माणूस जवळून जाणाऱ्या सुंदरांकडे कसे पाहतो हे पाहून, स्त्रीला तीव्र मत्सर वाटू लागतो आणि तिला कोणत्याही क्षणी सोडले जाईल अशी भीती वाटू लागते. म्हणून, जेव्हा आपण पुन्हा एकदा आपल्या मैत्रिणीकडून ऐकले तेव्हा आपण नाराज आणि रागावू नये: "तुम्ही कशाबद्दल विचार करत आहात?". हा प्रश्न तुम्हाला वाटतो तितका मूर्खपणाचा नाही. मुली स्वभावाने खूप अवलंबून असतात आणि त्यांच्यासाठी हे जाणून घेणे महत्त्वाचे आहे की ती ज्या व्यक्तीवर अवलंबून आहे ती व्यक्ती तिच्यावर असीम प्रेम करते आणि नक्कीच तिला सोडणार नाही.

मुली वेगळ्या असतात. ज्यांच्याबद्दल त्यांना शंभर टक्के खात्री आहे त्यांच्याशीच ते सौम्य आणि प्रेमळ असू शकतात. परंतु जर तुमच्या नात्यात असभ्यता आणि कठोरपणा असेल तर हे सूचित करते की मुलगी अद्याप तिच्या निवडीबद्दल पूर्णपणे खात्री बाळगत नाही, तिला तुमच्यावर पूर्ण विश्वास नाही आणि कदाचित तरीही शंका आहे. बनावट करणे एक चांगला संबंध, मुलीला जे ऐकायचे आहे ते तुम्ही वारंवार सांगावे: "माझे तुझ्यावर प्रेम आहे! तू माझा एकमेव आहेस!"

९

स्त्री-पुरुष समानता

भारत प्राचीन काळापासून एक पुरुष प्रधान देश आहे असे समजले जाते. आपल्या देशात स्त्रीला देवी म्हणून पुजले जाते पण कितीही झाले तरी सामान हक्क आहेत असे म्हणता येणार नाही. पुरुष आणि स्त्री समान आहेत हे मात्र खरं आहे. फक्त हे समजत रुजवण्याची चळवळ स्त्रियांना करावी लागते.

आजचा जगात स्त्री शिक्षण घेत आहे, पुरशांसोबत खांदा मूळवून पुढे जात आहेत, घरातून बाहेर पडून कमावत आहे. स्त्री ला तेवढेच स्वतंत्र आहे जेवढे पुरुषाला आहे.

सर्व क्षेत्रात आज महिला आढळून येतात. सैन्य असो व विज्ञान, महिला प्रत्येक क्षेत्रात पुरुषांबरोबर काम करत आहे. ह्या विचारात थोडी कसर समाजात आढळून येते, ती नक्की पूर्ण होईल आणि समाज खरंच म्हणू शकेल कि स्त्री पुरुष समान आहेत. पुरूषांच्या बरोबरीने स्त्रियांना जीवनाच्या सर्व क्षेत्रांत व्यक्तिमत्त्व विकासाची समान संधी म्हणजे स्त्री – पुरुष समानता होय. पुरुषाला जशी सुखदुः ख आहेत तशीच स्त्रिला सुद्धा आहेत, याची जाणीव स्त्री-पुरुषांत जागृत करणे म्हणजे स्त्री – पुरूष समानता.

काही सहस्त्र वर्षापासून विशेषता मनुस्मृतीच्या काळापासून स्त्रियांवर अनेक बंधने आली होती. ' न स्त्री स्वातंत्र्यम् अहति' ही मनुस्मृति स्त्रीच्या तोंडावर सतत फेकली जात असे. चूल आणि मुल

हेच तिचे कार्यक्षेत्र ठरवून तिला चार भिंतींच्या आत अडकवले गेले होते. दुबळी, अबला, अशी तिची टेहळणी केली जात असे, तर काही ठिकाणी गृहदेवता, स्वामिनी कोणत्या शब्दातील बंधनात टाकले जात असे. दागिन्यांनी मढलेली अर्धांगी कुणी आपल्या प्रतिष्ठेचे प्रतीक मानत असे. पुन्हा ती आपल्या पायाची दासी वाटे.

गेल्या शतकात अनेकांच्या प्रयत्नातून स्त्री थोडी बंधनातून बाहेर पडत आहे. शिक्षणाची दारे खुली झाल्यावर तिने आपल्या प्रगतीचा वेग वाढला आहे. मानवी जीवनातील कोणते क्षेत्र तिला आता नवे राहिलेले नाही. पुरुषाच्या बरोबरीने ती प्रत्येक क्षेत्रात अगदी रणांगणावर ही आपली कर्तबगारी गाजवत आहे. आजही स्त्री मुक्त आहे, असे म्हणता येईल का ?

स्त्रीमुक्तीच्या या प्रश्नाचा विचार करताना दोन वेगवेगळ्या पातळीवर हा विचार केला पाहिजे. शहरी स्त्री आणि ग्रामीण पातळीवरील स्त्री. स्त्रियांनी ज्ञानार्जन केल्यावर त्या शिक्षिका झाल्या, प्राध्यापक, प्राचार्य, डॉक्टर, इंजिनीयर, वकील, न्यायाधीश, संशोधक, वाहन चालक, अधिकारी, मंत्री, पंतप्रधान, राष्ट्रप्रमुख ही झाल्या, पण अशी ही कामगिरी करणाऱ्या स्त्रिया मूठ भरच. बाकीच्या सर्वसामान्य स्त्रियांचे प्रश्न सुटतात का ? खरोखर ती मुक्त झाली आहे का ?

स्त्री-पुरुषांना जीवनाच्या सर्व क्षेत्रांत समान हक्क आणि अधिकार मिळणे, समान वागणूक आणि समान संधी मिळणे असाही समानतेचा अर्थ होतो. सामाजिक, आर्थिक, शैक्षणिक क्षेत्रात पुरुषांच्या बरोबरीने स्त्रियांना विकासाच्या सर्व संधी समानतेत समाविष्ट आहेत. स्त्री-पुरुष समानतेसाठी घरातील दोघांनीही पुढाकार घेणे आवश्यक असून त्याची सुरुवात घरापासून करावयाची असते व केवळ पुरुषांना विरोध केल्याने ही समानता होणार नसून त्यासाठी महिलांनीही जबाबदारी ओळखली पाहिजे. मुलामुलींमध्ये भेद न करता समान वागणूक दिली तरच स्त्री-पुरुष समानता खऱ्या अर्थाने होईल, गेल्या शतकात अनेकांच्या प्रयत्नातून स्त्री थोडी बंधनातून बाहेर पडत आहे. शिक्षणाची दारे खुली झाल्यावर तिने आपल्या प्रगतीचा वेग वाढला आहे. स्त्री - पुरुष संबंध आणि सहकार्याबाबत आपल्याकडे अनेक गैरसमज आहेत . त्यांतून

अधिक चुकीच्या गोष्टी जन्माला आल्या आहेत . स्त्री - पुरुष समानता , स्त्रीवाद आणि पुरुषांचं होणारं शोषण या तीन गोष्टींविषयी या लेखात आपण विचार करूयात . तिसरा मुद्दा वाचून अनेकांना हसूही येईल पण तो आहे आणि त्याविषयी अनेक पुरुषांच्या संघटना काम करत आहेत . त्याविषयी नंतर . आधी काही गोष्टी आपण स्पष्टपणे बोलूयात . या तिन्ही प्रकारच्या विषयांमागे स्त्री पुरुष हे स्त्री - पुरुष आहेत , त्यांना माणूस म्हणून किंवा व्यक्ती म्हणून निर्लिंगी पद्धतीनं वागवलं जात नाही हा खरा प्रश्न आहे .

"स्त्री आणि पुरुष संसाराची दोन चाके आहेत" असे म्हटले जाते. याचे एक जरी चाक खराब असेल किंवा तुटलेला असेल तर तो संसार पुढे जात नाही. तरीसुद्धा आपल्या समाजामध्ये स्त्रियांना कमी आणि पुरुषांना अधिक अधिकार किंवा मान सन्मान दिला जातो. आपल्या समाज्यातील प्रत्येक स्त्रीला व पुरुषांना समान हक्क, समान अधिकार आणि समान मान असतो का?

फार पूर्वीच्या काळापासून आपल्या समाजामध्ये एकत्रित चालत आली आहे ती म्हणजे अशी स्त्रीने घर संभाळायचे आणि पुरुषाने संपत्ती कमवायचे. पूर्वीच्या काळामधील संसार गाडा हाकण्यासाठी केलेली ही विभागणी होती. परंतु यातूनच संपत्ती कमावणारी पुरुषप्रधान आणि चूल व मूल सांभाळणारी स्त्री अशी संस्कृती प्राप्त झाली. आणि हाच विचार जसजसा काळ बदलत गेला तसतसे स्त्रियांना गुलाम समजले जाऊ लागले. मग स्त्री झाली पुरुषांच्या लाथा खाणारी पायाची दासी!

ज्ञानरचना मुळे स्त्री ही आता गुलाम राहिली नाही. अगदी बंगल्यातील आणि झोपडीतही स्त्री आपल्यावर होणारा अत्याचार मुकाट्याने सहन करत नाही. पण म्हणून आज तिच्यावर अन्याय होत नाही असे नाही. झोपडीत राहणाऱ्या गरीब स्त्रिया आज शहरात मजुरीची कामे करून चार पाच हजार रुपये कमावतात. त्यावर त्या आपल्या मुला बाळाची, कुटुंबाची गुजराण करतात. प्रसंगी पोटाला चिमटा घेऊन मुलांना चांगल्या शाळेत घालतात. त्यामागे त्या माऊलीचा हेतू एकच असतो की, त्या मुलांचे भवितव्य उज्ज्वल व्हावे. पण अशा या कष्टकरी महिलांचे दारुडे पती कामधंदा न करता या

स्त्रियांना मारहाण करून दारूसाठी पैसे उकळतात. म्हणजे स्त्री मुक्त आहे का ?

याला कारण आजही आपला समाज तिकडे थोड्या शशांक वृतीने पाहतो. आज-काल समाजातील घटस्फोटाचे प्रमाण वाढले असले, तरी अजूनही समाज त्या घटस्फोटित स्त्रियांकडे थोड्या उपेक्षेने पाहतो. समाजाची ही दृष्टी बदलायला हवी. आजची स्त्री सुशिक्षित स्त्री घरदार धोनी सांभाळत असते. ज्ञानसंपादन त्यामुळे तिला स्वतःचे क्षेत्र निर्माण झालेली असते, आज ते क्षेत्र गाजवत असते. सोबत आपले घरदार सांभाळत असते, मुलांच्या विकासासाठी धडपडत असते; परंतु ती मुक्त नसते. तिलाही आपले घर टिकवण्यासाठी होण्यासाठी अनेक तडजोडी कराव्या लागतात; क्वचित स्वतःच्या मतांना, इच्छांना मुरड घालावी लागते.

अशा घरातून अनेकदा हुंड्यासाठी तिला जाळण्यात येते, तिची हत्या केली जाते. क्वचित तिच्यावर बलात्कार केला जातो. स्त्रियांवर अन्याय करणाऱ्या एखाद्या दुसऱ्या व्यक्तीला शिक्षा करून स्त्रीवरील अन्यायास संपणार नाही. पुरुष श्रेष्ठ व स्त्री कनिष्ठ हा मुळातील अन्यायकारक दृष्टिकोन नाहीसा झाला पाहिजे. खरेतर सर्व माणसे समान आहेत, या तत्त्वाला आपल्या जीवनात जेव्हा मानाचे स्थान मिळेल, तेव्हा स्त्रीला सुद्धा समाजात मानाचे स्थान मिळेल. आत्मनिर्भर, मुक्त स्त्री निर्माण होईल व त्यातून निकोप आणि निर्भीड समाज निर्माण होईल.

या दोघांचीही एकमेकांविषयीची मतं आणि एकमेकांसोबतचं वागणं हे लिंगाधारीत असतं. म्हणजे एक स्त्री स्त्री म्हणून एका पुरुषाकडे तो पुरुष आहे याच नजरेनं पाहते आणि अर्थात पुरुषही तसेच वागतात. दोघांच्याही मनात आपण माणसं आहोत, व्यक्ती आहोत ही भावना सहसा नसतेच. त्यामुळे पारंपरिक पद्धतीनं स्त्री - पुरुषांवर जे संस्कार लादले गेलेले असतात त्यानुसारच दोघेही एकमेकांशी वागत - बोलत असतात. त्यांतून मग त्याच पद्धतींच्या लिंगाधारीत कृतीही घडत असतात. ज्यात स्त्रियांनी हे करावं ते करू नये आणि पुरुषांनी ते करू नये हे करावं अशा मर्यादांची बंधनं दोघांवरही घातली जातात. अर्थात हे खरंच आहे की यात जास्त नुकसान हे आजवर आणि आजही स्त्रियांचच

घडत आलं आहे . पण याचा अर्थ असा नाही की पुरुषांचं नुकसान झालेलं नाही . त्यांचंही झालं आहे फक्त त्यांना त्याची जाणीव नाही आहे . जी अलिकडे व्हायला लागली आहे . स्त्री - पुरुष समानतेचा मुद्दा अलिकडे काही वर्षांमध्ये जोर धरत आहे .

मानवी जीवनातील कोणते क्षेत्र तिला आता नवे राहिलेले नाही. पुरुषाच्या बरोबरीने ती प्रत्येक क्षेत्रात अगदी रणांगणावर ही आपली कर्तबगारी गाजवत आहे. स्त्रीने आपली कार्यक्षमता सिद्ध केली आहे. शहरातील स्त्री कचेरीतील बौद्धिक काम लीलया करते. अगदी प्रमुख अधिकारपदही सांभाळते. विद्यालयांत, महाविद्यालयांत अध्यापनाचे कार्य करते.

तिने वैद्यकीय क्षेत्राबरोबर स्थापत्य क्षेत्राहही नावलौकिक मिळवला आहे. आजच्या युगातील ' माहिती तंत्रज्ञान ' या क्षेत्राहही ती अग्रेर आहे. ती मोटारगाडी, आगगाडी, विमान चालवते. अंतराळात झेप घेते आणि समुद्राच्या तळाशीही संशोधनासाठी जाते. कोणतेही क्षेत्रातिला असाध्य नाही.

परंतु आजच्या आधुनिक काळाने त्याप्रमाणे प्रगती केले आहे त्याप्रमाणे स्त्रीचे चित्र देखील पालटून टाकले आहे. आजची स्त्री ही स्वतःच्या पायावर उभारली आहे. तिने आपली कार्यक्षमता सिद्ध केली आहे.आज प्रत्येक क्षेत्रामध्ये पुरुषांप्रमाणे स्त्री देखील पाहायला मिळते.

असे कुठलेही क्षेत्र नाही ज्यामुळे दिसती काम करताना पाहायला मिळणार नाही. वकिली असो किंवा वैद्यकीय क्षेत्र, शिक्षण क्षेत्र, महाविद्यालयीन प्राचार्य, सैनिक, पोलीस, डॉक्टर, इंजिनियर अशा जीवनाच्या प्रत्येक क्षेत्रामध्ये स्त्री आपली भूमिका बजावते. स्त्रीने केलेली ही कामगिरी खरोखरच अलौकिक आहे. आजच्या विज्ञानाच्या काळामध्ये माहिती संरक्षण तंत्रज्ञान हे क्षेत्र अग्रेसर क्षेत्र म्हणून समजले जाते. या सर्वात मोठे क्षेत्र समजला जाणाऱ्या मध्ये देखील स्त्री रेल्वे, कार, विमान इत्यादी वाहने चालवताना पाहायला मिळते. तेवढेच नसून अंतरामध्ये देखील स्त्रीने आपली कामगिरी बजावली आहे.

आज स्त्री साठी कुठलेही क्षेत्र असाध्य असे राहिले नाही ती प्रत्येक क्षेत्रांमध्ये आपली महत्त्वाची कामगिरी बजावू शकते. ग्रामीण भागातील

स्त्रिया या पुरुषांच्या बरोबरीने शेतामध्ये राब राब कष्ट करतात. गुरे सांभाळतात, कुकुट पालन करतात. एवढेच असून आज ग्रामीण भागातील स्त्रिया या सरपंच, उपसरपंच या पदावर देखील असलेल्या पाहायला मिळतात.

त्यामुळे अशा परिस्थितीमध्ये सैन्याने आपल्या सर्वच क्षेत्रामध्ये महत्त्वाची कामगिरी बजावली तरीसुद्धा आपण स्त्री-पुरुष असा भेदभाव करणे योग्य आहे का?

आजची स्त्री ही प्रत्येक क्षेत्रामध्ये आपली कामगिरी करताना दिसत असली तरी दुर्दैवाने काही भागांमध्ये आज ही स्त्री-पुरुष असा भेदभाव केव्हा पक्षपात केला जातो. आजची स्त्री घरातील पत्नी, गृहिण, माता, बहिण, मुलगी अशा सर्व भूमिका पार पाडतेच याशिवाय बाहेरची कित्तेक कामे सुद्धा करते. यात दोघेही मानसिक व शारिरीक दृष्ट्या सारखेच आहेत त्यामुळे त्यांनी एकसारखी का करायला हवीत असं म्हटलं जातं . मुख्यतः स्त्रियांनी पुरुषांसारखीच सर्व कामं करावीत असा आग्रह धरला जातो . जिथे पुरुष जातात जे करतात तेच स्त्रियांनाही करण्याची अनुमती मिळावी , त्यांच्यावर आजवर जी बंधनं टाकली गेली आहेत ती उठवून त्यांना मुक्त स्वातंत्र्य मिळावं अशी ही मागणी आहे . यात वरवर पाहता काही गैर नाही . पण आपण जरा खोलवर विचार केला तर दिसून येईल की यांनं मुख्य प्रश्न सुटणार नाही उलट आणखी काही नवे प्रश्न निर्माणच होणार आहेत . पहिले हे लक्षात घ्यायला हवं की आपण तथ्यांचा स्वीकार करण्यात नेहमीच मागे पडतो . खरं तर त्यात लाज बाळगण्यासारखं काहीच नाही . उलट तथ्य नाकारून आपण स्वतःलाच संकटात घालत असतो आणि अधिक प्रश्न तयार करत असतो .

स्त्री - पुरुष समानता ही तात्त्विक बाब असायला हवी पण आपण त्याला शारिरीक व मानसिक गोष्ट करून ठेवली आहे . स्त्री - पुरुष हे निसर्गातःच मानसिक व शारिरीकदृष्ट्या समान किंवा सारखे नाहीत हे आपण आधी मान्य करायला हवं . ते दोघेही परिपूर्ण नाहीत हे मान्य करायला हवं . त्या दोघांमध्येही काही बलस्थानं आहेत आणि काही उणीवा आहेत हे मान्य करायला हवं . सर्वात महत्त्वाचं म्हणजे दोघेही एकमेकांच्या सहकार्यानेच परिपूर्ण होत असतात ही गोष्ट आपण मान्य

करायला हवी . समानतेच्या नावाखाली स्त्री - पुरुष आपली वैयक्तिक स्वतंत्र व एकमेवादि्वतीय ओळख विसरत जाण्याचा धोका सध्या निर्माण झाला आहे . त्यांतून त्यांना अनेक बाबतीत स्वतःचीच विनाकारण लाज वाटू लागली आहे किंवा नको तेवढा आत्मविश्वास वाटू लागला आहे . हे लक्षात घ्यायला हवं की पुरुषाची प्रत्येक गोष्ट केल्यानं स्त्रीला काहीही फायदा होणार नाही आणि पुरुषांच्या बाबतीतही तीच गोष्ट आहे . काही गोष्टी या ज्याच्या त्याच्या खास असतात आणि त्या त्यांनाच करू द्यायला हव्यात . प्रयत्नानं एकमेकांच्या गोष्टी एकमेकांना करता येईलही पण त्यातली विशेषतः मात्र त्यात उतरणार नाही . आता काही उदाहरणं घेऊन ही • गोष्ट जरा समजून घेऊयात .

जेवढी पुरुषांवर नसते तेवढी जबाबदारी स्त्रिया असते संपूर्ण घराचा सांभाळत करीत असते. मुलांचा अभ्यास घेणे, कुटुंबातील प्रत्येक सदस्यांचे काळजी घेणे, इत्यादी काही जबाबदाऱ्या ती अतिशय मनापासून पार पाडत असते तरीसुद्धा स्त्रियांच्या मनाला जरासुद्धा किंमत दिली जात नाही.

काळातील स्त्रिया पुरुषांप्रमाणे राजकारणाच्या क्षेत्रात उतरले आहेत काही भागांमधील स्त्रिया सरपंच, जिल्हा परिषद, अध्यक्ष मुख्यालयाच्या अधिकारी, कलेक्टर अशा विविध पदांवर पोहोचलेले आहेत. तसेच आजच्या काळामध्ये स्त्रियांनी शिक्षणाकडे लक्ष केंद्रित केले आहे. शिक्षणाच्या जोरावर स्त्री प्रत्येक क्षेत्रामध्ये आपली कामगिरी बजावत आहे. आज ग्रामीण भागातील स्त्रिया आपले बचत गट स्थापन करून स्वावलंबी बनत आहेत. स्त्रियांचे कर्तृत्व ओळखून आज मुलांच्या प्रत्येक प्रमाणपत्र मध्ये वडिलांसोबत आईंचे नाव देखील जोडले जात आहे.

आपल्या देशांत अनेक ठिकाणी महिलांना मंदिर बंदी असते . त्यांच्या मासिक पाळीचं कारण पुढे करीत या बंदीचं समर्थन केलं जातं . ही मंदिर बंदी उठवावी म्हणून आंदोलनं होत आहेत , काही ठिकाणी ती यशस्वी झाली आहेत , कायद्यानंही त्यांना मान्यता दिली आहे . पण यांतून स्त्रियांचा नेमका काय फायदा झाला आहे त्यांच्या उन्नतीसाठी याचा विचार कोणी करताना दिसत नाही . देवधर्म आणि त्यांच्याशी

संबंधीत कर्मकांडात स्त्रियांना अडकवून त्यांचं आजवर कमालीचं शोषण झालं आहे. मग त्याच शोषणात पुन्हा अडकण्याची ही हौस का? धार्मिक कर्मकांडांतून स्त्रियांवर कमालीची बंधनं आली आहेत मग पुन्हा त्यात शिरण्याची ही धडपड कशासाठी आहे? या मंदिर प्रवेशामुळे त्यांचं जीवन सुधारण्यास काय मदत होणार आहे? केवळ पुरुषांना प्रवेश म्हणून आम्हालाही प्रवेश हवा हा बालीश हट्ट आहे आणि मूर्खपणाचाही. पुन्हा स्वतःहून स्वतःला त्याच धार्मिक बंधनात अडकवून घेण्याचा हा अट्टहास का? मासिक पाळी हा नैसर्गिक शरीरधर्म आहे, पुरुषांना जसं वीर्य स्खलन होतं तसाच हा प्रकार आहे, याविषयी जागृती करण्याऐवजी मंदिरात प्रवेशासाठी आग्रह करणं हे प्रतिगामीपणाचंच लक्षण आहे. समानता ही तत्त्वाची बाब असायला हवी. ती वस्तूनिष्ठ बाब दोघांनाही फार काळ झेपणारं नाही. स्त्रीवाद ही गोष्ट या समानतेच्या अगदी विरुद्ध आहे आणि ती ना स्त्रियांसाठी योग्य आहे ना पुरुषांसाठी. कारण असं दिसून आलंय की यांत स्त्रिया अत्यंत कर्मठ भूमिका घेत एकांगी बनताहेत. त्याही पुरुषांप्रमाणेच हेकेखोर, दुराग्रही, वर्चस्ववादी बनताहेत जिथं पुरुषांवर बंधन घातली जातात, त्यांची टिंगल केली जाते, त्यांना हीनवण्यात येतं, त्यांच्यावर बहिष्कार घालण्यात येतो, त्यांना दुय्यम स्थान देण्यात येतं, अगदी तसंच जसं आजवर पुरुषांनी त्यांच्याबाबतीत केलं आहे. यांतून कोणतीही चांगली गोष्ट साध्य होणार नाही.

पूर्वीच्या काळामध्ये जो स्त्री-पुरुष असा भेदभाव होता तो दूर करून स्त्री पुरुष समानता करणे हे आजच्या काळाने जाणले आहे. त्यामुळे आजचा काळ देखील स्त्री-पुरुष संबंध कडे आपली पावले टाकत आहे.

एवढेच नसून आजची स्थिती आपल्या विरुद्ध झालेला अन्याय आणि अत्याचाराविरुद्ध लढण्यासाठी सुद्धा सक्षम झालेली आहे. संविधानानुसार भारतातील प्रत्येक नागरिकाला चे काय हक्क दिलेला आहे त्यातील हक्क स्त्रियांना दिले जात नव्हते परंतु स्त्री आणि आपले महत्त्व समजून आपल्या हक्काविषयी लढा दिला आहे त्यामुळे आज आपल्या समाजामध्ये बहुतांश भागांमध्ये स्त्री पुरुष समानता पहायला मिळतं आहे. एवढे असून सुद्धा आपल्या समाजाबद्दल काही

भागांमध्ये आजच्या काळात सुद्धा स्त्रियांना बंदिस्त करून त्यांच्यावर अत्याचार केले जात आहेत. एका बाजूने स्त्री आणि प्रत्येक क्षेत्रामध्ये उंच उडी मारली आहे तर दुसऱ्या बाजूने अनेक ग्रामीण भागातील किंवा अनेक भागाचे स्त्रियांना बंदिस्त ठेवले जात आहे व त्यांच्यावर अन्याय केला जात आहे.

पुरुषांची बरोबरी करण्याच्या नादात ते स्वतःचं स्त्रीत्व गमावत आहेत. स्त्रीवाद हा स्त्रीस्वतंत्रतेचा, तिच्या प्रगतीचा मार्ग बनण्यापेक्षा तिला पुरुषविरोधी, स्वगुलाम बनवणारी बाब ठरते आहे का याचा धोका निर्माण झाला आहे. जो स्त्रीवाद स्त्रियांना पुरुषांपासून दूर नेतो तो चूकीचा आहे. कारण ही गोष्ट बहुधा लक्षांत घेतलीच जात नाही की सारेच पुरुष अत्याचारी नसतात आणि स्त्रियांना पुरुषांविषयी आकस नसतो. कारण त्या दोघांनीही एकमेकांचं अस्तित्व जसं आहे तसं स्वीकारलेलं असतं, त्यांना एकमेकांविषयी आदर असतो, एकमेकांना मदत करण्यात त्यांना संकोच वाटत नाही. अतिरेकी स्त्रीवादातून पुरुष शोषणाचे प्रकार जन्माला आले आहेत. त्यांचं प्रमाण अर्थातच कमी आहे पण ते आहे. त्यांतून पुरुषांना स्त्रियांचा तिटकारा निर्माण होण्याचं प्रमाणही वाढत आहे आणि परिणामी स्त्रियांना पुन्हा आपला स्त्रीवाद पुढे नेण्याचं कारण मिळत आहे. हे एक दुष्टचक्र आहे ज्यांतून दोघांचीही सुटका होणं कठीण होत जाईल. स्त्रीपुरुष दोघांनाही एकमेकांना नाकारून प्रगती करता येणं अशक्य नसलं तरी अतिशय कठीण आहे. एकमेकांचा एकमेकांशी प्रत्यक्ष अप्रत्यक्ष संबंध हा येतच राहणार आहे. त्यांच्या शारिरीक, मानसिक, सामाजिक, आर्थिक, सांस्कृतिक गरजा भागवण्यासाठी त्यांना एकमेकांची गरज ही लागणारच आहे. त्यांच्या संबंधात जितका मोकळेपणा असेल तितक्या सहजपणे या गरजा पूर्ण होतील.

आजही काही भागांमध्ये स्त्रियांवर गुलामी सारख्या अत्याचार केले जात आहेत. म्हणून आपल्या देशामध्ये खऱ्या अर्थाने स्त्री-पुरूष समानता करायचे असेल तर संपूर्ण देशामध्ये स्त्रीचा सन्मान करणे गरजेचे आहे व तिला देवीचे स्थान देणे गरजेचे आहे. आपल्या देशातील प्रत्येक भाग हा स्त्रीला मान सन्मान करून तिला पुरुषांप्रमाणे वागणूक

देत असेल तर तेव्हा खऱ्या अर्थाने आपल्या देशामध्ये स्त्री पुरुष समानता होईल. त्यासाठी गरज आहे ती व्यक्ती म्हणून एकमेकांना समजून घेण्याची , एकमेकांचा आदर करण्याची आणि कोणत्याही अटींविना एकमेकांना सहकार्य करण्याची.बातम्या आणि वृत्तपत्रांमध्ये स्त्रियांवर होण्याला अन्याय-अत्याचार, घरगुती हिंसाचार अशी कित्येक उदाहरणे दररोज बघायला मिळतात. एकीकडे आपण स्त्री स्वातंत्र्याची आणि मुक्तीचे गोडवे गातो दुसरीकडे अजूनही काही स्त्रिया पारतंत्र्यात बंदिस्त आहेत. त्यामुळे देशाला स्वातंत्र्य मिळाले असले तरी संपूर्ण स्त्री जीवन पूर्णपणे स्वातंत्र्य नाही ही चिंतनीय व खेदाची बाब आहे. त्यामुळे नारी सम्मान, स्त्री सन्मान तसेच स्त्रियांना त्यांचा दर्जा आणि प्रत्येक कार्यात सहभाग संधी दिल्यास नक्कीच स्त्री पुरुष समानता ही तुलना करण्याची कधी वेळच येणार नाही हे करण्याची सुरूवात आपण आपल्यापासूनच करूयात . हा संवाद पुढेही कायम ठेवूयात तूर्तास इतकंच.

10

स्त्री ही पुरुषांची मालमत्ता आहे का?

मातृसत्ताक व्यवस्था संपुष्टात येत असताना महिलांची वैयक्तिक आणि सामाजिक प्रतिष्ठा आणि महत्त्व धोक्यात आणण्याची प्रक्रियाही सुरू झाली होती. स्त्रीची व्यक्ती म्हणून ओळख संपली आणि तिचे परिवर्तन सुरू झाले. एखाद्या वस्तूचे मूल्य जसे तिच्या वापरावरून, बाह्यरूपावरून, टिकाऊपणावरून ठरते, त्याचप्रमाणे स्त्रीचेही मूल्य होते. जास्त मुलांना जन्म देणारी स्त्री बहुपत्नीक माता म्हणून साजरी केली जाते. घरकाम किंवा शेतीत वाकबगार असलेल्या या स्त्रियांची गुलाम आणि दासी म्हणून मागणी वाढली. सुंदर महिला राजकीय आणि सामाजिक संघर्षाच्या केंद्रस्थानी आल्या. एकूणच, व्यक्ती म्हणून त्यांची स्थिती धोक्यात आली होती आणि पुरुष त्यांना वस्तू म्हणून पाहत होते. या गोष्टींनी स्त्रिया पुरुषांची संपत्ती बनवली. स्त्रिया पुरुषांच्या प्रतिष्ठेचे, त्यांच्या राजकीय आणि सामाजिक वर्चस्वाचे, त्यांच्या वैयक्तिक पुरुषत्वाचे त्यांचे मूल्यमापनाचे माप बनले. ज्यांच्याकडे जास्त स्त्रिया होत्या, अधिक सुंदर स्त्रिया मजबूत झाल्या. जर तुम्हाला तुमच्या शत्रूला मारायचे असेल तर तुम्ही त्याच्या स्त्रियांचे अपहरण कराल किंवा त्यांच्यावर बलात्कार कराल, असे त्यांच्याकडून होते. जो आपल्या स्त्रियांचे रक्षण करू शकत नाही तो नपुंसक झाला

आहे. रामायण हे या मानसिकतेचे उत्तम उदाहरण आहे. त्याच्या वर्चस्वाचे प्रतीक म्हणून, रावणाने त्याच्या सर्व शत्रूंच्या पत्नींचे अपहरण केले. शेवटी रामाच्या बाबतीतही त्यांनी तेच केले. रामाने सीतेसाठी किंवा रावणाशीही आपले पुरुषत्व सिद्ध करण्यासाठी युद्ध केले.

ही मानसिकता आज केवळ पुरुषांच्याच नव्हे तर स्त्रियांच्याही मनात खोलवर रुजली आहे. बदलत्या काळानुसार त्याचे स्वरूप खूप बदलले आहे. त्यापैकी काहींचा येथे विचार करूया. स्त्री अजूनही पुरुषाच्या अधीन असलेली संपत्ती मानली जाते. त्याचा त्याच्या मनावर परिणाम होतो की कुटुंबाचा सन्मान त्याच्यावर अवलंबून असतो. त्याला काही झाले तर अबू दक्षीला हेच मिळते. मुख्य म्हणजे सर्व वाईट परिणाम स्त्रीलाच भोगावे लागतात. पुरुष सहसा यापासून दूर जातात.. या लाजिरवाण्या प्रसंगासाठी एक स्त्री किती जबाबदार आहे हे कोणीही जाणून घ्यायला तयार नाही. घरात फक्त पुरुषच नाहीत तर इतर स्त्रियाही आहेत. मुलगी ही दुसऱ्याची संपत्ती असते, अशी दुसरी मानसिकता आहे. अगदी लहानपणापासूनच, आपण एक अनोळखी आहात असा तिला सतत समज असतो. त्याचा जन्म ऋणाची सुरुवात आहे. मुलाच्या वडिलांना डोक्याला सतत ताप असतो. मग अशा मुलींवर खर्च का करायचा, विशेषतः त्या विणल्याच राहतील हे पाहिले तर. ही मानसिकता इतकी हीन आहे की तिला लग्नात चांगले सादरीकरण करायचे आहे, जोडप्याला हुंडा द्यायचा आहे आणि सामान खर्च करण्यासाठी काहीही करायचे आहे.

स्त्री ही केवळ एक वस्तू आहे, अशी भावना त्यामागे आहे. स्त्रीचे रूप हे या मानसिकतेचे आणखी एक लक्षण आहे. घरातील स्त्रीने अनोळखी व्यक्तींसमोर येऊ नये, बुरखा घालू नये, जास्त बोलू नये, नवऱ्यासमोर नेहमी गप्प बसावे, त्याच्या सांगण्यावरून आपली शारीरिक भूक भागवावी, या गोष्टी आपल्यातील मौल्यवान वस्तू आहेत. बाहेरील लोकांसाठी घर. लोक ज्या गोष्टीचा आग्रह करतात किंवा स्वतःला आवडतात त्या गोष्टी करू देऊ नका. किंवा त्या पैशाचे प्रदर्शन. त्यातला मुलगा दिसायला कसाही असला तरी मुलगा गोरा, देखणा, चष्मा न

लावणारा, तरुण, कुमारी, शांत आणि शांत असावा. जो आजही कमी झालेला नाही. तिथे मुलीचे व्यक्तिमत्व महत्त्वाचे नाही, तिचे शिक्षण महत्त्वाचे नाही, तिचे चारित्र्य महत्त्वाचे नाही, तिचे दिसणे महत्त्वाचे आहे. बायको नावाची गोष्ट सुंदर असावी आणि तिचे सर्वत्र कौतुक करता येईल हाच इथे छुपा उद्देश आहे. मात्र, हा नियम स्वतःवर लादायला पुरुष कधीच तयार नसतात. त्यामागे मालकीची भावना आहे. स्त्रीला प्रत्येक बाबतीत हलकेच घेणे, तिच्या बाजूने सर्व निर्णय घेणे हा देखील एक प्रकारचा मालकी हक्क आहे. महिला सरपंच हे एक कुप्रसिद्ध उदाहरण आहे. घरच्या महिलेच्या इच्छेशिवाय निवडणुकीला उभे राहणे, निवडून आल्यानंतर स्वतःचे काम न करता तिला काम करून घ्या आणि यावेळी सर्वत्र आरसा सुरू आहे. एखाद्या महिलेने त्याला विरोध करण्याचा प्रयत्न केला तर घरातून आणि बाहेरून विरोध होतो. स्त्रीला स्त्रीसारखी वागणूक मिळावी, ही अपेक्षा व्यक्त करते. स्त्री असणं म्हणजे तिला स्वतंत्र अस्तित्व नाही, ती आपल्या पुरुषाच्या सावलीत तिला वाटेल तसं जगू शकते.

हे चित्र बदलायचे असेल तर महिलांनाच नव्हे तर पुरुषांनाही सक्षमीकरणाचा धडा शिकवावा लागेल. खरं तर, पुरुषांना त्याची जास्त गरज असते. पुरुष आणि महिलांवर वैयक्तिकरित्या उपचार करणे हा त्याचा पाया असेल. माझ्या शरीराचा अनादर होणार नाही हे स्त्रीने ठरवले पाहिजे आणि पुरुषांनीही ते स्वीकारले पाहिजे. स्त्रीचे शरीर हे स्त्रीचेच आहे आणि काय करायचे हे ठरवण्याचा अधिकार तिला आहे हेही मान्य केले पाहिजे. याचा अर्थ असा नाही की तो त्याच्या इच्छेनुसार त्याच्या शरीराचा वापर करण्यास मोकळा आहे. कारण सहसा कोणीही ते करत नाही, अगदी स्त्रियाही नाही, पुरुषही नाही. आणि असं काही झालं तरी एक व्यक्ती म्हणून त्याची जबाबदारीही त्या स्त्रीवरच असेल. स्त्रीला केवळ स्वतंत्र राहण्याचीच नव्हे तर तिच्या कृतीची जबाबदारी तिच्यावर टाकण्याची जाणीव करून देणे ही स्त्रीला एक व्यक्ती म्हणून पाहण्याची एक महत्त्वाची पायरी आहे.

जबाबदारी माणसाला अंतर्मुख, सतर्क, संवेदनशील बनवते. जबाबदारीच्या भावनेमुळे शरीरातील सुप्त शक्ती जागृत होतात.

त्यांच्याकडूनच आपल्याला आपली खरी ओळख मिळते आणि समाजात आपले स्वतंत्र अस्तित्व निर्माण करण्याची प्रेरणा मिळते. महिला सक्षमीकरणाचा मार्ग तिच्या अभिव्यक्तीतून आहे. आणि पुरुषांनाही या प्रक्रियेत सहभागी व्हावे लागते. हे फक्त स्त्रियांसाठी सांगून उपयोग नाही. पुरुषांनीही त्यांचे सक्षमीकरण व्यक्त करणे आवश्यक आहे. ते फक्त मनाचे सक्षमीकरण असावे. जे स्त्रियांच्या मनातील रोगग्रस्त, कालबाह्य, रूढीवादी, अवैज्ञानिक, अमानवीय भावना आणि विचार नष्ट करण्यास मदत करेल. ही मानसिकता बदलण्यासाठी सध्याचा काळ खूप उपयुक्त आहे. स्त्री-पुरुष नात्यात मैत्रीचा पाया रचणे यासाठी फायदेशीर ठरेल. मैत्री ही उत्स्फूर्त, मुक्त, स्पर्धात्मक नसते. त्यात तुम्ही एकमेकांना एक स्त्री किंवा पुरुष म्हणून पाहत नाही, तर फक्त एक मित्र म्हणून पहा. नकळत एकमेकांना माणूस म्हणून वाढण्यास मदत करा. मैत्रीमध्ये लैंगिक भेदभाव संपवण्याची ताकद असते. प्रश्न असा आहे की, या नात्यावर आपण रक्ताचे किंवा लग्नाचे वर्चस्व गाजवू देणार का? असे झाले तर आपला प्रवास पुन्हा उलट्या दिशेने होईल. दोन मित्रांच्या लग्नानंतर पती-पत्नीचे नाते प्रभावी होऊ लागले तर नात्यात अडचणी निर्माण व्हायला वेळ लागत नाही. पण हे नातं जपल्यानंतरही जर आपण आधी मित्र आहोत असा विचार केला आणि त्यानुसार वागलो, तर सुरुवातीला अनेक प्रश्न निर्माण होणार नाहीत. याची सुरुवात या पिढीत झाली तर भविष्यातील पिढ्यांमध्ये स्त्री-पुरुष ही व्यक्ती म्हणून ओळखली जाईल, अशी आशा करू शकतो. यासाठी आपण सर्वांनी प्रयत्न करणे गरजेचे आहे. हे सध्याचे चित्र भविष्यात नक्कीच बदलेल आणि असे लेख लिहिण्याची वेळ कोणावरही येणार नाही अशी आशा आहे.

11

21 व्या शतकातील तरुणी पिढी

महिलांना स्वतःसाठी खरंच वेळ मिळतो का?

प्रश्नासाठी धन्यवाद. मुळात प्रश्न वाचल्यानंतर विचार करावा लागला , की खरंच आजूबाजूच्या स्त्रिया स्वतःसाठी वेळ काढतात का ? स्वतःसाठी वेळ काढणे ही गोष्ट वेगळी करायची असते हे बायका जाणतात का? त्यातून उद्भवले , ते पुढील विचार :

स्वतःसाठी वेगळा वेळ काढणं ही संकल्पना आजच्या काळात खूप कॉमन वाटते . मी स्वतःला वेळ देणार , स्वतःसाठी चार गोष्टी करणार हे मी गृहीत धरते , आणि तसं करतेही . पण हे मी कुठून शिकले ? महिलांनी स्वतःला वेळ द्यायची पद्धत होती का?

1. माझ्या आजीच्या पिढीतल्या बायका दिवसरात्र काम करत असायच्या. ७०-८० च्या दशकात जेव्हा नुकतंच शिक्षण आणि नोकऱ्या ही बायकांसाठीची सुद्धा गोष्ट आहे हे समाज मान्य करू लागला होता. स्वतःचा वेळ काय होता तेव्हांसाठी ?

आईचे वडील ,म्हणजे माझ्या आजोबांच्या दवाखान्यात माझी आजी नर्स , कम्पाउंडर , औषधे बनवणारी फार्मासिस्ट ह्या सगळ्या भूमिका पार पाडून शिवाय घरसंसार सांभाळायची . तिला कधी तिचा असा वेळ मिळाला असेल का ? तिच्या तारुण्यापासून तिची मजा करायची संकल्पना छान खायला करायचं , नाहीतर रेडिओ लावून गाणी ऐकत बसायची अशीच होती . पुढे मी लहान असल्यापासून तिला सिनेमे , टीव्ही मालिका बघताना , नाहीतर नवे नवे पदार्थ करून पाहतानाच पाहिलं होतं. तोच तिचा रिकाम्या वेळेचा एकमेव विरंगुळा होता.

दुसरीकडे माझ्या बाबांची आई शिक्षिका होती . काही कारणाने घरात परिस्थिती गम्भीर असल्यामुळे अनेक वर्षे तिने खूप कष्ट करून बाबांना वाढवलं . तिची पूर्ण तब्येत खराब होईपर्यंत तिने एकच गोष्ट मनापासून केली , ती म्हणजे समाजसेवा आणि शिकवण्या . अनेक माणसांना , अनेक ठिकाणी आधार देऊन , त्यांना अडचणीत हात देऊन तिने सावरलं होतं . लोकांना मदत करणं आणि विद्यार्थ्यांना शिकवणं ह्याच तिच्या विरंगुल्याच्या गोष्टी होत्या .

अशा परिस्थितीत असणाऱ्या बायका आपल्यासाठी असा वेळ कसा काढणार होत्या ? त्यांनी त्यांचं असं सम्पूर्ण विश्व निर्माण केलं होतं , ज्यात स्वतःसाठी म्हणून एखादी छोटी गोष्ट , तीही कामाच्या स्वरूपात करणं हाच त्यांचा छंद होता.

2. माझ्या आईच्या पिढीतील बायका थोडेफार स्वतंत्र विचार करणाऱ्या , छंद जोपासणाऱ्या होत्या, आणि आहेत. माझी आईसुद्धा दिवसभर कामं करेल , पण कधीतरी मूड लागला की निवांत पुस्तकसुद्धा वाचत बसेल , अशी आहे. ह्या पिढीत बायकांनी स्वतःला वेळ देणं गरजेचं आहे, हे मान्य करून त्यावर थोडे कष्ट घेतले होते , हे मी पाहिलं आहे . आईच्या पिढीत ही कल्पना रुजू झाली आहे , पण सम्पूर्ण एक गोष्ट फक्त स्वतःसाठी करणं त्यांना शक्य होत नाही . पुस्तकं वाचली , तर आम्हाला ही ते वाचायचा आग्रह करतील , बाहेर फिरायला गेल्या तरी आमची (मुलांची) आठवण काढत बसतील. किती वेळेस घरात बघा , मुलांच्या छंदाची आईलाच जास्त आवड असते . त्यासाठी कष्ट घेताना त्यांना काही वाटत नाही , कारण तो आपला वेळ

आहे असं त्यांना वाटत राहतं.

3. माझ्या पिढीचं काय सांगू ? सेल्फ केअर हे ज्या काळात एक मोठं शास्त्र झालं आहे , मानसिक ताण आणि आजार ह्यांवर जिथे मोकळी चर्चा होते , अशी माझी पिढी . शाळा , कॉलेज मध्ये आपल्या भावनांना अग्रक्रम देणं , स्वतःला बरं वाटावं म्हणून ठराविक गोष्टी करणं , स्वतःसाठी 'me time' काढणं ह्या गोष्टी सहजपणे करताना मुली दिसतात . उलट स्वतःसाठी असा वेळ काढणं आजकाल गरजेचं समजलं जातं आणि त्याला काहीसं सक्तीचंच समजलं जातं . मग तुम्ही स्वतःसाठी खरेदी करा , त्वचेचे लाड करा , मनाला उभारी द्या , एकांतात स्वतःचा मनातला आवाज ऐका अशा अनेक गोष्टी ritual सारख्या करणारी माझी millenial पिढी आहे.

आम्ही मुली स्वतःसाठी वेगळा वेळ काढतोच , पण जो वेळ हातात आहे तो आपल्या मनासारखाच घालवायला ही धडपडतो . कधीकधी इतर पिढीतील लोकांना आमच्या पिढ्या स्वकेंद्रित , स्वार्थी वाटतात हे खरं आहे . पण मन मारून जगण्यापेक्षा हवं ते करून बघावं , त्याने आपलं तरी समाधान होईल असं वाटतं. आमच्या पुढच्या पिढीतल्या मुली आणि बायकासुद्धा हाच कित्ता गिरवतील अशी आशा आहे .

•

भारतातील महिलांच्या स्थितीबद्दल तुमचे मत काय आहे?

1) आपण किती जरी आव आणला समानता यांचा तरी आज देखील दुय्यम दर्जा आहे.

2) सरकारी पदावर असो किंवा खासगी जॉब तरी घरात मिळणारी वागणूक सारखीच आहे.

3) आम्ही किती जरी आधुनिक झालो तरी 7 च्या आत घरात.

4) दिवसभर किती जरी कष्ट केले तरी नवऱ्याला ती अंथरुणावर बायको म्हणून हवी असते तिची मर्जी विचारात घेतली जात नाही.

5) आज देखील 90 % पेक्षा जास्त स्त्री आधी पती वर अवलंबून आहे आणि नवरा गेला की मुलावर.

6) अनेक स्त्री यांच्या कडे आर्थिक स्वातंत्र्य नाही आहे.

7) मन मारत आपले नशिब समजत संसार चा गाडा खेचत असते.

8) पुरुष खचुन आत्महत्या करतो पण स्त्री धैर्य ठेवत पती गेला तरी आपल्या जवाबदारी मध्ये कसूर करत नाही.

9) भारतीय महिला दिल्या घरी सुखी रहा अश्या आहेत.

10) थोड्याफार पुस्तकी स्त्रीवादी सोडल्या तरी देखील कोणते देखील बंड भरतोय स्त्री मध्ये नाही.

11) आपले चारित्र्य निर्मळ ठेवणे यांस भारतीय स्त्री खूप महत्व देते.

12) इतकं सगळं गुडी गुडी लिहल आता शेवटचे स्त्री ने ठरवलं तर अनेक गोष्टी घडू शकतात.

13) लोक म्हणतात हरणाची आस धरली नसती तर रामायण घडलं नसत.

14) अंधे का बेटा अंधा द्रौपदी बोलली नसती तर महाभारत घडलं नसतं.

15) सुपर नखा लक्ष्मण च्या मागे लागली नसती तर नाक कापलं गेलं नसत आणि सिता हरण झालं नसतं.

16) तेव्ह अहंकार ईर्षा लोभ जर आमच्या स्त्री ने टाळला तर अनेक गोष्ट सुलभ होतील.

17) भावा भावात दुरावा येत एका घराचे 2 घर होणार नाहीत.

18) स्त्री ची चांगली साथ लाभली तर पुरुष भरारी घेतो.

19) प्रत्येक यशस्वी पुरुष मागे 1 स्त्री असते.

20) प्रत्येक अयशस्वी पुरुष मागे 2 स्त्री आसतात.

•

आधुनिक स्त्री म्हणून जगणे सोपे आहे का ?

स्त्री म्हणून जगणे अजिबात सोपे न्हवते आणि अजूनही नाही. काळ कोणताही असू देत स्त्रियांना नेहमीच संघर्ष करावा लागला आहे आणि लागत आहे. फरक एवढंच आहे आज त्यांना खूप संधी उपलब्ध आहेत स्वतःला सिद्ध करायला आणि आधी त्या इतक्या न्हवत्या. जगणं तेव्हा ही संघर्षमयी होतं आणि आजही आहे.

स्त्रीला समजणं खरंच अवघड आहे का? की तिचे मन जिंकणे ही एक कला आहे?

असं म्हणतात. पण मला वाटतं स्त्री कळू शकते, तिच्या मनांत काय आहे, हे पण कळू शकतं. कारण ती रागावते, रुसते, अबोला धरते, कटकट करते, धसफूस करते, आदळआपट करते, रडते. स्त्री नखरा करते, सजते, सवरते, गाते, नाचते, शृंगार करते. अशा बऱ्याच गोष्टीतून स्त्री कळते.

तरीही स्त्री कळत नाही असं म्हणतात. माझ्या मते पुरुष कळणं कठीण. आणि पुरुषांचं मनही कळणं त्यापेक्षा कठीण आहे. पुरुष आपल्या सगळ्या गोष्टी आपल्या मनांत आणि आपल्या विशाल हृदयात साठवतात. स्त्री सारखं व्यक्त होणं त्यांना कळतच नाही.

सुंदर स्त्री म्हणजे कोणत्या प्रकारची स्त्री?

मला वाटतं, कल्याण शहराला चिरतरुण राहण्याचा आशीर्वाद मिळाला आहे. म्हणजे हे शहर अगदी मराठ्यांच्या ऐतिहासिक काळापासून गजबजलेले आणि समृद्ध आहे. काळाच्या ओघात शहराच्या समृद्धीत आणि लोकसंख्येत प्रचंड वाढ झाली. आज २१व्या शतकात मुंबईत पोटाची खळगी भरण्यांसाठी आलेल्या लोकांसाठी ह्या

शहराने स्वस्तात राहण्याची जागा दिली. त्यामुळे प्रचंड वाढलेल्या लोकसंख्येचा शहरातील नागरी सुविधांवर ताण पडलेला जाणवतो.

प्रेमात असलेली. तुमच्या प्रेमात अखंड बुडालेली स्त्री ही सर्वात सुंदर असते. मग ती कोणी ही असू शकते आणि कोणत्याही रुपात असू शकते. ती कधी जन्मदात्री बनून आयुष्य घडवते तर कधी बहीण बनून पाठराखण करते. कधी मैत्रीण बनून प्रेम करते तर कधी मुलगी बनून प्रेम करायला शिकवते आणि कधी अर्धांगिनी बनून सुख-दुःखाचा अर्धा वाटा हक्काने उचलते.

पूर्वीच्या काळी स्त्रियांकडे पाहण्याची समाजाची नजर आणि आताच्या वेळेत समाजाची नजर यात किती आणि कसा फरक आहे?

पूर्वी च्या काळी आपल्या घरातील महिला म्हणजे घरंदाज आणि पोटासाठी गावोगावी फिरून स्वतःच्या कलेचं प्रदर्शन करून चार पैक कमवून प्रपंच चालवणाऱ्या समाज बांधवांच्या महिला निराधार समजले जायचे त्यान्च्या कडे आशाळ भूतां प्रमाणे बघणारे पांढरपेशे त्यान्चे गावकुसाला माळरानावर पाल टाकून रहाणं सुद्धा मुशकील करीत होते.

आणि त्यात जर एखादी महिला रूपवती असेल तर संपलंच सारं रात्री तून लेकरं बाळ म्हातारे आई बाप घेऊन पळ काढायचे ही भटकी जमात आज ही काहींच्या जीवनात स्थिरता नाही त्याचे कारण ही हेच साधं उदाहरण घ्या गल्ली मोहल्ल्यात एखाद्या घरात जर व्यसनी पुरुष असेल आणि गावभर बोबलत फिरून आपलीच बायका मुलांची त्रेधातिरपीट करीत असेल तर त्या कुटूंबाकडे सगळेच सहानुभूतीने पहात नाही तर घाणेरड्या नजरा चुकवत त्यानां घराच्या बाहेर पडावं लागतं कारण घरचा माणूसच धड नाही तर बाहेरच्यांना काय बोलणार ही सत्य परिस्थिती मागास समाजाची आहे, आणि आज ही अनेक ठिकाणी शेजारी जर मध्यम वर्गीय मागास वर्गीय कुटूंब रहातं असेल तर आपल्या कौटूंबीक बळाचा वापर करून त्या घरातील महिलांना मुलींना तुच्छ तेने पाहून त्यान्च्याकडे पाहून थुकने खाकरा टाकणे चुटकी वाजवणे असे प्रकार करणारे नराधम आहेत, घरातील पुरुषांना कमजोर समजणे , तक्रार केली तर पोलीस जसे यांच्या खिशात आहे असे वावरणे सगळा प्रकार उजळ माथ्याने घडतं असतो अगदी निर्लज्ज सदा सुखी

असे म्हणावे या लोकांना आणि आता सुधारित समाजाचा विषय घेतला तर ते न बोलले ल बरे कारण सत्य हे कटू असते. मी फक्त माझे स्व निदर्शन व अनुभव कथन केला आहे कारण समाजात उघड्या डोळ्यांनी राहील की या गोष्टी चा अभ्यास करावा लागतं नाही आपोआप उजेडात येतात हे काजवे जे अंधारातच नाही तर उजेडात चमकण्याचा प्रयत्नात समाजाला ओळखायला येतात.

    1. मुली कोणत्या मुलाकडे लगेच आकर्षित होतात?

    2. मुलींसारख्या झिंझ्या वाढवून फिरणारी.

    3. केसांना कलर लावून फिरणारी

1. वरचे डोक्यावरचे केस भरमसाठ वाढवून साईड ने किंचित मुंगी एवढी कट मारणारी मुले...थोडक्यात आपण कसा झाडांना कट मारतो तसा कट.

2. गळ्यात काय तरी दोऱ्यात घातलेले असते, काय असतं कुणास ठावूक आम्ही ते लहान पणी सायकल ल कीचेन महणुन मिरवत होतो.

3. टिकटॉक वर मचा मचा, फालतू रॉप करणारे

4. इंस्टा वर कुणालातरी हॉलिवूड स्टार ला फॉलो करणारी पोर ,ज्याचं त्याला स्पेलिंग पण नीट सांगता येत नाही.

5. पाठ आणि पोट एक दिसणारी मूल , जो कदाचित वारा आला तरी उडून जाईल

6. स्लीम पँट घालनारी पोर ज्याचा मांड्या पण कधी कधी हाता सारखा भासतात. पायाचा घोटा दिसणारी पँट घालणारी.

7. मनगटवर कसलेतरी दोरे घालणारी रंगीबेरंगी, हॉटेलात नेवून पिझ्झा बर्गर आइस्क्रीम खावू घालणारी

8. नवीन सिनेमा कधी येईल याची वाट बघणारी

9. शाळेत बाका वर बसून शिक्षकांना चिडवणारी

10. लाईफ सिर्फ एन्जॉय करणे का, टेन्शन लेने का नही रे देणे का अशी महणारी पोर

11. कुठल्यातरी भिंतीवर, नाय तर कील्यांच्या पायरीवर, यष्टीचा सीट मागे कोरून , ट्रेन मध्ये पेनाने खरडून , कधी झाडाच्या खोडावर , तू मला किती आवडती हे लिहून मागणी घालणारी पोर.

12. टूर टूर , ब्रम ब्रम् , डुर डुर गाडी चा आवाज करत गाडी फास्ट चालवणरी पोर, लपून छपून तंबाखू, सिगारेट, मावा खाणारी पोर....दारू पिणारे महिन्यातून एकदा नाही हो दिवसातून एकदा पिणारी

13. तासनतास तात्पुरती मित्राची भारी बाईक घेवून मुलींची बस स्टॉप वर वाट बघणारी पोर

14. कुल दिसावे म्हणून सतत हेडफोन घालणारी पोर.

15. एकदम gentlemen न दिसणारी व वागणारी पोर. शिक्षण फक्त टाईमपास म्हणारी पोर.

16. सुसंस्कृत पणा नसणारी, धेय्य नसणारी. एखादा श्लोक किंवा स्तोत्र बोलताना जिभेला पिळ बसतो अशी मुलं पैसा हा फक्त एन्जॉय करण्यासाठी असतो अस समजणारी, श्रीमंत एकुलता एक असेल तर मग काय विचारयला नको.

अशी मूल मुलींना नक्कीच आवडतात. सगळं इंस्टग्राम , फेसबुक आणि टिकटिक बऱ्यापैकी ह्या चींधिगरी ने भरले आहे.

•

महिलांना पुरुषांचे कोणते अंग आकर्षक वाटते?

पंचेचाळीस वर्षामध्ये पन्नास हजार तरी महिलांचे वागणे, बोलणे पाहिलेले आहे. अनेक मुली व महिला कशा प्रकारे प्रेम करतात ते पण पाहिलेले आहे. त्या अनुभवातून या प्रश्नाचे उत्तर आहे. पटले नाही तर सोडून द्या.

महिला दोन प्रकारच्या स्वभावाच्या असतात.

एक प्रकार म्हणजे,

जीचे वागणे व बोलणे साधे, समजुतदार व चांगला वाईट विचार करणारे असते. वागताना समाजात आपली व आपल्या नातेवाईकांची बदनामी होणार नाही, याची काळजी घेतात. यांना फालतुपणा अजीबात आवडत नाही. यांना पुरूषांचे छक्के पंजे कळत नाहीत तसेच छक्के पंजे करायला पण यांना अजीबात जमत नाही. स्वभाव साधा व सरळ असतो. एखादी गोष्ट नाही आवडली किंवा पटली तर, हे यांच्या वागण्याबोलण्यातुन लगेच समजते. मनात असलेले विचार वागण्याबोलण्यात लगेच दाखवून देतात. लपवालपवी करणे, खोटे बोलणे जमत नाही. कधीतरी या महिला खोटे बोलल्या तर ते लगेच त्यांच्या चेहर्‍यावर दिसुन येते.

या प्रकारातील महिलांना समोरच्या पुरूषाचे शुद्ध मन, चांगला स्वभाव हे पुरूषाचे अंग आकर्षक वाटते. आणी त्यावर त्या वेड्या होतात.

दुसरा प्रकार म्हणजे,

जीला पैसा, सत्ता व दिखाऊपणा महत्वपूर्ण वाटतो आणी जी फक्त स्वतःच्या फायद्याचाच विचार करते. लपवालपवी करणे, खोटे बोलणे आणी ते रेटुन खरे आहे असे सिद्ध करणे यामध्ये तरबेज असतात. मनात काय चालले आहे याचा समोरच्याला अजीबात थांगपत्ता लागु देत नाहीत. यांचे खोटे बोलणे पण येवढे जबरदस्त असते की, समोरच्या पुरूषाला तेच खरे वाटते. समोरच्या पुरूषाला आपल्या मागे कसे पळायला लावायचे,हे चांगलेच जमते. यांच्या नुसत्या नजरेच्या इशार्‍यावर, बोलण्यावर आणी चालण्यावर पुरूष वेडे होतात. पुरूषाचा राग आला तरी त्याला दाखवून देत नाहीत. गोड बोलून पुरूषांकडून आपली कामे कशी करून घ्यायची, हे यांना चांगलेच माहित असते.

या प्रकारातील महिलांना समोरच्या पुरूषाचा पैसा, सोने, गाडी, बंगला हे पुरूषाचे अंग आकर्षक वाटते. आणी समोरच्या पुरूषाला आपले शरीर व आपले सौंदर्य याच्या जाळ्यात अडकवण्यासाठी या महिला काहीही करू शकतात.

याव्यतिरिक्त पुरूषाचे दुसरे कोणतेच अंग महिलांना आकर्षक वाटत नाही. विश्वास बसत नसेल तर निरीक्षण करून बघा.

स्त्रियांची सुंदरता कशात असते? स्त्रिला स्वतःची सुंदरता कशात आहे असे वाटते?

स्त्रियांची सुंदरता कशात असते? स्री ला स्वतःची सुंदरता कशात आहे असे वाटते?

एक पुरूष म्हणून मला स्री चे सौंदर्य कसे असावे आणी कशात आहे? याचा मी विचार केला. मला समजायला लागल्या पासून मी माझ्या आईला व बहीणीला पहात आहे.

माझ्या आईने व बहीणीने कधीच तोंडाला महागड्या क्रिमा फासल्या नाहीत. ओठांवर लिपस्टिक लावली नाही. त्यांना ब्युटीपार्लर म्हणजे काय असते ते माहीत नाही. भुवयांना बाकीच्या स्रीया जे काही करतात ते माहीत नाही. केस मोकळे सोडून, अपुरे कपडे घालून आपल्या शरीराचा भाग मुद्दाम दाखवुन त्यांनी कधीच फोटो काढून ते मोबाईल च्या एप वर टाकले नाहीत. तरीही लहानपणा पासून मला माझी आई व बहीण खुप सुंदर वाटते.

आजकाल आपण मोबाईलवर वेगवेगळ्या एपवर अनेक स्रीया व मुली कसे फोटो काढून टाकतात आणी त्यांना सुंदरतेच्या किती कमेंट येतात. ते बघतो. शहरातील 99% स्रीया व मुली यांना ब्युटीपार्लर गरजेचे झाले आहे. लिपस्टिक, महागड्या क्रिमा, केस मोकळे सोडणे, अपुरे कपडे घालून शरीराच्या भागांचे दर्शन घडवणे या गोष्टी गरजेच्या झाल्या आहेत.

ओठांवर लिपस्टिक लावली म्हणजे स्री सुंदर दिसते काय?

तोंडावर महागड्या क्रिमा फासल्या म्हणजे स्री सुंदर दिसते काय?

दर महिन्याला ब्युटीपार्लर मध्ये गेल्यावर स्री सुंदर दिसते काय?

केस मोकळे सोडले म्हणजे स्री सुंदर दिसते काय?

अपुरे व शरीर प्रदर्शन करणारे कपडे घातले म्हणजे स्री सुंदर दिसते काय?

दोन दोन मुले झालेल्या स्रीया पण आपली फिगर मेंटेन करतात.
फिगर मेंटेन केली म्हणजे स्री सुंदर दिसते काय?

Women Workers

हि स्त्री बघा.
काय आहे या स्री कडे?
हि कधी ब्युटीपार्लर ला जात असेल काय?

ओठांवर लिपस्टिक लावत असेल काय? तोंडावर महागड्या क्रिमा फासत असेल काय?

केस मोकळे सोडत असेल काय?

हिने अपुरे व शरीर प्रदर्शन करणारे कपडे घातले आहेत काय?

तरीही हि स्त्री खुप सुंदर दिसते. कारण हिचा साधेपणा आणी निरागस हास्य.

एखादी स्री किंवा मुलगी, कितीही गोरी असली तरी, तिचा स्वभाव, तीचे वागणे बोलणे यावर तीचे सौदर्य अवलंबून असते. केवळ त्यांची कातडी गोरी असली तरी, तीचा स्वभाव, वागणे बोलणे यातुन तीचे दुर्गुण जर समोरच्या व्यक्तीला दिसत असतील तर तो त्या स्रीला सुंदर म्हणेल काय?

•

स्त्री चे सौदर्य कशात असते?

तीच्या गोरयापान शरीरावर की तीच्या स्वभावात? जो पुरूष एखाद्या स्री चे बाह्य सौदर्य बघतो. तो केवळ त्या स्री चा एक वस्तू म्हणून वापर करण्यासाठी बघतो. हि गोष्ट स्री ला कधी समजणार?

समजा एखाद्या गोरयापान, सुंदर शरीराच्या मुलीबरोबर एखाद्या ने लग्न केले आणी काही दिवसांनी अपघाताने त्या मुलीचा चेहरा विद्रूप झाला तर तो पुरूष त्या मुलीला जीवनभर संभाळुन घेईल काय? तीला सोडून देईल की शेवट पर्यंत साथ देईल? तेच जर त्याने त्या मुलीचे शारीरिक सौदर्य पहाण्या पेक्षा, तीचा स्वभाव, वागणे बोलणे हे पाहून लग्न केले.

हे माझे स्त्री सौदर्या बाबत स्वतः चे विचार आहेत. अनेक स्रीया व मुली, तसेच पुरूष, माझ्या या विचारांना सहमत नसतील. पण मला त्यांच्या बरोबर काहीही घेणेदेणे नाही. त्यांच्या मुळे मी माझ्या विचारात बदल करू शकत नाही.

स्त्रियांची सुंदरता तिच्या,

शालीनतेत असते,
तिच्या नम्रतेत असते
तिच्या मृदू बोलण्यात,
मृदू आवाजात असते
तिच्या मनमोहक हास्यात असते
काळ्याभोर केसातही असते
तिच्या व्यक्तिमत्वात असते
आत्मविश्वासात असते
सावळ्या रंगातही असते
पाणीदार डोळ्यात असते
तिच्या कर्तृत्वात असते

• स्त्रीचा सर्वात मोठा कमकुवतपणा काय आहे?

माझ्या मते स्त्री ची सर्वात मोठी कमजोरी ही प्रेम असावी, मी माझ्या तील कमकुवतपणाचा फारसा विचार करत नाही,निसर्गाने किव्हा ईश्वराने प्रत्येकाला काही गोष्टीत स्ट्रँग बनवलं आहे आणि काही गोष्टीत कमकुवत. आपण त्या कमकुवत गोष्टी कोणत्या ह्याची फक्त माहिती करून घेऊन आपल्या स्ट्रॉग गोष्टींवर जास्त फॉक्स करायचा असतो कारण ज्या गोष्टींवर आपण फॉक्स करतो ती गोष्ट आपल्या साठी वाढते.मग कमकुवतपणावर फॉक्स करून तो वाढवण्यापेक्षा ज्या गोष्टी त आपण स्ट्रॉग आहोत. स्त्री ही प्रेमासाठी आसुसलेली असते , तर पुरुष हा संभोगासाठी आसुसलेला असतो. निसर्गाने निर्मिती केलेली ही अद्भुत रचना म्हणजे स्त्री आहे.आपल्याशी २ शब्द प्रेमाने गोड बोलावे ही स्त्री ची माफक अपेक्षा असते .प्रसूती वेळी असह्य वेदना सोसून ती अपत्यला जन्म देते कारण त्या पोटच्या गोळ्यासाठी असणार प्रेम हे तिला ते सर्व सहन करण्याची ताकद देते .

या उत्तरशी तर्कसंगत नाही पण मी या ठिकाणी व्यभिचाराचा मुद्दा उपस्थित करतो . माझ्या मते जर स्त्री ला प्रेमाची कमतरता जाणवत असेल , तर त्या वेळी ती बाहेर प्रेम शोधण्याचा प्रयत्न करेल . इतर

वेळी तिला शारीरिक वासना शमवण्यासाठी बाहेरचा आधार घेणे तिला गरजेचे नसते .

स्त्री ला जर व्यवस्तीत प्रेम मिळालं , आधार तर तिच्या एवढा धाडसी ,कोण नाही ऐतिहासिक हिरकणी च उदाहरण जर आपण पहिला तर आपल्याला कळून चुकेल, की हिरकणी तो अशक्य असा कडा आपल्या मुलासाठी उतरुन खाली गेली .

म्हणून मला असं वाटतं की स्त्री ची सर्वात मोठी कमजोरी ही प्रेम आहे आणि ताकद सुद्धा प्रेम आहे.

12

स्त्री खरंच स्वतंत्र आहे का?

काही महिण्याखाली दहावी आणी बारावीचा निकाल आपण बघितलात , यावरून स्पष्ट दिसतेय की गेल्या चार वर्षापासून निकालावरील बाजी हि मुलींनीच मारलेल दिसतोय , शैक्षणिक क्षेत्रात स्त्रीयांची वाढती प्रगती पाहता सर्वांनाच अपुलकेची जाणीव होत आहे , स्त्रीयांच्या वाढत्या उच्चांकाच स्वागत प्रत्येक क्षेत्रातून होतांना दिसतोय , परंतू स्त्रीयांची गरूढ झेप ही काही मोजक्याच स्थरांपर्यंत पोहचत आसल्याची जाणिव होत आहे , अनेक शासकीय निशासकीय कार्यालयात उच्च स्थरावर महिला कर्मचारी वर्ग मोठ्या प्रमाणात कार्यरत आहेत , परंतू वेळोवेळी मात्र यांच्या सुरक्षेचा मुद्दा चाव्हट्यावर येतो , अनेक कार्यालयात महिला वर्ग अत्याचारांशी सामना करतानांचे चित्र दिसत आहे , प्रशासनाने अनेक कठोर कायदे उपक्रम राबवत पण अमलबाजावणी मात्र होतांना दिसत नाही . आपल्या देशाला स्वातंत्र मिळाले , देशात लोकशाही आली . सर्वांना समान हक्क आला . अनेक महिला आपल्या हक्काची जाणीव करून घेत खुप उंचावर पोहचल्या ; पण त्यांच्या सुरक्षेच्या बाबतीत मात्र अवघीच बोबांबोंब दिसते .

संघर्ष जेथे घडतो ते रण, विश्वाच्या सूक्ष्मतेचे प्रतीक म्हणजे कण, सर्व काही बदलण्यास पुरेसा ठरतो तो क्षण, हे सर्व ज्यात सामावले

ते जीवन ! या जीवनाला यशस्वी बनवतं ते खंबीर मन. असं खंबीर मन बाळगणारं स्त्री हृदय जेव्हा मनातील क्रोध, मत्सर, अपराधीपणाची भावना यांना वाट मोकळी करून देते. पेटून उठतं अत्याचाराबद्दल ,सामोरं जात स्त्री संरक्षण सबलीकरणासाठी, स्त्री पुरुष समानतेसाठी, आरक्षणासाठी, पण निष्पन्न काय होत ? काहीच नाही. विरोधच होतो स्त्री जातीला, उंबरठ्याबाहेर तिचं काय अस्तित्व?

स्त्रीला एकीकडे माता म्हणून गौरवयाचे आणि दुसरीकडे ती जन्माला येण्यापूर्वीच वा आल्या आल्या स्त्री-भ्रूणहत्या करून तिला खुडून टाकायचे. ही आहे आपल्याकडे पुरुषसत्ताकातून प्रसवली गेलेली तथाकथित संस्कृती .... हे असेच सुरु राहिले तर आपली मातृभूमी – 'अ नेशन विदाऊट वूमेन ' ठरण्याची गडद शक्यता आहे.

आई, बहीण, पत्नी, मैत्रीण व मुलगी या नात्यांशिवाय रोजच्या जीवनात ज्ञात-अज्ञात रूपातून भेटणारी, अवीट, असामान्य, कामगिरी करणारी अशी ती अमर्याद, उत्तुंग, स्वच्छंद, गहिरी, अर्थात शब्दातीत आणि .... सांगण्याचा हेतू इतकाच की, तिच्याच उदरात जन्म घ्यायचा, आयुष्याची सुरुवात करायची, तिच्याच उदरात सामावून जायचं आणि आयुष्याचा शेवट करायचा ! हे शाश्वत सत्य स्वीकारून आपण जगत असतानादेखील लेक वाचवण्याची, स्त्री अत्याचाराची समस्या निर्माण होते आणि स्त्री स्वातंत्र्य, स्त्री मुक्ती हे विषय मांडण्याची वेळ येते हे दुर्दैवच ! सप्तरंगांची उधळण करणाऱ्या इंद्रधनुष्यातले सात रंग एकत्र आले अनू सौज्वळता व साधेपणाचा श्वेतरंगांचा अभुदय झाला! या विश्वातल्या सप्तरसांचा, सप्तगुणांचा दया, क्षमा, शांती, प्रेम, वात्सल्य, पावित्र्य आणि मांगल्याचा संगम झाला अनं स्त्रीने जन्म घेतला. तिच्या या अनंत जगातला प्रवास सुरु झाला.

खरोखर आजही स्त्रीला स्वातंत्र्य मिळालं नाही का ? हा प्रश्न आज चिंतेचा विषय बनला आहे. आता कुठं वाटलं स्त्री स्वतंत्र होतीय, स्वतःच्या पायावर उभी राहून पुरुषांच्या खांद्याला खांदा लावून लढतीय ,पण त्याचवेळी बातम्या यायला सुरुवात झाली. दिल्लीतील 'निर्भया' प्रकरण, कोपर्डीतील मुलीवर झालेला बलात्कार आणि अमानुषपणे करण्यात आलेला तिचा खून तसेच महिला डॉक्टरवर बलात्कार करून

जिवंत जाळल्याची घटना माणुसकीला काळिमा फासणारी आहे. या प्रकरणातील आरोपींना पकडण्यात झालेला हलगर्जीपणा, तिच्या कुटुंबासह लोकांनी केलेले आंदोलन, त्यानंतर त्यांना झालेली अटक, राजकीय भेटी, राजकीय मतप्रदर्शनापासून विधानसभेत झालेली चर्चा या सर्व घटनेत 'ती ' कुठे होती?

काही दिवसापुर्वी दिल्लीत झालेल्या एका आल्पवयीन मुलीवर सामुहिक बलात्काराची घटना आठवता अंगावर काटा उभा राहतो . इतकी गंभीर घटना होती . त्या घटनेनंतर देशातील महिला रस्त्यावर उतरल्या , तेव्हा वाटले , आता देशात महिलांना सुरक्षा मिळेल . कायद्याची काटेकोर अंमलबजावणी होइल ; पण त्याबाबत घोर निराशा झाली आहे . महिलांवरील आत्याचाराची मालिका काही थांबत नाही . लैंगिक आत्याचाराबरोबर मारझोड , घटस्फोट , सासरच्या माणसांकडून होणारा शारिरीक आणी मानसिक त्रास , लग्नासाठी धमकी देणे , पळवून नेणे अशा अनेक कारणांनी महिलांवर आत्याचार होतो . आत्याचार वाढण्यास प्रशासन , पोलिस खाते जबाबदार आहे . प्रशासनाने केलेल्या स्त्री संरक्षणाच्या कायद्याची अंमलबजावणी होत नाही .

आत्याचार झालेल्या पीडीत व्यक्ती पोलीसांकडे जाऊन आपल्यावर आत्याचार झाल्याची नोंद करत नाही . कारण नोंद केली तरी पोलीसांकडुन तपास योग्य रीतीने होइल याची खात्री नाही , न्याय मिळवण्याची प्रक्रिया फार विलंबाची व किचकट आसल्याने सहासा कोणी या वाटेलाच कोणी जात नाही . एक तेलुगू मधला कांमगार आहे यांने एक कविता केली , त्यात तो म्हणतो , ऐक तरून नुकतेच पदविका घेवून वकिलकी प्राप्त झाली होती , त्याला अजून कुठलेच वाईट व्यसन लागलेल नव्हत , माणूसकी साबूत होती , आणी त्याला कोर्टाच्या पायऱ्या चडतांना दिसल , तिथे एक म्हातारी उटत बसत पायऱ्या उतरत होती , त्या म्हातारी ला हा वकिल प्रश्न विचारला कि , " आजी तु ऐवढ्या म्हाताऱ्या वयात कोर्टात कसे का ? " , तेव्हा म्हातारी सांगते , " बेटा माझ्या वर वयाच्या 16 व्या वर्षी बलात्कार झाला होता , त्याच निकाल आज 80 व्या वर्षी लागल आहे , आणि बलात्कारा पेक्षा

मला आज वेदना जास्त झाल्या , कारण न्यायाधीश निकाल देतांना म्हणाला , ' सबळ पुरावे अभावी निर्दोष मुक्तता ' , न्याय तरी मिळाला का वयाच्या 80 व्यावर्षी . " आज कोर्टीचे आपलेच न्यायाधीश सांगतात अजूनही 3. 5 कोटी खटले प्रलंबित आहेत. वृतपत्रात निधान एक तरी बातमी आपणांस आढळून येते महिलांवरील आत्याचार झाल्याची , असे काही बातम्या वाचण्यात येत आहेत की वाचल्याबरोबर मण सुन्न पडावा , इतके भयंकर दृष्य , चार वर्षाच्या चिमूकलीवर नियमीत झालेला बलात्कार , खरेच या देशाला स्वंतत्र मिळून 75 वर्ष झाले तरी महिलांना मात्र अजूनही स्वतंत्र नाही , महिलावर्ग आजूनही गुलामीत जगत आहेत , यांना कितीही आरक्षणाने शासनांचे कागदे भरवले तरी , कृतीशील अमलबाजावणी शिवाय महिला स्वतंत्र पणे समाजात वावरू शकत नाही . वास्तविक पाहता स्त्रियांच्या प्रश्नांना अनेक पदर आहेत . खरे तर परंपरा आणि वर्तमान यांच्या अंतर्विविरोधामध्ये स्त्री - प्रश्नाचा धागा अडकलेला दिसून येतो . त्यातून वर्तमानामध्ये स्त्रियांच्या शोषणाचे विभिन्न स्वरूप पाहायला मिळतात.

आखाती देशात आजही स्त्रियांचा सन्मान राखण्यासाठी अत्यंत कडक कायदे आहेत. स्त्रियांच्या विरोधात गुन्हा करणाऱ्यास अत्यंत कडक शिक्षा म्हणजे चाबकाचे फटके यासारख्या शिक्षेची तरतूद आहे. हे देश भारताला Country of Rapist असे म्हणतात. स्वतः अंधारात राहून दुसऱ्याला प्रकाशमान करते ती 'मेणबत्ती'. स्वतः वेदनेचा दाह सोसून दुसऱ्याला दिपवते ती 'वात '. स्वतः अंधारात राहून दुसऱ्याला तेजोमय करते ती 'पणती '. अशी कितीतरी 'ती'ची उदाहरणे किती दिवस जळण्यासाठी द्यावी लागणार कुणास ठाऊक ? जसा पुरुष तशी स्त्री, तोच जीव, त्याच भावना, मग स्त्री-पुरुष भेदभाव आपण का करतो ? आजही आमच्या समाजात एकीकडे स्त्रीला अमृताइतकंच श्रेष्ठ मानलं जात, तर दुसरीकडे बिहार, राजस्थान, पंजाबमध्ये त्याच अमृतात बुडवून कोवळ्या जीवाची हत्या होते.

या घटकांतर्गत मध्यमवर्गीय महिलांवर नोकरीच्या जागी पुरुषसत्तेकडून होणारा त्रास , भारतातील समृद्ध प्रदेशात पुरुषांच्या तुलनेत स्त्रियांचे कमी होत जाणारे प्रमाणाचे वाढते चित्र उद्भवतोय .

अर्धं जग बायकांचं असलं तरी तिची त्या जगातली जागा गौण असावी हे काही पुरुषांच्या डोक्यात इतकं ठाम बसलंय , की त्यांना कुठल्याही बाबतीत पुढाकार घेणारी स्त्री सहन होत नाही . स्त्री हे पुरुषांच्या दृष्टीत भोग वस्तू ठरली आहे , महिलांने पुरुषांच्या खांद्याला खांदा लावून काम करणे समाज अंगीकार करत नाही , एखादी मुलगी कालेजला गेली तर रस्त्यावरील युवकांचे विभत्स नजरा त्या मुलींवर असतात तर काही ठिकाणी छेडछाड पण केली जाते , परंतु आजूबाजूचा समाज मात्र बघण्याच्या भुमीकेत दिसतात , यावरून पुरुष प्रधान देशात महिलांवरील पुरुषांची मानसीकता किती संकोचित विचारधारेची आहे याचा आंदाज निघतो , महिलांवरील अत्याचारांना आळा घालण्यासाठी , राज्यातल्या महिलांनी पुढाकार घेणे गरजेच आहे . भुमाता ब्रिगेड ची रणरागीणी तृप्ती देसाई यांनी महिलांच्या मंदिर प्रवेशसाठी केलेला संघर्ष , यातून मिळालेला स्त्री - पुरुष समानता या सर्व बाबींना एकतर्फी लढा उभारल्यावर होणारा विरोध पहाता , पुन्हा स्त्री जातीतला निघणारा भेद लक्षात घेता समाजातील पुरुष वर्ग किती संकुचित विचारधारेची असतील याचा अंदाज काढता येतो. महिलांवरील होणारे अत्याचार रोखण्यासाठी समाजाच्या मानसिकतेत बदल होण्याची गरज आहे . अत्याचारास आळा घालण्यासाठी समाजाने पुढे येण्याची गरज आहे . सर्व समाजातील लोकांनी आपली मुलगी व मुलगा यांच्यावर योग्य संस्कार करणे आवश्यक आहे . एक मुलगी शिकणे म्हणजे कुटुंब शिकण्यासारखे आहे , म्हणून मुलींना शिक्षण घेण्यास प्रवृत करावे , स्त्रीवर होणाऱ्या अत्याचार थांबवणासाठी पुरुष सक्षम होणे काळाची गरज आहे , प्रशासन व्यवस्था , व भ्रष्ट अधिकारी यांनी कायद्याला विभत्स प्रकारे वापरात आनले , त्यांची काटेकोरपणे योग्य अमलबाजावणी होणे गरजेच आहे.

आजच्या काळातील स्त्रीने स्वातंत्र्याच्या अमर्याद आकाशात मुक्त विहार करायला शिकले पाहिजे. आपले वर्तन,आपली वेषभूषा तसेच आपणही समाज परिवर्तनातील घटक आहे असे समजून का होईना नीट वागले पाहिजे, म्हणजे पुरुषांकडून होणाऱ्या गैरवर्तनाला आळा बसेल. स्त्रीकडे कर्तृत्व आहे, नेतृत्व आहे. तिच्यात तेवढी शक्तीसुद्धा आहे

की ती तिच्या बळावर स्वतःच्या पायातील बेड्या तोडू शकेल, पण हे कधी शक्य होईल? जोपर्यंत महिला स्वतःचे अनुभव लोकांसमोर मांडत नाही तोपर्यंत त्यांना पीडीतांसारखं जगणं जगावं लागेल कारण एखाद्या बलात्कारपीडित स्त्रीकडे समाज कोणत्या दृष्टीने पाहतो ? पीडितेलाच पीडित का केले जाते ? याची दुसरी बाजू अशी आहे कि, तुम्ही असे करू नका, नाहीतर ते तसे होत असते. अर्थात सहिष्णुतेचे भान हरपलेला समाज त्यांना घाबरवण्याचे काम चपखलपणे करताना दिसून येतो ही स्थिती महिलामुक्तीस मारक ठरते.

स्त्रीवाद म्हणजे लिंगभेद झुगारून स्त्री-पुरुष समानतेकडे वाटचाल करणारा विचारप्रवाह एकोणिसाव्या शतकापासून आजपर्यंत स्त्रीमुक्तीसाठी प्रयत्न झाले. त्याची सुरुवात अठराव्या शतकातच बाळशास्त्री जांभेकर यांनी १८३४ साली दर्पण नावाच्या पहिल्या वृत्तपत्रातूनच केली. त्यांनी सुधारणावादी साहित्याचा प्रसार आणि स्त्रीवादी विचारमालिकेतून समाजजागृती केली. बालविवाह,सतीप्रथा, स्त्रियांवर होणारे अन्याय, केशवपन व हुंडाबळी ते आजच्या स्त्रीभ्रूणहत्या, बलात्कार या भीषण समस्या स्त्री सुरक्षित नाही याचाच दाखला देतात. आज घराबाहेर पडणाऱ्या स्त्रीला फिरताना तिला पाहणाऱ्या, तिच्यावर हसणाऱ्या, ती एक उपभोग्य वस्तू म्हणून तिला वागणूक देणाऱ्या पशूंना पाहून 'आपण काय कमावले आणि काय गमावले ' हाच दुर्दैवी प्रश्न पडतोच आणि परत तीच गुलामी छळत राहते..

त्यावर अनेकांच्या प्रतिक्रिया मिळाल्या . त्यांतील काही प्रतिक्रिया या अशा होत्या की , पूर्वी जरी असं मानलं जात असलं तरी आता मात्र ही परिस्थिती बदलली आहे . पुरुष देखील आता बरेच माणसाळले आहेत आणि स्त्रियांना स्वतःच्या मालकीची वस्तू वगैरे समजणं त्यांनी आता बंद केलं आहे . विशेषतः नव्या पिढीतील पुरुषांनी . जर ते तसं असेल तर ती नक्कीच आनंदाची बाब आहे . पण आपण इथे काही ठरावीक लोकांचा नव्हे तर बहुसंख्यांचा विचार करतो आहोत . तिथे हे चित्र असंच आहे असं अजून तरी दिसत नाहीय . दुसरं म्हणजे पुरुषांनी स्त्रियांना आपली मालमत्ता समजणं याचं स्वरूपही काळाबरोबर बदलत गेलं आहे

. म्हणजे मूळ समस्या तीच आहे पण तिचा चेहरा मात्र बदलला आहे . हा बदल आपण आणखी एका प्रश्नाच्या द्वारे तपासून पाहू शकतो . आजची स्त्री ही खरंच स्वतंत्र झाली आहे का की तो फक्त एक आभास आहे ज्यात त्या स्त्रियांच नव्हे तर पुरुषही समाधानानं जगत आहेत . यावर या लेखांत आपण थोडं बोलूयात . डॉ . बाबासाहेब आंबेडकर यांचं एक प्रसिद्ध वाक्य आहे , की गुलामाला तो गुलाम असल्याची जाणीव करून दया तरच तो बंड करून उठेल . ' या वाक्यातील ' जाणीव ' हा शब्द फार महत्त्वाचा आहे . अनेकांना ती जाणीवच असत नाही त्यामुळे आपलं काही चुकतंय हेच त्यांना मान्य नसतं .

आता सध्याच्या पिढीतील भारतीय स्त्रियांच्या बाबतीत ही कसोटी लावून काही उदाहरणं बघितली तरी हे खरं स्वातंत्र्य आहे की छुपी गुलामी आहे ते लक्षात येईल . स्त्री - पुरुष समानतेचा नारा आज आपण देतो व तसं आपण वागतो असंही अनेकांचं म्हणणं असतं . ही समानता लग्नाच्या दृष्टीनं पाहिली तरी असं दिसून येईल की यात वर्चस्व हे पुरुषांचच आहे . बायका आपल्या नव - यांना अजूनही अहोजाहो करतात , ज्या करतात त्यांचे नवरे त्यांना अहोजाहो करतात का ? काही पुरोगामी नवरे आपल्या बायकांना घरी अरेतुरे करण्याची परवानगी देतात (परवानगी शब्द इथे महत्त्वाचा आहे) पण बाहेर मात्र त्यांना तसं केलेलं आवडत नाही . बायकांनी आपल्या कोणत्या मित्रांशी बोलायचं , कोणत्या मैत्रिणीला घरी आणायचं याबाबत नव - याचं मत विचारात घेतलं जातं . बायकोनं गळ्यात मंगळसूत्र घालावं , हातात बांगड्या घालाव्यात , कपाळावर टिकली तरी लावावी , ते तिच्या सौभाग्याचं लक्षण आहे असं सातत्यानं ठसवलं जातं . सात जन्म एकच नवरा मिळण्यासाठी बायकांनीच पुजा करायची , एखादीनं म्हटलं की मला नाही करायची पुजा , मला नकोय तू पुढच्या जन्मी नवरा म्हणून , तर किती नव - यांना ते आवडणार आहे ? किती बायकांना या सर्व गोष्टीत काही वावगं वाटत नाही ? लग्नाच्या बाजारात मुलींच्या दिसण्याला फार महत्त्व दिलं जात नाही असं काहींचं म्हणणं होतं पण ते महत्त्व आता तिच्या कमाईला आलं आहे हे विसरून चालणार नाही . त्यातही तिचा पगार आपल्यापेक्षा कमीच हवा , ती जिथे नोकरी करते तिथल्या पुरुष

सहका - यांशी तिनं फार मिळून मिसळून वागू • नये अशी तिच्यावर बंधनं नसतात का ? या सर्व प्रश्नांच्या मागे आपल्या बायकोनं आपलंच ऐकावं ही पुरुषी मानसिकता तर असतेच पण त्या बाईला देखील तिच्या नव - याचं असं वागणं सहसा खटकत नाही , कारण तो आपला नवरा आहे त्यानं अशा अपेक्षा बाळगण्यात काही चूक नाही , तेव्हा आपणच तडजोड करावी , हे सतत तिच्यावर ठसवलं गेलेलं असतं आणि तिलाही तेच योग्य वाटायला लागतं .

निदान ती विरोध तरी करत नाही . सोसत राहते . कधी तिच्या संसारासाठी , कधी मुलांसाठी , कधी आपल्या माहेरच्यांसाठी , कधी समाजासाठी . पण मग ही काय फक्त स्त्रीचीच जबाबदारी असते का ? संसार घर हे काय फक्त बाईचंच असतं का ? पुरुषाची काहीच जबाबदारी नसते का ? त्यामुळे पहिला मुद्दा हा की तिला आपल्या • गुलामीची जाणीव आहे का हा आहे . दुसरं म्हणजे ती ज्याला आपलं स्वातंत्र्य समजते आहे ते खरं स्वातंत्र्य आहे का हा मुद्दा . आपल्या देशांत मनुस्मृतीच्या नावाखाली करोडो लोकांना जाच सहन करावा लागला आहे . पण दुःखाची गोष्ट अशी की हा जाच नसून धर्म आहे असं इथल्या लोकांचं ठाम मत आहे . त्याचे संस्कार इतके गडद आहेत की ते जणू आपल्या रक्तातच भिनले गेले आहेत आणि त्यात कोणालाच काही चूक वाटत नाही . मनू सांगतो की स्त्रीला स्वातंत्र्य नाही . मुलगी असेल तर पिता , बहिण असेल तर भाऊ , पत्नी असेल तर पती , आई असली की मुलगा हे सारे पुरुषच तिचं रक्षण करतील , तिच्या जगण्याचे निर्णय घेतील आणि तिनं ते पाळायचे . त्याविरुद्ध वागायचं नाही . कारण तिला स्वतःचं असं स्वतंत्र अस्तित्व नाही . ही गोष्ट आपण अगदी आजही घरोघरी पाहू शकतो की नवरा बायकोवर डाफरतो , पोरगा आईवर ओरडतो , भाऊ आपल्या बहिणीवर हक्क गाजवतो आणि पिता आपल्या पोरीच्या आयुष्याचे निर्णय घेतो . या सर्वांना त्या बाईला काय वाटतं हे विचारण्याची गरज वाटत नाही . त्यांनाही दुर्दैव्यानं आपण आपलं काही मत द्यावं असं वाटत नाही . आता नक्कीच तो आणि ती वुमनविश्व प्रकाशन परिस्थिती बदलत आहे पण पूर्णपणे बदलली आहे असं मात्र नाही . कारण कुठेनाकुठे जेव्हा कसोटीची वेळ

येतो तेव्हा पुरुषच नव्हे तर स्त्री देखील त्यात अपयशीच होते . पुरुषाला आपला अहंकार सोडवत नाही आणि स्त्रीला बंड करणं जमत नाही . स्त्री स्वातंत्र्याची अशी एक परीक्षा होते ती तिच्या लग्नाच्या वेळी . लग्नाच्या वेळी अनेक पुढारलेल्या मुलींना आपली जात आठवते . अनेक पुढारलेले आई - बाप आपल्या मुलीनं किंवा मुलानं परजातीतल्या किंवा परधर्मांतल्या मुलावर किंवा मुलीवर प्रेम केलं तर ते घराण्याच्या इभतीनं पेटून उठतात . किती वेळा संभोग करायचा , आपल्याला मुल होऊ द्यायचं की नाही , कधी होऊ द्यायचं , मुलगा की मुलगी यात पत्नीचा कितपत सहभाग असतो यावरूनही हे कळून येईल . अनेक ठिकाणी असं दिसतं की नवरा किंवा बायको हे बाहेर फार पुढारलेपणाच्या गोष्टी करतात पण घरी मात्र त्यांचं अगदी उलट वर्तन असतं . त्यांचं पुढारलेपण , त्यांचा पुरोगामीपणा हा निवडक स्वरुपाचा असतो . त्यांना ज्या सुधारणा अडचणीच्या वाटत नाहीत तिथे त्या केल्या जातात पण अडचणीत आणणा - या सुधारणा मात्र या ना त्या कारणानं टाळल्या जातात . समानतेचा हा दुतोंडी चेहरा तर समाजात अनेक ठिकाणी बघायला मिळतो .

पुरुषांची व्यसनं आणि स्त्रियांची व्यसनं याकडे आपण कसे पाहतो त्यातूनही ही गोष्ट कळून येते . पुरुषांच्या व्यसनाला प्रतिष्ठा असते पण स्त्रीच्या व्यसनानं मात्र कलियुग आल्याची हाकाटी पेटवली जाते . धर्म रक्षणाची , परंपरा चालवण्याची जबाबदारी बहुतेक स्त्रियांच्या माथीच मारली जाते . आपल्या स्त्रीनं आपल्या आवडी निवडी आपल्यासारख्याच ठेवायच्या किंवा आपल्या इच्छेनेच बदलायच्या हा आग्रह पुरुष धरतात . तिनं एखादी विरोधी इच्छा प्रकट केली तर त्याला अपमान वाटतो किंवा तिचं आपल्यावर प्रेम नाही असं वाटतं . व्यक्ती म्हणून तिला तिच्या स्वतःच्या अशा स्वतंत्र आवडी नावडी असू शकतात याचा विचार किती जण करतात ? आज जे लोक आपल्याला सुधारलेले मानतात , ते उद्या आपल्या मुलांच्या व मुलींच्या बाबतीत किती वेळा सुधारलेलं • वर्तन करतात ? नव - यानं नोकरी सोडून काही वेगळं काम करायचं ठरवलं तर अनेक बायका त्याला तसं ते करू देत नाही . तेही तेव्हा जेव्हा त्या स्वतः कमावत असतात . आपला नवरा

बायकोच्या जीवावर जगतो असं लोक म्हणतील , (ते म्हणतातच) आणि याची त्यांना लाज वाटते . बायकोनं नोकरी करणं आणि नव यानं घर सांभाळणं हे घडत नाही कारण ती आपली मानसिकता नाही . त्यात पुरुषाला आपला अपमान वाटतो आणि बाईला लाज वाटते . इथे दोघेही चूकतच आहेत पण त्याची जाणीव त्यांना सहसा नसते. महिला सरंक्षणाचे धडे हे घरातून आणि शाळांतून सक्तीने, युक्तीने आणि क्लृप्तीने दिले गेले पाहिजेत. म्हणतात ना, डोक्यातील मेंदू हा सर्व शारीरिक घडामोडींचा प्रेरणास्रोत असतो. म्हणून ब्रेन वॉशिंग हे महिलांसाठी वैचारिक स्वातंत्र्याचे ब्रेन टॉनिक आहे. फक्त त्याची मात्रा, वेळ आणि प्रमाण योग्य असायला हवे.

अशी शेकडो उदाहरणं आहेत ज्यांतून दिसून येईल की अजूनही स्त्री असो वा पुरुष , दोघेही पूर्णपणे स्वतंत्र झाले आहेत असं म्हणता येणार नाही . दुसरं असं की हे स्वातंत्र्य सातत्यपूर्ण हवं . ती अधिकच अवघड बाब असते . आपल्याला अजून बरीच मजल गाठायची आहे . पण आपण त्यादिशेनं आज विचार करतोय ही देखील आश्वासक बाब आहे आणि त्याचे चांगले परिणाम आपल्याला निश्चितच दिसतील . मागील लेखांत मी असं म्हटलं होतं की , नवरा - बायकोच्या नात्यांत मैत्री असेल तर बरेच प्रश्न सुटू शकतात . इथे मी असं म्हणेन की प्रत्येकच नात्यांत हा मैत्रीचा पाया असेल तर बरेच प्रश्न सुटतील . मैत्रीत आपण अधिक मोकळे होतो , अधिक स्पष्ट होतो आणि अधिक समंजसही होतो . यामुळे स्त्री - पुरुषांमधील सर्व समस्या सुटतील असं नाही . कारण त्यामागे इतर अनेक घटकही कारणीभूत असतात जे दूर करणं ही फार कठीण गोष्ट आहे . पण आपण प्रयत्नच केले नाहीत तर मात्र काहीच होणार नाही. एवढे फलित जरी समाजाला, कुटुंबांना आणि महत्त्वाचं स्त्रियांना समजले तर खऱ्या अर्थाने भविष्यात त्यांच्या भूमिका बदलेल्या असतील आणि एक सशक्त, निरोगी समाजाची निर्मिती होऊन राष्ट्र प्रगतीच्या शिखरांकडे वाटचाल करू शकेल. त्या प्रयत्नांसाठी मैत्री हा एक चांगला उपाय असू शकतो हे मी निश्चित म्हणेन .

13

मर्द, मर्दानी व मर्दानगी

सिमाँ द बोव्हाँ यांनी त्यांच्या 'द सेकंड सेक्स' या ग्रंथात म्हटलंय की, स्त्री ही जन्माला येत नाही तर ती घडवली जाते. नेमकं हेच विधान पुरुषांच्या बाबतीतही तितकंच खरं आहे. जन्मतः कोणालाही आपण स्त्री-पुरुष आहोत हे माहीत नसतं आणि बरीच वर्ष आपल्या व आपल्या मित्र-मैत्रिणींमध्ये काही फरक आहे याची त्यांना जाणीवही नसते. ती जाणीव वयात येण्याच्या काळात सुरू होते. पण जगभर ही नैसर्गिक प्रक्रिया डावलून अगदी लहानपणापासून मुलांवर तू मुलगा आहेस आणि मुलींवर तू मुलगी आहेस याचे शिक्के मारले जाऊन त्याप्रमाणे त्यांची मानसिकता घडवण्याचं काम आपण सारेच करत आलो आहोत. लिंगभेदाची सुरुवात ही अशी घरातून व अगदी लहान वयापासूनच सुरू होते. त्यामुळे पुढे जाऊन त्याचे जे अनेक दुष्परीणाम दोघांच्याही बाबतीत जाणवतात त्याला त्या मुलांचे आई-वडील, घरातील अन्य नातेवाईक, शेजारचे लोक थेट जबाबदार असतात. पण त्यांच्यातही ही लिंगभेदाची संकल्पना त्यांच्या घरच्यांकडूनच आलेली असते व अशी एक परंपराच निर्माण होते जिची मूळं अगदी प्राचीन काळात शोधली जाऊ शकतात. सामाजिक संस्कार, धार्मिक संस्कार, कोटबिक संस्कार या सर्वांतनसिंग

लिंग भेदाचा जो मारा सातत्यानं आपल्यावर केला जातो त्यांतून आपण व्यक्ती म्हणून वाढत नाही, विकास पावत नाही तर स्त्री किंवा पुरुष म्हणून वाढत जातो. आपल्या सर्व शारिरीक, मानसिक, भौतिक, अभौतिक जाणिवांवर हा लिंग भेद इतक्या मोठ्या प्रमाणात थोपला जातो की त्यांतून बाहेर पडणं जवळपास अशक्य होऊन बसतं. तसा कोणी प्रयत्न केलाच तर त्याला अनेक अडचणींना विरोधांना सामोरं जावं लागतं. ज्याची सुरुवात घरूनच होते.

या लिंगभेद संस्कारातील एक महत्त्वाचा संस्कार, म्हणजे पुरुष हा कणखर असतो, बळकट असतो, किंवा ज्याला मर्द म्हणतात तसा तो असतो आणि बायका या बावळट, कमकुवत, असतात, हा आहे. त्याची उदाहरणं आपल्या अवतीभवतीच्या व्यवहारात इतक्या मोठ्या प्रमाणात व सहजतेने आढळतात की त्यात काही गैर आहे याची ना पुरुषांना जाणीव होत ना बायकांना. अर्थात अलीकडे त्याबाबत थोडी जागरुकता वाढत चालली आहे पण त्यानं अद्याप परिणामकारक रुप घेतलेलं नाही. ही उदाहरणं काय आहेत? मर्द को दर्द नही होता, पुरुष रडत नसतात, ज्याच्यात धमक नाही तो पुरुष म्हणजे बायल्या, एखाद्या पुरुषाचा पानउतारा करण्यासाठी त्याला हातात बांगड्या भरायला सांगणे अशी अनेक उदाहरणं देता येतील. याच्या विरुद्ध एखाद्या स्त्रीनं काही कर्तृत्व दाखवलं तर ती मर्दानी आहे, ती वागण्याबोलण्यात मोकळी असेल तर ती पुरुषी आहे (ती चालू आहे आणि उपलब्ध आहे हेही), तू माझी मुलगी नाही तर मुलगाच आहे वगैरे. या दोन्ही प्रकारांत स्त्रियांनाच कमी लेखण्यात आलं आहे हे तर आहेच पण त्याचवेळी पुरुषांवरही अनावश्यक महानतेचं दडपण आणून त्यांचंही मानसिक खच्चीकरण करण्यात येतंय हे दिसून येईल. स्त्री-पुरुषांना व्यक्ती म्हणून न वागवता त्यांच्यावर लिंगाधारीत जाणीवा थोपून त्यांच्याकडून तथाकथित स्त्री-पुरुषांचीच कामं केली गेली पाहिजे असा आग्रह धरण्यातून या चूकीच्या असमंजसपणाच्या धारणा तयार झाल्या आहेत.

मर्द को म्हणजेच पुरुषांना दर्द होत नाही अशी एक धारणा आहे. ते रडत नसतात अशीही. पुरुष काही लोखंडाचे बनलेले नसतात त्यामुळे

त्यांना जखमा झाल्याच तर त्यांतून रक्त वाहतंच, हाडं दुखावली तर वेदना होतातच पण त्या न दाखवता जो मुकाटपणे सोसतो तो खरा मर्द हे या धारणेमागचं कारण. ही सहनशक्ती आहे आणि तिचा लिंगाशी काहीही संबंध नाही. सहनशक्तिच्या परीक्षेत पुरुष नाही तर स्त्रिया कायम त्यांच्या पुढे आहेत. प्रसवकाळात जी स्त्री आपल्या मुलाला जन्म देते त्या वेदना जगातील कोणताही पुरुष सहन करू शकत नाही. त्याची तुलनाच करता येत नाही. शारिरीक श्रमांच्याच बाबतीत नव्हे तर मानसिक सहनशक्तिच्या बाबतीतही स्त्रिया या पुरुषांपेक्षा कायम पटे असतात. स्त्रिया रडतात वारंवार

रडतात त्या त्यांच्या नैसर्गिक शारिरीक रचनेमुळे. त्याचा त्यांच्या कमकुवतपणाशी काहीही संबंध नसतो. ती विरेचणाची एक नैसर्गिक प्रक्रिया आहे. त्यामुळे मन हलकं होतं आणि शरीराचा ताण कमी होतो. स्त्रियांना ज्या शारिरीक व मानसिक दबावातून जावं लागतं त्याला तोंड देण्याची ही नैसर्गिक बचाव यंत्रणा आहे. पुरुषांमध्ये ती नसते, त्यामुळे त्यांच्या डोळ्यांतून सहसा आसवं बाहेर पडत नाहीत, पण त्यामुळे त्यांच्यात एक अंतर्गत ताण निर्माण होतो जो त्यांच्या हिंसक वागण्याला जन्म देतो. त्यामुळे रडणं ही काही कोणाच्या योग्यतेची कसोटी नाही. पुरुष रडतात म्हणून ते बायकी ठरत नाहीत. तसं त्यांना म्हणणं हा स्त्रियांचा अपमान करणं आहेच पण त्या पुरुषांवरही अनावश्यक दबाव टाकण्यासारखं आहे. उलट तणावात पुरुष जितके रडण्याचा प्रयत्न करतील तितकं त्यांना बरंच वाटेल.

स्त्री प्रतीकांचा अपमानास्पद वापर करून पुरुषांना हिनवण्याची एक घाणेरडी प्रथा आपल्यात रूढ आहे. एखाद्याच्या हातात बांगड्या भरणे, किंवा भरायला सांगणे यांतून त्या पुरुषाचं कर्तृत्व नाही हे सूचीत केलं जातं. पण त्याचा दुसरा अर्थ ज्या स्त्रिया बांगड्या भरतात त्या कर्तबगार नाहीत असा होतो हे लोकांच्या लक्षातच येत नाही. बांगडी हे सौभाग्याचं लक्षण आहे, स्त्री सौंदर्य खुलवणारा दागिना आहे, पण त्याचा संबंध हा नको त्या गोष्टीशी लावण्यात आला आहे. बाया घरात जी कामं करतात तितकी कामं पुरुष बाहेर करत नसतात. बायकांना घरात डांबून ठेवायला पुरुषी मानसिकता जबाबदार आहे. आज बायका बाहेर पडून जी कामं

करताहेत ती बघता त्या कोणत्याही बाबतीत पुरुषांपेक्षा कमी नाहीत हेच सिद्ध होतं. तरीही आपण अजूनही त्या वर्चस्ववादी मानसिकतेतून बाहेर पडलो नाही.

स्त्रियांच्या बाबतीतही त्यांच्या कर्तबगारीचं माप हे पुरुषी प्रतीकांनीच मोजले जातात. म्हणजे एखाद्या स्त्रीला ती मर्दानी आहे असं म्हणणं, किंवा ती पुरुषासारखी खमकी आहे असं म्हणणं मुळात याची काय गरज आहे? स्त्रीच्या कर्तबगारीला नेहमी पुरुषांच्या तुलनेतंच मोजायची काहीही गरज नाही. आणि पुरुषांनाही स्त्रियांच्या क्षमतेवरून टोमणे मारून हिनवणंही चुकीचंच आहे. दोघेही शारिरीक व मानसिकदृष्ट्या निसर्गतः वेगळे आहेत आणि या वेगळेपणाचा कोणत्याही अहंकारावीना सहजपणे स्वीकार करणं आवश्यक आहे. त्यांना व्यक्ती म्हणून वागणूक देणं महत्त्वाचं आहे. त्यांची एकमेकांशी तुलना करण्यापेक्षा त्यांना स्वतंत्रपणे वाढण्याची संधी देणं महत्त्वाचं आहे. जिथं कोणत्याही दडपणावीना हे स्वातंत्र्य दिलं जातं तिथं त्यांचा सर्वांगीन विकास होतो व जिथं हे होत नाही तिथं त्यांची अधोगती होते. जी पुढच्या पिढीतही उतरत जाते. हे दुष्टचक्र संपवण्याची सुरूवात आपण आता आपल्यापासूनच करायला हवी. स्त्री-पुरुष दोघेही आपापल्या परीनं जसे श्रेष्ठ आहेत तसंच त्यांच्यात काही उणीवाही आहेत. व्यक्तीनुसार त्यात बदल होत असतो. एकमेकांना ओळखून एकमेकांना पुरक ठरूनच त्यांना एकमेकांची अधिक चांगल्या पद्धतीनं मदत करता येईल, ज्यात त्यांचाही वैयक्तिक विकास होईल. तेव्हा आपण प्रगतीचा मार्ग चालायचा की अधोगतीचा हे ज्यानं त्यानं ठरवण्याची गरज आहे. त्याचे जे परिणाम होतील त्यालाही तो व तीच जबाबदार असणार आहेत.

14

हुंडा एक गंभीर समस्या

हुंडा पद्धती म्हणजे समाजातील लोभिष्ट स्वभावाच्या माणसाच्या वाईट मनोवृत्तीचा आरसा आहे. तसे तर हुंडाबळी स्त्रियांवर होणाऱ्या अत्याचारा विषयीच्या बातम्या आपण वृत्तपत्र, टीव्ही व इंटरनेटच्या माध्यमातून दररोज पाहतो. हुंडा ही आजच्या समाजाला ग्रासलेली एक जीवघेण्या समस्या आहे. उत्तरेपासून दक्षिणेपर्यंत, पूर्वीपासून पश्चिमे पर्यंत, पुरातन काळापासून आजपर्यंत होण्याची ही अमानुष अघोरी रूढी चालू आहे. रामायण, महाभारतासारख्या महान ग्रंथातून हुंड्याचा उल्लेख आहे. इतकी ही प्राचीन रूढी आहे. हुंडा, या दोन अक्षरी नावामुळे, समाजात दोन व्यक्तीतला फरक दर्शविते, त्या दोन व्यक्तींची किंमत ठरवते, स्त्री-पुरुष समानतेचा हा देश अत्ता सत्तरी गाठली जवळपास वृद्ध अवस्थेत हा देश जीवन जगत आहे, नवनवे संशोधन, नवनवे माहिती, जुन्या रूढी पारंपरिक गोष्टी नाकारत, डिजिटल देशात पदार्पणकरत आहोत, लोक पण डिजिटल झाले आहेत, प्राचीन काळी विवाह म्हणजे कन्यादान असे मानले जात होते त्यामुळे मुलीला सासरी पाठवणी करताना तिच्याबरोबर, धन, धान्य, गाई इत्यादी गोष्टी दिल्या जातात. परंतु सर्व मामला खुशीचा असे अर्थातच दोन्ही पक्ष राजीखुशीने हे सर्व करत असत. त्यात कुठेही अडवणूक नसे. आई वडिलांची संपत्ती

वारसा हक्कानी मुलाकडे जात असे. त्यात मुलीचा हक्क नसते. ही कमतरता दूर करण्यासाठी लग्नाच्यावेळी हुंडा दिला जाईल. हा एक प्रकारे आई-वडिलांच्या संपत्तीतील मुलीचा वाटा असेल.

आज मात्र या गोष्टीला पूर्ण विकृत वळण लागले आहे. लहान मुलाचे लग्न म्हणजे घबाड मिळवणे अशी चुकीची समजूत झाली आहे. माणसातील माणूस हरवला आहे. तोडणार झाला आहे, त्यांच्यातील स्वार्थ भयंकर बोकाळला आहे. मग लग्नाच्यावेळी वाटेल त्या गोष्टीची मागणी केली जाते. पडलेले बंधू पिते या गोष्टी कबूल करतात. स्वतःला विकुन कर्जबाजारी होऊन वराच्या मागण्या पूर्ण करतात. पण त्या बकासुरा ची भूक वाढत जाते. मग लग्नानंतर मुलीचा छळ सुरू होतो, तिला आत्महत्येला प्रवृत्त केले जाते वा तिची हत्या केली जाते. तो नराधम पुन्हा बोहल्यावर उभा राहण्यास तयार, म्हणजे नवे घबाड!

कुठे महा भयानक सत्य आहे आणि म्हणूनच हुंडा एक भयंकर समस्या आहे. हुंडा घेणे म्हणजे स्वतःला विकणे, स्वतःची किंमत करून घेणे. आज-काल मुलींनी आपली पात्रता सिद्ध केली आहे. अलीकडे अनेक घरात असे दिसून येते की, लग्न करून येणारी मुलगी घराला पोचते, घराच्या उत्पन्नात भर घालते, अडचणीत समर्थपणे ती घराला सावरते. असे आहे तर स्त्रीला परके का समजावे ? तिच्याकडून त्याची अपेक्षा का करावी ?

कुटुंबा स्त्री-पुरुष समान असतात. पत्नीला अर्धांगिनी म्हटले जाते. पण प्रत्यक्षात मात्र पुरुषाला श्रेष्ठ समजतात व स्त्रीला कनिष्ठ समजतात. समाजाच्या प्रत्येक व्यवहारात हेच वास्तव स्पष्टपणे दिसते. हुंडा या वास्तवाचे एक रूप आहे. या या हुंडा मुळे कित्येकदा कुटुंबाची कुटुंबे उध्वस्त होतात उघडली जातात. त्यामुळे मुलीचा जन्म एक आपत्ती मानली जाते. तिला या जगात येण्यास प्रतिबंध केला जातो वा जगात आलेल्या स्वतःच्या कन्येचा गळा घोटून तिला जगातून हद्दपार केले जाते. म्हणून प्रत्येक सुज्ञ माणसाने या हुंड्याला हद्दपार केले पाहिजे.

मात्र हजारो वर्षांपासून चालू असलेली हुंडा ही समाजात बुरसटलेली प्रथा मात्र या डिजिटल इंडियात या समाजाची पाठ सोडत नाही.

समाजात बहुतांश सुशिक्षित तरुण आहेत, आणि आपल्या देशाची वाटचाल ही महासत्तेच्या दिशेने चालत आहे, या वाटचालीचा बोज या नवयुवक तरुणांच्या खांद्यावरती पेललेलं आहे, याच तरुणांच्या हातावर उद्याच्या देशाच भवितव्य कोरले आहे, परंतु शोकांतिका या गोष्टीची आहे की, हा तरुण आज एका बुरसटलेल्या विचारसरणीचे पाईक होऊन समाजातल्या स्त्री घटकांना आपल्या हाताने कत्तल करण्याचं मोठा संकुचित धोरणच या देशात अमलात आणले आहेत. ते म्हणजे हुंडा प्रथा, मुलगा थोडा फार शिक्षित असला, की लग्नात मुलींच्या बापाकडून मिळणाऱ्या हुंडावर त्या कुटुंबाचा डोळा असतो, समाजात कितीही काठोरतेचा कायदा अस्तित्वात असूनही ही समाजाला लागलेल गंज मात्र काही निघत नाही.

एक काळ असा होता की जेव्हा मुलीच्या लग्नात तिचे वडील त्याला जमेल तेवढ्या भेटवस्तू देत असे आणि वरपक्ष त्याला समाधानाने स्वीकारायचा. हुंडा हा प्रकार आपल्या संस्कृतीत एक आदर्श आणि शुभ पैलू मानला जायचा. परंतु, आज हुंडा हे वधू पक्षाच्या शोषणाचे माध्यम बनले आहे. कुठेतरी हे शोषण रोख पैशाच्या रूपात होते तर कुठे दागिन्यांच्या रूपात. कुठेतरी हुंडा मुलाचे शिक्षण म्हणून शुल्क आकारले जाते, तर कुठे हुंडा जमीन, मोटारकार-स्कूटर किंवा इतर स्वरूपात घेतला जातो. प्रकार काहीही असो, हुंडा घेतल्याशिवाय मुलगी डोलीमध्ये चढू शकत नाही. हल्ली आवश्यक हुंडा न मिळाल्यामुळे नववधूला अनेक प्रकारचे ताणे आणि कटाक्ष ऐकावे लागतात. नववधूला अनेक प्रकारचे शारीरिक आणि मानसिक छळ सहन करावे लागतात. हुंड्याच्या लालसाने मुलाचे दुसरे लग्न करण्यासाठी वधूला विष देऊन किंवा जाळून मारले जाते. बऱ्याच घटनांमध्ये त्रस्त नववधूने स्वतःहून आत्महत्या केल्या आहेत. रेल्वेचे रक्तरंजित ट्रॅक, बाथरूममधून निघणारा रॉकेलचा धूर आणि सीलिंगच्या पंखांनी लटकलेल्या मृतदेहांनी याचा पुष्कळदा पुरावा दिला आहे. हुंडारुपी राक्षस वधूपक्षाचे भयंकर शोषण करते. हुंडा न दिल्यास वरात परत येते. जरी लग्न झालं असलं तरी वधूपक्षाला अपमानाचे कडवे विष प्यावे लागते. हुंड्याची व्यवस्था न झाल्यास तर कधीकधी मुलीचे वडील आत्महत्या करतात

किंवा कधी तर मुलगी स्वतःच आत्महत्या करते.

'हुंडा' ही आपल्या समाजातील खरोखर एक दुष्ट प्रथा आहे. या प्रथेची मुळे पुरातन काळापासून आढळतात. बहुधा हुंडा हा वरपक्ष वधूपक्षाकडून हक्क म्हणून वसूल करतो. फारच थोड्या जातींत मुलाकडून मुलीला हुंडा दिला जातो. पूर्वी या हुंड्याला 'वरदक्षिणा' या गोंडस नावाने गौरवले जात असे. आपल्या पुरुषप्रधान समाजात स्त्रीला कमी लेखले जात असे आणि या कमीपणाची भरपाई हुंड्याने केली जात असे. आज स्त्रीने हे सिद्ध केले आहे की, ती कोणत्याही बाबतीत पुरुषापेक्षा कमी नाही. आज मुली भरपूर शिकतात. कुठलाही सुविदय पुरुष सुशिक्षित स्त्रीचीच पत्नी म्हणून निवड करतो. म्हणजे शिक्षणाचा खर्च दोघांनीही केलेला असतो.

देशात दर तासाला एक हुंडाबळी होत असल्याची धक्कादायक बाब एनसीआरबीने सादर केलेल्या हुंड्याची आकडेवारी समोर आली आहे. सन 2012 मध्ये देशभरातील विविध राज्यांमध्ये हुंडाबळी झालेल्यांची संख्या 8 हजार 233 होती. त्यावर आधारित आकडेवारीनुसार, दर तासाला एका महिलेचा हुंडा प्रकरणात मृत्यू होत असल्याचे एनसीआरबीच्या अहवालातून समोर आले आहे. 2011 मध्ये हुंडा आणि तत्सम कारणांमुळे मरण पावलेल्या महिलांची संख्या 8,618 होती. 2007 मध्ये हा आकडा 8 हजार 93, 2008 मध्ये 8 हजार 172 आणि 2009 मध्ये हुंडाबळी झालेल्यांची संख्या 8 हजार 383 होती. वरील आकडेवारी पाहता 2010 मध्ये 8 हजार 391 महिला हुंड्याच्या बळी ठरल्या. समाज एकप्रकारे हुंडा पद्धतीने दहशतवाद निर्माण करत आहे, पण हे दहशतवादी समाजात सन्मानाने आणि सन्मानाने काम करत आहेत.

नियमित वृत्तपत्रातून वाचनात येतो, गॅसच्या स्फोटाने नववधूंचा जाळून मृत्यू, विहिरीत पडून मृत्यू, पंख्याला लटकवून संपवली जीवनयात्रा, ही सर्व बाबी केवळ आपल्याला एका नववर्षाच्याच वाटेला आलेले दिसते, या वर गांभीर्याने विचार केल्यास, ही सर्व बाबी सासरवासींकडून हुंड्या मूळे झालेल्या घटना आहेत हे लक्ष्यात येते, मी अनेक ठिकाणी समाजात अनुभवत आहे, हुंडा प्रतिबंध कायदा

असतानाही तुम्ही हुंडा का देता?, असा जर प्रश्न या समाजाला विचारला तर उत्तर असेल मुलीच्या सुखी जीवनासाठी, जर मुलाच्या पार्टीला विचारल तर उत्तर येईल माझ्या मुलीला हुंडा दिला, म्हणून मी मुलाला घेत आहे, आणि तस मी जागा वेगळं काही करत नाही, जे सर्व घेतात तेच मी करतोय... ! अश्या प्रकारच्या प्रतिक्रिया आपल्याला समाजात ऐकायला मिळतात. मात्र एक विचार करण्या सारखी बाबा आहे, या देशात या हुंडापाई अनेक संसार उधवस्थ झाले आहेत, या देशात मुलींच्या हुंड्यासाठी पैसे नाहीत म्हणून अनेक शेतकरी बापानी आत्महत्या केलेले उधारहरण आहेत, सगळ्यात महत्वाची बाब म्हणजे हुंड्यामुळे समाजात स्त्री जन्म पाप समजल्या जातोय, स्त्रीच्या जन्माचे दारे बंद केल्या जातोय, स्त्रीभ्रूण हत्या सारखे अनेक प्रकरणे आपल्या देशात घडत आहेत.

आपल्या भारतात आर्थिक विषमता फार मोठ्या प्रमाणात आहे. एका बाजूला गडगंज संपत्ती असणारे भांडवलदार आहेत; तर दुसऱ्या बाजूला अन्नाची भ्रांत असणारे लक्षावधी गरीब आहेत. एका बाजूला उंच उंच आलिशान इमारती आहेत, तर दुसऱ्या बाजूला हीनदीन झोपडपट्ट्या आहेत. अशा या दोन परस्परविरोधी समाजांत एका बाबतीत मात्र साम्य आहे आणि ती बाब म्हणजे 'हुंडाबळी'.

आपल्याला असे वाटत होते की, जग जसे प्रगत होईल, शिक्षणाचा जसा प्रसार होईल तसा हा हुंड्याचा फास कमी होईल; पण आपली ही आशा फोल ठरलेली दिसत आहे. आज शहरांतून तरी शिक्षणाचा खूप प्रसार झाला आहे. मुली पदवीधर झाल्या आहेत. स्वतः नोकरी करून पैसे मिळवू लागल्या आहेत. तरी पण लोकांची हुंड्याची हाव काही सुटली नाही. उलट सध्या हुंडा वेगवेगळ्या स्वरूपांत समोर येतो. वरदक्षिणा, दागदागिने, मानपान, राहण्याची जागा, वाहन, टी व्ही., फ्रीज अशा विविध रूपांत हा हुंडारूपी भस्मासूर अवतरतो. जो ज्यांच्या अंगी संचारतो ते आपल्यातील माणूस हरवून बसतात आणि शेवटी त्यात नवपरिणित मुलीचा बळी घेतला जातो.

श्रीमंतांकडे ज्याप्रमाणे हुंड्यासाठी बळी पडतात, त्याप्रमाणे गरिबांच्यातही हुंड्यामुळे खून केले जातात. हुंड्याचे हे जहर आज

पिढ्यान्पिढ्या आपल्या समाजात भिनले आहे. त्यामुळे मुलगी झाली की आईवडिलांच्या काळजाचा ठोका चुकतो. मुलीला जन्म देणाऱ्या स्त्रीकडे उपेक्षेने पाहिले जाते. कित्येक गरीब घरांतून तर या हुंड्याच्या रूढीपायी कित्येक मुली अविवाहित राहतात.

ताज उदाहरण लातूर जिल्ह्यातील एका शेतकऱ्याची शितल नामक मुलगी आपल्या वडिलांच्या डोहावरील कर्जाच बोज पाहुन स्वतःच्या लग्नासाठी वडिलांकडे पैसा नाही म्हणून, वडिलांची दशा पहावयास वाटले नसल्याने स्वतः आत्महत्या करून जीवन यात्रा संपवून घेतली, असे भयंकर निर्णयांना या समाजातल्या तरुणी केवळ हुंड्यामुळे घेत आहेत, अत्ता मला प्रश्न पडतोय की, हा प्रशासन व हा समाज किती शितल संपवतील..?का होत नाही कायद्याची कठेकोरपणे अमलबजावणी?.यास जबाबदार कोण?समाज का प्रशासन.?. हा प्रश्न मात्र नेहमीच पडतो. या हुंडापद्धतीला आळा कसा घालायचा? वास्तविक 1961 पासून आपल्याकडे हुंडाप्रतिबंधक कायदा लागू झाला आहे. पण हा कायदा अपुरा पडतो. त्यातून अनेक पळवाटा निघतात. हुंडा घेण्याचा गुन्हा करणाऱ्यांना त्या. फार सौम्य शासन आहे. म्हणून कायदयात सुधारणा करण्याचे खूप प्रयत्न चालू आहेत. पण येथे एक मोठा प्रश्न उभा राहतो की, या गोष्टी कायदयाने अमलात येतील का?

खरे म्हणजे त्यासाठी फार मोठ्या प्रमाणात समाजप्रबोधन आवश्यक आहे. समाजपरिवर्तन व्हायला हवे, पण हे कोण करणार? काही महिला संघटना आपल्यापरीने प्रयत्न करीत आहेत. पण या प्रश्नातले एक कटू सत्य असे की, बहुसंख्य हुंडाबळी प्रकरणांमध्ये सासू, नणंद अशा स्त्रियाच कारणीभूत ठरलेल्या दिसतात. मग सांगा आता काय करावे?

मुलींचा जन्म स्त्रीसुद्धा का नाकारते? स्त्री आणि पुरुष ही समाजरथाची दोन चाके. असे असताना स्त्रीचा जन्म का नको? एकीकडे 'मुलगा-मुलगी एक समान', अशा घोषणा द्यायच्या आणि एकीकडे मुलीचा जन्म नाकारायचा. पुरुषाचा जन्म स्त्रीशिवाय संभवत नाही, हे सत्य समाज का नाकारत आहे? 'यत्र नार्यस्तु पूजन्ते, रमन्ते तत्र देवता।' असे म्हणायचे आणि स्त्रीचा अपमान करायचा, तिला गौण

स्थान द्यायचे, अशी माणसाची वृत्ती का? या सगळ्यामागे सामाजिक अनिष्ट प्रथा आहे. ती म्हणजेच हुंडा.

मुलीला लहानाचे मोठे करायचे, तिच्यावर उत्तम संस्कार करायचे, तिला शिक्षण द्यायचे आणि ती उपवर झाली, की तिचा बाजार मांडायचा. उत्तम स्थळ हवे? द्या हुंडा, करा खर्च. गरीब आईबाप नाही देऊ शकत हुंडा. हुंडा नाही, तर लग्न नाही. झालंच लग्न, तर सासरच्यांकडून छळ, लोभ, हव्यास यातूनच हुंड्याचा जन्म झाला.

'माहेराहून पैसे आण. नाही आणलेस, तर तुझा जगण्याचा हक्कदेखील आम्ही नाकारू.' मग हुंडाबळी, जिवंत जाळणे किंवा आत्महत्येस प्रवृत्त करणे. अशी ही स्त्रीची विटंबना कधी थांबणार? शिक्षणाबरोबर समाजही प्रगत होईल, वैचारिक क्रांती होईल असे वाटले होते.

हुंडा देणे व घेणे कायद्याने गुन्हा ठरविला. पण कायद्याचे पालन करतो कोण? कायद्याला पळवाटा असतातच ना? हुंडा नको? मग वरदक्षिणा द्या. मुलीचे सालंकृत कन्यादान करा. मानपान करा. मुलीला फ्लॅट देऊन घ्या. जावयाला गाडी घेऊन द्या. अशा अनेक मागण्या होऊ लागल्या.

याशिवाय लग्नाचा दोन्ही बाजूंचा खर्च वधुपित्यानेच उचलायचा. आपली मुलगी सुखी राहावी, तिला सासरच्यांची उणी-दुणी ऐकायला लागू नयेत; म्हणून काही वधूचे माता-पिता आपण होऊन न झेपणारा खर्च करतात. मग आपापसांत चढाओढ लागते. 'अमक्याचा मुलगा एवढा काही शिकलेला नाही.

पगारही बेताचाच; पण सासुरवाडी बघा केवढी मालदार मिळालीय!' यातून इतरांना चेवच चढतो. अशा वेळी वाटते, कायद्याची नाही; समाज-प्रबोधनाची गरज अधिक आहे. त्यासाठी मुलानीच ज्ञा केली पाहिजे 'मी हुंडा घेणार नाही.' मुलींनी प्रतिज्ञा केली पाहिजे 'हुंडा घेणाऱ्या मुलाशी लग्न करणार नाही.' हुंडा या प्रकाराशी स्त्रीच संबंधित असते.

सासू, नणंद, जाऊ अशा मंडळींचे नाव हुंडाबळी प्रकरणात असते. 1961 साली हुंडा प्रतिबंधक कायदा' झाला; पण त्याचा फारसा उपयोग झाला नाही. या गुन्ह्यासाठी शिक्षादेखील सौम्य आहे. याबाबत

सुधारणा करण्याचा प्रयत्न आहे. अशा गोष्टी कायद्यापेक्षा माणुसकीच्या नात्याने, परस्परांच्या सहकार्याने आणि समंजसपणाने सोडविला पाहिजे.

आज मुलीदेखील उच्चशिक्षित असतात, लठ्ठ पगाराची नोकरी करत असतात, तरीही त्यांना हुंडा द्यावा लागतो. पण जी मुलगी लग्नाआधी नोकरी करत नाही, तिने कुठून आणायचे हुंड्यासाठी पैसे? प्रत्येक स्त्री संसाररथ ओढताना मोलाचा हातभार लावतच असते.

तरीही सासरच्या अडी-अडचणीच्या वेळी सुनेने माहेरहून पैसे आणावेत, ही अपेक्षा का? प्रश्न अनेक आहेत; पण त्यांवर उत्तरे नाहीत. ऐपत असो अथवा नसो, तुम्ही काय वाट्टेल ते करा;

पण मुलगी उजवायचीय ना मग द्या हुंडा, कधी उघडणार समाजाचे डोळे ? कधी संपुष्टात येणार ही हुंड्याची अनिष्ट प्रथा? या समाजाला सुबुद्धी होईल. काही अनावश्यक व वाईट रूढींचा अस्त व्हायलाच हवा. तरच नवविचारांचा सूर्य उदयास येईल. हुंडा एक जीवघेणी प्रथा आहे.महात्मा फुले, राजाराम मोहनरॉय , महर्षी कर्वे यांनी अनिष्ट रूढींचा नाश होण्यासाठी प्रयत्न केले.

श्रीमंत आणि गरीब दोघांच्याही घरी हुंडाबळीचा आक्रोश निनादत आहे. १९६१ पासून हुंडाप्रतिबंधक कायदा लागू झालेला आहे पण त्यातील शासन फार सौम्य आहे, त्यात अनेक पळवाटा आहेत. म्हणून हा कायदा अपुरा पडत आहे. 'मलगी नको या भावनेचा जन्म होत आहे. गर्भपात , गर्भलिंगनिदान याचे प्रमाण वाढले आहे मलीचा गर्भ असेल तर जगात येण्यापूर्वीच तिला संपविले जात आहे. हुंड्याच्या यक्षप्रश्नाम अनेक मुली अविवाहित आहेत. अनेक मुली बळी पडल्या आहेत.

हा यक्षप्रश्न सोडविण्यासाठी समाजप्रबोधनाची आवश्यकता आहे.नुसता कायदा सुधारून हे काम होणारे नाही. समाजपरिवर्तन झालेच पाहिजे ही सर्वांची सामाजिक आवश्यकता आहे.तरच या रूढीचा अस्त व नवविचारांचा उदय शक्य आहे.शिक्षणाबरोबर हुंडा कमी होईल ही आशा फोल ठरली आहे. मुली पदवीधर झाल्या, नोकरीस लागल्या, तरी हुंडा आहेच.मानपान, दागिने, टि.व्ही. गाडी या रूपाने हुंड्याने उग्र रूप धारण केले आहे. वर्तमानपत्रात हुंडाबळीच्या बातम्या रोजच

वाचावयास मिळतात. हुंड्यामुळे खून , आत्महत्या असे प्रकार घडतात.

"चला रूढीवर आता घसरा टाकूनि सीमा मृतधर्माच्या दंभाच्या या अंधपणाच्या जुनेपणाच्या, अहंपणाच्यासीमोल्लंघनकालचि दसरा" कविवर्य गोविंदाग्रज यांनी घातक रूढींचे उल्लंघन हेच खरे सीमाउल्लंघन आहे.असे सूचित केले आहे. कारण विशिष्ट चौकटीत मानवाला बंदिस्त करणाऱ्या या रूढीमुळे संस्कृती संस्कृती, समजा-समाज यामध्ये तणाव सुरू झाले. समाजात एकेरीपणा आला आहे.प्रेमाचा, भावनेचा चुराडा होत आहे. हुंड्याने 'मी पण' हरवलेली व्यक्ती आक्रोश करतांना दिसते. माणुसकी हिरावून घेणाऱ्या या रूढीविरूद्ध प्रत्येक तरूणाने बंड पुकारले पाहिजे. या रूढीला नाकारण्याची शक्ती प्रत्येक तरूणात हवी. आर्थिक विषमतेने श्रीमंत व गरीब असे वर्ग निर्माण केले.या दोन्ही वर्गात. या दोन्ही वर्गात आर्थिक विषमता आहे पण 'हुंडाबळी' च्या बाबतीत या दोन्ही वर्गात समानता आहे.

हुंड्याची प्रथा इतकी प्रबळ झाली आहे की त्याविरूद्ध आवाज उठवण्याची शक्ती लोकांमध्ये राहिली नाही. हुंड्याविरूद्ध बोलणारी स्त्री मुर्ख किंवा वेडी समजली जाते. सर्वात दुःखद म्हणजे आपल्या समाजातील पुरोगामी, सुशिक्षित घटकही हुंड्याला अप्रत्यक्षपणे पाठिंबा देत आहेत. हुंडा-प्रतिबंधित सरकारी कायद्यांचा समाजावर लक्षणीय परिणाम होत नाही. कायद्याचे पालन करण्यास विशेष महत्त्व दिले जात नाही.

शासकिय कायद्यांची भिती तर या समाजाला अजिबात नाही, हुंडा प्रतिबंधक कायदा 1961 च्या कायदा 3 अनव्हे, हुंडा घेण्याबद्दल व देण्याबद्दल कमीत कमी 3 वर्ष मुदतीची कारावास शिक्षा आणि कमीत कमी रुपये 15,000 व या पेक्षा हुंड्याच्या मुदाता इतकी रकमेच्या दंडाची शिक्षा करण्याची तरतूद आहे. हुंडा प्रतिबंधक कायदा १९६१ च्या कायदा 4 अनव्हे, कोणत्याही व्यक्तीने हुंडा प्रत्यक्ष व अप्रत्यक्षपणे मागितल्यास त्यास कमीत कमी 6 महिन्यापासून ते 2 वर्षापर्यंत कारावास असू शकते आणि 10,000 रुपये दंडाची शिक्षा करण्याची तरतूद आहे,

आज बहुतेक स्त्रिया अर्थार्जन करत असतात. म्हणजे आपल्या संसाराची आर्थिक जबाबदारीही त्या उचलत असतात. त्याशिवाय घर, कुटुंब आणि अपत्ये यांसाठीही घरातील स्त्री सतत कष्ट उपसत असते. अशा परिस्थितीत तिच्या जन्मदात्यांकडून धनाची वा इतर भेटींची अपेक्षा करणे हे फार दुष्टपणाचे लक्षण आहे.

आज 'हुंडा' या दुष्ट प्रथेचे अनेक दुष्परिणाम आपल्याला अधूनमधून दिसून येतात. मुलीच्या सासरच्या लोकांकडून वारंवार अनेक मागण्या झाल्यामुळे कित्येक विवाहित मुली आत्महत्या करतात. कित्येकदा हुंड्याच्या हव्यासासाठी सुनेला जाळण्यापर्यंत सासरच्या माणसांची मजल जाते.

वरपक्षाकडून होणाऱ्या हुंड्याच्या मागणीमुळे कित्येक गरीब घरातील मुलींचे विवाहच होत नाहीत. त्यामुळे मुलीचा जन्म हा मातापित्याला संकटच वाटू लागतो. काही समाजात मुलींना जन्मतःच मारले जाते, तर काही ठिकाणी मुलीचा जन्मच नाकारला जातो. हे खरोखरच दुःखदायक आहे. खरे तर स्त्री व पुरुष हे समाजाचे दोन आधारस्तंभ आहेत, दोन पाय आहेत. एक पाय आपण कमकुवत ठेवला, तर लुळापांगळा समाज प्रगती करू शकेल काय?

हुंड्याला विरोध करणारा कायदा सरकारने केला आहे. पण या कायद्याला कोणी धूप घालत नाही. आजही प्रचंड पिळवणूक चालू आहे. या घातक समस्या विरुद्ध काही सामाजिक संस्था आजही काम करत आहेत; पण ते प्रयत्न पुरेसे नाहीत. यासाठी मोठी क्रांती व्हायला हवी. समाजातील सर्व घटक एकत्र यायला हवेत. समाजातील तळागाळापर्यंत प्रबोधनाचे कार्य पोहोचायला हवे.

हुंड्याच्या प्रतीचा नाश करण्यासाठी समाजात स्त्री-पुरुष समानतेची दृष्टी निर्माण केली पाहिजे. केवळ हुंड्याच्या विचार करता येणार नाही. समाजाच्या विचारधारेच्या मुलाची आपल्याला जावे लागेल. पुरुषा सारखेच माणूस आहे. तिला पुढच्या सारख्या सुखदुःखाच्या भावना असतात. इच्छा-आकांक्षा असतात. स्वतःचे आयुष्य घडवण्याच्या पुरुष आहेत का अधिकार तिला आहे. ही दृष्टी समाजात रुजवली गेली पाहिजे. प्रत्येक व्यक्तीच्या स्वातंत्र्याचा आदर केला गेला पाहिजे. किंबहुना

समाजात जेव्हा जात-पात-धर्म यांच्यावरून समाजात भेदभाव करणे बंद होईल तेव्हाच हुंड्याची प्रथा आपोआपच नाहीसे होईल.

सृष्टीची धारणा स्त्रीमुळे होते. तिला प्रेम द्या, विश्वास द्या, तिच्या भावना समजवून घ्या. ती सबला आहे,शक्ती आहे, जन्मदात्री आहे. तिची कदर करा.पैशाच्या लोभापायी, हुंड्याच्या उच्च विचाराची, समजुतदार असेल तर संसाराचा गाडाच काय, समाज व देशाच्या कल्याणासाठी ती प्रयत्नांच्या रथाची उत्तम सारथी बनून दाखवील. हुंड्यामुळे ज्या स्त्रीचा बळी जातो, तिच्या लहान मुलांचे जीवनही उद्‌ध्वस्त होते. संस्कृतीला लागलेला हा कलंक घालविण्यासाठी प्रत्यक्ष कृतीची गरज आहे. हुंडासमस्याप्रधान चित्रपटे व नाटके , युवामंच , नारीअत्याचार विरोधी मंच या सर्वांबरोबर 'मी हुंडा घेणार नाही' हा प्रत्येक तरुणाचा निर्धार महत्त्वाचा आहे.

हुंड्याच्या मोजकाट्याने लग्नमंडपात वराने आपली प्रतिष्ठा का मोजून घ्यावी? वधूच्या गळ्यात मंगळसूत्र की गळफास बांधला जात आहे? या गोष्टी क्षुल्लक नाहीत . एक स्त्री हुंडाबळी ठरते त्यामागे दोन कुटुंबे, दोन परिवार, सर्व आप्तेष्ट, तिची अपत्ये या सर्वांची खूप हानी होते. एक दुष्ट चक्र सुरू होते.कोर्ट, कचेऱ्या, शिक्षा, मानहानी या चक्रव्यूहात मग बाकीचेही अडकले जातात.शेवटी माणसासाठी नियम हवेत, नियमासाठी माणूस नको'. जी कृत्ये उजेडात करायला लाज वाटते, ती अंधारातही करायला नकोत. समाजाला उन्नत करण्यासाठी घातक प्रथांची होळी करायलाच हवी.नाही तर रोज एक 'मंजुश्री सारडा' बळी जात राहील.हुंडा मानवाला गिळेल.

> *"'लक्ष्मी' साठी 'लक्ष्मी' ला मारलेस*
> *हुंड्यासाठी काय रे केलेस?*
> *हा लोभ लागेल हात धुऊन तुझ्याच मागे*
> *माणसा, माणसा का रे असे केलेस?*
> *सुंदर संसार फुलविण्याऐवजी संहार का केलास?*
> *आज दूर गेल्या सुखाच्या वाटा अन्*
> *तुझ्या गळा अटकला फास...."*

असे शब्द माझ्या अंतरंगातून उमटतात. मन खूप व्यथित होत.खरं तर एक चांगली सहचारिणी मिळणे ही खूप भाग्याची गोष्ट आहे. योगायोगाने तसं मिळालं तर संसार फुलतो, खुलतो.पैसा काय आज आहे उद्या नाही.नसेल तर तो कमविता येतो.पण एकदा मोहापायी व्यक्ती गमावली तर ती परत मिळविता येत नाही. शिक्षण घेऊन जर तुमचे मन प्रगल्भ होत नसेल तर अशिक्षित राहिलेलेच बरे. प्रत्येक तरुणाने मनापासून ह्या सर्व बाबींचा विचार केला पाहिजे. जन्मभर साथ देणारी चांगली सहचारिणी मिळावी म्हणून प्रयत्न केला पाहिजे .

वीस वर्षे जपलेले माहेर सोडून सर्वस्व द्यायला जी लक्ष्मी तुमच्या दारी येते तिचे स्वागत करा , प्रेमाने तिला जिंका, मग बघा सुख कस दारी लोळण घेतं ते! पैशाचा , हुंड्याचा हव्यास सोडून समाधानी जगा. नुसत्या शपथा नकोत कृती करा.

तर अशाप्रकारे मित्रानो हुंडा हा पैशाच्या हव्यासापायी लोभी प्रवृत्ती असलेल्या समाजातील संपत्ती प्रेमी लोकांना धुडकावून लावून स्वतःच्या पायावर उभे राहून स्वतःच्या कमाईवर सामर्थ्यशाली जीवन जगणे संघर्ष करणे आपले स्वप्न साकार करणे ह्या गोष्टीचे करतात आणि यशस्वी होतात त्यांना हुंडा मागण्याचे कोणाचे धाडस होत नाही किंबहुना त्यांना सामाजिकता मानसन्मान प्राप्त होतो त्यामुळे गरीब असो वा श्रीमंत स्वतःला सिद्ध करणे गरजेचे आहे. हल्ली महाराष्ट्रात हुंडा प्रतिबंधक अधिनियमानुसार शासकीय कर्मचाऱ्यांना हुंडा न घेतल्याचे प्रमाणपत्र देणे बंधनकारक आहे.इंजिनिअर, डॉक्टर बनूनही लग्नाच्या वेळी हुंडा देण्याची वेळ येते. अशा मुलींनी वर पक्षाची हुंडा मागणी झुगारून दिली पाहिजे. जावयाचे सणवार, पहिलं बाळंतपण, येण्या-जाण्याचा खर्च या नावाखाली होणारी वधूपक्षाची लूट थांबविण्यासाठी प्रत्येक मुलीने हुंडाविरोधी क्रांती केलीच पाहिजे.आता ही वेळ आलेलीच आहे अन्यथा हे हुंड्याचे दुष्टचक्र संसारालाच गिळून टाकेल.युवक व युवतींचा हुंडाविरोधी निश्चय हाच प्रभावी उपाय आहे.

तरी आपला समाज या कायद्याच्या चौकटीत टिकत नाही, मग कधी कधी असा प्रश्न पाडतो, हा कायदाच कशयाला काढला असेल, या कायद्याची कुठल्याच परीने अमलबजावणी होत नाही, आणि झाली

तर ते हजारातून एक. मग एवढी मोठी प्रशासकीय यंत्रणे असून देखील प्रशासन कायद्यांची योग्य अमलबजावणी करत नाही, पोलीस खातेही तितकेच या प्रतेस जबाबदार ठरतील, आणि हा समाज मात्र हा बुरसटलेल्या विचारसारणीतून कधी मुक्त होतं नाही... !मग अशाने स्त्रीयांच अस्तित्व टिकेल का.? असा प्रश्न उपस्थित होतो. लातूरच्या शितल सारखे अजून किती शितल या समाजाला बळी द्यावे लागतील? अश्या सर्व प्रश्नांनी भावरून गेलेला हा महाराष्ट्र अत्ता शांत झाला आहे, इथे विचारांची होळी पेठवावी लागते, प्रबोधनाच वृत हाती घ्यावे लागते, समाजात परिवर्तन घडवून आणावे लागते, ते कार्य या नवयुवक तरुणांचं आहे आज मी शपथ घेतो तसेच या तरुणांनी जर आज शपथ घेतली पाहिजे की माझ्या लग्नात मी हुंडा घेणार नाही, तर समाज सुधारण्यास सुरवात नक्की होईल... आणि हीच शपथ त्या शितलच्या आत्म्यास शांती देईल. खरे पाहता, हुंड्याला कायदयाने बंदी आहे, पण आपल्या समाजात कायदा गुंडाळून ठेवून अनेक पळवाटा काढल्या जातात. तेव्हा ही दुष्ट प्रथा कायदयाने बंद होणार नाही. त्यासाठी समाजप्रबोधन व्हायला हवे. प्रत्येक मुलाने व प्रत्येक मुलीने 'मी हुंडा घेणार नाही' किंवा 'मी हुंडा देणार नाही' अशी प्रतिज्ञा केली पाहिजे आणि त्यानुसार आचरणही केले पाहिजे. तरच या अनिष्ट प्रथेला कायमचा पायबंद बसेल. तो सोन्याचा दिवस लवकर येवो.

हुंडा प्रथा मिटवण्याचे उपाय –

आपल्या नेत्यांनी हुंडा निर्मूलनासाठी पुढे आले पाहिजे. आपल्या तरुण पुरुषांनी हुंडा न घेता लग्न करण्याचा संकल्प केला पाहिजे. हुंडा आणि देयकांवर सामाजिक बहिष्कार घातला पाहिजे. हुंडाविरोधी कायदा पाळला जात आहे की नाही हे पाहणे सरकारचेच कर्तव्य आहे.

15

मुलीचे लग्न, वय आणि अट

मुलींच्या लग्नाचे वय 18 वरून 21 झाल्याने त्यांना आपले शिक्षण पूर्ण करता येईल आणि स्वतःच्या पायावर उभं राहण्यासाठी प्रयत्न करायला काही वेळ मिळेल. म्हणून आरोग्यासोबतच इतर अनेक बाजूंनी मुलींच्या सक्षमीकरणासाठी हे लग्नाचे वय 21 वर्ष होणे गरजेचे आहे, असं या प्रस्तावाला सहमती देणाऱ्या गटाकडून म्हटलं जातंय. 21 वर्षानंतर लग्न करणाऱ्या मुली शिक्षणाच्या दृष्टीने, आर्थिक स्वातंत्र्याच्या दृष्टीने लवकर लग्न केलेल्या मुलींपेक्षा उजव्या ठरतात हे जारी मान्य केले तरी याचा आधार घेऊन लग्नाचे वय वाढवण्याचे समर्थन करता येणार नाही असं मला वाटतं. कारण ह्या सगळ्याचा संबंध लग्नाच्या वयाशी नसून आपण समाजात पोसत असलेल्या अनेक प्रकारच्या विषमतांशी आहे.

भारतात मुलींच्या लग्नाचे कायदेशीर वय 18 वर्ष तर मुलांचे 21 वर्ष आहे. परंतु आता मुलींच्या लग्नाच्या वयाचा पुनर्विचार करून ते 21 वर्ष करण्याचा सरकारचा विचार सुरू आहे. जया जेटली यांच्या अध्यक्षतेखाली नेमलेल्या या समितीत अनेक तज्ज्ञ मिळून हे वय वाढवण्यासाठी उपयुक्त ठरतील अशा कारणांचा शोध घेऊन एक अहवाल सादर करणार आहेत. मुलींचे आरोग्य चांगले राहावे, मुल

जन्माला घालण्यात अडचण येऊ नये, जन्माला येणारी मुलं सुदृढ राहावी व बालमृत्युदर कमी व्हावा अशा कारणांसाठी हे लग्नाचे आणि मुलींनी गरोदर होण्याचे वय 18 वरून 21 वर्षे करण्याचा प्रस्ताव सरकारचा आहे.

वरवर पाहता हा कदाचित आपल्याला सुखावणारा आणि महिला सक्षमीकरणासाठी सुरु असलेल्या प्रयत्नांना हातभार लावणारा निर्णय आहे असं वाटत असलं तरी हा विषय खूप गुंतागुंतीचा आहे. ही गुंतागुंत समजून घेण्याचा प्रयत्न या लेखात आपण करणार आहोत.

हा निर्णय मुलींसाठी योग्य की, अयोग्य हे ठरवण्याआधी इथपर्यंतचा प्रवास आणि या प्रवासात वेळोवेळी झालेले बदल पाहावे लागतील. भारतातील प्रचंड प्रमाणात वाढत असलेल्या बालविवाहाच्या समस्येला तोंड देण्यासाठी भारतावर राज्य करणार्‍या ब्रिटिश सरकारनं 1891 साली संमती वयाचा कायदा केला. या कायद्यानुसार लैंगिक संबंधासाठी संमतीचे वय हे 12 वर्षे ठरवण्यात आले. त्यांनतर लगेचच राष्ट्रीय बालहक्क आयोगाच्या अहवालानुसार, 1894 साली म्हैसूर राज्यानेसुद्धा ब्रिटिशांच्या कायद्याच्या आधारे हा कायदा तयार केला. आणि या कायद्यानुसार आठ वर्षांपेक्षा कमी वय असलेल्या मुलींच्या लग्नावर बंदी घातली, ती लग्न कायद्याने अवैध ठरवली. त्यानंतर 1918 साली इंदौर संस्थानाने मुलांच्या लग्नाचं किमान कायदेशीर वय 14 वर्षे तर मुलींसाठी ही वयोमर्यादा 12 वर्षे केली. पण तरीसुद्धा हा कायदा सर्वव्यापी नव्हता आणि एका ठोस कायद्यासाठी मोहीम सुरूच राहिली. मग 1927 साली राय साहेब हरबिलास सारदा यांनी बालविवाह रोखण्यासाठीचे विधेयक सादर केलं. ज्यात त्यांनी मुलांसाठी लग्नाचे किमान वय 18 वर्षे तर मुलींसाठी हे वय किमान 14 वर्षे करण्याचा एक प्रस्ताव मांडला.आणि 1929 साली या विधेयकातून कायद्याचा जन्म झाला. याच कायद्याला 'सारदा ऑक्ट' असंही म्हटलं जातं.

पुढे पुन्हा 1978 साली या कायद्यात दुरुस्ती करण्यात आली आणि या दुरुस्तीनुसार लग्नासाठी मुलांचं किमान कायदेशीर वय 21 वर्षे आणि मुलींचं किमान कायदेशीर वय 18 वर्षे निश्चित करण्यात आलं. मात्र, तरीही कमी वयाच्या मुलींच्या लग्नाचं प्रमाण कमी झालं नाही.

बालविवाह काही थांबत नव्हते म्हणून 1978 ला या कायद्यात आणखी दुरुस्ती करण्यात आली. पण तरीही याचा फारसा काही उपयोग झाला नाही, म्हणून 2006 साली बालविवाह रोखण्यासाठी बालविवाह प्रतिबंधक कायदा केला गेला आणि या कायद्याने बालविवाहाला म्हणजे 21 वर्षांच्या आत असलेल्या मुलाच्या किंवा 18 वर्षांखाली वय असलेल्या मुलीच्या विवाहाला कायदेशीर दखलपात्र गुन्हा म्हणून मान्यता दिली. वेगवेगळ्या धर्मांच्या कायद्यानुसारसुद्धा विवाहाच्या वयाचे आणि निकषांचे वेगेवगळे नियम आहेत. हिंदू marriage actच्या सेक्शन 5 अंतर्गत मुलींचे लग्नाचे किमान वय 18 वर्षे तर मुलांचे 21 वर्षे ठरवले आहे. यानुसार बालविवाह बेकायदेशीर नाही, पण अल्पवयीनाच्या विनंतीनुसार ही लग्न अमान्य ठरवता येतात. मुस्लीम पर्सनल law नुसार कौमार्यावस्थेत पोहचलेल्या मुलींची-मुलांची लग्न वैध मानली जातात. पण असे असूनसुद्धा भारतात अजूनही बालविवाहाला आळा बसलेला नाही.

मुलींच्या लग्नाचे वय 18 वरून 21 झाल्याने त्यांना आपले शिक्षण पूर्ण करता येईल आणि स्वतःच्या पायावर उभं राहण्यासाठी प्रयत्न करायला काही वेळ मिळेल. म्हणून आरोग्यासोबतच इतर अनेक बाजूंनी मुलींच्या सक्षमीकरणासाठी हे लग्नाचे वय 21 वर्षे होणे गरजेचे आहे, असं या प्रस्तावाला सहमती देणार्‍या गटाकडून म्हटलं जातंय. 21 वर्षानंतर लग्न करणार्‍या मुली शिक्षणाच्या दृष्टीने, आर्थिक स्वातंत्र्याच्या दृष्टीने लवकर लग्न केलेल्या मुलींपेक्षा उजव्या ठरतात हे जारी मान्य केले तरी याचा आधार घेऊन लग्नाचे वय वाढवण्याचे समर्थन करता येणार नाही असं मला वाटतं. कारण ह्या सगळ्याचा संबंध लग्नाच्या वयाशी नसून आपण समाजात पोसत असलेल्या अनेक प्रकारच्या विषमतांशी आहे.

भारतात मुलींच्या लग्नाचे कायदेशीर वय 18 वर्षे तर मुलांचे 21 वर्षे आहे. परंतु आता मुलींच्या लग्नाच्या वयाचा पुनर्विचार करून ते 21 वर्षे करण्याचा सरकारचा विचार सुरू आहे. जया जेटली यांच्या अध्यक्षतेखाली नेमलेल्या या समितीत अनेक तज्ज्ञ मिळून हे वय वाढवण्यासाठी उपयुक्त ठरतील अशा कारणांचा शोध घेऊन एक

अहवाल सादर करणार आहेत. मुलींचे आरोग्य चांगले राहावे, मुल जन्माला घालण्यात अडचण येऊ नये, जन्माला येणारी मुलं सुदृढ राहावी व बालमृत्युदर कमी व्हावा अशा कारणांसाठी हे लग्नाचे आणि मुलींनी गरोदर होण्याचे वय 18 वरून 21 वर्ष करण्याचा प्रस्ताव सरकारचा आहे.

वरवर पाहता हा कदाचित आपल्याला सुखावणारा आणि महिला सक्षमीकरणासाठी सुरु असलेल्या प्रयत्नांना हातभार लावणारा निर्णय आहे असं वाटत असलं तरी हा विषय खूप गुंतागुंतीचा आहे. ही गुंतागुंत समजून घेण्याचा प्रयत्न या लेखात आपण करणार आहोत.

हा निर्णय मुलींसाठी योग्य की, अयोग्य हे ठरवण्याआधी इथपर्यंतचा प्रवास आणि या प्रवासात वेळोवेळी झालेले बदल पाहावे लागतील. भारतातील प्रचंड प्रमाणात वाढत असलेल्या बालविवाहाच्या समस्येला तोड देण्यासाठी भारतावर राज्य करणाऱ्या ब्रिटिश सरकारनं 1891 साली संमती वयाचा कायदा केला. या कायद्यानुसार लैंगिक संबंधासाठी संमतीचे वय हे 12 वर्ष ठरवण्यात आले. त्यांनंतर लगेचच राष्ट्रीय बालहक्क आयोगाच्या अहवालानुसार, 1894 साली म्हैसूर राज्यानेसुद्धा ब्रिटिशांच्या कायद्याच्या आधारे हा कायदा तयार केला. आणि या कायद्यानुसार आठ वर्षांपेक्षा कमी वय असलेल्या मुलींच्या लग्नावर बंदी घातली, ती लग्न कायद्याने अवैध ठरवली. त्यानंतर 1918 साली इंदौर संस्थानाने मुलांच्या लग्नाचं किमान कायदेशीर वय 14 वर्ष तर मुलींसाठी ही वयोमर्यादा 12 वर्ष केली. पण तरीसुद्धा हा कायदा सर्वव्यापी नव्हता आणि एका ठोस कायद्यासाठी मोहीम सुरूच राहिली. मग 1927 साली राय साहेब हरबिलास सारदा यांनी बालविवाह रोखण्यासाठीचे विधेयक सादर केलं. ज्यात त्यांनी मुलांसाठी लग्नाचे किमान वय 18 वर्ष तर मुलींसाठी हे वय किमान 14 वर्ष करण्याचा एक प्रस्ताव मांडला.आणि 1929 साली या विधेयकातून कायद्याचा जन्म झाला. याच कायद्याला 'सारदा ऑक्ट' असंही म्हटलं जातं.

पुढे पुन्हा 1978 साली या कायद्यात दुरुस्ती करण्यात आली आणि या दुरुस्तीनुसार लग्नासाठी मुलांचं किमान कायदेशीर वय 21 वर्ष आणि मुलींचं किमान कायदेशीर वय 18 वर्ष निश्चित करण्यात आलं.

मात्र, तरीही कमी वयाच्या मुलींच्या लग्नाचं प्रमाण कमी झालं नाही. बालविवाह काही थांबत नव्हते म्हणून 1978 ला या कायद्यात आणखी दुरुस्ती करण्यात आली. पण तरीही याचा फारसा काही उपयोग झाला नाही, म्हणून 2006 साली बालविवाह रोखण्यासाठी बालविवाह प्रतिबंधक कायदा केला गेला आणि या कायद्याने बालविवाहाला म्हणजे 21 वर्षाच्या आत असलेल्या मुलाच्या किंवा 18 वर्षांखाली वय असलेल्या मुलींच्या विवाहाला कायदेशीर दखलपात्र गुन्हा म्हणून मान्यता दिली. वेगवेगळ्या धर्मांच्या कायद्यानुसारसुद्धा विवाहाच्या वयाचे आणि निकषांचे वेगेवगळे नियम आहेत. हिंदू marriage actच्या सेक्शन 5 अंतर्गत मुलींचे लग्नाचे किमान वय 18 वर्ष तर मुलांचे 21 वर्ष ठरवले आहे. यानुसार बालविवाह बेकायदेशीर नाही, पण अल्पवयीनाच्या विनंतीनुसार ही लग्न अमान्य ठरवता येतात. मुस्लीम पर्सनल law नुसार कौमार्यावस्थेत पोहचलेल्या मुलींची-मुलांची लग्न वैध मानली जातात. पण असे असूनसुद्धा भारतात अजूनही बालविवाहाला आळा बसलेला नाही.

ग्रामीण भागात किंवा अल्पविकसित भागामध्ये अजूनही 18 वर्षे पूर्ण होण्याच्या आतच मुलींची सर्रास लग्न होतात. युनिसेफच्या अहवालानुसार भारतात दरवर्षी 15 लाख मुलींची लग्न 18 वर्षे पूर्ण होण्याआधीच होतात. 2016 च्या कुटुंब कल्याण सर्वेक्षणानुसार भारतातल्या 27 टक्के मुलींचे बालविवाह होतात आणि लग्न झालेल्या मुलींपैकी एकूण 31 टक्के मुली 18 वर्षापर्यंत एका मुलाला जन्म सुद्धा देतात. आणि UNFPA- च्या संशोधनानुसार भारतातल्या जवळपास 50 टक्के स्त्रिया 20 वर्षे पूर्ण होण्याआधीच एका मुलाला जन्म देतात. आणि मग मुलींचे शरीर गरोदरपणासाठी तयार नसल्याने गरोदरपणात मृत्यू होण्याचे आणि बालमृत्यूंचे प्रमाणही वाढते. हेच प्रमाण कमी व्हावे आणि स्त्रियांनी आणि त्यांनी जन्माला घातलेल्या मुलांनी आरोग्यपूर्ण आयुष्य जगावे या उद्देशाने मुलींचे लग्नाचे वय 21 करण्याचा प्रस्ताव ठेवला आहे असे सरकारने सांगितले.

या प्रस्तावाबाबत अनेक मतमतांतरं वेगवेगळ्या स्तरांवर उमटत आहेत. मुलींच्या लग्नाचे वय 21 झाल्याने त्यांना आपले शिक्षण पूर्ण

करता येईल आणि स्वतःच्या पायावर उभं राहण्यासाठी प्रयत्न करायला काही वेळ मिळेल. म्हणून आरोग्यासोबतच इतर अनेक बाजूंनी मुलींच्या सक्षमीकरणासाठी हे लग्नाचे वय 21 वर्षे होणे गरजेचे आहे, असं या प्रस्तावाला सहमती देणाऱ्या गटाकडून म्हटलं जातंय. 21 वर्षांनंतर लग्न करणाऱ्या मुली शिक्षणाच्या दृष्टीने, आर्थिक स्वातंत्र्याच्या दृष्टीने लवकर लग्न केलेल्या मुलींपेक्षा उजव्या ठरतात हे जरी मान्य केले तरी याचा आधार घेऊन लग्नाचे वय वाढवण्याचे समर्थन करता येणार नाही असं मला वाटतं. कारण ह्या सगळ्याचा संबंध लग्नाच्या वयाशी नसून आपण समाजात पोसत असलेल्या अनेक प्रकारच्या विषमतांशी आहे.

हा कायदा होऊन लग्नाचे वय वाढवणे हे वरकरणी फक्त कायदा करण्यापुरते स्वागताह मानले तरीसुद्धा भारतासारख्या देशात जिथे मुलींच्या लग्नाचे कायदेशीर वय 18 वर्षे करूनसुद्धा त्याची अंमलबजावणी होणं प्रचंड अवघड असताना हे वय 21 वर गेल्याने परिस्थिती आणखी किती बिघडेल याचाही विचार करायला हवा. म्हणजे ज्या देशात मुलगी जन्माला आल्यापासून ती मोठी होईपर्यंत म्हणजे वयात येईपर्यंत वडिलांची जबाबदारी आणि नंतर नवऱ्याची जबाबदारी म्हणून पहिली जाते, जिथे पूर्णवेळ मुलीचे लग्न हा पालकांसाठी मोठा भार असतो आणि लवकरात लवकर आपल्याकडचा हा भार हलका करून दुसऱ्या कुणाकडे तरी सोपवण्यासाठी 18 वर्षांची वयोमर्यादा पाळणंही अवघड होतं, अशा देशात 21 वर्षे वय केल्यानंतर हा गुंता वाढून कमी वयात लग्न करण्याचे प्रमाण आणखी वाढेल ह्याकडे दुर्लक्ष करून चालणार नाही.

21 च्या आत लग्नाचे प्रमाण वाढूनसुद्धा या कायद्याने मात्र ती सगळी लग्न अवैध ठरवली जातील आणि बालविवाह रोखले जाण्याएेवजी जास्तीत जास्त लग्न या कायद्याने गुन्हेगारीच्या कक्षेत येतील. आणि आणखी महत्वाची गोष्ट म्हणजे 21 वर्षांआधी लग्न झालेल्या सगळ्या स्त्रिया मूलभूत विवाहोत्तर अधिकारांना मुकतील. घरातून आर्थिक परिस्थिती, सुरक्षा अशा अनेक कारणांमुळे लग्नाची घाई होत असताना अनेक मुली लग्नाकडे यातून बाहेर पडण्याचा मार्ग

म्हणून बघतात. पण असं झालं तर आई वडिलांकडून असलेल्या दबावामुळे मुलींना लग्न करण्यावाचून पर्याय उरणार नाही, पण ती लग्न कायद्याच्या चौकटीत न आल्याने मुलींना विवाहोत्तर सुरक्षा मिळणार नाही आणि 'घर का ना घाट का' अशी अवस्था मुलींची होईल.

आणखी एक महत्त्वाचा मुद्दा म्हणजे 18 वरून 21 वर्ष लग्नाचे वय करून फक्त भागणार नाही तर त्यासाठी पूरक अशी व्यवस्था इतर अनेक पातळ्यांवर उभी करावी लागेल आणि त्याबाबत देश म्हणून अजून आपले कुठलेही नियोजन दिसत नाही. शिक्षण हक्क कायद्याप्रमाणे आपल्याला मुलींच्या उच्चशिक्षणाची सुद्धा हमी देणाऱ्या काही तरतुदी कराव्या लागतील. ग्रामीण भागात अजूनही 10 वी आणि जास्तीत जास्त 12 वी नंतर शिक्षण घेणाऱ्या मुली अगदीच बोटावर मोजण्या इतक्या असतात. फक्त शिक्षणच नाही तर मुलींना रोजगारासाठी वर्कफोर्समध्ये सामील करून घेण्यासाठीसुद्धा विशेष प्रयत्न करावे लागतील. ग्रामीण भागात शिक्षण पूर्ण केलेल्या आणि न केलेल्या मुलींसाठीसुद्धा रोजगाराच्या खूपच कमी संधी उपलब्ध असतात. आणि त्याचसोबत पितृसत्तेने घालून दिलेल्या इतर नियम आणि चौकटींमुळे त्या आणखीच मर्यादित होतात. मग बऱ्याच मुलींना संधीच्या अभावी मजुरी करण्याचा मार्ग पत्करावा लागतो. ज्यातून त्यांना आर्थिक सुरक्षा तर मिळत नाहीच, पण इतर कुठलीच सुरक्षासुद्धा मिळत नाही. म्हणून 18 पासून 21 वर जात असताना हा तीन वर्षांचा मधला वेळ पोकळी म्हणून न राहता मुलींच्या आयुष्याचा दर्जा वाढवण्यासाठी काही शाश्वत उपाययोजना आपल्याला कराव्या लागतील. आणि त्या करण्याआधीच हा निर्णय घेणे योग्य नाही. ह्या निर्णयामुळे लैंगिक समानता येईल असं वाटत असेल तर तो आभास आहे. ह्यामुळे हे लैंगिक भेदाभेद आणखी वाढून मुली अनेक अंगांनी असुरक्षित होतील.

भारतातल्या कितीतरी मुलींच्या पालकांना मुलींच्या आयुष्याचे एकमेव उद्दिष्ट हे मुलींचे लग्न वाटते. आणि तोपर्यंतचा सगळा वेळ हा त्यांच्या आयुष्यात लग्नासाठीचा वेटिंग पिरीयड असल्यासारखे वागवले जाते. त्यामुळे बहुतांश मुलींची आयुष्य ही घरकाम करण्यात,

अदृश्य, पैसे न मिळणारं किंवा कमी मिळणारं काम करण्यात आणि नेहमी इतर कुणावर तरी अवलंबून राहण्यात जातात. द सेकंद सेक्स ह्या पुस्तकाची लेखिका सिमोन द बोव्हुआर म्हणते तसं, मुलींचे पंख कापले जातात आणि पुन्हा उडता येत नाही हा आरोप त्यांच्यावरच केला जातो. हे लग्नाचे वय 21 केल्याने सुद्धा मधल्या 3 वर्षांचे आरोप मुलींवरच येणार आहेत आणि मुली कशा काहीच न कमावता आईवडिलांवर ओझं बनून राहतात यासाठी त्यांना नेहमी प्रत्यक्ष किंवा अप्रत्यक्षपणे आरोपीच्या पिंजऱ्यात उभे केले जाणार आहे. ग्रामीण भागात राहणाऱ्या, दलित, आदिवासी, गरीब आणि इतर अनेक अर्थांनी वंचित असलेल्या मुलींच्या आयुष्यामध्ये या निर्णयामुळे खूप मोठे नकारात्मक बदल होणार आहेत ह्याकडे आपल्याला कानाडोळा करून चालणार नाही.

राहता राहिला प्रश्न याच्या अंमलबजावणीचा, तर इतक्या वर्षांनंतरसुद्धा 18 वर्षांची वयोमर्यादा पाळणं आपल्याला अनेक पातळ्यांवर शक्य झालं नाही तर 21 वर्षांपर्यंत जाणं म्हणजे अंमलबजावणीच्या दृष्टीने मोठी अवघड गोष्ट वाटते.

कोरोनाच्या काळात मुलींच्या बालविवाहाचे प्रमाण वाढलंय हे आपण बऱ्याच ठिकाणी ऐकतोय, पाहतोय. संकटकाळात किंवा आपत्तीच्या वेळी अशा घटना घडल्याची उदाहरणंसुद्धा आपल्याकडे आहेत. आणि ह्याच काळात देशात लग्नाचे वय 21 वर्षे वाढवण्याचा प्रस्ताव मांडला जाणे आणि त्याच्या चर्चा घडणे हे जरा विरोधाभासीच आहे. आता कोरोना काळात घडणाऱ्या घटनांवरून आणि मुलींची झटपट लग्न करून मोकळं होण्याच्या उदाहरणांवरून तरी आपण या निर्णयाची अंमलबजावणी होणे किती मुश्कील आहे ह्याचा अंदाज लावू शकतो.

ह्या निर्णयाने एक चांगली गोष्ट होणार आहे ती म्हणजे मुलगा आणि मुलगी ह्या दोघांच्या लग्नाची वयं सारखी असावी याबाबत अनेक वर्षांपासून सुरु असलेल्या चर्चांना आणि वादाला पूर्णविराम मिळून दोघांच्या लग्नाचे वय 21 वर्षे होईल. मुलाचे लग्नाचे वय मुलीपेक्षा जास्त ह्याचे स्पष्टीकरण सांगताना नेहमी मुली मुलांपेक्षा लवकर

मोठ्या आणि सज्ञान होतात असे कारण दिले जाते, पण ह्यात मला काही तथ्य वाटत नाही. लग्नासाठी मुलगा आणि मुलगी ह्यांची कायद्यानेच वेगवेगळी वयं असणं हे भारतीय संविधानाच्या कलम 14 आणि कलम 21 नुसार जे कुठल्याही माणसाला समानतेचा आणि आदरणे आपलं आयुष्य जगण्याचा अधिकार देतात त्यांचं उल्लंघन आहे. मी ग्रामीण भागात काम करते, आणि गावात एकदा पालकांच्या बैठकीत लग्नाच्या वयाबाबतचा विषय निघाला तर पालक म्हणाले की, मुलगी मुलापेक्षा मोठी असेल तर ती मुलाच्या म्हणजे तिच्या नवऱ्याच्या नियंत्रणात राहणार नाही. बायको नेहमी नवऱ्याच्या नियंत्रणात राहावी म्हणून लग्नाच्या वेळी मुलगी मुलापेक्षा लहानच असली पाहिजे. आणि मुलाचं वय जास्त असण्याचं आणखी एक कारण म्हणजे त्याला शिक्षण पूर्ण करून, आर्थिकदृष्ट्या स्वतःच्या पायावर उभं राहण्यासाठी वेळ द्यायला हवा म्हणून हा फरक असतो.

मुलीने मुल जन्माला घालण्यासाठी शारीरिकदृष्ट्या तयार व्हावे आणि मुलग्यांनी आर्थिकदृष्ट्या घराची आणि बायकोची जबाबदारी घेता येईल इतके सक्षम व्हावे यानुसार केलेली ही वयाची विभागणीच किती लैंगिक भेद आणि त्यातून तयार झालेले स्टीरीओटाईप आणखी घट्ट करणारी आणि पुढे आयुष्यभर तशाच साच्यांमध्ये घट्ट रुतवून बसवणारी आहे. 18 वर्षे पूर्ण झाल्यानंतर जर भारतात कुठलीही व्यक्ती सज्ञान होते. इंडियन मेजॉरिटी ॲक्ट 1875 कायद्यानं 18 हे प्रौढ वय मानलं आहे. अठराव्या वर्षी सरकार कुठलं आणायचं हे निवडण्याचा अधिकार मिळत असेल तर स्वतःचा जीवनसाथी निवडण्याचा अधिकारसुद्धा मुलगा आणि मुलगी या दोघांना तेव्हाच मिळायला हवा. म्हणून मुलांचे आणि मुलींचे दोघांचे लग्नाचे वय 21 करून मुली सक्षम होण्यात, लिंगसमानता येण्यात, महिलांचे मुलींचे हक्क असुरक्षित करण्यात मदत होईल असं वाटणं खूप वरवरचं आहे. म्हणून मुलगा आणि मुलगी या दोघांस्तवही लग्नाचे कायदेशीर वय 18 वर्षे करावे अशी मागणी आणि अशी भूमिका अनेक स्तरांतून मांडली जातेय.

ह्या सगळ्यात आणखी एक खटकणारा आणि पुन्हा पुन्हा थांबून विचार करायला लावणारा मुद्दा म्हणजे मुली आणि महिलांबाद्दलचे

कोणतेही निर्णय घेताना नेहमी उपयुक्ततावादी दृष्टीकोनातूनच पाहिले जाते. 'बेटी बचाव, बेटी पढाओ', का? तर मुलगी शिकली की, ती एका नाही इतर अनेक कुटुंबांना पुढे नेते. मुलगी शिकली की, प्रगती होते कारण ती आपल्या मुलांचा कुटुंबाचा सांभाळ व्यवस्थित करते. तसेच मुलींनी चांगली आणि सुदृढ मुलं जन्माला घालावीत म्हणून 21 पर्यंत त्यांनी लग्न करू नये. ह्या सगळ्यात आपण मुली शिकल्या, नोकरी करून पैसे कमवायला लागल्या, त्यांचं आरोग्य चांगलं राहिलं तर ते त्यांच्यासाठी माणूस म्हणून चांगलं असेल आणि त्याने देशाला सुशिक्षित, सुदृढ नागरिक मिळतील असा विचार आपण कधी करणार आहोत? म्हणून मला हा लग्नाचे वय वाढवण्याचा निर्णय सुद्धा त्याच उपयुक्ततावादी दृष्टीकोनातून होऊ घातलेला निर्णय वाटतो. पण पितृसत्तेने घालून आणि नेमून दिलेले साचे बघता तिथपर्यंत पोहचायला आणखी किती काळ लागेल याचा अंदाज तरी कसा लावणार?

ग्रामीण भागात किंवा अल्पविकसित भागामध्ये अजूनही 18 वर्षे पूर्ण होण्याच्या आतच मुलींची सर्रास लग्न होतात. युनिसेफच्या अहवालानुसार भारतात दरवर्षी 15 लाख मुलींची लग्न 18 वर्षे पूर्ण होण्याआधीच होतात. 2016 च्या कुटुंब कल्याण सर्वेक्षणानुसार भारतातल्या 27 टक्के मुलींचे बालविवाह होतात आणि लग्न झालेल्या मुलींपैकी एकूण 31 टक्के मुली 18 वर्षापर्यंत एका मुलाला जन्म सुद्धा देतात. आणि UNFPA- च्या संशोधनानुसार भारतातल्या जवळपास 50 टक्के स्त्रिया 20 वर्षे पूर्ण होण्याआधीच एका मुलाला जन्म देतात. आणि मग मुलींचे शरीर गरोदरपणासाठी तयार नसल्याने गरोदरपणात मृत्यू होण्याचे आणि बालमृत्यूचे प्रमाणही वाढते. हेच प्रमाण कमी व्हावे आणि स्त्रियांनी आणि त्यांनी जन्माला घातलेल्या मुलांनी आरोग्यपूर्ण आयुष्य जगावे या उद्देशाने मुलींचे लग्नाचे वय 21 करण्याचा प्रस्ताव ठेवला आहे असे सरकारने सांगितले.

या प्रस्तावाबाबत अनेक मतमतांतरं वेगवेगळ्या स्तरांवर उमटत आहेत. मुलींच्या लग्नाचे वय 21 झाल्याने त्यांना आपले शिक्षण पूर्ण करता येईल आणि स्वतःच्या पायावर उभं राहण्यासाठी प्रयत्न करायला काही वेळ मिळेल. म्हणून आरोग्यासोबतच इतर अनेक बाजूंनी

मुलींच्या सक्षमीकरणासाठी हे लग्नाचे वय 21 वर्षे होणे गरजेचे आहे, असं या प्रस्तावाला सहमती देणाऱ्या गटाकडून म्हटलं जातंय. 21 वर्षांनंतर लग्न करणाऱ्या मुली शिक्षणाच्या दृष्टीने, आर्थिक स्वातंत्र्याच्या दृष्टीने लवकर लग्न केलेल्या मुलींपेक्षा उजव्या ठरतात हे जारी मान्य केले तरी याचा आधार घेऊन लग्नाचे वय वाढवण्याचे समर्थन करता येणार नाही असं मला वाटतं. कारण ह्या सगळ्याचा संबंध लग्नाच्या वयाशी नसून आपण समाजात पोसत असलेल्या अनेक प्रकारच्या विषमतांशी आहे.

हा कायदा होऊन लग्नाचे वय वाढवणे हे वरकरणी फक्त कायदा करण्यापुरते स्वागताही मानले तरीसुद्धा भारतासारख्या देशात जिथे मुलींच्या लग्नाचे कायदेशीर वय 18 वर्षे करूनसुद्धा त्याची अंमलबजावणी होणं प्रचंड अवघड असताना हे वय 21 वर गेल्याने परिस्थिती आणखी किती बिघडेल याचाही विचार करायला हवा. म्हणजे ज्या देशात मुलगी जन्माला आल्यापासून ती मोठी होईपर्यंत म्हणजे वयात येईपर्यंत वडिलांची जबाबदारी आणि नंतर नवऱ्याची जबाबदारी म्हणून पहिली जाते, जिथे पूर्णवेळ मुलीचे लग्न हा पालकांसाठी मोठा भार असतो आणि लवकरात लवकर आपल्याकडचा हा भार हलका करून दुसऱ्या कुणाकडे तरी सोपवण्यासाठी 18 वर्षांची वयोमर्यादा पाळणंही अवघड होतं, अशा देशात 21 वर्षे वय केल्यानंतर हा गुंता वाढून कमी वयात लग्न करण्याचे प्रमाण आणखी वाढेल ह्याकडे दुर्लक्ष करून चालणार नाही.

21 च्या आत लग्नाचे प्रमाण वाढूनसुद्धा या कायद्याने मात्र ती सगळी लग्न अवैध ठरवली जातील आणि बालविवाह रोखले जाण्याऐवजी जास्तीत जास्त लग्न या कायद्याने गुन्हेगारीच्या कक्षेत येतील. आणि आणखी महत्त्वाची गोष्ट म्हणजे 21 वर्षांआधी लग्न झालेल्या सगळ्या स्त्रिया मूलभूत विवाहोत्तर अधिकारांना मुकतील. घरातून आर्थिक परिस्थिती, सुरक्षा अशा अनेक कारणांमुळे लग्नाची घाई होत असताना अनेक मुली लग्नाकडे यातून बाहेर पडण्याचा मार्ग म्हणून बघतात. पण असं झालं तर आई वडिलांकडून असलेल्या दबावामुळे मुलींना लग्न करण्यावाचून पर्याय उरणार नाही, पण ती

लग्न कायद्याच्या चौकटीत न आल्याने मुलींना विवाहोत्तर सुरक्षा मिळणार नाही आणि 'घर का ना घाट का' अशी अवस्था मुलींची होईल.

आणखी एक महत्त्वाचा मुद्दा म्हणजे 18 वरून 21 वर्ष लग्नाचे वय करून फक्त भागणार नाही तर त्यासाठी पूरक अशी व्यवस्था इतर अनेक पातळ्यांवर उभी करावी लागेल आणि त्याबाबत देश म्हणून अजून आपले कुठलेही नियोजन दिसत नाही. शिक्षण हक्क कायद्याप्रमाणे आपल्याला मुलींच्या उच्चशिक्षणाची सुद्धा हमी देणार्‍या काही तरतुदी कराव्या लागतील. ग्रामीण भागात अजूनही 10 वी आणि जास्तीत जास्त 12 वी नंतर शिक्षण घेणार्‍या मुली अगदीच बोटावर मोजण्या इतक्या असतात. फक्त शिक्षणच नाही तर मुलींना रोजगारासाठी वर्कफोर्समध्ये सामील करून घेण्यासाठीसुद्धा विशेष प्रयत्न करावे लागतील. ग्रामीण भागात शिक्षण पूर्ण केलेल्या आणि न केलेल्या मुलींसाठीसुद्धा रोजगाराच्या खूपच कमी संधी उपलब्ध असतात. आणि त्याचसोबत पितृसत्तेने घालून दिलेल्या इतर नियम आणि चौकटींमुळे त्या आणखीच मर्यादित होतात. मग बर्‍याच मुलींना संधीच्या अभावी मजुरी करण्याचा मार्ग पत्करावा लागतो. ज्यातून त्यांना आर्थिक सुरक्षा तर मिळत नाहीच, पण इतर कुठलीच सुरक्षासुद्धा मिळत नाही. म्हणून 18 पासून 21 वर जात असताना हा तीन वर्षांचा मधला वेळ पोकळी म्हणून न राहता मुलींच्या आयुष्याचा दर्जा वाढवण्यासाठी काही शाश्वत उपाययोजना आपल्याला कराव्या लागतील. आणि त्या करण्याआधीच हा निर्णय घेणे योग्य नाही. ह्या निर्णयामुळे लैंगिक समानता येईल असं वाटत असेल तर तो आभास आहे. ह्यामुळे हे लैंगिक भेदाभेद आणखी वाढून मुली अनेक अंगांनी असुरक्षित होतील.

भारतातल्या कितीतरी मुलींच्या पालकांना मुलींच्या आयुष्याचे एकमेव उद्दिष्ट हे मुलींचे लग्न वाटते. आणि तोपर्यंतचा सगळा वेळ हा त्यांच्या आयुष्यात लग्नासाठीचा वेटिंग पिरीयड असल्यासारखे वागवले जाते. त्यामुळे बहुतांश मुलींची आयुष्य ही घरकाम करण्यात, अदृश्य, पैसे न मिळणारं किंवा कमी मिळणारं काम करण्यात आणि नेहमी इतर कुणावर तरी अवलंबून राहण्यात जातात. द सेकंद सेक्स

ह्या पुस्तकाची लेखिका सिमोन द बोव्हुआर म्हणते तसं, मुलींचे पंख कापले जातात आणि पुन्हा उडता येत नाही हा आरोप त्यांच्यावरच केला जातो. हे लग्नाचे वय 21 केल्याने सुद्धा मधल्या 3 वर्षांचे आरोप मुलींवरच येणार आहेत आणि मुली कशा काहीच न कमावता आईवडिलांवर ओझं बनून राहतात यासाठी त्यांना नेहमी प्रत्यक्ष किंवा अप्रत्यक्षपणे आरोपीच्या पिंजऱ्यात उभे केले जाणार आहे. ग्रामीण भागात राहणाऱ्या, दलित, आदिवासी, गरीब आणि इतर अनेक अर्थांनी वंचित असलेल्या मुलींच्या आयुष्यामध्ये या निर्णयामुळे खूप मोठे नकारात्मक बदल होणार आहेत ह्याकडे आपल्याला कानाडोळा करून चालणार नाही.

राहता राहिला प्रश्न याच्या अंमलबजावणीचा, तर इतक्या वर्षानंतरसुद्धा 18 वर्षांची वयोमर्यादा पाळणं आपल्याला अनेक पातळ्यांवर शक्य झालं नाही तर 21 वर्षांपर्यंत जाणं म्हणजे अंमलबजावणीच्या दृष्टीने मोठी अवघड गोष्ट वाटते.

कोरोनाच्या काळात मुलींच्या बालविवाहाचे प्रमाण वाढलंय हे आपण बऱ्याच ठिकाणी ऐकतोय, पाहतोय. संकटकाळात किंवा आपत्तीच्या वेळी अशा घटना घडल्याची उदाहरणंसुद्धा आपल्याकडे आहेत. आणि ह्याच काळात देशात लग्नाचे वय 21 वर्ष वाढवण्याचा प्रस्ताव मांडला जाणे आणि त्याच्या चर्चा घडणे हे जरा विरोधाभासीच आहे. आता कोरोना काळात घडणाऱ्या घटनांवरून आणि मुलींची झटपट लग्न करून मोकळं होण्याच्या उदाहरणांवरून तरी आपण या निर्णयाची अंमलबजावणी होणे किती मुश्कील आहे ह्याचा अंदाज लावू शकतो.

ह्या निर्णयाने एक चांगली गोष्ट होणार आहे ती म्हणजे मुलगा आणि मुलगी ह्या दोघांच्या लग्नाची वयं सारखी असावी याबाबत अनेक वर्षांपासून सुरु असलेल्या चर्चांना आणि वादाला पूर्णविराम मिळून दोघांच्या लग्नाचे वय 21 वर्ष होईल. मुलाचे लग्नाचे वय मुलीपेक्षा जास्त ह्याचे स्पष्टीकरण सांगताना नेहमी मुली मुलांपेक्षा लवकर मोठ्या आणि सज्ञान होतात असे कारण दिले जाते, पण ह्यात मला काही तथ्य वाटत नाही. लग्नासाठी मुलगा आणि मुलगी ह्यांची

कायद्यानेच वेगवेगळी वयं असणं हे भारतीय संविधानाच्या कलम 14 आणि कलम 21 नुसार जे कुठल्याही माणसाला समानतेचा आणि आदरणे आपलं आयुष्य जगण्याचा अधिकार देतात त्यांचं उल्लंघन आहे. मी ग्रामीण भागात काम करते, आणि गावात एकदा पालकांच्या बैठकीत लग्नाच्या वयाबाबतचा विषय निघाला तर पालक म्हणाले की, मुलगी मुलापेक्षा मोठी असेल तर ती मुलाच्या म्हणजे तिच्या नवऱ्याच्या नियंत्रणात राहणार नाही. बायको नेहमी नवऱ्याच्या नियंत्रणात राहावी म्हणून लग्नाच्या वेळी मुलगी मुलापेक्षा लहानच असली पाहिजे. आणि मुलाचं वय जास्त असण्याचं आणखी एक कारण म्हणजे त्याला शिक्षण पूर्ण करून, आर्थिकदृष्ट्या स्वतःच्या पायावर उभं राहण्यासाठी वेळ द्यायला हवा म्हणून हा फरक असतो.

मुलीने मुल जन्माला घालण्यासाठी शारीरिकदृष्ट्या तयार व्हावे आणि मुलग्यांनी आर्थिकदृष्ट्या घराची आणि बायकोची जबाबदारी घेता येईल इतके सक्षम व्हावे यानुसार केलेली ही वयाची विभागणीच किती लैंगिक भेद आणि त्यातून तयार झालेले स्टीरीओटाईप आणखी घट्ट करणारी आणि पुढे आयुष्यभर तशाच साच्यांमध्ये घट्ट रुतवून बसवणारी आहे. 18 वर्षे पूर्ण झाल्यानंतर जर भारतात कुठलीही व्यक्ती सज्ञान होते. इंडियन मेजॉरिटी ऑक्ट 1875 कायद्यानं 18 हे प्रौढ वय मानलं आहे. अठराव्या वर्षी सरकार कुठलं आणायचं हे निवडण्याचा अधिकार मिळत असेल तर स्वतःचा जीवनसाथी निवडण्याचा अधिकारसुद्धा मुलगा आणि मुलगी या दोघांना तेव्हाच मिळायला हवा. म्हणून मुलांचे आणि मुलींचे दोघांचे लग्नाचे वय 21 करून मुली सक्षम होण्यात, लिंगसमानता येण्यात, महिलांचे मुलींचे हक्क असुरक्षित करण्यात मदत होईल असं वाटणं खूप वरवरचं आहे. म्हणून मुलगा आणि मुलगी या दोघांस्तवही लग्नाचे कायदेशीर वय 18 वर्षे करावे अशी मागणी आणि अशी भूमिका अनेक स्तरांतून मांडली जातेय.

ह्या सगळ्यात आणखी एक खटकणारा आणि पुन्हा पुन्हा थांबून विचार करायला लावणारा मुद्दा म्हणजे मुली आणि महिलांबाद्दलचे कोणतेही निर्णय घेताना नेहमी उपयुक्ततावादी दृष्टीकोनातूनच पाहिले जाते. 'बेटी बचाव, बेटी पढाओ', का? तर मुलगी शिकली की, ती एका

नाही इतर अनेक कुटुंबांना पुढे नेते. मुलगी शिकली की, प्रगती होते कारण ती आपल्या मुलांचा कुटुंबाचा सांभाळ व्यवस्थित करते. तसेच मुलींनी चांगली आणि सुदृढ मुलं जन्माला घालावीत म्हणून 21 पर्यंत त्यांनी लग्न करू नये. ह्या सगळ्यात आपण मुली शिकल्या, नोकरी करून पैसे कमवायला लागल्या, त्यांचं आरोग्य चांगलं राहिलं तर ते त्यांच्यासाठी माणूस म्हणून चांगलं असेल आणि त्याने देशाला सुशिक्षित, सुदृढ नागरिक मिळतील असा विचार आपण कधी करणार आहोत? म्हणून मला हा लग्नाचे वय वाढवण्याचा निर्णय सुद्धा त्याच उपयुक्ततावादी दृष्टीकोनातून होऊ घातलेला निर्णय वाटतो. पण पितृसत्तेने घालून आणि नेमून दिलेले साचे बघता तिथपर्यंत पोहचायला आणखी किती काळ लागेल याचा अंदाज तरी कसा लावणार?

16

अरेंज मॅरेज विरुद्ध लव मॅरेज

Marathi Wedding

"विवाह" हे एक पुरुष व स्त्री अशया दोन व्यक्तीमधील सामाजिक बंधन आहे. हिंदू धर्मीयांत हा संस्कार आहे, तर अन्य धर्मीयांत हा कायदेशीर करार असतो. विवाह हा संतती किवा वंश पुढे नेण्यासाठीचा कायदेशीर व सामाजिक मार्ग आहे. विवाह संस्था ही संस्कृतीस आणि उपसंस्कृतीस अनुलक्षून विविध पद्धतींनी पतिपत्नींमधले जवळकीचे आणि लैंगिक नाते मान्य करते. विवाहामुळे दोन व्यक्तींचे नव्हे तर दोन कुटुंबे आणि त्यांचे नातेवाईक नात्याने जोडले जातात. या नात्यास लग्नगाठ म्हणतात. लग्न हे पवित्र बंधन आहे.

व्यक्तिगत दृष्टिकोनातून विवाह हा पति-पत्नींतील मैत्री आणि भागीदारी आहे. वैवाहिक जीवनातून दोघांच्याही सुखासाठी, विकासासाठी आणि पूर्णत्वासाठी आवश्यक सेवा, सहयोगाची, प्रेमाची, निःस्वार्थ त्यागाची व अनेक गुणांची शिकवण मिळते. नर-नारी यांच्या अनेक आकांक्षा विवाहाद्वारे आणि संतती-प्राप्ति द्वारे पूर्ण होतात. ते जरी जगात नसले, तरी त्यांची संतती त्यांचे नाव आणि कुळाची परंपरा अक्षुण्ण राखेल याची त्यांना खात्री असते. आपली संतती आपल्या संपत्तीची उत्तराधिकारी राहील तसेच वृद्धावस्थेत आपल्याला त्यांना आधार देईल याची त्यांना खात्री असते. पत्नी मनुष्याचा निम्मा अंश आहे, असे हिंदू धर्मामध्ये वैदिक युगापासून असा विश्वास प्रचलित आहे. मनुष्य जोपर्यंत तो पत्नी प्राप्त करून संतती उत्पन्न करत नाही तो पर्यंत तो अपूर्ण आहे (शतपथ ब्राह्मण, ५। २। १। १०) पुरुष प्रकृतीच्या विना आणि शिव पार्वतीच्या विना अपूर्ण आहे, असे .वैदिक वाङ्मयात सांगितले आहे.

मुळात लग्न हाच नाजूक विषय आहे. मग तो प्रेम विवाह असो किंवा रीतसर कांदे पोहे चा कार्यक्रम करून ठरवलेला असो..दोन्हींमध्ये फारसा फरक आहे अस वाटत नाही.

माझा प्रेमविवाह झालेला आहे. 7 वर्षांची ओळख आणि त्यानंतर घरच्यांना मान्य नसल्याने पळून जाऊन विवाह. आज 13 वर्षे झाली आम्ही सोबत आहोत. अगदी सुखी समाधानी आहोत. आणि आमचा पिल्लू म्हणजे या सुखी संसाराच्या वेलीवरचे सुंदर फुल.

मनातून जात नाही ती जात असे म्हणतात ते काही खोटे नाही. लग्न या संकल्पने कडून सर्वांच्या साधारण अपेक्षा काय असतात तर नवरा बायकोचा सुखी संसार. सुखदुःखात एकमेकांची साथ..अडीअडचणींना एकमेकांच्या घरच्यांसोबत राहणे...सण वार, इतर घरगुती कार्यांमध्ये सर्वांनी आनंदाने सहभागी व्हावे इतकेच. या सगळ्यात जातीचा प्रश्न कुठे येतो हे आजवर मला कळ लेल नाही.

मुळात लग्न ना टिकण्यामागची करणे वेगळी आहेत. तिथे मग तो प्रेविवाह होता की ठरवून झालेला विवाह याने फरक नाही पडत. जोडीदार हे एकमेकांना अनुरूप असायला हवेत , एकरूप नाही. म्हणजे बघा ना लिंबाच्या रसात साखर मिसळली तर सुंदर सरबत तयार होत पण साखरेत साखर आणि लिंबाच्या रसात लिंबू मिसळला तर काही फरक पडेल का? वादविवाद भांडणे तर प्रेमविवाह झाला असेल तरी होतात. पण कदाचित इथे साथीदाराला आपल्याला काय म्हणायचे आहे हे जास्त नीट सांगता येत असेल.

प्रेमविवाह झाला असेल आणि घरच्यांनी ते मान्य केले नसेल तर थोडेसे जड नक्कीच जाते पण इथे तुमच्यात असलेले प्रेम सगळं काही सांभाळून घ्यायला पुरेसे असते. बाकी घरच्यांचा इच्छेने झालेले विवाह आणि नंतर त्यातून झालेला मानसिक त्रास सुद्धा मी पाहिलं आहे. म्हणजे कधी कधी तर अश्या विवाहात नवरा बायकोमध्ये कोणत्याच प्रकारचा भावनिक बंध तयार होतच नाही आणि मग घरच्यांच्या दबावामुळे सगळं सहन करायचे आणि जेव्हा सहनशक्ती संपते तेव्हा घटस्फोट घ्यायचं.

नात्यांच्या बंधनातला एक धागा माझा एक तुझा... किती छान ओळी आहेत... शेवटी बंधन असले तरी हवेसे वाटणे महत्वाचे... आणि ताणला की तुटणार आणि सोडलं की सुटणार हेही तितकेच खरे. म्हणजे प्रेमविवाह असो किंवा कांदेपोहे वाला विवाह ...कधी ताणयचे आणि कधी सोडायचे हे जमले पाहिजे. ....बाकी आयुष्य सुंदर आहे

लग्न हा प्रत्येकाच्य जीवनातला एक महत्त्वाचा टप्प आहे. तरीही प्रत्येकजण यासाठी लगेच राजी होईल असे मुळीच म्हणता येणार नाही. त्यातही मुलांपेक्षा मुली लग्नाचा मुद्दा टाळण्यावर अधिक भर देतात,

असे अनेकांचे म्हणणे असते. मुलांप्रमाणेच मुलींचीही आपल्या लग्नाबाबत स्वप्नं असतात. त्यात लग्नासाठी आपल्यावर कोणाचाही दबाव येऊ नये. तसेच, आपल्या आवडत्या मुलासोबतच लग्न करायला मिळावे ही प्रत्येक मुलीची मनोमन इच्छा असते. आजच्या काळात तर मुली लवकर लग्नच करत नाहीत. त्यासाठी त्या लग्नाचा मुद्दाच टाळू पाहतात. म्हणूनच जाणून घ्या लग्नाच्या मुद्दा टाळण्यासाठ मुली काय बहाने करतात.

1. माझे शिक्षण सुरू आहे.

लग्नाचा मुद्दा टाळण्यासाठी मुलींचे आवडते कारण म्हणजे, अद्याप माझे शिक्षण सुरू आहे. मला माझे करिअर करायचे आहे. त्यामुळे इतक्यातच लग्न करण्याचा माझा कोणताच विचार नाही. शिक्षण पूर्ण झाले की, मी लग्नबाबबत नक्की विचार करेन.

2. मम्मी, पप्पांना सोडून कोठेच जाणार नाही.

नाही. मी माझ्या मम्मी, पप्पांना सोडून कोठेच जाणार नाही. माझे त्यांच्यावर खूप प्रेम आहे. त्यामुळे त्यांना सोडून मी कोठेच जाणार नाही. जर लग्न करायचेच असेल तर, मी आणि माझा नवरा माझ्या मम्मी, पप्पांसोबतच राहीन.

3. छे..अजून माझे लग्नाचे वय झाले नाही.

अनेक मुलींना असे वाटते की, माझे अद्याप लग्नाचे वय झाले नाही. माझे लग्नाचे वय झाले की, मी लग्नाबाबत नक्की विचार करेन. अर्थात कोणत्याही वयात मुली स्वतःला छोट्याच समजत असतात हे विशेष. हे विधान सर्वच मुलींना लागू होत नाही.

4. मला स्वयंपाक येत नाही.

अद्याप मला स्वयंपाक करता येत नाही. तर, दुसऱ्याच्या घरी जाऊन स्वयंपाक कसा करू? म्हणूनच मी आधी स्वयंपाक शिकेन आणि मगच लग्न करेन.

•

लव मॅरेज

यात मुलगा आणि मुलगी लग्ना आधी भेटतात. तेव्हा एकमेकांना समजून घेण्याची ओढ असते.एकमेकांना देण्यासाठी खूप वेळ असतो. वय त्यामानाने कमी असते म्हणून खूप जबाबदाऱ्या चं ओझं ही नसत.एकतर आपण शिकत असतो किंवा नुकतेच नोकरीला लागलेलो असतो. एकमेकांना जर वेळ देता आला आणि त्या सोबत पैसे असतात तर एकमेकांच्या हौशी पूर्ण करता आल्या की सगळं कसं छान छान वाटत.एकमेकांना पूर्णपणे ओळखून झाले की मग ते लग्नाचा विचार करतात. घरच्यांना सांगतात. घरचे स्वखुशीने किंवा थोडे का कु करत लग्न लावतात.

वैवाहिक जीवनाला सुरवात होते तशी,पैशाची गरज वाढते करण वाडीलधारे मुलाला बोलतात आता तुझं लग्न झालं तेव्हा घरची जबाबदारी घे.घरच्यांच्या सुनेकडून थोडंफार घरकाम, मदत, साफसफाई अशा अपेक्षा असतात.रीती भाती पाळाव्या लागतात. लवकर उठणे, झाडलोट करणे देवपूजा करणे.सणांची तयारी करणे.

वेळ आणि पैसा एकमेकांना द्यायला उरत नाही.बोलणं, प्रेम व्यक्त करणं कमी होत.त्याला वाटत ती समजून घेत नाही. तिला वाटत त्याने समजून घ्यायला पाहिजे.तू आधी हे कारायचास, ते कारायचास. तू आधी हे कारायचीस ते कारायचीस. कुरबुर सुरू होते.

लग्ना आधी परिस्थिती वेगळी होती आणि नंतर वेगळी आहे. तेव्हा फक्त मी होतो/होते आता कुटुंब आहे.तेव्हा कमी जबादारी होती आता जास्त आहे.हे सत्य समजून जर दोघे एकत्र ठामपणे हातात हात घेऊन उभे राहिले तर हमखास संसार सुरळीत चालेल.लग्नानंतर काही वर्षांत प्रेमभावना, शारीरिक ओढ कमी होऊ शकते पण ते काही वाईट लक्षण नाही करण तेव्हा आपले ध्येय वेगळं असते. पण हे सगळे कळत असूनही वळवून नाही घेतले तर मात्र कठीण होते सगळे.

•

अरेंज मॅरेज

यात घरच्यांच्या धाकाने मुलां मुलीं मध्ये जास्त बोलणे चालणे होत नाही. एकमेकांचा वरवर स्वभाव कळतो,आवडीनिवडी कळतात. जमल्यावर आईवडील जास्त मोकळीक न देता लग्न लावून द्यायचे बघतात.लग्न झाल्यावर एखादं मोगऱ्याच फुल जस हळू हळू उमलत तसं त्यांचं नात उमलत जात.एक एका पाकळी सवे ते एकमेकांना ओळखत जातात आणि त्यात एक मज्जा असते. त्यात ही रुसवे फुगवे होतात पण परत जुळून येत सगळं. कुठच्या प्रकारचा विवाह योग्य हे सांगणे कठीण आहे कारण काहींचे स्वभावच असे असतात की नाही जुळवून घेता येत.समजूतदार पणा हवा. थोडा त्याग हवा.

एक सल्ला :

लग्न टिकवायचे असेल तर प्रत्येक जोडप्याने रात्री झोपण्यापूर्वी एकमेकांबद्दल चौकशी करावी,त्यांना काय वाटते,त्यांचा दिवस कसा गेला, उद्या च काय नियोजन आहे,कोण काही बोलले का.मोजून १० ते १५ मिनिटे लागतात याला. पण ते महत्वाचे आहे कारण मोबाईल मुळे कुटुंबियातला, जोडप्यातील संवाद संपत चाललाय.एकटेपण आलंय पण आपला मोबाईल काही सुटत नाही.

मुळामध्ये ही भावना जास्त करून माणसांमध्ये आहे की आपण स्वतःला एका माणसाची बांधून ठेवावे व दुसरा माणूस त्यानेदेखील माझ्याशी बांधूनच राहायचे. त्यामुळे या बांधाबांध इच्या व जबरदस्तीच्या भावनेलाच मुळात माझा विरोध आहे.

निसर्गामध्ये जवळपास सर्व प्राणी हे आपल्या आयुष्यात वेगवेगळ्या जोडीदारासोबत जगतात. आणि माणसांमध्ये देखील ते प्रवृत्ती आहे त्यामुळेच तर विवाहबाह्य अफेअर प्रचंड प्रमाणात होत असतात. पुणे घाबरून अथवा लाजेखातर विवाहबाह्य संबंध ठेवले नसतील तर वेगळे. कारण जोडीदारा वरील प्रेम हे पूर्ण आयुष्यभर तसेच तिने कधीही शक्य नाही.

तुम्हास पुरणपोळी खायला आवडंत असेल व मी रोज तुम्हाला पुरणपोळी दिवस-रात्र खाऊ घातली तर एका महिन्या मध्ये तुम्ही पुरणपोळी खाणे सोडून द्याल. त्याचप्रमाणे एकाच माणसाबरोबर वर्षानुवर्ष राहिल्यानंतर त्यात प्रेम किंवा बाकी गोष्टी कमी होत जातात

परंतु आपल्याला त्या माणसाची सवय लागते म्हणून एकत्र राहू शकतो. अर्थात बऱ्याच जणांना माझे हे विचार पटणार नाहीत परंतु त्यांनी खरोखर स्वतःच्या आत मध्ये झाकून बघावे.

ज्यावेळेला तुमचे लग्न झालेले असेल व दुसरी मुलगी किंवा दुसरा पुरुष बघून तुम्हास असे एकदाही वाटले नाही का की आपण त्या व्यक्तीबरोबर राहिलो तर किती मजा येईल? त्यामुळे प्रत्यक्ष शरीराने आपण दुसऱ्याबरोबर राहिलो काय किंवा राहिलो नाही काय जेव्हा मनाने आपण हा विचार करतो त्याच वेळेला लग्न हे मनाच्या लेव्हलला सुटलेले असतेच.

कारण कोणतेही बंधन हे फार काळ बांधता येत नाही. त्यामुळे तुम्ही प्रेमविवाह करा अथवा पारंपरिक पद्धतीचा विवाह जे काही व्हायचे ते होणार यात काही वाद नाही.

लव मॅरेज चांगला असतो का? याबाबत मतमतांतरे असतील पण माझ्या मते, नाही, लव मॅरेज बहुधा चांगला नसतो. कारण बहुतेक लव मॅरेज यशस्वी होत नाही म्हणजे शेवटापर्यंत टिकत नाही.

प्रेमातुरांना भय ना लज्जा उक्तीप्रमाणे व प्यार में कुछ कर दिखाने का जोश, डोक्यावर बसलेले प्रेमाचे भूत अशा अनेक कारणांमुळे प्रेम यशस्वी करण्याचा प्रयत्न केला जातो म्हणजे प्रेमविवाह होतात. जोडपे जोपर्यंत फक्त प्रेमवीर असतात तोपर्यंत भविष्य, कुटुंब, जबाबदारी, कर्तव्य यापैकी काही ही नसते. असतो फक्त उत्साह. उत्साहात "ती" त्याला व "तो" तिला खूप awesome व अपूप वाटतो. एकमेकांसाठी व एकमेकांच्या सुखासाठी,आनंदासाठी काहीही करु शकतो हे दाखवण्याची हौस असते. ती अल्पकाळ टिकते.

प्रेमाचा विवाह झाला की मग हळूहळू नवऱ्यांचा नवा बहर ओसरला कि मग जबाबदारी पडायला सुरुवात होते, संसार करताना कुठे तरी कमी जास्त झाले की मग त्रागा होतो व पानगळ सुरू होते. पानगळीची मात्रा वाढत जाऊन "तु बदलला", 'तु आधी अशी नव्हतीस', " लग्नाआधी हे वचन दिले होते, "तुझ्या साठी किती त्याग केला, असे संवाद सुरू होऊन मने विटायला सुरू होतात.

लव मॅरेज केला असल्याने बऱ्याच वेळी कोणी दोघांमध्ये वाढत असलेले अंतर मिळवायला सहज मध्यस्थी करत नाही की 'चॉईस चुकली' असे खापर कोणावर फोडता येत नाही.

समाजमान्यरित्या 'आयोजित विवाह' झाला तर एकमेकांशी स्वभाव, सवयी,गुण-दोष,वर्तन याबद्दल आधीचा फार परिचय नसतो.म्हणून विवाहानंतर जोडपे काही दिवस तरी एकमेकांशी अदबीने व आदराने वागतात, व सवय होईपर्यंत एकमेकांबद्दल प्रेम भावना निर्माण झालेली असते, खटके उडायला सुरुवात होईपर्यंत ते संसाराच्या आणखी पुढच्या टप्प्यात पोहचलेले असतात. शिवाय नियोजित विवाहात वाद झाले तर माझ्या वर्तनाने माझ्या पालकांना दुषणे ऐकावी लागु नयेत ही पण भावना असते.

प्रेम विवाहात सगळा आदर, सगळी उत्कंठा, नाविन्य, कुतूहल विवाहाच्या आधीच संपलेले असते म्हणून आजही शेकडा 60 ते 70 टक्के प्रेमविवाह अर्ध्या संपुष्टात येतात व तेदेखील कोर्टात.

अर्थात हे पुर्णतः प्रेमविवाह करणाऱ्यांच्या स्वभावावर अवलंबून असते. ठरवले तर कोणताही विवाह यशस्वी करणे हे ज्याच्या त्याच्या हातात आहे. पण सर्वांगाने प्रेमविवाह पेक्षा नियोजित विवाह कधीही उत्तम..

आजकाल लव्ह मॅरेज जरा कॉमन झालेले आहेत.. शहरी भागामध्ये याची संख्या जास्त असली तरी छोट्या गावांमध्ये ही आता सऱ्हास लव्ह मॅरेज होताना दिसतात.. हे 2022 आहे 1980-90 नाही. तरी आपल्याला पडलेला प्रश्न साहजिक आहे.. त्याला जबाबदार तुमच्या किंवा तुमच्या जोडीदाराच्या घरच्यांचे विचार आणि जीवनपद्धती असे मी गृहीत धरतो:

प्रथम हा विचार करणे गरजेचे आहे की ज्या व्यकीबरोबर आपल्याला लग्न करायचे आहे ती व्यक्ती खरचं विचाराने, वयाने आणि आर्थिक दृष्ट्या प्रगल्भ आहे किंवा नाही.. जर तसे असेल तरच तुमचा लग्न करण्याचा निर्णय योग्य आहे कारण लव्ह मॅरेज नंतर जर तुम्हाला कुणासमोर हात पसऱ्रायची गरज पडणार असेल, तुमचा जोडीदार नसेल, वयाने खूपच तरुण असेल (अगदी 21-22) तर ते लग्न

टिकण्याची शक्यता फार कमी असते आणि ह्याच गोष्टीमुळे आपल्या घरचे किंवा समाज आपल्याला लव्ह मॅरेज न करण्याचा सल्ला देतात. घरच्यांनी आपल्यापेक्षा चार उन्हाळे पावसाळे जास्त बघीतलेले असतात. लव्ह मॅरेज करणारी मुलगी जर स्वताच्या पायावर उभी नसेल आणि तिच्या जोडीदाराला भविष्यात काही झाले (अनपेक्षित) किंवा मुलगा सोडून गेला तर नंतर समाज तिला मान्य करत नाही..या कारणांनी घरची लोकं मुलींना लव्ह मॅरेज नको करुस हा सल्ला देतात. याउलट एखाद्या धनाढ्य व्यक्तीने लव्ह मॅरेज केले तर समाज त्यात सहभाग घेतो आणि वाहवा करतो.

आता मूळ मुद्याकडे वळूया:

तुम्हाला घरच्यांना आधी विस्वासात घेऊन याच गोष्टी पटवून द्याव्या लागतील की तुम्ही बऱ्याच काळापासून या संबंधात आहात, एका एकी तुम्ही लव्ह मॅरेज करण्याचा निर्णय घेतला नाहीये.. तुम्ही कश्या प्रकारे आर्थिक दृष्ट्या सक्षम आहात किंवा तुमचे लग्नानंतर चे काय प्लान आहेत.. आणि तुमच्या लग्नामुळे घरच्यांच्या संपर्कातील आणि समाजातील लोकांना काहीच चुकीचं वाटणार नाही..

1. शक्यतोवर आधी या गोष्टी मुलाने त्याच्या वडिलांना आणि मुलीने तिच्या आईला पटवून द्याव्या..कारण सहसा आई ही मुलीची पहिली मैत्रीण आणि वडील हे मुलाचे पाहिले शिक्षक असतात. (माझं मत)

2. कुठला ही बाप कितीही कठोर असेल तरी आपल्या मुलीचं हित असेल तीच गोष्ट बघेल आणि त्याला आज न उद्या होकार द्यावा लागेल (अर्थातच सगळं वर नमूद केल्याप्रमाणे असेल तर)

3. घरच्यांना आणि स्वतः ला भरपूर वेळ द्या, तडकाफडकी कुठलाच निर्णय घेऊ नका.. पळून वगेरे जाऊन लग्न करू नका.. वेळेसारखे दुसरे कुठलेच औषध नाही...

4. प्रेमविवाह असो की नियोजित विवाह, घटस्फोटाचे प्रमाण का वाढत चालले आहे? एक महत्वाचा सामाजिक विषय की समस्या?

5. आजकाल हा गंभीर वाटणारा प्रश्न व त्याचे वाढते प्रमाण समाजात लक्षवेधी ठरत आहे. भारतात जरी इतर राष्ट्रांच्या तुलनेत

प्रमाण कमी असले तरी प्रमाण दिवसेंदिवस वाढत आहे.

6. घटस्फोटांचे हे प्रमाण का वाढत आहेत, याकडे आपण लक्ष द्यायला हवे. आजकाल तर कुठल्याही लहान-सहन कारणांवरून लोकं घटस्फोट घ्यायला तयार होतात. त्यात वाढत्या वयामुळे स्वभावात जुळवून घेण्याऐवजी मतभेद जास्त वाढत आहे.

मुळात लोकांनाच आता ती जबाबदारी नकोशी झाली आहे. पण हे सामाजिक दृष्ट्या घातक आहे. त्यामुळे घटस्फोटां मागील मुख्य कारणे जाणून घेणे गरजेचे आहे.

1) प्रामाणिक नसणे :

विश्वास आणि प्रामाणिकता हा कुठल्याही नात्याचा पाया असतो. जर नात्यात विश्वासच उरला नसेल तर ते नातं टिकू शकत नाही. अप्रामाणिकपणा हे घटस्फोटांचे सर्वात कॉमन कारण आहे.

2) कम्युनिकेशन गॅप :

संवाद साधने खूप गरजेचे असते, तुम्हाला एकमेकांचे विचार, भावना समजून घ्यायच्या असतील तर तुमच्यात नियमित संवाद असणे गरजेचे आहे. कधीकधी संवाद नसल्याने नात्यात दुरावा येतो आणि मग तेच घटस्फोटाचे कारण ठरते.

3) महिलांचे आर्थिक स्वातंत्र्य :

आपली संस्कृती ही पुरुष प्रधान संस्कृती आहे, जिथे पुरुष हाच कर्ताधर्ता असतो. पण आजच्या काळात ही परिस्थिती बदलत चालली असून आता केवळ पुरुषच नाही तर महिला देखील कमवायला लागल्या आहेत. आर्थिकदृष्ट्या मजबूत व्हायला लागल्या आहेत. पण जर तुमची पत्नी तुमच्यापेक्षा जास्त कमावती असेल तर आजही आपल्या देशातील पुरुषांना पटत नाही.

हो काही पुरुष याला नक्कीच अपवाद असतील, पण महिलांचे आर्थिक स्वातंत्र्य हे देखील घटस्फोटाचे एक महत्त्वाचे कारण आहे.

4) जबाबदारी स्वीकारण्यात कमी पडणे :

लग्न म्हणजेचं जबाबदारी, लग्नासोबतच तुमच्यावर अनेक जबाबदाऱ्या येतात ज्या तुम्हाला स्वीकाराव्या लागतात. तुमच्या जोडीदाराच्या जीवनात येणाऱ्या प्रत्येक संकटाला सोबत सामोरे

जाण्याची तुमची तयारी असली पाहिजे. त्याच्या चांगल्या वाईट प्रत्येक गोष्टीत तुम्ही तेवढे जबाबदार आहात हे समजणे आणि ते स्वीकारणे गरजेचे असते.

5) संमतीशिवाय केलेले लग्न :

लग्न ही दोन व्यक्तींच्या जीवनातील सर्वात सुंदर आणि महत्वाची गोष्ट आहे, यामुळे त्या दोघांचचेही जीवन थोड्याफार प्रमाणात का होईना पण बदलते. ज्यांना त्यांचा संसार सोबत थाटायचा आहे त्यांची त्यासाठी संमती असणे खूप आवश्यक असते. जर त्यांची संमतीच नसेल तर ते नातं फार काळ टिकून राहत नाही. कारण ते नात जबरदस्तीने जोडलेलं असत.

अशी लग्न खूप लवकर तुटतात आणि जरी ती टिकली, तरी ते केवळ समाज आणि कुटुंबाच्या दडपणाखाली जगात असतात.

6) लैंगिक संबंध :

सुखी वैवाहिक जीवनात सेक्सचा खूप मोठा वाटा असतो. जर तुमचे लैंगिक संबंध समाधानकारक असतील तर तुमचं नात जास्त काळ टिकून राहत, त्यामुळे नातं नेहेमी रिफ्रेश होत असत. पण जर तुमचा जोडीदार हा तुम्हाला समाधानकारक लैंगिक सुख देऊ शकत नसेल तर ते नात फार काळ टिकत नाही.

7) अपेक्षापूर्ती नं होणे :

आपल्या अपेक्षा नेहेमी पूर्ण व्हायलाच हव्यात असे नाही. पण नेहेमी असे बघितल्या गेले आहे की लग्नानंतर ज्याची अपेक्षा केली होती तसे झाले नाही आणि म्हणून देखील नातं तुटतं. अपेक्षांची पूर्तता जर झाली नाही तर त्या त्या व्यक्तीच्या मनात असंतुष्टता राहते आणि त्यातून राग, चिडचिडेपणा उद्भवतो. पण यावर एक सोपा उपाय आहे, तो म्हणजे अपेक्षा न ठेवणे...!

जेव्हा आपण कुठल्या गोष्टीची अपेक्षाच ठेवणार नाही तर ती पूर्ण नाही झाली याचा त्रासही होणार नाही.

8) सासू-सुनेची भांडणं :

भारतात लग्न हे भलेही दोन व्यक्तींचं होत असल तरी त्यामुळे दोन कुटुंब जुळतात. त्यामुळे मुलीला सासरी गेल्यावर तिच्या सासरच्या

मंडळींसोबत देखील जुळवून घ्यावं लागते. सासू-सुनेची भांडणं आपल्याकडे काही नवीन नाहीत. पण कधी-कधी जर ही भांडणे विकोपाला गेली तर ते देखील घटस्फोटाचे कारण ठरू शकते.

9) मुलीच्या संसारात माहेरच्यांचा हस्तक्षेप :

बरेचदा असे होते की, मुलगी सासरी गेली की तिच्या माहेरचे तिला प्रत्येक लहान-सहन गोष्ट विचारतात, त्यावर तिने सासरच्या लोकांशी कसे वागावे हे सांगतात. अश्या वारंवार माहेरच्यांच्या हस्तक्षेपाने देखील मुलीचा संसार चुकीच्या मार्गावर जातो आणि मग शेवटी तो कोर्टाची पायरी ओलांडतो.

10) वेगळेपण :

हे मुख्यकरून प्रेम विवाहांत बघायला मिळतात. ज्यामध्ये धर्म, जात, संस्कृती, जीवनशैली इत्यादी गोष्टींत वेगळेपण आढळून येते यावेळी समजूतदारपणा दाखवत तिच्याशी जुळवून घेणे महत्वाचे असते.जर ते जमल तर संसाराची गाडी अगदी रूळावर आनंदाने चालते, नाही तर ते नातं टिकून राहण्याची शक्यता फार कमी असते.

•

लव मॅरेज करणे चांगले की अरेंज मॅरेज?

हे सर्व साधारण लोकांसाठी मुद्दे आहेत, सगळ्यांच लागू होतील असं नाही, पण या मुद्द्यांमुळे तुमच्या लग्नाबद्दलच्या विचारांना दिशा मिळेल.

लव मॅरेज करण्याचे फायदे

1. मनासारखा जोडीदार मिळतो किंवा स्वतःच्या अपेक्षेपेक्षा जास्त चांगला जोडीदार मिळू शकतो.

2. लग्नाचं वय निघून जायच्या आधी पटकन लग्न होऊन जातं.

3. लग्नात भेटवस्तू, सोनं, पैसे वगैरे दयावे लागत नाही.

4. या लग्नाला जे पाठींबा देतात, ते सगळेच आनंदी असतात.

5. पुढे आयुष्यभर "आमचं लव्ह मॅरेज आहे" असं अभिमानाने सगळ्यांना सांगता येतं.

6. एकत्र कुटूंबात राहावं लागण्याची शक्यता कमी असते म्हणून, मनासारखं राहता येतं

7. घरची कामं वाटून घेता येतात.

लव मॅरेज करण्याचे तोटे

1. जोडीदार जातीतला नसेल, तर घरून विरोध होतो, रडारडी होतात, घरचे लग्नाला येतं नाहीत.

2. नातलग दूर करतात.

3. पळून जाऊन, नाहीतर साधेपणाने लग्न करावं लागतं.

4. सासुरवाडी कडून भेटवस्तु, संपत्ती, पैसे, असं काही मिळतं नाही.

5. पुढे मुलं झाली तर त्यांना आजी आजोबांच्या संपत्तीचा वाटा सुद्धा मिळतं नाही, जातीत लग्न नाही केलं तर मग कुटूंबातून, फॅमिली बिझनेस मधून काढून टाकलं जातं.

6. मुलं झाल्यावर, त्यांना आजी आजोबा मिळत नाहीत, मुलांचा सांभाळ करायला कोणीच पुढे येत नाही, मग मुलींच्या करियरचे वांदे होतात, मुलं का करियर? हा यक्ष प्रश्न समोर येतो.

7. लग्नानंतर सुद्धा, सासू सासरे फार त्रास देतात, टोमणे मारतात, मुलांना जवळ करत नाहीत.

8. विरोध कायम राहिला तर, जीव जाण्याची भीती वाटत राहते.

9. आयुष्यभर धमक्यांचे फोन येऊ शकतात.

10. जीव सुद्धा सुद्धा जाऊ शकतो.

आता तुम्ही बघाल तर, या फायदे आणि तोट्या मध्ये एक गोष्ट कॉमन आहे ती म्हणजे, प्रेम विवाह झाला तर, घरचे नाराज होतात आणि भेटवस्तू, सोनं, पैसे, संपत्ती मिळण्याची शक्यता कमी होते.

अरेंज मॅरेजचे फायदे

1. सगळेच आनंदी, खुश असतात.

2. भरपूर खर्च होऊन लग्न केलं जातं, हौस मौज होते, सगळे नातेवाईक एकत्र येतात.

3. नवऱ्या मुलाची मजा असते, त्यांना भरपूर, पैसे, भेटवस्तू मिळून जातात.

4. संसार सुरू करताना सगळ्यांशी मदत होते.

5. आजी आजोबा मुलांना सांभाळू शकतात, करियरवर लक्ष देता येते.

अरेंज मॅरेजचे तोटे

1. मनासारखा जोडीदार मिळेलच असं नाही, घराच्या लोकांनी जोडीदार पसंत केला असेल, तुमचा अपेक्षा भंग होऊ शकतो.

2. अरेंज मॅरेजची प्रकिया डोके खाऊ ठरू शकते, अरेंज मॅरेज घडून यायला एक महिना सुद्धा पुरेसा ठरतो नाही तर दहा वर्ष सुद्धा होऊन गेली तरी लग्न जुळत नाही, त्यात वय निघून जातं तरी लग्न होतं नाही.

3. आधी काहीच माहिती नसेल तर फसवा फसवी होऊ शकते.

4. बहुतांश वेळा, एकत्र कुटूंबात राहावं लागतं मग, घरातली कामं खूप पडतात, सगळ्यांची मर्जी राखून ठेवावी लागते.

5. सासू सासरे येडे असले तर, जाच करतात, हिटलर सारखे वागतात, भांडण होतात, आनंदी राहता येतं नाही.

6. निर्णय घेण्याचं स्वातंत्र मिळेलच असं नाही.

लव्ह मॅरेज करावं का अरेंज? हा न संपणारा विषय आहे. पण भावनेच्या आहारी न जाता, डोकं शांत ठेवून विचार करावा आणि योग्य तो निर्णय घ्यावा.

•

लग्न जुळवताना मुलाची मुलीच्या परिवाराकडून कशाप्रकारे फसवणूक होऊ शकते? फसवणूक होऊ नये म्हणून मुलाने कोणती काळजी घेतली पाहिजे?

लग्न जमावताना मुलीसारखी मुलाची सुध्या खूप फसवणूक होऊ शकते नकीच ह्या वेळी तुम्ही अधिक काळजी घेतली पाहिजे.

1. फिल्टर मधली फसवणूक:- आज कालच्या विवो ओप्पोच्या (Vivo Oppo)काळात कोणीच सावळे किंवा साधे दिसतं नाहीत सगल्याच मुली जणू गोऱ्या, सुंदर आणि नटीला लाजवनाऱ्या दिसत आहेत.नक्कीच खूपवेळा ही फिल्टर किंवा कॅमेरा ची कमाल आहे.अशया वेळी मुलगी बघायला जाण्याआधी तिला विडिओ कॉल करा म्हणजे तुमची चक्कर वाया जाणार नाही आणि तुमच्या दिलचे तुकडे होणार नाहीत.

2. मेकअप मधील फसवणूक:- आजकालच्या मेकअप च्या युगात 2/3 मेकअपचे थर जोडले की कोणी पण सुंदर होऊन जातं अशया वेळी 1–2 तासाच्या भेटीत मुर्खात काढने सोपे जाते .आमच्या ओळखीमधील एक मुलगी 8000 रुपयेचा मेकअप करून बघण्याच्या कार्यक्रमात आली आणि तिच्या आईच्या बाजूला जाऊन थांबली त्या मुलीला तिची आई सुध्दा ओळखू नाही शकली स्वतःची मुलगी असून पण मग गेम समजून घ्या, बाकीच्या ना काय घंटा कळणार??

3. भूतकाळ(किंवा जुने लफडे):- खुपदा काही मुली लग्नाआधी कुणाबरोबर तरी रिलेशनशिपमध्ये राहतात आणि ही माहीत लपवतात आणि नंतर पण जुन्या बॉयफ्रेंड बरोबर कॉन्टॅक्ट मध्ये राहतात अशया वेळी लग्न करून पण तुमची फसवणूक होऊ शकते.

मग अशी मुलगी जुन्या बॉयफ्रेंड बरोबर तुम्हाला तुलना करून तुमचे जगणे जगणे हराम करू शकते. किंवा खूपवेळा तुम्हाला ती मुलगी नवरा म्हणून कधीच मान्य करणार नाही मग तुम्ही काहीही करा. तुम्हाला लैंगिक बिमाऱ्या (HIV AIDS Kiva Hepatitis B) होऊ शकतात जर ति Physical relationship असेल तर जुन्या BF बरोबर तर.

4. जॉबवाली फसवणूक:- खूपदा तुम्ही विचार करता की जॉबवाली बायको करावी म्हणजे दोघांचा पगार असेल आणि आपण थोड आरामात राहू शकतो. पण जॉबवाल्या काही मुली एक रुपया तुम्हाला देत नाहीत उलट तुमचेच पैसे उडवतात आणि तुम्हालाच पैसे काढायला लावतात तिचे सगळे पैसे सेव होतात तुम्ही मात्र गरीब होत जाता.(Your money is our money & MY money is my money).

(ह्या साठी लग्नाआधीच पैस्याच बोलूनघ्या काय आहे ते क्लिअर करून घ्या) आणि खूपदा मुली फक्त सुरवातीला जॉबवाली मुलगी आहे हे दाखवन्यासाठी जॉब करतात आणि काही टाइम नंतर जॉब सोडुन देतात. घरची कामे:-पण अशया वेळी खूपदा जॉब वाली बायको बरोबर लग्न करतात पण काही मुली खूप चलाख असतात मी जॉब करते मला काही कामे करता येत नाही असे सांगतात आणि घरी काम वाली. जेवण बनवणारी कूक आणि बाकी कामासाठी मेड ठेवतात आणि मग काही टाइम नंतर लेगच जॉब सोडून देतात आणि मग मला काही घरची कामे येत नाहीत असे म्हणतात मग ना जॉब करतात ना घरची कामेअशया प्रकारे गेम करतात. कोणी जॉब करणारी असेल तर गोष्ट वेगळी आहे.

5. चालू लफडे:-काही मुली फक्त ह्या साठी लग्न करतात की त्यांचा बॉयफ्रेंड लग्न करण्यास तयार नसतो मग अश्या वेळी त्यांना बॉयफ्रेंड कडून अस सांगितलं जात की तू लग्न कर मी आहे की सोबत मग नावाला लग्न करतात आणि लग्नानंतर ही बॉयफ्रेंड बरोबरच चोरून रेलशनशीप मध्ये राहतात आणि नवऱ्याची फसवणूक करतात.मग खूपदा योग्य वेळी पैसे आणि दागिने घेऊन पळून ही जातात घरून आणि वेळ प्रसंगी बॉयफ्रेंडला सोबत घेवून हल्ला ही करतात. आणि ह्याचे खूप कमी चान्स आहेत की अशी मुलगी तुम्हाला नवरा म्हनून प्रेम करेल किंवा मान्यता देईल.

एक मित्राचे लग्न होत होते मुलीने अफेयरची गोष्ट लपवली आणि एकदा X BF ला चोरून भेटायला गेली आणि दोघामधे भांडण झाले आणि मुलीने चिडून आत्महत्या ,केली पोलिसांनी मूलाला धरले आणि जेल मधे टाकले 24 दिवस तो जेल मधे होता शेवटी आम्ही सर्व मित्रांनी पैसे जमा करून त्याची जमानत केली अजून पण केस सुरू आहे डॉवरी death मधे.त्याची चूक एवढीच की त्याने लफडे असणाऱ्या मुलींबरोबर लग्न केले.

6. दुसरी मुलगीः- एकदा लातूर जवळच्या गावात एकदा असाच प्रसंग घडला होता एका मूलाला एक मुलगी दाखवली जी तो तिच्याबरोबर बोलू लागला पण फोन वर बोलणारी मुलगी दुसरीच होती तिची छोटी बहीण तिने नेहमी विडिओ कॉलवर बोलण्यास नकार दिला

शेवटी लग्नाचा दिवस आला त्यांनी तिच्या लहान बहीणला लग्नामधे बसवलं जी वेडसर होती एकदम घाई मध्ये लग्न उरकून टाकल ,नवरदेवाला संशय आला पण त्याला ही धमकवण्यात आलं शेवटी लग्न झाल्यावर गाडीतुन घरी जाताना त्याला खर कळाल रस्तात गाडी थांबवून तो पळून गेला 3/4 दिवस काही कोनाच्या संपर्कात नव्हता मुलीच्या घरच्यांनी सुद्धा आमची मुलगी चांगली आहे आता तो तुझा प्रॉब्लेम आहे आम्ही काय नाही करू शकत आता असे म्हणून तिला वापस घेण्यास नकार दिला. शेवटी त्यामुलाने नंतर दुसरं लग्न केलं आणि त्याची पाहिली बायको पण सोबत राहते आणि घरची धूने भांडे करते.

7. बिमारी (हेल्थ कंडिशन):- काही मुलीचे घरचे मुलीच्या शारीरिक आजार आणि व्याधी लपवतात अस पण अर्ध्या एक तासाच्या भेटीत अस काय कळणार आहे?.

उदा:- एकदा एका मित्राचा फोन आला होता की त्याच्या बहिणीच्या घरी औषधे पोचयवायचे आहेत घरी आम्ही 40-50 KM प्रवास करून तळेगांवला(लोणावळाला) गेलो घरी कोण्हीच नाही असे मित्र सांगत होता ,पण घरी गेल्यावर कळाल की त्याचा भावजी तर हॉल मध्ये आरामात पेपर वाचत बसला होता मित्राला ह्या बद्दल विचारलं तर तो म्हणतो की लग्नाआधी आमच्या घरच्यांनी तिच्या फिट्स यायच्या बिमारी बद्दल माहीती लपवली होती लग्नानंतर नवऱ्याला कळले तो घटस्फोट मागू लागला मग दर महिन्याला तिचा उपचार आणि औषधाचा खर्च आम्ही करतो. खूप मुली mental illness लपवतात.ऑपरेशन झाले ले लपवतात.

8. क्राश डाएट (Diet):- माझ्या महिती मधे एक मुलगी होती तिचे वजन 110 किलो होते खूप जाड होती घरचे खूप टेन्शन मधे असायचे तिच्या लग्नासाठी मग त्यांनी एका Dietsian ची मदत घेतली आणि क्रॅश डाएट चालू केली 2000 कॅलरी वरून लगेच 500 कॅलरी वर डाएट सुरू झालं (काकडी गाजर मुळा भोपळा fibers डाएट) 3/4 महिन्यामध्ये तिचे 40-50 KG वजन कमी झाले ती बारीक झाली .लगेच तिचे social media वरील जुने फोटो सगळे Delete करून

नवीन फोटो काढले आणि पटकन एक दूरचा मुलगा बोलवून लग्न लावून दिले..(लग्न झाल्यावर आपल टेन्शन मिटलं आता काही का करना मुलगा असे मुलीच्या घरचे म्हणत होते)

झालं लग्न तीच नॉर्मल जेवण (चपाती भाजी भात) खावून परत तीच वजन 100 KG+ वर गेलं.. मग मुलीच्या घरचे लग्न मानवले लग्न मानवले असे म्हणत होते..बिचाऱ्या मूलाला कळालच नाही की कस गंडवल त्याला मूलीच्या घरच्याना बस कही वेळासाठी तर मुलाच्या घरवाल्याना उल्लू बनवायचे असते कारण सगळे कायदे महिलांच्या बाजूने आहेत पुरुषाच्या बाजूने काही नाही त्यामुळे विचार करून निर्णय घ्या..

•

ह्यापासून आपण स्वतःला कशे वाचवावे:-

1. सर्वप्रथम लग्न हा एक व्यवहार आहे असे समजा कारण तुमच्याकडे जॉब ,बिझनेस ,प्रॉपर्टी आहे म्हणून समोरचा लग्नासाठी विचारतोय नाकी तुमच्यावर प्रेम आहे म्हणून त्यामुळे जास्त भाळून जाऊ नका.

2. फोटो पाहून प्रेमात पडू नका वीडियो कॉल करा किंवा प्रत्यक्ष जावून भेटा मग प्रेमात पडा.

3. बिना मेकअप ती मुलगी कशी दिसते हे पाहण्याचा प्रयत्न करा मेकअप आणि बिना मेकअप मधे खूप फरक आहे.

4. तिचा जुनी history बघा आणि सद्या कोणाबरोबर सुरू तर नाही ना ह्याची माहिती काढा किंवा सरळ सरळ सगळ्यांसमोर विचारा की अशे असेल तर आम्हाला आत्ताच काय ते खरे सांगा.

5. जॉब करणार असेल तर किती वर्ष करणार हे आधीच क्लिअर करून घ्या आणि पगारच काय ते आधीच क्लिअर करून घ्या.

6. घरची कामे आधीच वाटून घ्या आणि जेवण बनवता येते का नाही हे आधीच क्लिअर करून घ्या.

7. तिला असणाऱ्या बीमाऱ्या आणि बाकी हेल्थ कंडीशन बद्दल विचार वेळ पडली तर health certificate मागा स्वतःचही सबमिट करा.

8. एचआयव्ही एड्स आणि बाकी लैंगिक बिमारी बद्दल ही चाचणी करा.

9. लग्न करताना घाई करू नका होईल तितक्या भेटीच्या संधी वापरा आणि होईल तिथके वेळा भेटा.

10. मुलीकडचे घाई करत आहेत तर समजून जा काही तरी घोटाळा आहे ह्याना लवकर मुलीला कटवायचे आहे.

11. सोबतच लग्नाआधी परीवारासोबत राहायचे का वेगळे राहायचे हे आधीच क्लिअर करून घ्या.

खूप वेळा.

1. आम्हाला घाई आहे .

2. वडिलांची आणि आज्जीची तब्येत ठीक नाही लवकर लग्न करायचे आहे.

3. आम्हाला अजून खूप स्थळ आहेत.

4. नतर मुहूर्त नाही सध्या आहे.

5. कशयाला अजून थांबायच.

अशे खूप सारे point वापरून मुलीकडचे लवकर लग्न अटोपतात एकदा लग्न झालंकी संपल मग. म्हणून म्हणतो जागो ग्राहक जागो...

लग्न झालं की लक्ष्मी आली म्हणतात आणि पोर बिचारे गरीब होतात .खर तर ती लक्ष्मी तुमच्या अकाऊट मधून बाहेर आली असे म्हणायला पाहिजे.. मुली ह्या त्यांच्या मायबापासाठी "परायाधन"आहेत पण ज्याच्याबरोबर लग्न झालय त्यासाठी मात्र "धनपराया"असतात खूप वेळा...त्याच धनच पराय करून टाकतात.

मी लग्न हा व्यवहार आहे ह्या मानसिकतेमधून लिहलय त्यामुळे पैसा प्रॉपर्टी आणि सुंदरता पाहून लग्न ठरते तरी तुम्ही त्यात खरे प्रेम हुडकता तर देव तुमचे भले करो.तुम्ही माझ्या मताशी असहमत असू शकता.हे उत्तर फक्त हिमनगाचे टोक आहे अजून खूप सारे मुद्दे आहेत जे वापरून मुलाना गंडवले जाते...

सर्व लोक अशी नाहीत पण काही लोका मुळे बाकी लोकांबद्दल संशय निर्माण होतो.

•

लग्नासाठी मुलाकडे पैसा आणि मुलीकडे सौंदर्य असणे आवश्यक आहे का?

आपले जीवन जगण्यासाठी पैसा ही सर्वात महत्वाची वस्तू आहे. यशस्वी आणि श्रीमंत व्यक्तीशी लग्न करण्याची प्रत्येकाची इच्छा असते ही वस्तुस्थिती आहे. येथे "सुंदर मुलींनी श्रीमंत माणसाशी लग्न का करावे" याचे उत्तर मुलींच्या दृष्टिकोनातून द्यायचा प्रयत्न करतो. चुकलो तर कृपया दुरुस्त करा.

मुलींना त्यांच्यावर प्रेम करणाऱ्या आणि कुटूंबाच्या गरजा पूर्ण करण्यासाठी पुरेसे पैसे मिळवणारा सभ्य मुलाशी लग्न करायचे असते हे पहा, आता "गरज" ही लग्न करण्याचा निर्णय घेताना महत्त्वपूर्ण भूमिका बजावते. एखाद्या मुलासाठी, जेव्हा त्याचा शोध चालू असतो, कुणीतरी सुंदर आणि समजून घेणारी, आपल्या कुटूंबात सहज मिसळून जाणारी आणि आपल्या मुलांची काळजी घेणारी . (हा एक सामान्य दृष्टीकोन आहे, मी कोणत्याही कार्यरत किंवा स्वतंत्र स्त्रीच्या विरोधात नाही). अशी मुलगी हवी असते. जेव्हा मुलगा श्रीमंत असतो तेव्हा त्याची पहिली पसंती हि सुंदरतेला असते. कारण बाकी सर्व तर त्याच्याकडे आहे. बाकी स्वभाव वगैरे म्हणाल तर तो लग्ना आधी समजतच नाही.

मुलींसाठी, जर तुम्ही एखाद्या श्रीमंत व्यक्तीशी लग्न केले तर तुमच्या दैनंदिन जीवनातले निम्मे संघर्ष जवळजवळ संपले. तसेच

तुम्हाला बसने किंवा ऑटोने फिरायची गरज नाही (श्रीमंत म्हणजे स्वतःची कार असणार), तुम्ही सौदा करण्यासाठी बाजारात जाण्याची आवश्यकता नाही (आपल्याकडे मदतनीस आहे) आणि अशा बऱ्याच समस्या आहेत ज्या आपल्याला तोंड देण्याची आवश्यकता नाही. नोकरी करण्यास कोणीही तुम्हाला भाग पाडत नाही, आपण काम करू इच्छित असाल तर ती तुमची स्वतःची निवड आहे किंवा तुमचा नवरा तुमची काळजी घेण्यासाठी पुरेसे आहे.

श्रीमंत लोक, त्यांची आवश्यकता सोपी आहे, कारण ते श्रीमंत आहेत त्यांना तडजोड करण्याची आवश्यकता नाही. त्यांना एक सुंदर, सुशिक्षित, सभ्य वधू पाहिजे आहे. बहुतेक प्रकरणांमध्ये त्यांना कामकाजी पत्नीची गरज नसते, म्हणून त्यांची पसंती चेहऱ्यावरील सौंदर्याभोवती असते.

म्हणून केवळ सुंदर मुलीच नाहीत, प्रत्येक मुलींना श्रीमंत मुलाशी लग्न करायचं आहे, परंतु ते सुसंगतता, समजूतदारपणा, निष्ठा इत्यादी गुण समाविष्ट करतात. त्यांना भविष्यातील सुरक्षिततेसाठी श्रीमंत जोडीदार हवा असतो कारण लग्नानंतर त्यांना त्या मुलाबरोबर राहावे लागते. उत्तम प्रकारे स्थायी, सभ्य आणि श्रीमंत माणूस हा नेहमी निवडण्याचा उत्तम पर्याय असतो.

थोडक्यात लग्न म्हणजे एक सौदा असतो आणि प्रत्येक जण चांगल्या सौद्यासाठी प्रयत्न करत असतो. कोणाला पटो अथवा न पटो पण हेच वास्तव आहे.

•

लग्नासाठी मुलगा/ मुलगी बघताना नेमकं काय बघायला हवं? त्यांचा स्वभाव, दिसणं की पैसा?

आजकालची मुले कितीही मॉडर्न झाली आणि विचाराने आभाळ हलवले तरी त्याना बायको करताना काही गोष्ट प्राधान्य देतातच..

1) आपल्या स्वतःच्या अपेक्षा काय आहेत?

तुम्हाला काय हवं आहे? स्वयंपाक बनवणारी बायको हवी आहे? का नोकरी करणारी? श्रीमंत मुलगा हवा का? का तुम्हाला नोकरी करून देणारा? अशा प्रकारच्या अपेक्षा आधीच तुमच्या डोक्यात क्लिअर करून घ्या. मुलगा रणवीर सिंग सारखा हवा असेल तर आपण दीपिका आहोत का? हे बघून घ्या.

2) सौन्दर्य, मुलीचा कमनीय बांधा, चार चौघात मिरवायला ठीक राहील का ?

तिचा फोटो चार पाच मित्रांना पाठवून त्यांची होय घेणे, सर्व नातेवाईकांनि तीच कौतुक करणे, आई बाबा हीच कर अशी गळ घालणे, मुली काय करतात? सरकारी नोकरी आहे का? बंगला आहे का? स्वतःच घर ते ही पुणे मुंबईत आहे का? घरी शेती आहे का? नणंद आहेत का? 4 चाकी आहे का? बँक बॅलन्स किती आहे? घरातील सर्व खुश आहेत का?

आई आलेल्या स्थळ बद्दल किती उत्सुक आहे? नातेवाईकांना छान वाटलं का? मैत्रिणीच्यात मी श्रीमंत दिसेल का?

बाकीच्या स्वभाव वैगरे अंधश्रद्धा आहेत.

3) मुलगी किंवा मुलगा राग "कसा" व्यक्त करतो?

आनंद व्यक्त करायची पद्धत सगळ्यांची जवळ पास सारखी आहे, पण राग व्यक्त करताना, आपल्या जवळच्या लोकांना याचा त्रास होईल, याचा आपल्याला विसर पडतो. मग मुलगा आदळ आपट करतो का? हिंसक होतो का? मुलगी फटकळ वागून टोकाचा निर्णय घेते का? हे बघायला हवं.

4) शरीराची काळजी घेतो किंवा घेते का?

जर शरीराची काळजी काळजी घेत नसेल, तर एकंदरीत त्यांचा जीवनाकडे बघण्याचा दृष्टिकोन हा नकारार्थी तर नाही ना? हे बघायला हवं. आनंदी माणसावर नातं निभावणं सोपं असतं, दुःखी माणसासाठी आपण पंचिंग बॅग म्हणून राहतो.

5) भूतकाळ विसरून नवीन नात्यासाठी आनंदाने तयार आहेत का?

सगळ्यांना चांगला, वाईट भूतकाळ आहे, पण ती व्यक्ती अजूनही त्याचा किंवा तिच्या प्रियकराबद्दल बोलते का? अजूनही भूतकाळ कुरवाळत बसते का? हे जाणून घ्यावं नाहीतर भूतकाळात रमणारी

व्यक्ती, वर्तमानातल्या नवीन नात्याला दुर्लक्षित करते.

6) व्यसन आहे का?

"पार्टीत थोडं फार चालतं हो" असं म्हणून दुर्लक्ष करू नका, पोरगा किंवा पोरगी दिवसाला किती बिड्या फुकतो? किती बीअर रिचवतो? हे जाणून घ्या.. तुमच्या सिगरेट पायी मुलबाळ होताना बरेच प्रॉब्लेम येतात.

एक दोन भेटीत ठरवता येत नाही, त्यामुळे वेळ घ्या, आधी जरा भेटा, व्हाट्सएप्प वरून घंटा काही माणूस कळत नाही, त्यामुळे समोरासमोर भेटून गप्पा मारा, खरं ते बोला, गोरीच मुलगी पाहिजे किंवा सहा आकडी पगाराचा मुलगा हवा असेल तर तसं स्पष्ट सांगा.

जेवढं स्पष्ट, सरळ, शांतपणे बोलाल तेवढं नातं सुरु करणं सोपं होईल.

•

मुलीला आपल्या होणाऱ्या नवऱ्या मुलाकडून सर्वसाधारण काय अपेक्षा असते?

स्मार्ट असावा (कर्तृत्ववान). उच्च शिक्षित असावा, निर्व्यसनी असावा, सपोर्ट करणारा असावा, समजदार , समजुन घेणार हवा, रागीट नसावा, योग्य कमवता , नोकरी किंवा व्यवसाययात असणारा, एकत्र कुटुंब पद्धती चालेल, सगळ्यात महत्त्वाचे म्हणजे कंजूस नसावा, मन जपणारा , माझ्या मताचा आदर करणारा, सगळ्यानसमोर कौतुक करणारा, पण एकांतात चुका सांगणारा, रागावणार मात्र असावा, बाहेर फिरायला घेऊन जाणार असावा,

माझा आणि माझ्या कुटूंबियांचा आदर सन्मान करणारा असावा. आयुष्य हे स्वभाव बरोबर काढायचे असते सुंदरते बरोबर नाही,कारण सौंदर्य हे क्षणिक तर स्वभाव हा अनंतकाळ राहतो.

•

तुम्ही नवविवाहित मुलींना काय संदेश देऊ इच्छिता?

1. अपेक्षाभंगाचं दुःख हे आपल्या जनरल दुःखापेक्षा फार मोठं असतं, त्यामुळे जास्त काही अपेक्षा ठेवू नका.

2. "थांबा ना... मी करते" ही स्वयंपाकघराची टॅगलाईन सदैव लक्षात ठेवा.

3. "हे कसं करू?" किंवा "असं करू का?" असं बोलूनच सासुरवाडीत संवादाला सुरुवात करावी.

4. "आमच्याकडे तर असंच करतात" हे असं फक्त मनातल्या मनात किंवा माहेरी म्हणावे.

5. "सासूबाई सकाळी लवकर उठून चहा करून देत आहेत" असं काही तुम्हाला दिसलं तर ते एक पहाटेचं गोड स्वप्न किंवा भास असू शकतो.

6. कोणी काही टोमणे मारले तरी, "हो हो बरोबर ए..." म्हणून लाजता आलं पाहिजे. उलटं वगैरे फक्त नवऱ्याला बोलता येईल, नवराच काय तो ऐकून घेतो हो.

7. सासू सासरे टीव्ही बघत असताना, "तुम्हाला काही हवंय?" हे त्यांना अतिशय अदबीने विचारा, कारण तेव्हा त्यांना काहीच नको असतं.

8. "सासूबाई मॉर्डन आहेत" यावर कायम विश्वास ठेवा. "सासूबाई मॉर्डन आहेत का?" हे तपासून बघण्यासाठी शॉर्ट्स घालून घरात फिरू नका.

9. सासूबाई घराबाहेर गेल्यावर मैत्रिणींना फोन करावेत, म्हणजे किमान अर्धा तास का होईना बोलता येईल.

10. मेमरी फोमच्या दोन तीन मोठ्या उश्या जवळ ठेवा, ऐनवेळी काही झालंच तर, त्याच उशीमध्ये डोकं खुपसून ओरडता नाहीतर रडता येईल.

11. आपल्या नवऱ्यामध्ये "कबीर सिंगच क ही नाही" हे पहिल्याच आठवड्यात कळून चुकेल, त्यामुळे तुम्ही गप्प बसून प्रीती होऊ नका.

12. वेळप्रसंगी नाटकी हसता आलं पाहिजे, जमत नसेल तर एकदा नाटकी रडून बघा फारच आठवण येत असेल तर "माझं माहेर" यावर फक्त कविता करायच्या किंवा निबंध लिहायचे, पण सासूला अजिबात वाचून दाखवायचे नाहीत.

13. "मग गोड बातमी कधी देणार?" असं कोणी विचारल्यावर, "आधी गोड चहा देते" असले टुकार विनोद करायला शिकावं लागेल.

14. "काय मग कसा सुरु आहे संसार?" असं कोणी विचारल्यावर, डोळ्यातले आनंदाश्रू लपवून "मस्त" असं उत्तर देता आलं पाहिजे.

•

अशी कोणती गोष्ट आहे जी प्रत्येक मुलीला माहित असलीच पाहिजे?

मुलगी म्हंटल कि ती उद्या कुणाची तरी बायको, सून, वाहिनी.. होणार असं गृहीत धरू (सर्वच मुली लग्न करतील असं नाही पण सामान्यतः गृहीत धरू)

आता त्या मुलीला काय माहिती असावं?

मुलांनाहि मन असतं, त्यांना हि कधीकधी खूप जोरजोरात रडावसं वाटत..सतत घरातील मोठा आधार होऊन खंबीरपणे तुमच्या समोर येणाऱ्या संकटाना, अडचणींना ते निर्भीडपणे तोंड देत असतात. अश्यात त्यांनाहि कधी कधी आधाराची गरज असते.

सर्वच मुलं सारखी नसतात त्यामुळे बस मध्ये किंवा इतर सामाजिक ठिकाणी मुलाच्या बाजूला असलेली एकमेव रिकामी सीट न घेता बाजूला उभे राहणे हे त्याच्यासाठी अपमानजनक असते. आपला नवरा डायरेक्ट आकाशातून खाली आलेला नाहीये, त्याला हि त्याचे आईवडील, भाऊबंध, नातेवाईक, लग्नाआधीचे मित्र मैत्रीण असतात ज्यांना त्याला वेळ द्यायचा असतो.

कधी तो अपयशी झालाच तर, तेव्हा "असं केलं असतं तर असं झालं नसतं " असे सल्ले न देता त्याची सावली बनून त्याला साथ द्यावी

एवढींच त्याची अपेक्षा असते, तुमच्या फक्त सोबत असण्याने त्याच्यात जगाशी लढण्याची ताकत येते. तुम्हाला हवी असलेली गोस्ट विकत आणण्यासाठी त्याने काय काय केले याची तुम्हाला थोडीही भनक लागू न देता तो फक्त तुमच्यासाठी ते आणत असतो.. "त्यामुळे रंग थोडा असा असता तर आणखी छान झालं असत" असं न म्हणता निदान त्याच्या आनंदासाठी तरी भेटवस्तुं स्वीकाराव्या.

मुलगा,भाऊ, नवरा, जावई, बाप... अशया सगळया भूमिका तो सगळ्यांच्या अपेक्षा पूर्ण करत निभावत असतो.. त्यामुळे त्याला हि कधीतरी थकण्याचा अधिकार आहे. अजून बरंच काही लिहिता येईल पण माझा मुददा काय ते लक्षात आलं असेल अशी अपेक्षा करतो. आणि हो, सगळ्याच मुली तशया नसतात.. त्यामुळे कृपया वाचताना मनाला लावून घेऊ नये..

•

लग्नानंतर मुलींनी नोकरी करावी का?

1. लहानपणापासून आईची लाडकी आणि पप्पांची बाहुली.

2. शिक्षणामध्ये, एक्सट्रा ॲक्टिव्हिटी मध्ये सगळ्यांच्या पुढे.

3. पहिलीपासून दहावी पर्यंत वर्गात पहिला नंबर मिळवणारी.

4. मोठे झाल्यावर डॉक्टर, इंजिनीअर, वकील, पायलट कि अजून काय बनायचे असे स्वप्न पाहणारी.

5. बारावीत दिवसरात्र एक करून अभ्यास करून बोर्डात येणारी.

6. चार पाच वर्ष डिग्रीचा अभ्यास करून मुलांशी स्पर्धा करून डिस्टींकशन मिळवणारी.

7. कॅम्पस प्लेसमेंट मध्ये जॉब मिळवून चांगलं १० लाखांचं पॅकेज मिळवणारी.

8. करिअर मध्ये स्वतःला झोकून देऊन काम करणारी, नवशिक्यांपासून ते अनुभवी होऊन त्या क्षेत्रात ती प्राविण्य मिळवणारी.

9. आता फक्त योग्य वर बघून आई बाबा तिचे हात पिवळे करणार.

आणि मग प्रश्न उपस्थित होतो तिने लग्नानंतर नोकरी करावी का ? म्हणजे ती आजपर्यंत जे काही करत आली होती ते फक्त लग्नासाठी का? तिच्या योग्य वर शोधण्यासाठी? तिच्यापेक्षा जास्त पगार असलेल्या माणसासोबत तिचं लग्न व्हावं म्हणून?

10. लग्न झालं मग सुरु होते तिची तारेवरची कसरत. नवीन घरी गेल्यावर तिथल्या चालीरीती शिका, नवऱ्याच्या आईविडलाना आपले आई वडील म्हणा. नवीन घरातील सर्वांना आपलेसे करून घेणे. घरातलं सांभाळून जॉब करायचा, घरी आल्यावर स्वयंपाक, आवरणे. धावपळी मुळे तिची चिडचिड होणार. त्यात आज हे नाही केलं, ते नाही केलं, आमच्याकडे असं चालत नाही वगैरे ऐकून घ्यायचं. प्रतिउत्तर दिलं तर मुलीवर काय संस्कार केले म्हणून सासरचे मुलीच्या आईवडिलांचे संस्कार काढणार.

असं करता करता एखादं वर्ष झालं कि आजूबाजूचे पाळणा कधी हालणार म्हणून त्यांच्या मागे लागणार. मग ती दोघेही बाळ होऊ देतात. मग तिला बाळाकडे दुर्लक्ष नको म्हणून तिच्या करिअर मधून ब्रेक घ्यावा लागतो.

11. नवरा तिला सांगतो माझं पॅकेज जास्त आहे त्यामुळे मी नोकरी करेन आणि तू घर आणि बाळाला सांभाळ. जेव्हा ती ब्रेक घेते तेव्हा काही दिवस बाळाच्या सोबत एकदम छान जातात. एक दोन वर्ष अशीच जातात आणि तिला काही तरी आपल्या हातून निसटतंय असं वाटायला लागतं.

12. तिला वाटतं तिच्या बरोबरच्या मुली करिअर मध्ये किती पुढे निघून गेल्यात. आपण जर असेच घरी बसलो तर आपण आऊटडेटेड होऊन जाऊ. फीअर ऑफ मिसिंग आऊट (FOMO) तिला शांत बसू देत नाही. घरातील सर्व तिला गृहीत धरायला लागतात. तिला वाटते इतर बायकांप्रमाणे आपण पण फक्त चूल आणि मूल यामध्ये अडकून पडू.

13. पण ती हिम्मत हरत नाही आणि बाळाला पाळणाघरात ठेवून पुन्हा नोकरी करायला सुरवात करते. तिच्यातील आई तिला बाळासोबत वेळ घालवावा म्हणून इमोशनल करते तर तिच्यातील स्त्रीत्व, तिचं अस्तित्व तिला घरात बसू देत नाही.

14. घरातील इतर सर्व तिला तू घर सांभाळ, पैसे कमवायला तो आहे ना असे सांगतील. जर तिने हे सर्व ऐकून हि तिच्या निर्णयावर ठाम राहिली आणि नोकरी केली तर म्हणतील स्वार्थी आहे ती. तिला तिच्या करिअर ला प्राधान्य द्यायचं आणि परिवाराला नाही.

मूळ प्रश्न : लग्नानंतर मुलींनी नोकरी करावी का? हो करावीच. फक्त पैसे कमावण्यासाठी तीने नोकरी करावी का? तर नाही. तीने स्वतःसाठी नोकरी करावी. तिची इच्छा आहे म्हणून तिने नोकरी करावी.

ज्याने तिची बुद्धी, क्षमता, स्किल्स वापरले जातील. कुठलंही मशीन जेव्हा वापरात असतं तेव्हाच ते पूर्ण क्षमतेने काम करू शकतं. त्याचप्रमाणे हे मानवी मन आणि बुद्धी, इतक्या वर्षांची रोज काही तरी नवीन शिकण्याची सवय, धडपड जर अचानक थांबली आणि फक्त उत्कृष्ट गृहिणी किंवा आदर्श आई या रूपात समाजाला तिला बघायचं आहे म्हणून तिने तिच्यातल्या स्वत्वाला हरवले तर तिच्याकडे तिचं स्वतःच असं काय उरणार? तिची स्वप्ने, आत्मविश्वास, जगाशी तिची स्पर्धा सगळं संपेल. नवरा आज कमावतो आहे चांगली गोष्ट आहे पण उद्या काही कारणाने त्याचं काही बरं वाईट झालं किंवा वेगळं होण्याची वेळ आली तर तिला तिची नोकरी साथ देईल.

•

सरकारी नोकरीवालाच मुलगा पाहिजे हा आग्रह कितपत योग्य आहे? अशी मानसिकता असणाऱ्या पालकांना आपण काय सल्ला द्याल?

सरकारी नोकरी म्हणजे आयुष्याचे कल्याण अशी पूर्वी पासूनच आपल्या समाजातील मुलींच्या पालकांची मानसिकता असते. मुलींच्याच पालकांची नाही तर मुलांच्या पालकांची सुद्धा अशी मानसिकता असते कि आपल्या मुलाला जर सरकारी नोकरी मिळाली तर आपल्या मुलाचे लग्न पटकन जमेल. सरकारी नोकरी मध्ये आज पगार फार वाढलेले आहेत, पण पूर्वी सुद्धा कमी पगारवाला सरकारी

नोकरीच नवरा म्हणून मुली पसंत करत होत्या.... या मानसिकतेला कोणताही इलाज नाही ... !

अगोदरच पोरी मिळत नाहीत म्हणून कित्येक आई बाप चिंतेने ग्रासलेले आहेत. त्यात तू आणखी काहीतरी प्रकार शोधून दिल्यास उद्या बऱ्याच जणांना लग्न हा अशक्य प्रकार होईल. कारण आज घरी बसून असलेल्या मुलींच्या अपेक्षांचा डोंगर बघितला कि जसा उर धपापयला लागतो तेंव्हा जर मुलगी सरकारी नोकरी करत असेल तर लग्न हा विषय बऱ्याच जणांना सोडून द्यावा लागेल. असो. प्रश्न गमतीदार तर आहेच पण विचार करण्यासारखा देखील नक्कीच आहे.

आता अटी बदलत चालल्या आहेत कारण सरकारी पेन्शन बंद झाली आहे त्यामुळे आता आय टी कंपनी तं कामाला वीस हजार च्या वर पगार, स्वतःचे घरदार , घरात खाणारे तोंड किती , नवऱ्या मुलाला जबाबदारी किती आहेत , मुलीला किती काम करावं लागेल आणि स्वातंत्र किती मिळेल हा विचार होतं आहे ,

त्यात मुलगी जॉब करीत असेल तर तीचा पगार घरात देणार नाही व जॉब सोडणार नाही या अटी घातल्या जातात त्यामुळे लग्नाची वये निघून चालली आहेत , समाजात मुली कमी आहेत व ज्या आहेत त्या लग्न लांबणीवर पडल्याने जास्त शिक्षण घेऊन मोठ्या पगारावर जॉब करतात आज अशी परिस्थिती पहायला मिळते ,

पण ही मानसिकता अशीच राहिली तर पुढे जाऊन लग्न होणार नाहीत व वय वाढल्याने लग्नाची इच्छा रहाणारं नाही व मानव संख्या कमी होऊन समाज लोप पावतील मनुष्य हानी होईल असे चित्र नक्की दिसेल किंवा कोणते ही जाती पाती चे बंधन न रहाता फक्त विवाह होतील व सवलती निघून जातील शिक्षणाचा खर्च न झेपल्याने अशिक्षित पिढी ची निर्मिती होईल. नवरदेव खाजगी नोकरी करतोय कि सरकारी या दोन्ही मुद्द्यांना समोर ठेवून या प्रश्नातील परिस्थिती निर्माण झाल्यास सर्व स्तरांवर काय परिणाम होतील ते आपण बघूयाः

1) वरचेवर मुलींचे शैक्षणिक क्षेत्रात प्राबल्य वाढत असल्यामुळे उद्या 33% आरक्षण पुरुषांना मागायची वेळ येण्याची शक्यता निर्माण होऊ शकते.

2) तुमचा सरकारी नोकरीतील वर्ग कोणता यावर तुम्हाला निवडी मधील स्वातंत्र्य तपासून घ्यावे लागेल. कारण जर मुलगी एखाद्या विशिष्ट वर्गातील हुद्द्यावर असल्यास तिची अपेक्षा तिच्यापेक्षा वरिष्ठ वर्गातील मुलासाठी असेल. आली का पंचायत आता?

3) मुलगी सरकारी नोकरीत असल्यामुळे तिला देखील तितकाच मान असेल जितका तुम्हाला मिळत असेल. मग उद्या 'अरे तू काय स्वतःला कलेक्टर समजतोस का' हे पालुपद रोजच ऐकावे लागेल.

4) उद्या मुलीच्या वडिलांना हुंडा द्यावा लागेल अशी परिस्थिती निर्माण झाल्यास आहे का तयारी? कारण सरकारी नोकरी म्हटले कि पोत्याने पैसे आणि सर्व प्रकारच्या हमी आयत्याच मिळतात.

5) संध्याकाळी जशा गुप्तधनासाठी ज्या गुप्त भेटीगाठी होतात त्या सहन कराव्या लागतील.

6) उद्या सर्व जण तिला बाईसाहेब म्हणून तिच्यासमोर झुकत असताना तुमच्याकडे कोणी ढुंकूनही बघत नसले तर कसे कसे होईल?

7) 'प्रत्येक यशस्वी पुरुषामागे एका स्त्रीचा हात असतो' हि उक्ती कालबाह्य होत 'प्रत्येक यशस्वी स्त्रीच्या मागे एक पुरुषाचा हात असतो' असा बदल होण्याची शक्यता नाकारता येणार नाही. आता गमतीचा भाग आपण बाजूला ठेवूया. जोडीदार शोधताना दुर्दैवाने आजकाल व्यक्तीला महत्व उरलेलं नसून त्याची पद प्रतिष्ठा आणि सांपत्तिक स्थिती जास्त महत्वाची झालीये. यावर मी अगोदरही बोललोय. परंतु पटण्यासारखे विचार नसतील माझे.

मुलींना सासरी जायचं असतं, त्यामुळे सासर च सगळं चांगलं असावं, मुलाला गव्हर्नमेंट नोकरी असावी असं मुलीच्या आईवडिलांना वाटत असते, काहीजण कंपनीत नोकरीला असेल किंवा इतर खाजगी नोकरी असेल, किंवा इतर व्यवसाय चांगला असेल, आणि मुलगा चांगला असेल घरचं सगळं व्यवस्थित असेल तरी मुलगी देतातच की, जास्तीत जास्त प्रयत्न केला जातो की मुलीला सरकारी नोकरिवाला मुलगा मिळावा, कारण सरकारी नोकरी असेल तर भविष्याची काळजी नसते, खाजगी नोकरीचा भरवसा नसतो, पुढे काय होईल सांगता येत नसते, सरकारी नोकरी असेल तर टेंशन नसतं, पण तरीही आईवडील सरकारी नोकरी

नसेल पण खाजगीत असली तरीही कायमस्वरूपी ची असेल, इतर गोष्टी म्हणजे घरचं चांगलं असेल तरीही मुलीचे आईवडील तयार होतातच मुलगी द्यायला, आणि जर मुलगाही म्हंटला मला सरकारी नोकरी करणारीच मुलगी पाहिजे, तर लग्नाला खूप उशीर होणार, आणि मुलांनी अश्यया अपेक्षा ठेवल्या तर मुलांना नोकऱ्या राहणार नाहीत, तशी भरपूर मुलीही सरकारी नोकरीत आहेतच , पण प्रत्येक मुलगा अस म्हणायला लागला तर मुलांनाच नोकऱ्या राहायच्या नाहीत, दोघांनी मला सरकारी नोकरिवाला / सरकारी नोकरीवाली पाहिजे म्हंटल तर फक्त चढाओढ होत राहणार, अश्याने मुलामुलींच वय वाढत जाईल, आणि वय वाढत गेलं की पुढचे प्रॉब्लेम निर्माण होऊ शकतात,

आपण आपला पुरुषी अहंकार बाजूला ठेवयाची क्षमता जर बाळगत असाल तर आपली जोडीदारीण खाजगी किंवा सरकारी नोकरी करत आहे का, आपल्यापेक्षा जास्त सुशिक्षित आणि यशस्वी आहे का हे मुद्दे गौण ठरत ती कशी जरी असली तरी आपल्याला तिचा अभिमान असेल.

17

बलात्काराची तपशील आणि मानसिकता

आपल्या समाजात ज्या गोष्टींविषयी उघडपणे बोललं जात नाही त्यातील एक विषय म्हणजे बलात्कार . या लेख मालिकेतली पुढचे काही लेख आपण या विषयावरच बोलणार आहोत . तेही अगदी थेट उघडपणे . कारण यात जितकी लपवाछपवी असेल , कुजबूज असेल , संकोच असेल तितकं आपलंच नुकसा होणार आहे . ते होऊ नये यासाठी

हा प्रयत्न . जगात ज्या वाईट गोष्टी घडत असतात त्या आपल्या किंवा आपल्या कुटुंबाबत कधीच घडणार नाही असा एक ठाम गैरसमज आपल्यामध्ये असतो . याला आशावादी वृत्तीही म्हणता येणार नाही . कारण यातून आपण परिस्थितीपासून वास्तवापासून पळ काढतोय असा अर्थ निघतो . या अवांछित वास्तवाचा सामना करायचा असेल तर त्याच्याशी थेट भिडणंच सोयिस्कर ठरतं . असं म्हणतात , की चांगल्याची अपेक्षा करावी पण तयारी वाईटाचीच ठेवावी व त्यासाठी स्वतःलाही तयार ठेवावं . आपल्यावर बलात्कार होणार नाही , आपल्या कुटुंबातील सदस्यावर बलात्कार होणार नाही अशी आशा आपण नक्कीच करावी पण तसं झालंच तर काय करायचं याचा किंवा ते होणं टाळायचं असेल तर काय करावं याचाही विचार आपण करायलाच हवा . कारण दिवस अतिशय वाईट आले आहेत . बलात्कार म्हणजे बळाचा वापर करून केलेले कोणतेही शारिरीक अथवा मानसिक कृत्य . पण या शब्दाला आता फक्त लैंगिक अत्याचाराचाच अर्थ मिळाला आहे . आपणही त्याच संदर्भातून याचा विचार करणार आहोत . बलात्कारासंबंधीच्या काही गोष्टी आपण आधी लक्षात ठेवायला हव्यात . या विषयांवर आपण आपल्या घरातील लोकांशी मित्रांशी मोकळेपणानं बोलायला हवं . बलात्कार केवळ शारीरिक नसतात तर मानसिकही असतात . अनोळखी माणसांपेक्षा ओळखीचे लोक , बाहेरच्या लोकांपेक्षा घरातले , जारपाजारचे लोक बलात्कार करण्यात पुढे असतात . बलात्कार करताना अत्याचारीत व्यक्तीचं वय हा महत्त्वाचा मुद्दा आता राहिला नाही . त्याचं दिसणं हाही मुद्दा यात नसतो . ब - याचदा लैंगिक भूकेपेक्षा जरब बसवण्यासाठीही बलात्कार केले जातात . बलात्काराची जितकी प्रकरण उघड होतात त्याच्या दसपट कधीच उघड होत नाहीत . कपडे हे बलात्काराचं कारण नसतं . बलात्कार हे स्त्रियांवर , पुरुषांवरही होतात , लहान मुली आणि लहान मुलांवरही होतात . तरुणांवर होतात आणि म्हाता - यांवरही होतात . घराची अब्रू जाऊ नये म्हणून बरीच प्रकरणं दडपली जातात . समाज अजूनही याबाबतीत असंवेदनशील आहे .

आता वरील सर्व गोष्टींचा विचार करता आपल्याला काय करता येईल याचा विचार आधी करूयात . आधी म्हटलं तसं आपल्याबाबतीत हे घडणार नाही हा समज मनातून काढून टाका आणि हे घडू शकतं या मानसिकतेतून याचा सामना करण्यासाठी स्वतःला तयार करा . घरातील लहान मुलांना याची जाणीव करून द्या , त्यांना माहिती द्या . त्यांना ब - या - वाईट स्पर्शांची , नजरांची माहिती द्या . अखंड सावध राहा , तुमची एक चूक तुम्हाला महागात पडू शकते . लोकांवर विश्वास ठेवण्याआधी त्यांना पारखून घ्या आणि त्यांनतरही त्यांच्यावर पूर्ण विश्वास कधीच ठेवू नका . असले प्रकार घडणार नाहीत यासाठी कायम काळजी घ्या . तुमचे मित्र कसे आहेत मैत्रिणी कशा आहेत कार्यालयीन सहकारी कसे आहेत तुमच्या संपर्कात येणारे अन्य कोणतेही लोक कसे आहेत याची माहिती घ्या . अकारण धाडस करू नका . नशा करून कधी स्वतःवरचं नियंत्रण गमवू नका . कोणी तुमच्याशी जर चुकीचं वागत असेल तुमची इच्छा नसताना तुमच्याशी असहय अशी शारिरीक जवळीक साधण्याचा प्रयत्न करत असेल तर त्याला वेळीच अटकाव करा . समोरच्याला कोणत्याही बाबतीत कोणत्याही प्रकारे प्रत्यक्ष अप्रत्यक्ष प्रोत्साहन देऊ नका . तुमचं मौन तुमचं काहीच न करणं याचा अर्थ तुमची या संबंधांना संमती आहे असाच घेतला जात असतो . ते कधीही होऊ देऊ नका . आपल्या घरच्यांपासून मित्रांपासून अशा गोष्टी लपवून ठेवू नका . यात तुमची चूक नाही त्यामुळे स्वतःला दोष देऊ नका किंवा लाजही बाळगू नका . उघडपणे विरोध करा . बलात्कार का होतात , पुरुष असे का वागतात याला अनेक कारणं आहेत . त्याला अनेकदा पुरुषही जबाबदार नसतात . त्यांचाही दोष नसतो . पण यानं वास्तव बदलत नाही . आणि वास्तव हे आहे की पुरुष स्त्रियांवर बलात्कार करत आ आहेत , करत आहेत आणि यापुढेही करतच राहतील . केवळ कठोर शिक्षा देऊन हा प्रश्न सुटणार नाही . हा प्रश्न कायमच असणार आहे . आपल्यीला याचं उत्तर बदलावं लागणार आहे . बलात्काराकडे बघण्याचा आपला दृष्टीकोन आपल्याला बदलावा लागणार आहे . आपली मानसिकता बदलावी लागणार आहे . स्त्रीचं चारित्र्य तिच्या योनीत असतं ही मूर्खपणाची समजूत बदलावी लागणार

आहे . तिच्यावर बलात्कार होणं हा तिचाच दोष आहे , त्यामुळे तिची आणि घराचीही अब्रू मातीस मिळते ही धारणा बदलावी लागणार आहे . स्त्रीवर बलात्कार झाला म्हणजे ती भ्रष्ट झाली , तिचं आयुष्य धूळीस मिळालं हा गैरसमज बदलावा लागणार आहे . बलात्कारीत स्त्रीला कमी लेखणं , तिची लाज बाळगणं , तिचा अपमान करणं , तिला दोषी माणणं हे बदलावं लागणार आहे . स्त्रीच्या चारित्र्याशी निगडीत आपली हीन सामाजिक मानसिकता बदलावी लागणार आहे . बलात्कार होणं म्हणजे आभाळ कोसळणं , स्त्रीला कायमचा कलंक लागणं असं मानणं बदलावं लागणार आहे . हे बदल जेव्हा घडून येतील तेव्हा आपण अधिक परिणामकारकपणे या अत्याचाराचा विरोध करू शकतो . समाज हा स्वतःहून कधीच बदलत नसतो . बदलतात ती माणसं . तीही वैयक्तिक पातळीवर बलात्काराच्या बाबतीत तर व्यक्तीच्या व समाजाच्या मानसिकतेत बदल घडवून आणणं ही खूप अवघड गोष्ट आहे पण अशक्य मात्र नक्कीच नाही . त्यासाठी थोडं धाडस दाखवावं लागेल , स्त्रियांना जास्त धाडस दाखवावं लागेल , पुरुषांना त्याच्या सोबत उभं राहावं लागेल . तरच या समस्येचा आपण सामना करू शकतो . एकाचवेळी विविध आघाड्यांवर आपल्याला हे करावं लागणार आहे . य स्त्री , पुरुष आणि समाज या प्रत्येकाची भूमिका आहे . या व अन्य गोष्टींबाबत पुढील लेखांत चर्चा करूयात.

निसर्गानं स्त्री - पुरुषांच्या शरीराची रचना अशी केली आहे की ज्यात पुरुषांना स्त्रियांपेक्षा जास्त फायदा मिळतो . ही पुरुषांना झुकतं माप देण्यारी शारिरीक रचना निसर्गानं माणसाचं पुनरूत्पादन सुरळीत व योग्य प्रमाणात राहावं यासाठी केली आहे . पण कालांतरानं तो मुख्य उद्देश मागे पडला आणि पुरुषांनी आपल्या सुखासाठी या शारिरीक वर्चस्वाचा फायदा घेत स्त्रियांवर अधिकार गाजवायला सुरुवात केली . त्यांतील सर्वाधिक भीषण प्रकार आहे तो लैंगिक अधिकाराचा . जो निव्वळ बळजबरीचा अधिकार आहे . लैंगिक सुख असो वा दुःख असो यात स्त्रियांनाच जास्त त्रास भोगावा लागतो . पुरुष संभोग करून मोकळे होतात पण स्त्रियांना तसं मोकळं होण्याची सोय नाही . गर्भधारणेचा धोका त्यांच्यावर कायमच उलट्या तरवारीसारखा

टांगलेला असतो . दरम्यान पुरुष मात्र अन्य स्त्रीसोबत रत होण्यास मोकळा असतो . संभोगानंतर त्याच्यावर कोणतीही जबाबदारी नसते . कोणताही शारिरीक त्रास त्याला सोसावा लागत नाही . कदाचित त्यामुळेच तो लैंगिक सुखांच्या बाबतीत बेजबाबदार आहे किंवा स्त्रियांना होणारे त्रास त्याच्या लक्षातच येत नाही . स्त्री ही उपभोग्य आहे ही धारणा फार जुनी आहे . तेवढीच ती असती तरी एकवेळ ते चाललं असतं . याचा अर्थ ती चांगली गोष्ट आहे असा नाही . पण सध्या जे भीषण अत्याचार तिच्या नशीबी येतात त्यामानानं गोष्टी सुसह्य झाल्या असत्या . पण तसं ते झालं नाही कारण स्त्रीच्या नशीबी धार्मिक सांस्कृतिक सामाजिक राजकीय कौटुंबिक अशा सर्व परंपरा चालवण्याची जबाबदारीही सोपवण्यात आली . तिच्या कौमार्याचा योनी शुचितेचा संबंध तिच्या चारित्र्याशी तिच्यावर झालेल्या कौटुंबिक संस्कारांशीही जोडण्यात आला . तिची मानमर्यादा हा पुरुषांनी आपल्या प्रतिष्ठेचा प्रश्न केला कारण त्यात त्या स्त्रीवर असलेला त्यांचा हक्क शाबूत होत होता . या जास्तीच्या बंधनांमुळे स्त्रियांचं जीवन कमालीचं संकुचित झालं . मुख्य म्हणजे त्यांचं लैंगिक स्वातंत्र्य धोक्यात आलं . कारण त्यांचा स्वतःचा त्यांच्या लैंगिक इच्छांवरचा अधिकार समाजानं पर्यायानं पुरुषांनी अमान्य केला होता . आपल्या लैंगिक इच्छांविषयी तिनं काही बोलू नये , लग्न होईतो आपलं कौमार्य जपावं , लग्नानंतर नव - याशिवाय इतरांपासून आपली लैंगिक गरज भागवू नये , तिनं असं काहीही करू नये ज्यामुळे तिचं शरीर इतरांकडून भोगलं जाईल आणि सर्वात मुख्य म्हणजे यातील सर्व गोष्टींसाठी फक्त ती आणि तीच जबाबदार ठरवण्यात येईल असा अलिखित नियमच बनवला गेला. या सर्व गोष्टी आता आपल्याला माहिती आहेत . यापुढे मात्र मी अशा गोष्टी सांगणार आहे ज्या आता स्त्रियांनी समजून घेऊन त्यानुसार वागण्याची गरज आहे . बलात्काराबाबतची मानसिकता बदलण्यासाठी त्याचा उपयोग त्यांनी करावा . आपल्या सध्याच्या काळात याची फार गरज आहे . या कामांत स्त्रियांनीच पुढाकार घेण्याची गरज आहे , पुरुषांकडून त्यांनी फार आशा ठेवू नयेत , राजकारणी , समाजाकडून व धर्म रक्षकांकडून तर नाहीच नाही . यातील पहिली गोष्ट म्हणजे

बलात्काराची सर्व जबाबदारी ही पुरुषांची आहे . स्त्रीची नाही . तिनं काय कपड़े घातले , ती कुठे कोणत्या वेळी एकटी का गेली , तिची वागणूक कशी होती , याचा बलात्काराशी काहीही संबंध नाही . सडक्या मनोवृतीचे पुरुष कोणत्याही स्त्रीवर तिचं वय रुप रंग वेळ काळ ठिकाण तिचे कपडे तिची वागणूक या कशाचाही विचार न करता पहिली संधी मिळताच तिचा उपभोग घेण्याचा प्रयत्न करतात . दोष पुरुषांचा आहे . स्त्रीचा नाही . त्यामुळे आपल्यावरील लैंगिक अत्याचारांसाठी कोणत्याही स्त्रीनं स्वतःला दोष देऊ नये , जबाबदार मानू नये , त्यासाठी कुढत बसू नये . बलात्कार हा फक्त एक शारिरीक अपघात आहे असं मानून या कडे बघावं . त्यामुळे त्यांचं चारित्र्य डागाळत नाही की त्यांचं स्त्रीत्वं नष्ट होत नाही . त्यांची योग्यता कमी होत नाही की त्यांचं मनुष्यत्व उणावत नाही . त्यामुळे लाज वाटून घेण्याची , अपमानीत होण्याची व त्यापायी स्वतःला समाजापासून तोंड लपवून एकाकी आयुष्य जगण्याची त्यांना काहीही गरज नाही . हे सर्व त्या बलात्कारी पुरुषानं करण्याची गरज आहे . त्या बलात्कारीत स्त्रीनं नाही . प्रत्येक स्त्रीनं आपल्यावर होणा - या लैंगिक अत्याचाराविषयी जाहिरपणे विरोधी भूमिका घेण्याची गरज आहे . त्याविषयी ती जितक्या जास्त उघडपणे निर्भिडपणे बोलेल , लढेल तितकं ते तिच्यासाठी चांगलं असेल . समाज काय म्हणतो घरचे काय म्हणतात , मित्रपरिवार नातेवाईक कोण काय म्हणतं यापेक्षा तिनं आपल्या स्वतःचा विचार करावा आणि आपल्यावर झालेल्या अत्याचाराविरुद्ध लढावं . या कामात तिला सहाय्य करणारे अनेक लोक भेटतील याचाही तिनं विश्वास बाळगावा . तसं नाही झालं तरीही तिनं आपली हिम्मत खचू देता कामा नये.

कारण हा शेवटी एक असा सामाजिक लढा आहे ज्यात अनेकांना •
जीवाच्या करारानं लढावं लागणार आहे . स्वतःची प्रतिष्ठा जपण्यासाठी
स्वतःचं स्त्रीत्व टिकवण्यासाठी तिला हे करावं लागेल . त्याची पहिली
पायरी हीच असेल की तिनं बलात्काराला कलंक मानू नये , त्यामुळे
आयुष्य संपलं आहे असा विचार करू नये , आपण जगण्यास नालायक
आहोत असा समज करून घेऊ नये , त्यामुळे आपण इतरांपेक्षा कमी
दर्जाचे झालो आहोत असला विचारही मनात आणू नये . शरिराला
झालेला एक अपघात यापेक्षा जास्त महत्त्व त्याला देऊ नये . पण
त्याचवेळी स्वतःवर झालेल्या लैंगिक अत्याचाराविषयी कायदेशीर
लढाई लढावी . आपल्या मानसन्मानाला हिणवू पाहणा - या
प्रत्येकाविरुद्ध तिनं आवाज उठवावा. मी हे वारंवार सांगतोय की या
कामांत स्त्रियांनीच पुढाकार घेण्याची गरज जास्त आहे कारण त्या
जोवर स्वतःची मदत करणार नाहीत , त्या जोवर मानसिकदृष्ट्या
कणखर बनणार नाहीत तोवर अन्य समजूतदार पुरुष त्यांना मदत
करू शकणार नाहीत . आपल्या समाजाची लैंगिक धारणा ही अतिशय
बाष्कळ , दांभिक आणि प्रतीगामी स्वरुपाची आहे . त्यामुळे वयात
आलेल्या स्त्री - पुरुषांना आपल्या लैंगिक भावनांना आवर घालत एका
कुचंबनेतच जगावं लागतं . त्यांतून सुटण्यासाठी मग ते इतर मार्गाचा

अवलंब करतात . त्यांत त्यांना सुख कमी आणि दुःख जास्त मिळतं . त्यातही सर्वाधिक नुकसान हे स्त्रियांचंच होतं . लैंगिक स्वातंत्र्याचा विचार आपल्याकडे रुजण्यास अजून बराच वेळ आहे . पण त्यादृष्टीनं वाटचाल करण्याची वेळ आता आली आहे . लैंगिक सुखासाठी लग्नाची अट , लैंगिक सुखावरून इतरांचा फायदा उचलणं , लैंगिकतेचा चारित्र्याशी व पावित्र्याशी संबंध जोडणं , या मूर्खपणाच्या धारणा बदलण्याची आता गरज आहे . एकमेकांच्या संमतीनं लैंगिक सुख घेण्यात काहीही गैर नाही . पण त्याचबरोबर त्यात सावधानताही बाळगणं महत्त्वाचं आहे तसंच गर्भधारणेचा प्रसंग उद्भवलाच तर दोघांनीही त्याची जबाबदारी घेणं गरजेचं आहे . लैंगिक इच्छा पूर्ण करण्यासाठी जर पुरुष वेश्यांकडे जात असतील तर स्त्रियांनाही तो अधिकार आहेच . लैंगिकतेचा आणि प्रेमाचा संबंध जोडणंही चूकीचं आहे . सर्वात महत्त्वाचं म्हणजे स्त्रीपुरुष दोघांनाही आपल्या लैंगिक भूकेसाठी प्रत्यक्ष संभोगाची गरज पडत नाही . हस्तमैथुनाद्वारे ते दोघेही स्वतःची ही भूक शमवू शकतात . त्यानं कोणतीही शारिरीक मानसिक हानी होत नाही . विशेषतः स्त्रियांनी याचा अवलंब करण्याची गरज आहे कारण लैंगिक सुखासाठी त्या पुरुषांवर अवलंबून असतात असा पुरुषांचा आणि स्त्रियांचाही जो समज आहे तो चूकीचा आहे . या समजापायी अनेक मुली धोका पत्करूनही लैंगिक सुख घेतात आणि मग पस्तावतात . स्त्रीचं शरीर हे तिचं स्वतःचं आहे . त्यावर फक्त तिचाच अधिकार आहे . त्याचं काय करायचं याचा निर्णय तिनं घ्यायचा आहे . त्याचं इतरांकडून शोषण होणार नाही , त्याचा अनुचित लाभ कोणी घेणार नाही याची काळजी तिनंच घ्यायची आहे . ती याबाबतीत जितकी मुक्तपणे वागेल , तितका तिलाच फायदा होईल . तिनं जर समाजाच्या चूकीच्या धारणा स्वतःवर लादून घेतल्या तर मात्र तिची कधीच सुटका होणार नाही . निर्णय घेण्याचं धाडस तिला दाखवावंच लागेल जर ही परिस्थिती तिला बदलायची असेल तर . ती यात एकटी असणार नाही हे मात्र नक्की.

माकडांच्या टोळीत एक मुख्य नर असतो, टोळी प्रमुख. टोळीतील अन्य सर्व नर त्याच्या धाकात असतात. टोळीतील सर्व माद्या फक्त या मुख्य नराच्या असतात. त्यांच्यावर फक्त हा नरच अधिकार गाजवत

असतो. ज्यात लैंगिक अधिकारही आलाच. जो या टोळीसाठी महत्त्वाचा असतो. मुख्य नराला टोळीतील कोणतीही मादी चालते. त्यांचे रक्ताचे संबंध कोणतेही असले तरी त्यानं काहीही फरक पडत नाही. तसेही हे संबंध माकडांमध्ये नसतातच. त्यामुळे मानवी नजरेतून पाहिलं तर हा टोळी प्रमुख आपल्या पाच-सहा बायका आणि त्याच्या मुलींसोबतही लैंगिक संबंध ठेवतो. त्याच्या बहिणी यातून सहसा सुटतात. त्याचं कारण मात्र वेगळं आहे. या टोळी प्रमुखाला टोळीतील अन्य वयात येणारे व लैंगिक सुखासाठी आसुसलेले नर आव्हान देत असतात. त्यांच्याशी मुख्य नराची येता जाता भांडणं होत असतात. त्यांतून अनेक धोकादायक नरांना टोळीतून हाकललं जातं, प्रसंगी मारलंही जातं. बाकीचे उरलेले नर याच्या धाकात राहतात. जे नर बाहेर पडतात ते संधीच्या शोधात असतात. योग्य वेळ येताच ते पुन्हा एखाद्या उतार वयाच्या नराशी झुंझतात त्याला हरवतात, मारतात आणि त्या टोळीचा कब्जा घेतात. टोळीतील सर्व माद्या त्याला लागू होतात. आधी म्हटलंय की, टोळी प्रमुखाच्या बहिणी त्याला सहसा भोगायला मिळत नाहीत कारण त्या आधीच त्याच्या टोळीप्रमुखाकडून त्याची हकालपट्टी झालेली असते. पण तसं झालं नाही तर तो त्यांनाही सोडत नाही.

हे सारं वाचायला कदाचित घृणास्पद वाटेल पण हे सत्य आहे. माकडांच्या अशाच टोळ्यांमधून माणसांचा जन्म झालेला आहे. त्याच्या लैंगिक वृत्ती या आजही तशाच आहेत. पण आपण माणसं आहोत त्यामुळे माकडांपेक्षा आपल्यांत वेगळेपणा निश्चितच आहे. वेगळेपणा आहे तो माणसांवर होणा-या चांगल्या संस्कारांचा. माणसं केवळ शारिरीकदृष्ट्याच नाही तर मानसिकदृष्ट्याही विकसीत होत असतात. हजारो वर्षांपासून आपल्यावर चांगले वागण्याचे सामाजिक जीवनात योग्य पद्धतीने जगण्याचे संस्कार केले जात आहेत त्यामुळे आपली मानसिकता मोठ्या प्रमाणात बदलली आहे. त्यामुळेच माणूस हा निव्वळ प्राणी नसून तो एक सामाजिक, सांस्कृतिक, बुद्धिमान, समंजस प्राणी आहे. पण असं असलं तरी या सर्व थरांच्या आत त्याचं पाशवी रूप आजही टिकून आहे.

त्याच्या आदिम भावना आजही अबाधित आहेत. यातली सर्वांत प्रबळ भावना आहे लैंगिकतेची. आणि पुरुषांमध्ये ती आजही तितक्याच उत्कटतेने वास करत आहे.

निसर्गतःच पुरुष हा कायम नर असतो आणि सर्व स्त्रिया त्याच्यासाठी केवळ माद्याच असतात. हे वाक्य थोडं तीव्र वाटेल पण तेच सत्य आहे. पुरुषाच्या दृष्टीनं सर्व स्त्रिया या उपभोगक्षम असतात. त्यामुळेच एका स्त्रीनं त्याचं कधीच समाधान होत नाही. मानसिक आणि शारीरिक पातळीवर त्याला कायम वेगवेगळ्या

स्त्रियांचा सहवास हा हवा असतो. तो जोवर आदिम अवस्थेत होता तोवर त्याच्या या भावना तो उघडपणे व्यक्त करायचा. त्यासाठी लढायचा आणि जिंकल्यावर सर्व मादया त्याला शरण जायच्या. आता तसं होत नाही. कारण या मधल्या काळात माकडांचं प्राण्यामधून एका संस्कारी विचारी माणसांत रुपांतर झालं आहे. त्यात जसा पुरुषांचा समावेश आहे तसाच स्त्रियांचाही समावेश आहे. पण काहीअंशी आतलं प्राणीपण अजूनही टिकून आहे. पुरुषांत ते जास्त प्रमाणात टिकून आहे कारण मादी मिळवण्याची त्याची आदिम लालसा, उपभोग घेण्याची त्याची तीव्र इच्छा ही अजून पूर्णपणे विझलेली नाही. माणसांच्या बाबतीत एक गोची अशीही आहे की, त्यांच्यात इतर प्राण्यांमध्ये असतो तसा संभोगाचा विशिष्ट काळ नसतो. ते केवळ वंशवाढीसाठीही संभोग करत नाहीत. या दोन गोष्टींमुळे पुरुषांची अडचण झाली आहे. आणि अर्थातच स्त्रियांचीही. वर्षाच्या सर्व दिवसांत लैंगिक भावना जागृत असल्यामुळे आणि तिचा संबंध सुखाशी जोडला गेल्यामुळे हे सुख मिळवण्यासाठी सर्व वयात आलेले पुरुष उत्कंठीत असतात. आपण आता टोळ्यांमध्ये राहत नसल्याने हे सुख मिळवण्यासाठी काही अटी पूर्ण कराव्या लागतात.

लग्न किंवा हव्या त्या स्त्रीची पूर्व संमती मिळणं या दोन मुख्य अटी आहेत. ज्यांना त्या पूर्ण करता येतात त्यांचं लैंगिक आयुष्य सुरू होतं. अर्थात एकाच स्त्रीनं त्यांचं समाधान होतं असं नाही. एकीसोबत राहत असतानाही अन्यांचा विचार त्यांच्या मनात असतोच आणि संधी मिळताच ते आपलं समाधान करूनही घेतात. पण ज्यांना या संधी

मिळत नाहीत, जे या अटी पूर्ण करू शकत नाहीत अशा पुरुषांचीही संख्या प्रचंड असते. ते मग यातनं वेगळे मार्ग शोधतात. वेश्यावृत्ती हा त्यातला एक महत्त्वाचा मार्ग. दुसरा आहे हस्तमैथुनाद्वारे स्वसमाधान करून घेणे. तिसरा आहे पुरुषांपासूनच स्वतःचं समाधान करून घेणे. ब्रह्मचर्य हाही एक मार्ग आहे. पण यातूनही अनेक पुरुष असमाधानीच राहतात जे मग जबरदस्तीनं हे सुख मिळवण्याचा प्रयत्न करतात. आपली सध्याची सामाजिक आखणी याला प्रतिकूल आहे त्यामुळे हे जबरदस्तीचं सुख किंवा एकूणच लैंगिक सुख मिळवण्यात पुरुषांवर अनेक बंधनं लादली गेली आहेत. माणसांनी कौटुंबिक व्यवस्थेचा, लग्न संस्थेचा स्वीकार केल्यानंतर रक्तसंबंधातल्या स्त्रीशी लैंगिक संबंध ठेवणं हे अनैतिक मानलं जाऊ लागलं. त्याचा परिणाम असा झाला की, पुरुषांना त्यांच्या कुटुंबातल्या हक्काच्या स्त्रियांवरचा अधिकार गमवावा लागला. लैंगिक संबंधांसाठी त्यांना बाहेरच्या स्त्रियांकडे वळावं लागलं. लग्नाला आधी शरीरसंबंध असं म्हटलं जायचं हे इथं लक्षात ठेवावं लागेल. याचा परिणाम असा झाला, की पुरुषांमध्ये स्त्रियांना मिळवण्याची स्पर्धा अधिक तीव्र झाली. मुक्त लैंगिक संबंधांना मान्यता नसल्यामुळे, या संबंधांना एकूणातच चोरटेपणा आला. त्याला पाप मानण्यात येऊ लागलं. स्त्री ही पुरुषांच्या, कुटुंबाच्या प्रतिष्ठेचा प्रश्न बनली आणि यात अधिक भर पडली. स्त्रीचं स्वा च्या वर्चस्वाखाली नाहीसं झालं आणि तिची परवड सुरू झाली. यात लैंगिक स्वातंत्र्याचाही समावेश होता. तिच्या इच्छा-आकांक्षांना कोणतंच मूल्य न उरल्यामुळे तिची तर परवड झालीच पण पुरुषांचीही झाली. स्त्रीला तिच्या इच्छेनुसार हवं ते लैंगिक सुख मिळवण्यावर कठोर मर्यादा आल्या. पुरुषांना त्यामुळे हवी ती स्त्री मिळवणं कठीण झालं. लैंगिक संबंधांना नैतिकतेच्या चारित्र्याच्या कसोट्या लावल्या गेल्यामुळे तर अधिकच वासलात लागली.

एका नैसर्गिक भावनेचा माणसांनी पार चोळामोळा करून टाकला. त्याचे परिणाम आपण हजारो वर्षांपासून भोगत आहोत. माणसांच्या माणूस होण्याच्या प्रक्रियेत स्त्रीही अधिकाधिक स्वतंत्र होत गेल्यामुळे तिच्या इच्छांना सर्वोच्च स्थान लाभलं. निदान तत्त्वतः तरी. दुसरीकडे

पुरुषांची लैंगिक वृत्ती पूर्णपणे क्षमली नाही. यामुळे झालं काय की स्त्रिया प्रत्येक पुरुषाशी रत होण्यास नकार देऊ लागल्या आणि पुरुष त्यांना हव्या असलेल्या व हव्या तितक्या स्त्रियांशी लैंगिक संबंध ठेवता न आल्यामुळे लैंगिक संबंधात आग्रही व आक्रमक होऊ लागले. याची परिणती झाली बलात्कारांत. लैंगिकतेचे इतर सर्व पर्याय हाताळल्यानंतर पुरुष बलात्काराकडे वळू लागले हे ध्यानात ठेवावं लागेल. या लैंगिकतेचा संबंध प्रेमाशी, मालकी भावनेशी, आर्थिक, सामाजिक, सांस्कृतिक, राजकीय कारणांशी आल्यामुळे हे प्रकरण अधिक गुंतागुंतीचं बनलं आहे. वयात आलेले सारे पुरुष, काही अपवाद वगळता, सर्व काळ पुरुषच असतात आणि त्यांच्या लैंगिक भावना जागृतच असतात. केवळ संयमापोटी, विचारीपणामुळे पुरुष हे आपल्या या भावनांना काबूत ठेवत असतात. ही कठीण गोष्ट आहे पण ती त्यांनी साध्य केली आहे. उघडपणे तरी ते तसं वागतात हे सत्य आहे. आत त्यांच्या

मनांत काय विचार असतील हे सांगण्याची गरज नाही. ही त्यांची नैसर्गिक गोची आहे. ती स्त्रियांनी मान्य करायला हवी आणि त्यांच्याकडे सहानुभूतीनं पहायला हवं. पुरुषांच्या लैंगिक आक्रमकतेला आपल्या समाजानं ज्या चुकीच्या लैंगिक पदधती अवलंबिल्या आहेत त्या अधिक जबाबदार आहेत. याचा अर्थ असा नाही की बलात्काराचं समर्थन केलं जावं. कारण आपण शेवटी माणसं आहोत. आपण स्त्री-पुरुषांना व्यक्ती मानतो, त्यांचं स्वातंत्र्य त्यांचे अधिकार आपण मान्य करतो. त्यात सर्वांत महत्त्वाचा अधिकार हा लैंगिक स्वातंत्र्याचा अधिकार आहे. स्त्रीच्या या लैंगिक स्वातंत्र्यावर घाला घालण्याचा कोणताही अधिकार पुरुषांना नाही. त्यामुळे लैंगिक अत्याचाराचं समर्थन होऊ शकत नाही. पण याचा अर्थ आपण पुरुषांच्या लैंगिक कुचंबनेला दुर्लक्षिक करावं असाही होत नाही. पुरुषच कशाला स्त्रियादेखील आणि त्या तर मोठ्या प्रमाणात या लैंगिक कुचंबनेला बळी पडतात. योग्य त्या वयात लैंगिक सुख न मिळाल्याचे भीषण शारिरीक व मानसिक परिणाम दोघांनाही भोगावे लागतात. सामान्य माणूस या परिणामांनी मोडून पडतो.

हे टाळायचं असेल तर आपल्या सामाजिक मानसिक लैंगिक धारणांमध्ये क्रांतिकारी बदल घडण्याची गरज आहे. मुक्त पण जबाबदार लैंगिक संबंधामुळे लैंगिक अत्याचाराच्या घटना मोठ्या प्रमाणात टाळल्या जाऊ शकतात. पण काही घटना मात्र टाळल्या जाणार नाहीत कारण पुरुष हे केवळ लैंगिक सुखासाठीच बलात्कार करत नाहीत तर ब-याचदा त्यामागे त्या स्त्रीला किंवा तिच्या कुटुंबाला धडा शिकवण्याचाही उद्देश त्यामागे असतो. स्त्रीच्या कौमार्याचा संबंध तिच्या, तिच्या कुटुंबाच्या व तिच्या राष्ट्राच्या अब्रूशी जोडला गेल्यामुळेही तिच्यावर बळजबरी केली जाते. तिचं लैंगिक शोषण व्हायला आर्थिक राजकीय कारणंही जबाबदार असतात. याचा अर्थ दुर्दैव्यानं हे प्रकार पूर्णपणे कधीच बंद होणार नाहीत. ते कमी करण्यासाठी आपण प्रयत्न करु शकतो, बलात्कारीत स्त्रियांचा अपमान न करता त्यांच्याशी समान पातळीवरच वागून आपण त्यांच्या या वेदना कमी करु शकतो, बलात्कार म्हणजे कलंक, अपमान, जगण्याचा शेवट या समजातून बाहेर येऊ शकतो, या सर्वांचा एकत्रित परिणाम चांगला असू शकेल. याकामी अर्थातच पुरुषांना पुढाकार घ्यावा लागेल. स्त्रियांनाही तो घ्यावा लागेल. समाजालाही स्वतःला बदलावं लागेल. तरंच याबाबतीत आपण काही करु शकतो.

18

स्त्री देहाची शोकांतिका

कुमारी माता

आपलं शरीर आपल्या हक्काचं , आपल्या मालकीचं असतं ही साधी गोष्ट आहे . पण स्त्रियांच्या बाबतीत ही साधी गोष्टही खरी नसते . ती एक शोकांतिका होऊन बसते . स्त्रीचं शरीर म्हणजे तिच्या गुलामीचं आणि पुरुषांच्या वर्चस्वाचं चालतंबोलतं उदाहरण . स्त्रियांना आपल्या स्वतःच्या शरीरावरचा हक्कही सिद्ध करावा लागणं हा त्यांच्या व्यक्तीकरणातील एक प्रमुख अडथळा आहे . स्त्रियांकडे व्यक्ती म्हणून बघण्यापेक्षा त्यांच्याकडे एक देखणं उपभोगक्षम शरीर किंवा प्रजोत्पादन करण्याचं साधन म्हणून बघणं ही पुरुषी वर्चस्वाची लक्षणं असतात . पूर्वीच्या मातृसत्ताक व्यवस्थेला स्त्रियांच्या प्रजोत्पादन क्षमतेमुळे जन्म मिळाला होता . तिच्या शरीरातून एक नवा जीव जन्माला येतो ही अद्भूत घटना होती . त्यासाठी तिला दैवी स्थान मिळालं . पुढे मात्र या क्षमतेमुळेच तिचं मालमत्तेत रुपांतर झालं आणि पुरुषांनी तिच्यावर आपला हक्क सांगायला सुरुवात केली . तिच्या शरीरावरचा तिचा हक्क यथाकाल नाकारण्यात आला आणि ती

कायमची पुरुषांची गुलाम झाली . तिच्या मनाला गुलाम करण्याची प्रक्रिया तथाकथित सभ्यतेच्या व संस्कृतीच्या सुवर्ण काळात सुरू झाली जेव्हा तिला देवीचं स्थान देण्यात आलं , तिच्यावर धार्मिक व सांस्कृतिक परंपरांचं वहन व जतन करण्याची जबाबदारी सोपवण्यात आली . त्यासाठी तिला परोपरीनं गौरवण्यात आलं पण त्यामागे तिच्या मनाचं खच्चीकरण करण्याचा एक अत्यंत प्रभावी उपाय योजण्यात येत होता . स्त्रीच्या मनाचं हे खच्चीकरण व शरीराचं वस्तूकरण आजतागायत सुरू आहे . स्त्री देहाच्या या शोकांतिकेचे विविध प्रकार या पुढील काही लेखांमध्ये आपण पाहणार आहोत . त्यातील पहिला आहे कुमारी माता . लग्नसंस्थेच्या माध्यमातून या खच्चीकरणाला व वस्तूकरणाला प्रारंभ होतो . तिला तिच्या नव्हे तर घरच्यांच्या आणि त्यातही वडील अथवा भावांच्या इच्छेनुसारच त्यांनीच शोधलेल्या मुलाशी लग्न करावं लागतं . मी आईबापांच्या इच्छेनेच लग्न करेन असं म्हणणा - या मुली किंवा आमची मुलगी आमच्या इच्छेबाहेर नाही असं म्हणणारे आई - वडील दोघेही यामागील दाहक सत्य मात्र विसरतात . मुलीला आपल्या स्वातंत्र्याची आठवण उरत नाही आणि आईवडीलांना आपल्या मुलीच्या अधिकारांची चिंता असत नाही . लग्नात तिच्या शरीराचा सौदा होऊन तिच्या वस्तूकरणाला पुढचं प्रमाण लाभतं . त्याची कसोटी लागते तिच्या बाळंतपणात . तिला मुल होणं , ही फक्त तिची जबाबदारी मानली जाते , त्यातही मुलगा होणं ही देखील . तसं नाहीच झालं तर तिच्या मनासोबत शरीराचीही विटंबना व्हायला वेळ लागत नाही . जी स्त्री नऊ महिने आपल्या गर्भाचं पालनपोषण करते व नंतरही जन्म दिल्यानंतर जिच्यामुळे ते अर्भक जगतं वाढतं.

त्या स्त्रीला इतिहासात कधीही आपल्या या मुलावर हक्क सांगता मात्र आला नाही . यांतूनच कुमारी माता नावाची भयानक शोकांतिका जन्माला आली आहे . ज्या काळात वारस असणं ही अतिशय महत्त्वाची गोष्ट होती त्या काळात स्त्रीच्या शरीराला एका प्रजोत्पादन यंत्रापेक्षा जास्त मान क्वचितच होता . केवळ वारस हवा म्हणून परपुरुषांशी नियोग साधायचा आणि पुत्रप्राप्ती करून घ्यायची अशी अनेक उदाहरणं महाभारतात आढळतात . भारतातील प्राचीन मुक्त लैंगिक स्वातंत्र्याचं

उदाहरणं म्हणून ती अधनंमधनं वापरली जातात . पण त्यातील शोकांतिका मात्र दुर्लक्षितच राहते . कारण नियोग पद्धतीतही स्त्रीला पुरुष निवडीचं स्वातंत्र्य नव्हतं . तिला सांगितलं जाईल त्या पुरुषांशी तिला रत व्हावं लागायचं . नियोग करण्याचा अधिकारही तिला नव्हता . वारस मिळवण्यासाठी तिच्या इच्छांची पर्वा न करता हा नियोग साधला जायचा . कुंतीला वरामुळे पुरुष निवडण्याचा अधिकार मिळाला तरी त्यांना हक्काचं स्थान तिच्या नावामुळे नाही तर पंडूच्या नावामुळे लाभलं . यातली खोच समजून घ्यायला हवी . अन्यथा कर्णप्रमाणेच तिची बाकीची मुलंही अनाथ किंवा शुद्र म्हणून ओळखली गेली असती . पुढचं महाभारतच घडलं नसतं . मुलांना समाजात सन्मानाचं स्थान मिळणं न मिळणं हे त्यांना जन्म देणा या स्त्रियांवर नाही तर पुरुषांवर अवलंबून असतं . ज्यांची लग्न झाली आहेत त्या स्त्रिया असोत किंवा ज्यांची लग्न झाली नाहीत अशा कुमारी माता असो त्यांना कधीही आपल्या अपत्यावर अधिकार सांगता आला नाही . तो अधिकार त्यांच्या मुलांना द्यायचा त्यांच्या नव - याने किंवा ज्या पुरुषानं त्यांचा उपभोग घेतला आहे त्यानं जर त्यांनी हे आपलं मुल नाही असं म्हटलं तर ती विवाहिता असेल तर तिची व्यभिचारीणी म्हणून गणना व्हायची आणि अविवाहित असेल तर कुमारी माता म्हणून . पुरुषांना आपला हक्क सांगून माताविहिन मुलांचं संगोपण करण्याची मुभा होती पण कुमारी मातांना मात्र तशी मुभा नव्हती . हे फक्त माझं मुल आहे , त्याच्या जन्मदात्यानं जरी त्याचा स्वीकार करण्यास नकार दिला तरी मी याला माझं मुल म्हणून वाढवू शकते हे म्हणण्याची वा त्याप्रमाणे वागण्याची तिला परवानगी नव्हती . ती आजही नाही आहे . मुलांना आईचं नाव नाही म्हणून ती अक्करमाशी क्वचितच समजलं जातं पण बापाचं नाव नसेल तर मात्र त्यांच्या नशिबी कायमचा तो अपमान येतो . आपल्या मुलांना कायदेशीर अधिकार मिळण्यासाठी , त्यांना समाजमान्यता मिळण्यासाठी किंवा त्यांच्यावर आपला अधिकार सांगण्यासाठीही कुमारी मातेला पुन्हा कोणत्या ना कोणत्या पुरुषाचीच गरज भासते . तिच्या देहाचा हवा तसा उपभोग घेऊन मुल होताच पलायन करणारे पुरुषच असतात आणि तिच्या मातृत्वासाठी केवळ

तिलाच दोष देत तिचे व तिच्या मुलाचे सन्मानाने जगण्याचे सारे अधिकार व प्रसंगी जगण्याचेच अधिकार नाकारणारेही पुरुषच असतात . तिला यात आपलं कोणतंही म्हणणं मांडण्याची संधी नाकारलीच जाते . बलात्कारामुळे कुमारी माता होणं नशिबी आलेल्या स्त्रियांनाही यातून काहीच सुटका नाही की सहानुभूती मिळत नाही जिथे तिची काहीच चूक नसते . कुमारी मातांच्या या विविध प्रश्नांकडे आपण आता अधिक जागरूकतेने आणि सहानुभूतीनं पाहण्याची वेळ आली आहे . जे पुरुष अशा मुलींना दोष देतात त्यांनी याचा नक्कीच विचार करावा की निसर्गाने त्यांच्यावर गर्भधारणेची जबाबदारी सोपवलेली नाही त्यामुळेच पुरुष बेदरकार पद्धतीने स्त्रियांचा उपभोग घेत असतात . गर्भधारणेची जबाबदारी दोघांवरही असती तर मात्र पुरुषांनी नक्कीच यात वेगळी भूमिका घेतली असती . स्त्रियांची गर्भधारणा ही त्यांच्या या खच्चीकरणाला कारणीभूत आहे . मानवांचा वंश चालावा म्हणून त्या ज्या सोसतात त्याची ही निव्वळ अवहेलना आहे विटंबणा आहे . त्यांच्या सर्जनाचा तो अपमान आहे .

तरुण वयात लैंगिक सुखाच्या अनावर इच्छेला शरण जाणं यात कोणाला दोष देण्याची गरज नाही . गरज आहे त्यांना त्यांच्या जबाबदारीचं भान करून द्यायची गरज आहे ती यातून गर्भधारणा झालीच तर त्याचा दोष फक्त त्या स्त्रीलाच देण्याची पुरुषी मानसिकता बदलण्याची गरज आहे ती तिच्या मातृत्वाचा गौरव करण्याची व तिच्या मुलाला सर्व सामाजिक व अधिकार देण्याची सर्वांत जास्त गरज आहे ती तिला आपल्या शरीराचं काय करायचं याचा अधिकार देण्याची . तिनं कोणाशी लैंगिक संबंध ठेवावेत हे तिलाच ठरवू देण्याची . तिच्या शरीरातील गर्भाचं काय करायचं याचा निर्णय घेण्याची . यात अपवाद नक्कीच असतील पण नियम हाच असायला हवा की स्त्रीला तिचं शरीर कोणाच्या स्वाधीन करायचं , मूल होऊ द्यायचं की नाही , गर्भ वाढवायचा की नाही , याचे अधिकार मिळायलाच हवे कारण तिच्याच वाटेला यांतून निर्माण होणारे तणाव पुरुषांपेक्षा जास्त येत असतात . कुमारी माता म्हणून तिची हेटाळणी करण्यापेक्षा तिच्याकडून घडलेली एक चूक यापेक्षा जास्त महत्त्व या गोष्टीला देण्याची गरज नाही . ती

चूक कशी सुधारता येईल , सुसह्य करता येईल याचा विचार करण्याची आता गरज आहे . जर त्या स्त्रीला ते मूल हवं असेल तर तिला ते मूल तिचं स्वतःचं , तिच्या नावाचं म्हणून वाढवण्याचा हक्कही मिळायला हवा . कोणत्याही सामाजिक बहिष्काराशिवाय , कोणत्याही नीच हेटाळणीशिवाय आणि कोणत्याही कायदेशीर हक्कांची गळचेपी झाल्याशिवाय . कुमारी मातांचा प्रश्न हा पुरुषी वर्चस्वाचा घृणास्पद नमुना आहे . समाजात जेव्हा सुसंवाद राहत नाही , लैंगिक सुखांना जेव्हा गलिच्छ मानलं जातं , व्यक्ती म्हणून जगण्याचे अधिकार नाकारले जातात तेव्हा स्त्रियाच नव्हे तर पुरुषांनाही त्याचे असह्य परिणाम भोगावे लागतात . हे टाळायचं असेल तर त्यासाठी एक सुरुवात म्हणून अशा कुमारी मातांना सहानुभूतीनं वागवण्याच्या दिशेनं आपण एक पाऊल टाकायला हवं . समाज बदलायचा तेव्हा बदलेल , पण व्यक्ती म्हणून आपण स्वतःला आधी बदलायला हवं . त्यातही एक पुरुष म्हणून मी माझी जबाबदारी स्वीकारणं , स्त्रियांच्या नैसर्गिक असहायतेचा गैरफायदा न घेणं , तिच्या स्वीकारण , स्त्रियाच्या नैसर्गिक असहायतेचा गैरफायदा न घेणं , तिच्या मातृत्वाचा अपमान न करणं हे तर आपण निश्चित करू शकतो . लैंगिक इच्छांकडे निकोप नैसर्गिक इच्छा म्हणून बघता यायलं हवं . तरच कुमारी मातांच्या प्रश्नावर आपल्याला काही निश्चित उपाय शोधता येईल.

वस्तुकरण

स्त्री देहाची शोकांतिका या आपल्या चर्चेतील आजचा भाग स्त्री देहाच्या वस्तुकरणाबाबत आहे . स्त्रीचं शरीर ही एक वस्तू आहे असं समजून वस्तू खरेदी विक्रिचे सर्व नियम त्याला लावून तिच्या देहाचा बाजार मांडण्याचं काम प्राचीन काळापासून सुरू आहे . आधुनिक काळात जाहिराती आणि चित्रपट या दोन क्षेत्रांमध्ये स्त्रियांचं वस्तुकरण होत असल्याचा सातत्यानं आरोप केला जातो . स्त्री देहाच्या प्रदर्शनाला कायमच वादग्रस्त स्वरुप लाभलेलं आहे . या अनुषंगानं विचार करताना आपण एक गोष्ट नेहमीच विसरतो की स्त्रीचं शरीर हे तिच्या मालकीच

आहे . त्याचं काय करायचं याचा निर्णय घेण्याचा अधिकार सर्वांत आधी तिचा आहे . आपण एकीकडे तिच्या शरीराचा बाजार मांडतोच पण त्याचवेळी तिला मात्र यावर आपलं मत मांडण्याची संधी मात्र देत नाही . याचा जरा विस्ताराने विचार करूयात . पहिला मुद्दा हा की खरंच स्त्रियांना असं वाटतं का की त्यांच्या देहाचा बाजार मांडण्यात येत आहे ? हे त्या त्यांच्या इच्छेनंही करू शकतात असंही असू शकत नाही का ? जिथे जबरदस्ती आहे आणि त्या स्त्रीच्या इच्छेविरुद्ध तिच्याकडून काम केलं जात आहे तिथं आपण समजू शकतो की तिच्यावर अत्याचार होत आहेत . पण एखाद्या स्त्रीनं स्वतःच्या इच्छेनं जर आपल्या देहाचा उपयोग पैसे प्रसिद्धी कमावण्यासाठी केला तर ते खरंच चूकीचं असतं का ? की पुरुषांना आवडत नाही म्हणून ते यावर अनावश्यक चर्चा करतात असं काही आहे का ? पुन्हा इथेही एखाद्या स्त्रीनं काय करावं किंवा न करावं , ते योग्य की अयोग्य याचा निर्णय पुरुषांनीच घ्यायचा , स्त्रियांनी घ्यायचा नाही , हे देखील पुरुषी वर्चस्वाचंच उदाहरण नाही का ? जाहिरातींमध्ये फक्त स्त्रियांच नाही तर पुरुषही अंग प्रदर्शन करत असतात . पिळदार शरीरयष्टी असलेले पुरुष आपल्या मसल्स दाखवत अनेक उत्पादनांची जाहिरात करतात . काही गरज नसताना ह्रितिक रोशन आपलं पिळदार शरीर दाखवत एखाद्या डिटर्जंट पावडरची जाहिरात करत नाचतो तेव्हा त्याच्या त्या शरीराचाही ती जाहिरात लोकप्रिय होण्यांत आणि त्याच्या महिला ग्राहकांना आकर्षित करण्यासाठी उपयोग हा होतच असतो .

मोटारबाईक्स कार्स विकण्यासाठी आणि आता तर साबण विकण्यासाठीही पुरुष मॉडेल उघडे होत असतात . दरवेळी स्वतःचं शरीर उघडं दाखवण्याची गरजच असते असं तर नक्कीच नसतं . दुसरं असं की पूर्वी असं म्हटलं जायचं की स्त्रियांचा ज्या गोष्टींशी काही संबंध नाही तिथेही त्यांचा वापर केला जातो . म्हणजे कार्स , बाईक्स , डीओ , शेविंग क्रिम . यातील पहिल्या तीन गोष्टींवर पूर्वी पुरुषांची मक्तेदारी होती तशी ती आता राहिलेली नाही . शेविंग क्रिमच्या जाहिरातीत बाई का असा प्रश्न काही विचारतील . पण ती असली तर बिघडलं कुठं ? आपल्या नव - यानं , प्रियकरानं गुळगूळीत दाढी करून मस्तपैकी आफ्टर शेव

लोशन चोपडलं तर ते कोणत्या बायकोला , प्रेयसीला आवडणार नाही ? दरवेळी प्रत्येकच गोष्टींत स्त्रीवर अत्याचारच होतो असं समजताना आपण तिला काय वाटतं हे विचारात न घेऊन तिच्यावर मोठा अन्याय करत नसतो का ? जाहिरातींप्रमाणेच चित्रपटांमध्येही अंग प्रदर्शन केलं जातं आणि त्यात स्त्री पुरुष दोघेही आघाडीवर आहेत . सलमान खान किंवा जॉन अब्राहम जेव्हा शर्ट काढतो तेव्हा त्यांना पाहून बेभानपणे किंचाळणा - यांमध्ये तरुण पोरी जास्त असतात . त्यांचं टॉपलेस होणं आपण स्वीकारलंय . म्हणजे पुरुषी समाजानं स्वीकारलंय . पण राधिका आपटे किंवा रिचा चढानं नग्न दृष्ये दिली तर मात्र त्यांच्यावर लगेच आरोपांच्या फैरी झाडल्या जातात . ते हेच लोक असतात ज्यांना सलमानच्या नग्न शरीरात काही वाटत नाही . पण राधीका आपटे टॉपलेस झाली तर ती कॅरेक्टरलेसच आहे अशी त्यांची खात्रीच असते . मग लगेच यांचा धर्म , यांची संस्कृती संकटात सापडते , जगबुडी होण्याचा धोका निर्माण होतो आणि त्यांतून वाचण्यासाठी राधिकाचा कडाडून विरोध केला जातो . तिला व्यक्ती म्हणून आपण मान देत नाही , तिचा ती व्यक्ती आहे व तिच्या जगण्याचे निर्णय घेण्यास ती स्वतंत्र आहे हे आपण मान्य करत नाही याचा आपल्याला विसर पडतो . अगदी सोयीस्करपणे . पण त्याचवेळी अश्लिल समजले जाणारे चित्रपट बघण्यात हेच विरोधक आणि इतर सर्व सामील असतात . तिथं त्यांना त्या स्त्रियांचे नग्न देह पाहण्यांत काही वाटत नाही कारण त्या तशाच असतात असा त्यांचा ठाम समज असतो . इथं त्यांना आपण केवळ लैंगिक वस्तू मानतो हेही त्यांच्या ध्यानात येत नाही .

त्या स्त्रियांना काहीच भावभावना नसतात , त्यांच्यात माणूसकीच नसते असा आपला समज असतो का ? एकाच गोष्टींबाबत अशा विरोधाभासी भूमिका घेण्यामागे आपल्या सर्वांची चूकीची मानसिकता कारणीभूत आहे . जी आपल्याला सांगते की स्त्रिया या व्यक्ती नाहीत , स्त्रिया या पुरुषांपेक्षा खालच्या दर्जाच्या आहेत , स्त्रीनं कायम पुरुषांच्या अधीनच असावं , त्यांचंच ऐकावं , लैंगिकता ही वाईट आहे इत्यादी इत्यादी . या दूषित मानसिकतेतून बाहेर पडायचं असेल तर दोन गोष्टी आपल्या सर्वांना कराव्या लागतील , स्त्रियांना आणि मुख्यत्वे पुरुषांना

. पहिली म्हणजे आपण व्यक्ती आहोत आणि प्रत्येकाला एक वेगळं आणि स्वतंत्र व्यक्तीमत्व असतं हे मान्य करणं आणि त्याचा आदर करणं . दुसरी म्हणजे लैंगिकता ही वाईट गोष्ट आहे ही मानसिकता बदलणं , व्यक्ती म्हणून स्वतःचा आणि इतरांचा स्वीकार करणं म्हणजे त्यांच्याकडे स्त्री किंवा पुरुष असा लिंगभेद न करता बघणं , त्यांना त्यांच्या आयुष्याचे निर्णय घेण्याचे अधिकार आहेत हे मान्य करणं . ते बरे - वाईट असतील पण त्यासाठी ते जबाबदार असतील इतरांनी त्यात मर्यादेपेक्षा जास्त ढवळाढवळ न करणं . एकदा तुम्ही हे मान्य केलं की मग तुम्ही राधिका आपटे किंवा सलमान खान यांच्याकडे स्त्री आणि पुरुष म्हणून बघत नाही तर व्यक्ती म्हणून बघता आणि त्यांना त्यांच्या आयुष्याचे निर्णय घेण्याचे अधिकार आहेत. हेही मान्य करता ते जे करत आहेत ते त्यांच्या इच्छेनं करत आहेत हेही मान्य करता . मग त्यांत त्यांच्या देहाचं वस्तुकरण होत आहे असं म्हणण्याचा प्रश्न येत नाही . यात अपवाद आहेतच . जिथे जबरदस्ती असते तिथे . आणि तिथे त्यांचा विरोध करायलाच हवा आणि त्यासाठी सक्षम यंत्रणा व कायदेही या देशांत आहेतच . दुसरी गोष्ट म्हणजे लैंगिकतेसंबंधीची आपली मतं बदलणं अत्यंत गरजेचं आहे . आपली ही मतं अत्यंत बुरसटलेली , अत्यंत प्रतिगामी आणि कालविसंगत आहेत . स्वतःचं शरीर सुंदर असणं यात वाईट काय आहे ? तसं ते करण्यासाठी प्रयत्न करणं वाईट नाही , असंच बहुतेकांचं उत्तर येईल . सुंदर शरीर मिळणं ही निसर्गदत्त गोष्ट आहे पण ती टिकवण्यासाठी मात्र फार परिश्रम घ्यावे लागतात . मूळात पिळदार शरीर नसेल तर तसं ते बनवण्यासाठी तासनतास व्यायाम करावा लागतो . ही सोपी गोष्टी नाही .

मग या शरीराचा अभिमान बाळगत त्याचं प्रदर्शन जर कोणी करत असेल तर त्यात इतरांना असूया होण्याचा प्रश्न कुठे येतो ? त्यातही पुन्हा पुरुषांवर कौतुकाची उधळणी आणि स्त्रियांना मात्र शिव्याशाप असा दुजाभाव का ? स्त्रीच्या नग्न शरीरात वाईट काय आहे ? पुरुषानं आपली छाती दाखवली तर अन्य पुरुषांना जसा जोम चढतो आणि त्याच्यासारखी छाती बनवण्याची इच्छा तयार होते त्याचवेळी स्त्रियांना आपल्याला असा पिळदार शरीराचा पुरुष हवा आहे असं वाटलं तर त्यात

वाईट काय आहे ? एखाद्या स्त्रीनं आपले भरदार स्तन दाखवले तर तसे स्तन आपल्यालाही हवेत असं वाटणा - या जशा स्त्रिया असतात तसंच अशी स्त्री आपल्या सहवासात यावी असं पुरुषांना वाटलं तर त्यांत अनैसर्गिक काय आहे ? आपण आपल्या मूलभूत नैसर्गिक भावना दाबून टाकतो आणि काहीतरी मूर्खपणाच्या कल्पना घेऊन जगतो . या दबलेल्या भावना ज्या आधी निखळ सुंदर नैसर्गिक असतात त्या दाबल्या गेल्यामुळे विकृत होतात , आपल्या दमनासाठी मग त्या कोणाचाही बळी घ्यायला मागेपुढे पहात नाही . हे टाळायचं असेल तर या भावनांचा आदर करायला हवा . लैंगिकता वाईट हा गैरसमज मनातून निपटून काढायला हवा . शरीर मुक्त असेल तर मनदेखील मुक्त होईल . शरीर बंधनात असेल तर मनदेखील विकृतीच्या कारागारात कायमचं सत राहिल . जर आपल्याला सामर्थ्यवान व्यक्तिंचा कर्तृत्ववान समाज बनवायचा असेल तर हे टाळायलाच हवं.

वेश्याव्यवसाय

स्त्री देहाची शोकांतिका या आपल्या चर्चेतील आजचा भाग वेश्या व्यवसायाबाबतीत आहे. वेश्या व्यवसाय हा जगातील प्राचीन व्यवसायांपैकी एक व्यवसाय आहे ज्यात कधीच मंदी नसते. या व्यवसायाबाबत लोकांच्या धारणा आणि समाजात वेश्यांना असणारं स्थान याविषयी आपण बोलूयात. वेश्या व्यवसाय कोणी आपल्या इच्छेनं करत नाही असं म्हटलं जातं. बाईची फसवणूक करून तिला या व्यवसायात ढकललं जातं आणि मग आधी अनिच्छेनं आणि नंतर सवयीनं म्हणा की निरूपाय म्हणून ती या व्यवसायात राहते. काही जणी उघडपणे हा व्यवसाय करतात तर काही जणी छुप्या पद्धतीनं. पैसा मिळवणे हा उद्देशही अनेकींना यात जायला भाग पाडतो. त्यांना त्यांच्या घरच्यांसाठी हा पैसा कमवायचा असतो आणि तथाकथित सभ्य नोक-या मिळणं त्यांना जेव्हा शक्य होत नाही तेव्हा शेवटचा उपाय म्हणून बाया या व्यवसायात येतात. फसवणूक असो, निरूपाय असो, या बाया हा व्यवसाय करतात हे सत्य आहे. प्रत्येक शहरांत गावांत

त्यांच्या खास जागा असतात ज्याची माहिती बहुतेक सर्वच पुरुषांना असते आणि नसली तरी बाकीचे उत्साही लोक ती करून देतात. या सर्वांकडे आपण एक अटळ अशी शोकांतिका किंवा पाप म्हणून पाहू शकतो. मी त्याला व्यवसाय म्हणून पाहतो. माझं हे विधान अनेकांना धक्कादायक वाटू शकेल पण त्याची कारणं मी पुढे देणारच आहे. तोच आपल्या चर्चेचा विषय आहे.

तुम्हाला जर चांगले बदल करायचे असतील तर पहिली गोष्ट म्हणजे जगात काही वाईट गोष्टी आहेत याचा स्वीकार करणं आणि दुसरी गोष्ट म्हणजे तुम्ही जग बदलू शकत नाही हे मान्य करणं. तुम्ही फारतर तुम्हाला स्वतःला आणि झालंच तर मग आसपासच्या काही लोकांना बदलू शकता. काही प्रमाणात परिस्थितीही बदलू शकता. पण पूर्णपणे कधीच नाही. अशा ज्या काही अटळ परिस्थिती आहेत त्यापैकी वेश्या व्यवसाय एक आहे. तो माणसांच्या सुरूवातीपासून होता, आजही आहे आणि यापुढेही राहील जोवर माणसं आहेत. हे जगच नष्ट झालं तर किंवा स्त्रीपुरुष दोघांचीही लैंगिक वासनाच संपली तरच हा व्यवसाय संपुष्टात येईल अन्यथा नाही. एकदा हे मान्य केलं की मग आपण या गोष्टीकडे व्यावहारीक दृष्टीनं पाह शकतो. इथं सामाजिक व मानवी दृष्टीकोन नंतर येतो. कारण हा शेवटी व्यवसाय आहे. आपण हे मान्य करायलाच हवं की यात पैशांची उलाढाल होते, यावर अनेकांची पोटं अवलंबून आहेत. यावर विरोधाचा स्वर येईलच की हा काही इतकाही मोठा व्यवसाय नाही की जो बंद केला तर फार नुकसान होईल. त्यांना अन्यत्र कामं देता येतील. त्यांचं पूनर्वसन करता येईल. नक्की करता येईल. पण मग विचार करा की हे आजवर का घडलं नाही. त्याचं कारण आपल्या सामाजिक धारणांमध्ये आणि माणसांच्या मूलभूत गरजांपैकी एक असलेल्या मैथन या गरजेत दडलं आहे.

मैथुन ही स्त्रीपुरुषांची नैसर्गिक गरज आहे. पण आपल्या समाजात लैंगिक भावनांकडे मोकळेपणानं पाहणं आपण कधीच बंद केलंय. कधीकाळी या देशांत मुक्त लैंगिक व्यवस्था होती, स्त्रियांना आपल्या लैंगिक गरजांची पूर्ती करण्यावर बंधने नव्हती. पुरुषांनाही आपल्या इच्छा बोलून दाखवता येत असत. लैंगिकता ही हीन निषिद्ध गोष्ट

नव्हती. त्याविषयी विपूल साहित्य उपलब्ध होतं. काळाच्या ओघांत लैंगिकता ही लज्जेची बाब मानली जाऊ लागली आणि तिच्यावर सामाजिक बंधनं टाकण्यात येऊ लागली. परिणामी लैंगिक भावनांचं दमन होऊ लागलं, त्यांच्या शमनाचे उपाय मग शोधण्यात येऊ लागले. त्यापैकी एक होता बळजबरीचा उपाय आणि दुसरा होता राजीखुशीचा व्यवहार. पैसे द्या आणि उपभोग घ्या. वेश्या व्यवसाय कसा जन्माला आला, त्यात सामाजिक हीनता किती आहे याची चर्चा आता करण्यात अर्थ नाही. ते सारं करून झालं आहे. हा व्यवसाय नष्ट होणार नाही हे निश्चित कारण आपली सामाजिक परिस्थिती ही मुक्त लैंगिकतेला बाधक आहे. ती ना पुरुषांच्या लैंगिक गरजेचा विचार करते ना स्त्रियांच्या. स्त्रियांची जी उपासमार होते त्याची कल्पनाही करता येत नाही. पुरुषांना निदान काही मार्ग तरी उपलब्ध आहेत. उद्या जर वेश्या व्यवसायही बंद झाले तर जो अनाचार माजेल तो भयानक असेल. हे टाळायचं असेल तर दोन मार्ग आहेत. पहिला आपल्या समाजाची व लोकांची लैंगिकतेविषयीची मानसिकता व धारणा बदलणे. ते अर्थात सहजसाध्य नाही. निदान सध्या तरी ते होईल असं वाटत नाही. याचा अर्थ आपण तसे प्रयत्न करणं सोडावेत असं काही नाही. पण ते करतानाच दुसरा जो मार्ग आहे आणि जो अधिक व्यवहारी आहे त्याकडे आपण लक्ष दयायला हवं. तो आहे वेश्या व्यवसायाला कायदेशीर मान्यता देण्याचा.

वेश्या व्यवसाय कायदेशीर करून वेश्यांची सध्याची जी परिस्थिती आहे त्यात अधिक सुधारणा करणं याविषयी सध्या आपल्या इथे बरेच लोक, संस्था काम करत आहेत. या व्यवसायाला कायदेशीर मान्यता मिळावी म्हणून कोलकात्याची सोनागाछी ही वेश्या वसाहत जी आशिया खंडातील सर्वात मोठी वेश्या वसाहत आहे, काही वर्षांपासून यासाठी प्रयत्न करत आहे. त्यांचे मुद्दे विचार करण्यासारखे आहेत. पहिला आणि मुख्य मुद्दा म्हणजे हा फक्त व्यवसाय आहे. ग्राहक पैसे देतात त्याबदल्यात त्यांना काही काळासाठी आमचं शरीर आम्ही देतो. त्यानंतर त्यांचा आमचा संबंध संपतो. ग्राहकाला पुन्हा गरज भासली तर तो पुन्हा येतो पैसा देतो व त्याला हवा तो शरीर नावाचा माल

निवडतो. आम्हाला यात काही गैर वाटत नाही. ग्राहकांना गैर वाटत नाही. मग कायद्याला यात काय अडचण आहे? आमची यात भावनिक नाही तर व्यावहारीक गंतवणक असते. आमच्या शरीराचा वापर । करून आम्ही पैसे कमावले तर त्यात वाईट काय?खेळाडू त्यांच्या शरीराचा वापर करीत नाही का? अभिनेते, मॉडेल्स त्यांच्या शरीराचा वापर करत नाही का? ही फक्त त्याच्या पुढची एक पायरी आहे जी दोघांच्याही संमतीने होते. या व्यवसायात प्रत्येकजण नाइलाजानंच येतो असं का वाटतं कोणाला? ती बाई तिच्या इच्छेनंही येऊ शकते. तिला इतर काही काम करता येत नसेल आणि तिला जर स्वतःचा व आपल्या लोकांचा सांभाळ करण्यासाठी पैसा कमवायचा असेल तर तिने हा व्यवसाय निवडला तर त्यात चूक काय?सरकारनं उद्या हा व्यवसाय बंद केला तर ते आमचं पुनर्वसन कसं करणार? समाज आमचा स्वीकार करणार का? आणि आम्हाला जर हाच व्यवसाय करायचा असेल तर त्यात तुमची आडकाठी का? आम्ही सज्ञान आहोत आणि आम्हाला घटनेनं हवं ते काम करण्याचा अधिकार दिला आहे तर कायदा आम्हाला का अडवतो? या प्रश्नांची उत्तरं सर्वांनीच शोधण्याची गरज आहे. ती शोधली जात आहेत.

वेश्या व्यवसायाला कायदेशीर करणं याचा अर्थ त्याला व्यवसायाचे नियम लावणं असा होतो. तिथे मग काम करणा-या कर्मचा-यांना त्यांचे कायदेशीर अधिकारही मिळतील. त्यांच्यावरच्या अत्याचारांविरोधात त्यांना न्यायालयांत दाद मागता येईल, त्यांना अन्य सुविधा मिळतील. हे कदाचित वाचायला एखाद्याला भीषण वाटू शकेल पण जरा विचार करा की आपल्या दांभीकतेमुळे यांचं जितकं नुकसान होतंय त्यापेक्षा कितीतरी जास्त फायदा त्यांना कायद्याचं संरक्षण देण्यानं होईल. तेव्हा मग अल्पवयीन मुलींना या व्यवसायात आणता येणार नाही. वेश्यांच्या आरोग्याची काळजी घेता येईल. त्यांना व्यवस्थित पगार देता येईल. किती काळ काम करावं यांचे नियम येतील. त्यांना अन्यायाविरोधात पोलिसांत तक्रार करता येईल. ग्राहकांना काही नियम बांधून देता येईल ज्याचं त्यांना पालन करावं लागेल. केवळ पैसा देत आहेत आणि त्या वेश्या आहेत म्हणजे त्या माणसं नाहीत या भावनेतून त्यांच्यावर जे

अत्याचार केले जातात त्याला आळा बसेल. एक स्त्री म्हणून तिच्या सन्मानाचं रक्षण होईल. तिला तिच्या भावना व अधिकार यांची जागरुकता येईल. वेश्येवर बलात्कार कसा काय होऊ शकतो असले घृणास्पद आणि माणूसकीहीन प्रश्न विचारणा-यांना आळा बसेल. वेश्यांच्या मुलांना शिकण्याची संधी मिळेल. त्यांच्या मुलांना समाजात वावरता येईल. त्यांच्या मुलींना अधिक चांगलं जीवन जगण्याचा पर्याय मिळेल.

दुसरा भाग आहे त्यांना सामाजिक व मानवीय सन्मान देण्याचा. तुम्ही जर निखळ माणूसकी मानता असा जर तुमचा समज असेल, स्त्रियांचा तुम्ही सन्मान करता असं जर तुम्हाला वाटत असेल तर तुम्ही या वेश्यांना माणूस म्हणून मान द्याल, अन्य स्त्रियांना देता तसाच सन्मान त्यांनाही द्याल. ही तुमची कसोटी आहे. वेश्या व्यवसाय करतात म्हणून त्या सर्वकाळ उपलब्ध असतात असं नाही हे समजन घ्यायला हवं. त्यांच्यात एक प्रेयसी दडलेली असते, त्यांनाही लग्न करायचं असतं, त्यांनाही आई व्हायचं असतं आणि त्यांच्या या भावना इतर सामान्य जगणं जगणा-या स्त्रियांपेक्षा वेगळ्या किंवा कमी महत्त्वाच्या नसतात. परिसि त्यांच्यात आपल्याला न सोसणारा स्वभाव तयार झाला असेल पण त्यांच्या आत एक माणूस दडलेला आहे याचा विसर पडता कामा नये. आपण आधी या गोष्टी मान्य करूयात आणि मग शक्य झालंच तर त्यांची पुढची पिढी यात येणार नाही यासाठी प्रयत्न करूयात.

•

स्त्रीच्या शरीरात आपण काय बघतो? मरेपर्यंत बघून सुद्धा इच्छा पूर्ण का होत नाही?

हा बघा हा देह काय बघणार आपण;;

सद्गुरु समर्थ म्हणतात -

"वरी वरी दिसे वैभवाचें| अंतरीं पोतडें नर्कांचें|
जैसें झांकणें चर्मकुंडाचें| उघडितांच नये ||१४||
कुंड धुतां शुद्ध होतें| यास प्रत्यईं धुईजेतें|
तरी दुर्गंधी देहातें| शुद्धता न ये ||१५||
अस्तीपंजर उभविला| सीरानाडीं गुंडाळिला|
मेदमांसें सरसाविला| सांदोसाअंदीं भरूनी ||१६||
अशुद्ध शब्दें शुद्ध नाहीं| तेंहि भरलें असे देहीं|
नाना व्याधी दुःखें तेंहि| अभ्यांतरी वसती ||१७||
नर्कांचें कोठार भरलें| आंतबाहेरी लिडीबिडिलें|
मूत्रपोतडें जमलें| दुर्गंधीचें ||१८||
जंत किडे आणी आंतडी| नाना दुर्गंधीची पोतडी|
अमुप लवथविती कातडी| कांटाळवाणी ||१९||
सर्वांगास सिर प्रमाण| तेथें बळसें वाहे घ्राण|
उठे घाणी फुटतां श्रवण| ते दुर्गंधी नेघवे ||२०||"

देह हा चर्म कुंडानी झाकून ठेवला आहे म्हणून बर आहे, आणि म्हणूनच ह्या कातड्याचे आपल्याला आकर्षण, त्यातल्या त्यात कातडं गोर असेल तर अधिक आकर्षण जोपर्यंत आत्मराजचे आत वास्तव्य असते व माया जवान असते तो पर्यंत ह्याचे जास्त महत्त्व म्हणजे फक्त वासना.

ज्याला वरील ओव्यांचा अर्थ समजला आणि समजून वळला तरच उपयोग नाहीतर ही वासना अशीच कायम राहणार..

19

मासिक पाळी-
स्त्रियांचा बळी

'लव्ह फिक्शन ' नावाच्या कोरियन चित्रपटांत एक प्रसंग आहे . त्यातली नायिका काही कारणानं नायकावर चिडते आणि तो तथाकथित समजूतदार पुरुषाप्रमाणे , तिची मासिक पाळी चालू आहे त्यामुळे ही चिडचीड होत आहे असं तिला समजावतो . त्यावर ती भडकून उत्तर देते की , " तुम्हा पुरुषांना काय वाटतं आमचा मेंदू आमच्या अंडाशयात असतो ? आमच्या चिडण्यामागे दुसरं काही कारणच नसतं का ? " तो स्वतःला समजूतदार समजणारा नायक या प्रश्नानं निरुत्तर होतो . आपल्यातील जवळपास सर्वच तथाकथित स्त्रीवादी व समजूतदार पुरुषांनाही नेमकं असंच वाटत असतं . स्त्रियांना समजून घेण्यासाठी काही पुरुष आता पुढे सरसावत आहेत ही चांगलीच गोष्ट आहे पण त्याचवेळी त्यांच्या तसेच अन्य अज्ञानी अहंकारी मनांतील या व अन्य काही मिथ्स दूर होणंही तितकंच गरजेचं आहे . केवळ त्यांच्याच मनातील नाही तर स्त्रियांच्या मनातीलही . त्याविषयी आपण या लेखांत आपण चर्चा करणार आहोत . जगभरात सर्वत्रच मासिक पाळी हा ज्याविषयी बोलू नये असा विषय मानला जातो . मासिक पाळीमुळे स्त्रिया अपवित्र होतात , म्हणून स्त्रिया पापी असतात , त्यांना त्या काळात सगळ्यांपासून दूर ठेवावं , या संदर्भातल्या अनेक गोष्टी सर्वच

धर्मात सर्वच देशांत फार प्राचीन काळापासून प्रचलीत आहेत . मासिक पाळीच्या संदर्भात हिंदू संस्कृतीत जी दंतकथा येते तिचा संबंध आहे इंद्रानं केलेल्या वृत्रासुराच्या वधाशी वृत्रासूर हा ब्राह्मण असल्याने इंद्राला ब्रह्महत्येचं पाप लागलं . त्यांतून वाचण्यासाठी त्यानं ते पाप अनेकांना वाटून दिलं . त्यासाठी त्यानं कोणाला काय लालूच दिली त्याची कल्पन नाही पण या वाटेक - यांमध्ये स्त्रीचाही समावेश होता . स्त्री (मुलगी) वयात आल्यावर योनीमार्गातून दर महिन्यास जो रक्तस्राव होतो, त्याला मासिक पाळी (Menstrual cycle/ एमसी) असे म्हणतात. मुलगी साधारणपणे १२-१३ वर्षांची झाली की, मासिक पाळी सुरू होते. कधी कधी या अगोदरही सुरू होऊ शकते. दर महिन्याला एक स्त्रीबीज बिजाडांतून पक्व होऊन बाहेर पडते. त्याच्या वाढीसाठी गर्भाशयात एक आच्छादन ही तयार केले जाते. योग्य काळात स्त्री व पुरुषाच्या वीर्यातील पुरुषबीज व स्त्रीच्या गर्भाशयातील स्त्रीबीज यांचा संयोग होऊन गर्भ तयार होतो. पण ज्यावेळी हे स्त्रीबीज फलित होत नाही त्यावेळेस फलित न झालेल्या बिजासहित आच्छादन बाहेर टाकले जाते. ते रक्ताच्या स्वरुपात योनी मार्गादवारे बाहेर टाकले जाते म्हणून हा रक्तस्राव होतो.

परिणामी तिला मासिक पाळी सुरू झाली . हे पाप असल्यानं ती स्त्रीही पापी ठरली आणि नंतरच्या काळात तिच्यावर शेकडो बंधनं घालण्यात येऊन तिचं व्यवस्थितपणे खच्चीकरण करण्यात आलं . वध केला इंद्रानं , जीव गेला वृत्रासुराचा आणि त्यापायी स्त्रिया मात्र हजारो वर्षांपासून अवहेलना झेलत जगत आहेत . बरं हा इंद्र खूप मोठा पुण्यात्मा होता असंही नव्हतं . इतरांच्या आवडलेल्या बायकांवर बलात्कार करणं हा त्याचा छंद . त्यापायी त्यानं अनेकांचे शाप घेतले . पण दरवेळी उःशापही मिळवले कारण तो पुरुष , गौतम ऋषीची पत्नी अहिल्या हिच्यावरही त्यानं बलात्कार केला तो गौतम ऋषींचं रुप घेऊन . त्यात अहिल्येची काही एक चुक नसताना आणि ती संशयान विरोध करत असतानाही इंद्रानं तिच्यावर बलात्कार केलाच . त्याची शिक्षा मात्र अहिल्येलाही मिळाली आणि तिला एकांतात शिलावत जगणं जगावं लागलं . तिचा उद्धार पुन्हा एका पुरुषाकडूनच झाला . अहिल्येला पुन्हा

कधी पूर्वीची प्रतिष्ठा मात्र मिळाली नाही . पुरुष स्त्रियांवर कसे अन्याय करतात त्याचं हे एक बोलकं उदाहरण, मासिक पाळीच्या संदर्भातही याच मिथकामुळे नंतरच्या काळात पुरुषांनी कायमच स्त्रियांना आपल्या वर्चस्वाखाली ठेवलं . त्यासाठी त्यांनी नवनवीन कारणं शोधून काढली आणि स्त्रियांच्या मनावर पक्की बिंबवली . नंतरच्या काळात पुरुषांनीही कोणतीही चिकित्सा किंवा ख - या खोट्याची शहानिशा न करता त्या परंपरा चालू ठेवल्या . त्याचा अभिमान बाळगला. त्यासाठी स्त्रियांचा बळी दिला.

वैज्ञानिक दृष्टिकोनातून बघितलं तर हे एक स्त्रीच्या शरीरातील हार्मोनल बदल असतात जे की दर महिन्याला एक स्त्रीबीज बीजांडातून बाहेर पडते. जो की पुढे गर्भ तयार होण्यात मदत करतो, पण ज्यावेळेस हे बीज पुरुष बीजा सोबत फलीत होत नाही त्यावेळेस हे स्त्रीबीज रक्ताच्या स्वरूपात बाहेर टाकले जाते, हे झाले वैज्ञानिक कारण. समाजाला यामागचं विज्ञान माहिती आहे, पण त्यांचा याकडे बघण्याचा दृष्टिकोन नाही, म्हणजे समाजाचा स्त्रियांकडे बघण्याचा दृष्टिकोन बदलणार नाही, विचार करण्याची क्षमता बदलणार नाही. या आधुनिक जगात आपण कितीही स्वतंत्र झालो तरी काही विषय असे आहेत जे आजही आपण मोकळेपणाने बोलत नाही. त्यातलाच एक विषय म्हणजे मासिक पाळी. खरं तर आपण या विषयावर मोकळेपणाने बोलायला हवे. एवढे आधुनिक होऊन एकविसाव्या शतकात येऊन देखील मासिक पाळी हा विषय आपण चार चौघात बोलणे किंवा त्याबद्दल सांगणे चुकीचे समजतो. शहरात काही प्रमाणात गोष्टी बदलले आहेत पण ग्रामीण भागात किंवा अनेक ठिकाणी मासिक पाळी बद्दलच्या धारणा तशाच आहेत धारणा म्हणण्यापेक्षा मी त्यांना अंधश्रद्धा म्हणेन.

मासिक पाळी ही एक अत्यंत महत्त्वाची व नैसर्गिक प्रक्रिया आहे. मासिक पाळीचा संबंध स्त्रियांच्या शरीरात होणाऱ्या बदलांशी आणि नैसर्गिक रित्या होणाऱ्या प्रक्रियेशी आहे. मासिक पाळीचा कोणत्याही धर्म, रूढी परंपरा यांच्याशी काही संबंध नाही तरीदेखील आपला समाज या नैसर्गिक प्रक्रियेला चालीरीती रूढी परंपरा यांच्याशी जोडतो आणि मासिक पाळी येण्याला व ती आलेल्या स्त्रीला विटाळ किंवा अशुद्ध

समजतो. पाळी आली आहे ना? मग मंदिरात नको जाऊ, देवघरात नको जाऊ, प्रसाद नको खाऊ, कोणाला शिवायचं नाही, स्वयंपाक घरात शिरायचं नाही, चार-पाच दिवस वेगळं राहायचं आणि खूप महत्त्वाचं म्हणजे लोणच्याच्या बरणीला हात लावायचा नाही कारण ते नासेल. पाचव्या दिवशी पाळी थांबली की आंघोळ करायची आणि शुद्ध व्हायचं. कमाल वाटते या सगळ्याची. मला हेच खरं तर समजत नाही मासिक पाळी हा एक स्त्रीयांच्या आयुष्यातील महत्त्वाचा भाग आहे. एक नैसर्गिक प्रक्रिया आहे. या क्रियांमुळे त्यांना मातृत्व प्राप्त होते जर ही प्रक्रिया स्त्रीला मातृत्व प्राप्त करून देत असेल एक नवीन जीव जन्माला येणार असेल तर मासिक पाळी ही प्रक्रिया विटाळ किंवा अशुद्ध कशी?

एका निव्वळ नैसर्गिक घटनेसाठी , मासिक पाळीसाठी . मासिक पाळीच्या संदर्भातील या मिथ्स जगभर एकसारख्याच आहेत . मासिक पाळीत स्त्री अपवित्र होते , त्यामुळे तिनं पुजा करू नये , मंदिरात जाऊ नये , नद्यातलावांमध्ये आंघोळ करू नये , स्वयंपाक करू नये , जेवणाला स्पर्श करू नये , तिथं आसपासही असू नये कारण त्यामुळे अन्न विषारी बनतं , तिनं एकांतवास करावा , इत्यादी इत्यादी . या धार्मिक समजूतींच्या सोबतीलाच सामाजिक समजूतीही आहेत . मासिक पाळीत केस धुवू नयेत , गरम पाण्यानं आंघोळ करू नये , मासिक पाळीतील रक्त अशुद्ध असतं , तिनं आंबट काही खाऊ नये त्यामुळे मासिक पाळी बिघडते इत्यादी . या रक्तामुळे दुष्ट आत्मे आकृष्ट होतात , या रक्ताचा उपयोग करून स्त्रिया पुरुषांना वश करतात अशाही समजूती अगदी आजही कायम आहेत . पण त्या ख - या आहेत का याचा विचार मात्र कधी केला गेला नाही . आता तो केला जात असला तरी एकूणच आपले मंदबुद्धी पुरुष आणि मासिक पाळीपायी भोगावी लागणारी लज्जा यांमुळे खचलेल्या स्त्रिया या दोघांनाही आपल्या या समजूती बदलणं अजूनही कठीणच जात आहे . पुरुषांपेक्षा स्त्रियांच्याच मनात मासिक पाळीविषयीच्या इतक्या चुकीच्या कल्पना असतात आणि त्यावरील समजूतींवर त्यांचा इतका गाढ विश्वास असतो की त्याच ही परंपरा आपल्या मुलींच्या बाबतीतही तशीच चालू ठेवतात . यातील सर्वांत ठाम समजूत असते मासिक पाळीमुळे स्त्री अपवित्र होते

ही विज्ञान असं सांगत की स्त्री वयात आली की दर महिन्याला तिच्या अंडाशयात एक प्रजननक्षम स्त्री अंडं विकसीत होत असतं. संभाव्य गर्भाच्या रक्षणासाठी त्याच्याभोवती गर्भाशय अस्तरही तयार होतं.

पुढच्या महिनाभरांत जर त्याचं फलन झालं नाही तर ते अंडं नष्ट होतं आणि त्यासोबतच गर्भाशय अस्तरही. ही सारी मासिक पाळीच्या चार दिवसांत रक्तावाटे वाहून जातात. त्याच्या जागी पुन्हा नवं गर्भाशय अस्तर तयार होऊ लागतं. जर मूळात शरीरातील ही तथाकथित अशुद्धी बाहेर पडत असेल तर शरीर शुद्धच होणार ते अशुद्ध कसं राहणार हा पहिला प्रश्न आहे. त्यामुळे स्त्री या काळांत अपवित्र होते ही समजूतच चूकीची आहे. हे रक्त शुद्धच असतं. फक्त त्यात गर्भाशयाचं अस्तरही मिळालेलं असल्यानं त्याचा रंग काळपट दिसतो. दुसरं कारण असं की या काळात महिला मुली आत्यंतिक लज्जेपायी आंघोळही करत नाही किंवा त्यांना ती करूही दिली जात नाही.

सॅनेटरी पॅड विषयी बोलताना किंवा खरेदी करताना लोक फार मोठा गुन्हा असल्यासारखे वागतात. मेडिकलवाला पॅडस् वर्तमानपत्रात गुंडाळून, काळ्या पिशवीत लपेटून तुमच्या हातात असं सोपवतो की जणू तो चोरी करतोय. यामुळेच आजही खेड्यापाड्यातल्या बऱ्याच स्त्रिया जुने कपडे वापरताना दिसतात. त्या कपड्यांची स्वच्छता आणि परिणामी त्या स्त्रिच्या स्वच्छतेचा ही खूप मोठा प्रश्न उपस्थित होतो. यातून बरेच आजार उद्भवतात आणि बऱ्याच स्त्रिया त्यांच्या अज्ञानामुळे त्या रोगांना बळी पडतात.

आपल्या सर्वांना हे समजायला हवा की मासिक पाळी एक नैसर्गिक प्रक्रिया आहे. मासिक पाळी आल्यावर स्त्रियांना विटाळ किंवा अशुद्ध समजण्यापेक्षा मासिक पाळी या मातृत्व देणाऱ्या नैसर्गिक प्रक्रियेचा आपण सन्मान करायला हवा. कोणत्याही रुढी परंपरा जाती-धर्म यापेक्षा आपण हे लक्षात ठेवायला हवं की स्त्री सुद्धा एक मनुष्य (मानव) आहे. मासिक पाळी आली आहे म्हणून घरातील स्त्रिला एकटे ठेवणं घरातील सगळ्यांपासून लांब बसवणं. आणि तिला अशी वागणूक देऊन तिच्या भावना दुखावन चुकिच आहे.

त्यामुळे आपल्या जननेंद्रियांची स्वच्छता करणं त्यांना शक्य नसतं . त्यामुळे या रक्ताला एरव्हीच्या घामाचा व मूत्राचा वास लागून तसेच जंतूसंसर्ग होऊन दूर्गंधी सुटण्याची शक्यता वाढते . स्त्रिया एरव्हीही आपल्या जननेंद्रियांच्या स्वच्छतेबाबत संकोच करत असतात . पण त्याचे परिणाम त्यांना हे असे भोगावे लागतात . मासिक स्त्रावाच्या अशुद्धीमागचं खरं कारण हे आहे आणि त्याचा फायदा उठवत पुरुषांनी या स्त्रियांना कायमच अपवित्र म्हणून घोषित करून टाकलं . मासिक पाळीत मंदिरात जाऊ नये , पुजा करू नये , एकांतवासात राहावं , कोणाला किंवा कशालाही स्पर्श करु नये असं म्हणणारे लोक , ज्यात स्त्रीपुरुष दोघेही असतात , यासाठी या अशुद्धीचं कारण देतात . पण दिवसभरात आपण संडासला गेलेलो असतो , लघवीला तर येता जाता जातो , अंगातून सारखा घाम वाहत असतो , नाक शिंकरलं जात असतं या देखील शारिरीक अशुद्धीच आहेत जितकी की मासिक पाळीतील रक्तस्त्राव आणि तसं जर असेल तर स्त्रियांनाच मासिक पाळीत वेगळी वागणूक का दिली जाते याचा विचार आता आपण सर्वांची करायची गरज आहे . मुख्य म्हणजे विर्यस्खलन करणा - या पुरुषांना स्त्रियाच तेवढ्या अशुद्ध अपवित्र असतात असं म्हणायचा अधिकारच काय आहे ? मासिक पाळीचा मुद्दा इतका का महत्त्वाचा आहे असा काहींना प्रश्न पडू शकेल .

"Birthday आहे तिचा" , "Mc आलीय" ,

"कावळा शिवला "," युद्धावर आहे ती " हे वरचे सर्व कोडवर्ड मासिक पाळी असतात. पाळी हा विषय चारचौघांत बोलता येईलच असं नाही. खरंतर पाळी ही स्त्रीची ओळख, बाईपणाची मिरवता येईल अशी खूण!

तरीही पाळीला विटाळ म्हणुन संबोधले जाते. पुर्वीपासुन चालू असलेल्या गैरसमजुतीनीं स्त्रीला वाळीत टाकलेल्या सारखीच स्थिती असते.याच उदाहरण म्हणजे... घरात काही शुभकार्य असेल तर महिला आधी ते ‘ चार दिवस’ मोजतात. पाळी पुढे ढकलण्यासाठी गोळ्या घेतात. यामुळे रक्तस्त्राव जास्त होणे, अंग दुखणं असे दुष्परिणाम देखील होतात. काही महिला अजून पण कापड वापरतात. यामुळे देखील ऑलर्जी , इन्फेक्शन असे परिणाम होतात.सॅनिटरी नॅपकिन, टॅम्पॉन,

सॅनिटरी कप याबद्दल पुरेशी माहिती नसल्याने यांचा वापरही कमी आहे.

परंतु या स्थितीत देखील महिला घर, कॉलेज, ऑफिस अशया अनेक जबाबदाऱ्या पार पाडत असतात, स्वतः ला सिध्द करतात, तेदेखील चेहऱ्याने ! त्याचं उत्तर शोधायला गेलं तर भयानक परिस्थीती लक्षांत येते . मासिक पाळीशी संबंधीत समजुती , त्याविषयीची लज्जा , मुलांकडून नकळत होणारी अवहेलना , यामुळे वयात येणा - या जवळपास २५ टक्के मुली शाळा सोडून देतात . कामाच्या ठिकाणी वेगळी व पुरेशी चांगली स्वच्छतागृहं नसणं , सॅनिटरी नॅपकिन्स उपलब्ध नसणं , यामुळे कामकरी स्त्रियांना व शिकणा - या मुलींना प्रचंड गैरसोयींना सामोरं • जावं लागतं . मासिक पाळी दरम्यान स्वच्छता कशी राखावी याचं अपूरं ज्ञान तसेच पैशांअभावी तब्बल ७० टक्क्यांहून जास्त मुली - महिला जुन्या कपड्यांचा वापर करतात . जे पुन्हा पुन्हा वापरले जातात . काही हे रक्त शोषलं जावं म्हणून राख , वर्तमानपत्रांचे कागद , वाळकी पानं इत्यादिंचा उपयोग करतात . शिवाय या काळात आंघोळही केली जात नाही . परिणामी जंतू संसर्गाचा धोकाही वाढतो . तसेच रक्ताला घाण वासही येतो ज्यामुळे पुन्हा त्यांच्या समजूती बळकट होतात . यामुळे जसे शारिरिक आरोग्याचे प्रश्न निर्माण होतात तसेच मानसिक तणाव जो वाढतो तो पुढे वाढतच राहतो . या परिस्थीतीमुळे किती मुली अकालीच आपल्या प्रगती करण्यावाचून मुकल्या जात असतील याचा विचार करण्याची आता गरज आहे . कारण ही आपली अर्धी लोकसंख्या आहे . त्यांच्यावरच पुढची पिढी जन्माला घालायची जबाबदारी असते . तिच जर अशी अकाली खच्ची होत असेल तर त्यांतून सुप्रजा निर्माण होण्याची शक्यता कमीच असते . ज्यात पुरुषांचाही समावेश असतो . त्यामुळे आपल्या स्वार्थासाठी का होईना हे मंदबुद्धी पुरुष आपल्या धारणा बदलतील अशी आशा आहे.

मासिक पाळी म्हणजे बाळाला जन्म देण्याची एक पायरी आहे.

कुठतरी वाचण्यात आलं होतं "तुला जर स्त्रीची मासिक पाळी घाणेरडी वाटत असेल तर तुझी बाप बनण्याची सुद्धा औकात नाही."

ही परिस्थिती बदलायची असेल तर मोठ्या प्रमाणावर सर्वांनीच प्रयत्न करण्याची गरज आहे . त्याची सुरूवात घरातून व्हायला हवी . आईनं मूर्खपणाच्या समजूतींचे दाखले देण्यापेक्षा काय आहे ते स्पष्टपणे आपल्या मुलींना सांगायला हवं . बापानंही याची जबाबदारी उचलायला हवी . मुख्य म्हणजे घरातील मुलांनाही याची माहिती द्यायला हवी . यात कोणतीही लाज बाळगण्याची गरज नाही . या लज्जेपायी या मुलींना पुढे जे काही भोगावं लागतं त्यापुढे ही लाज काहीच नाही . शाळांमधूनही याची माहिती दिली जायला हवी . केवळ मुलींनाच नाही तर मुलांनाही . आणि तीही स्पष्टपणे . उगाच मोघम भाषेत , फालतू उदाहरणं देत , लैंगिक अवयवांची थेट नावं घेण्याचं टाळत बोलण्यानं फायदा कमी आणि नुकसानच जास्त होण्याची शक्यता असते . हा बाष्कळपणा आता तरी संपावा . चांगली व पुरेशा प्रमाणात स्वतंत्र स्वच्छतागृहं मिळणं हा मुलींचा स्त्रियांचा मूलभूत अधिकार माणण्यात यावा . मुलांना पुरुषांनाही मासिक पाळीची माहिती देऊन त्यांच्याशी सन्मानानं वागण्याची शिकवण देण्याची गरज आहे . या विषयावर जितक्या मोकळेपणानं मुलामुलींमध्ये चर्चा होईल तितका त्यातील संकोच गळून पडेल . त्या मागच्या थिल्लर समजूती , बिनबुडाच्या धार्मिक परंपरा आणि अशास्त्रीय अपसमजांना आळा बसेल . मासिक पाळीमुळे स्त्रियांना चिडचीड होते , त्यांना योग्य निर्णय घेता येत नाही , त्यांना त्रास होतो अशी भूक्कड कारणं देत त्यांना काही ठिकाणी कामं करण्यास मनाई केली जाते . आपल्या रूढी परंपरा चालीरीती अश्या असाव्यात ज्यांनी समाजाच कल्याण होईल लोकांचे कल्याण होईल आणि कुठला ही जीव दुखावला जाणार नाही. चुकीच्या चालीरीती व परंपरा मोडण्यासाठी व बदलण्यासाठी भगवान श्रीकृष्णाला देखील महाभारत म्हणजेच (महायुद्ध) करावं लागलं होतं आपल्याला तर फक्त आपले विचारच बदलायचे आहेत. मासिक पाळी संदर्भातल्या त्या जुनाट रूढी-परंपरांच्या बेड्या खरंतर कधीच मोडून टाकण्याची गरज होती. पण संधी आणि वेळ अजूनही गेलेली नाही. या! उद्याचं भविष्य जन्माला घालणाऱ्या आजच्या वर्तमानाला तितक्याचं पवित्रतेने स्वीकारुयात. त्याचा सन्मान करुयात! हा मूर्खपणा संपुष्टात

येण्यासाठी आपण सारेच काम करूयात..

शेवटी एवढेच म्हणेन,

खूप खेळ बागड, मनसोक्तपणे आयुष्य जग, तुझ्या या जगात नव्या जन्माच स्वागत अगदी दिमाखात कर. पण स्वतःला सांभाळ, माणसातल्या त्या श्वापदांपासून आणि त्या सर्व धोक्यानपासून लढायला शिक त्या सर्वांचाविरुध्दात जे तुझ्या स्वातंत्र्यावर गदा आणतील. आणि मनमोकळेपणाने जगायला शिक अगदी मुक्त, मनमुराद, तुला वाटेल तसं अगदी तुझ्या मनासारखं...

20

एकल माता

आपल्या अवतीभवती आपण अनेक अशी कुटुंब पाहतो की जिथे मुलांचा सांभाळ त्यांची आईच करते. वडीलांचं निधन झालेलं असतं किंवा त्यांनी घटस्फोट घेतलेला असतो किंवा पळून गेलेले असतात. ब-याच ठिकाणी नवरा असूनही त्याचा बायकोला व मुलांना उपयोग नसतो. तो व्यसनी असतो, गुन्हेगार असतो, बेरोजगार असतो किंवा आजारी असतो आणि त्याचं घरात कधीच लक्ष नसतं. अशा सर्वच ठिकाणी घरातली बाईच घर सांभाळत असते. आपण यांना एकल माता म्हणू शकतो. पण मी ज्या एकल मातांविषयी इथं बोलणार आहे त्या यांच्यापेक्षा वेगळ्या आहेत. या त्या स्त्रिया आहेत ज्यांनी लग्न केलेलं नाही पण मुल दत्तक घेतलं तरी आहे किंवा कोणाकडून तरी स्वतःला करवून घेतलं आहे. त्या मुलाचा पिता कोण आहे हे त्यांनी जाहिर केलेलं नाही. अगदी जाणीवपूर्वक त्यांनी हा निर्णय घेतला आहे. आपण या एकल मातांविषयी बोलणार आहोत.

आपल्या प्राचीन इतिहासांत याचे दाखले आहेतच.सत्यकाम जाबाली हे त्यांतील एक प्रसिदध उदाहरण.सत्यकाम त्याच्या आईच्या जबालाच्या नावावरूनच ओळखला जातो. त्याच्या वडीलांची त्याला माहिती नव्हती. त्यानं त्याची तमा बाळगली नाही की तेव्हाच्या समाजानंही त्याचा अस्विकार केला नाही. पूर्वी अशी प्रथा होती की स्त्री रजस्वला झाली म्हणजे ती वयात आली की ऋतूस्रावाच्या या

काळात ती कोणाही आवडीच्या पुरुषाला संभोगदान मागू शकायची. तिचा ऋतूस्त्राव वाया जाऊ नये ही त्यामागची भूमिका होती. अर्थात लोकसंख्या वाढावी हा हेतूही त्यामागे असेल हे उघडच आहे. ती प्रथा नंतरच्या काळात बंद पडली. पण आईच्या नावावरून मुलांची ओळख होणं बंद झालं नाही. महाभारतात कुंतीनं संभोगदान मागून पुत्र मिळवले ते कौंतेय म्हणून ओळखले गेले. पण त्यांना समाजमान्यता मिळण्यासाठी पांडव म्हणून ओळख द्यावी लागली. एकल मातांची फरफट त्यानंतरच्या काळात झपाट्यानं होत गेली. ती प्रथाच बंद पडली. बिन बापाचं पोर सांभाळण्याचा अधिकारही तिला राहिला नाही. शक्यतो इतरांच्या आश्रयानंच तिला आपली मुलं सांभाळावी लागली. मग जाणीवपूर्वक लग्न न करताच मातृत्वाचं सुख घेण्यासाठी एकतर दत्तक मुल घेणं किंवा त्याहीपेक्षा कोणाकडून तरी गर्भधारणा करून घेत त्या मुलाला जन्म देऊन त्याचा सांभाळ करणं ही अतिशय धाडसाची गोष्ट आहे. कारण आपल्या समाजाच्या व लोकांच्या मानसिकतेत या गोष्टी न बसणा-या आहेत. त्या धर्मविरोधी समाजसंस्कृती विरोधी मानल्या जातात. नीना गुप्ता यांनी व्हिव रिचर्डसन यांच्याकडून मातृत्वाचं सुख मिळवलं आणि आपल्या मुलीला एकट्यानंच मोठं केलं. सुषमा सेन यांनीही मुलगी दत्तक घेतली, त्यांनी लग्न नाही केलं.

मुलासाठी लग्न करण्याची गरज नाही हा यातला पहिला मुद्दा. एखाद्या स्त्रीला, जी सक्षम आहे, तीनं जर असा निर्णय घेतला की मला लग्नाच्या भानगडीत पडायचं नाही पण मला मुल हवंय आणि त्याचा सांभाळ करण्यास मी सक्षम आहे तर यात समाजानं विरोध करण्यासारखं काय आहे? यात तत्त्वतः चूकीचं काहीच नाही. पण समाज आणि सर्व साधारण लोक यांच्या पचनी मात्र ही गोष्ट पडणार नाही. कायदादेखील अशा एकल मातांच्या बाजूनं उभा राहत नाही. तो अगदीच विरोधात जातो असंही नाही. पण आपल्या इथे वडीलांच्या नावाशिवाय कोणतीही कागदपत्रं बनली जात नाहीत तिथे या एकल मातांच्या मुलांना त्रास होणार हे निश्चित. आता कुठे आपण आईच्या नावाला महत्त्व देतोय पण फक्त तिच्या नावावरूनच मुलांना दाखले सहजपणे मिळायला अजून बराच काळ जावा लागेल. या माध्यमातून आपण

त्यासाठी आवाहन करूया.

कायदा एकवेळ बदलेलही पण समाजाची मानसिकता बदलणं ही खूप कठीण गोष्ट असते. त्यासाठी आपल्यालाच पुढाकार घ्यावा लागेल. एक स्त्री ही एक व्यक्ती आधी असते. ती जर आपल्या पायावर समर्थपणे उभी असेल, मानसिक व शारिरिकदृष्ट्या स्वतःचा व आपल्या मुलांचा सांभाळ करण्यास समर्थ असेल तर तिनं आपल्याला मूल कसं हवंय व कोणत्या परिस्थितीत हवं याचा निर्णय घेण्यास ती स्वतंत्र आहे. इथं शारिरीकदृष्ट्या समर्थ असणे याचा अर्थ अपंग व्यक्ती तशा नसतात असा नाही. अंध, व्यंग असलेल्या व्यक्तीही आपल्या मुलांचा उत्तमपणे सांभाळ करू शकतात. शारिरीक असमर्थता म्हणजे जे स्वतःचाही सांभाळ करण्यास पूर्णपणे असमर्थ आहेत असे लोक. व्यसनी लोकांचाही यात समावेश होतो. मातृत्वाची आस जर कोणा स्त्रीला लागली असेल तर तो तिचा मूलभूत अधिकार आहे ज्याची पूर्तता ती तिला हव्या त्या पद्धतीनं करण्यास स्वतंत्र आहे. त्यासाठी लग्न करायला हवं ही अट चूकीची आहे. किंवा तिचं लग्नही झालेलं नाही आणि ती माताही होऊ शकत नाही याचा अर्थ ती मुल सांभाळण्यास असमर्थ आहे असा घेणे हाही तिच्यावर अन्यायच आहे.

हे झालं तिच्या मातृत्वाच्या अधिकारांविषयी. पण एकदा ती अशी एकल माता झाल्यावर समाजाचा तिच्याकडे बघण्याचा जो दृष्टीकोन असतो त्याच्यातही बदल होणं गरजेचं आहे. विशेषतः पुरुषांच्या दृष्टीकोनात. एकटी बाई आहे, तिच्यासोबत कोणी पुरुष नाही याचा अर्थ ती उपलब्ध आहे असा होत नाही. याचा अर्थ आपलं मुल वाढवण्यासाठी तिला पुरुषाची गरज आहे असा होत नाही. विशेषतः या मदतीच्या नावाखाली अनेक पुरुषांना आपले छुपे हेतू पूर्ण करायची संधी मिळू शकते असाही समज होतो. शिवाय हेही की तीनं आपली मदत घ्यावी इतर पुरुषाची घेऊ नये किंवा तिनं आपल्याला नाकारलं तर तिनं अन्य पुरुषांनाही नाकारायलाच हवं, तिला अन्य पुरुषांसोबत वागण्याबोलण्याचा अधिकार नाही असाही याचा अर्थ होत नाही. तिनं कोणाला जवळ करायचं की नाही, याचा निर्णय घेण्याचा अधिकार फक्त तिलाच आहे. तिनं लग्न करून मिळणारा आपला हक्काचा पुरुष

नाकारला म्हणून आपल्या पुरुष मित्रांनाही नाकारायचं असा याचा अर्थ होत नाही. किंवा तिनं पुरुष नाकारला ना मग आता आम्ही तिला कोणतीही मदत करणार नाही असा पवित्रा जर तिच्या सानिध्यातले अन्य पुरुष घेत असतील तर तेही चूकीचं ठरेल. या सर्व गोष्टी आधी पचणं आणि नंतर त्यानुसार वागणं ही आजच्या काळातील पुरुषांसाठीही थोडी अवघड गोष्ट आहे यात शंका नाही. पण सध्याचं वातावरण लक्षात घेता आपण अशी आशा नक्की करू शकतो की अशा विचारांचे पुरुष एकदमच दूर्मिळ नाहीत.

आणि हे केवळ एकल मातांबाबतच नाही तर एकल पित्यांबाबतही लागू पडतं. समलिंगी माता पित्यांबाबतही लागू पडतं. कारण आपल्याला मुल हवं असणं ही एक निखळ नैसर्गिक भावना आहे ज्यात काहीच गैर नाही. काही अपवाद असतीलही पण तो त्यांचा निर्णय आहे त्यामुळे त्याचाही आदर करायलाच हवा. पण एरव्ही मला जर मुल हवं असेल तर त्यासाठी लग्नच करावं लागेल किंवा भिन्नलिंगी व्यक्तीसोबतच मला मुल होऊ देण्याचा अधिकार मिळेल असं समजणं हे आपल्या व्यक्तीस्वातंत्र्याचा संकोच करण्यासारखं आहे. यामुळे लग्न संस्था व कौटुंबिक संस्था उध्वस्त होईल असा आक्षेप अनेक लोक घेतील. हा धोका असला तरी अशा गोष्टी या नेहमीची अपवाद म्हणून समाजात असतील. त्यांचं नियमात रुपांतर होणार नाही. दुसरं असं की अशी एकल कुटुंब पूर्णपणे एकटी असतात असं नसतं. त्यांच्या आसपास त्यांच्या नात्यातले मैत्रितले प्रेमातले लोक हे वावरतच असतात. आज आत्ताच एकदम टोकाचा विचार करण्याची आवश्यकता यात आहे असं नाही. तसा प्रसंग उद्भवलाच तर त्यावर तेव्हा काहीतरी उपाय निश्चित आपल्याला काढता येईल पण भविष्यात होणा-या एखादया जवळपास अशक्य गोष्टीचा विचार करून आत्ता काही लोकांनी घेतलेल्या निर्णयाचा अनादर करणं, त्यांना परवानगी नाकारणं अन्यायकारक ठरेल.आपण आशा करूयात की या व्यासपीठावरून या विषयाला व अशा सर्व एकल माता, पित्यांना कायमच आपला पाठींबा असेल.

21

स्त्री भ्रूण हत्या एक शाप

स्त्री भ्रूण हत्या हा विषय तसा तुम्हा आम्हा साठी काही नवीन नाही. आजच्या काळात स्त्री भ्रूण हत्या झाल्याची बातमी आपण सर्वांनीच कधी ना कधी तरी वाचलेली,ऐकलेली किंवा पाहिलेली आहे. पण आपण ती बातमी फक्त तेवढ्यापुरतीची लक्षात ठेवतो थोडेसे दुःख व्यक्त करतो आणि पुन्हा आपापल्या आयुष्यात व्यस्त होऊन जातो.

स्त्री भ्रूणहत्या म्हणजे गर्भाशयातील स्त्री भ्रुणाची तिची समाप्ती होण्यापूर्वीच हत्या करणे, केवळ एक मुलगी असणे. आकडेवारीनुसार, असे आढळून आले आहे की 1961 मध्ये पुरुष आणि महिला लिंग गुणोत्तर 102.4 पुरुष ते 100 महिला, 1981 मध्ये 100 महिला 104.1 पुरुष, 2001 मध्ये 100 महिला 107.8 पुरुष आणि 2011 मध्ये 108.8 पुरुष 100 महिला. हे दर्शवते की प्रत्येक वेळी पुरुषांचे प्रमाण नियमितपणे वाढत आहे. भारतात परवडणाऱ्या अल्ट्रासाऊंड तंत्रज्ञानाच्या आगमनाने 1990 च्या दशकाच्या सुरुवातीला स्त्री भ्रूणहत्येला सुरुवात झाली.

पण मित्रांनो, आपण सर्वांनी कधी गंभीरपणे हा विचार केलाय का की समाजात का होत आहेत हया स्त्री भ्रूण हत्या? कोण आहेत ते लोक जे हे दुष्कार्य करीत आहेत? ते लोक दुसरे तिसरे कोणीच ही नसून

आपल्याच आसपासच वावरणारे किती तरी लोक आहेत जे आज ही वर्षानुवर्षे चालत आलेल्या पुरुषप्रधान संस्कृतीला बढावा देत आहेत.

कारण 1990 च्या दशकात पालकांच्या लिंगनिश्चयासारख्या वैद्यकीय क्षेत्रात तांत्रिक प्रगती झाल्यामुळे भारतात स्त्री भ्रूणहत्येला प्रोत्साहन मिळाले. तथापि, यापूर्वी, देशातील अनेक भागांमध्ये मुलींच्या जन्मानंतर लगेचच त्यांची हत्या केली गेली. भारतीय समाजात, मुलीला सामाजिक आणि आर्थिक भार मानले जाते म्हणून त्यांना समजते की जन्मापूर्वी त्यांना मारणे चांगले.

अल्ट्रासाऊंड तंत्रज्ञानाची भारतात 1979 मध्ये प्रगती झाली, जरी त्याचा प्रसार खूप मंद होता. परंतु वर्ष 2000 मध्ये ते मोठ्या प्रमाणावर पसरू लागले. असा अंदाज आहे की 1990 पासून 10 लाखांहून अधिक स्त्रीभ्रूण मुली असल्यामुळे गर्भपात झाले आहेत. आपण पाहू शकतो की स्त्री भ्रूणहत्या इतिहास आणि सांस्कृतिक पार्श्वभूमीने केली जात आहे.

भूतकाळात, लोकांचा असा विश्वास आहे की मूल मुलापेक्षा श्रेष्ठ आहे कारण ते भविष्यात कौटुंबिक वंश पुढे नेण्याबरोबरच हाताने श्रम देईल. मुलाकडे कुटुंबाची मालमत्ता म्हणून पाहिले जाते तर मुलीला जबाबदारी म्हणून मानले जाते.

प्राचीन काळापासून मुलींना भारतीय समाजात मुलांपेक्षा कमी आदर आणि महत्त्व दिले जाते. त्यांच्याकडे शिक्षण, आरोग्य, पोषण, क्रीडा इत्यादी क्षेत्रात मुलांप्रमाणे प्रवेश नाही, लिंग निवडक गर्भपाताशी लढण्यासाठी लोकांमध्ये अधिक जागरूकता असणे आवश्यक आहे. आमिर खानने टीव्ही 'सत्यमेव जयते' वर चालवलेल्या प्रसिद्ध कार्यक्रमात "बेटियान अनमोल होती है" च्या पहिल्या भागाद्वारे सामान्य लोकांमध्ये जागरूकता वाढवण्याचे एक अद्भुत काम केले आहे.

हो खरं आहे हे! स्त्री भ्रूण हत्या म्हणजेच काय? तर स्त्री भ्रूण हत्या म्हणजेच गरोदर असलेल्या स्त्रीच्या पोटातील बाळ हे जर मुलगी आहे असे निदान झाल्यास त्या स्त्रीचा गर्भपात करून तिच्या पोटातील बाळाची हत्या घडवून आणण्यात येण्याची घटना होणे.

अश्या प्रकारच्या चाचण्या करून काही लोक असे गंभीर गुन्हे लपून छपून करीत असल्यामुळे आता गर्भलिंग चाचणी हा कायद्याने गुन्हा आहे असे नियम बनवले गेले आहेत. असे करताना जर का कोणी व्यक्ती आढळल्यास त्याला कठोरात कठोर शिक्षा होईल असे कायदे ही केलेले आहेत.

"स्त्री भृण हत्या " आसा शब्द कानावर पडला की आंगावरती काटा उभा राहतो, गर्भातच स्वतःच्या पोटच्या बाळाचा गळा घोटने हे एक महा भयावह कृती आहे, नऊ महिने त्या मायेने आपल्या पोटच्या गोळ्याला सांभाळून आखेर स्त्री आसल्याचा दावा मीळताच त्याला पोटातच खुडून टाकण्याचे भयंकर विकृती आज समाजात घडतोय, 2003 च्या बदलत्या कायद्याचे अमलबजावणी मात्र कुठे दिसत नाही, 2001 व 2011 च्या जणगनणा वरून स्त्रीयांच्या संख्येत कमतरतेची जाणीव होते, वैद्यकीय आधिकारी कायदेभंग करून आपला व्यवसाय मांडलेल दिसतोय. लिंग परिक्षा केंद्रांना बंदी आसून सुद्धा आज आनेक ठिकाणी लपूनछपून हे सोनोग्राफी, लिंग परिक्षा करून सदरील तपशील समोरा समोर उघडकीस करून स्त्री आसल्याचा दावा मिळताच तिथेच खुडून टाकण्यासारख माणवताद्रोही वैद्यकीय आधिकारी करतांना दिसतोय.

परंतु आपण जर या गोष्टीचा गंभीरपणे विचार केला तर वाटते की हे कायदे केल्यानंतर ही खरंच कां सगळी कडील स्त्री भ्रूण हत्या थांबल्या आहेत की अजूनही पडदयाआड कितीतरी मुली हे जग बघण्याआधीच मरण पावत असतील?

या विषयावर सांस्कृतिक हस्तक्षेपाची गरज आहे ती जागरूकता कार्यक्रमाद्वारे व्यक्त करण्यासाठी. मुलींच्या हक्कांच्या संदर्भात अलिकडेच बेटी बचाओ बेटी पढाओ किंवा मुलींचे संरक्षण मोहीम इत्यादी जनजागृती कार्यक्रम करण्यात आले आहेत.

भारतीय समाजात महिलांना त्यांच्या कुटुंबासाठी आणि समाजासाठी शाप म्हणून पाहिले जाते. या कारणांमुळे, तांत्रिक प्रगतीच्या काळापासून भारतात अनेक वर्षांपासून स्त्री भ्रूणहत्येची प्रथा चालू आहे. 2001 च्या जनगणनेच्या आकडेवारीनुसार, पुरुष ते स्त्री गुणोत्तर 1000 ते 927 आहे. काही वर्षांपूर्वी, जवळजवळ सर्व जोडप्यांनी

जन्मापूर्वी बाळाचे लिंग जाणून घेण्यासाठी लिंग निर्धारण चाचण्या वापरल्या. आणि लिंग जर मुलगी असेल तर गर्भपात निश्चित होता.

भारतीय समाजातील लोकांना मुलाच्या आधी सर्व मुलींची हत्या करून मुलगा होईपर्यंत सतत मुले बाळगण्याची सवय होती. लोकसंख्येवर नियंत्रण ठेवण्यासाठी आणि स्त्रीभ्रूण हत्या रोखण्यासाठी, भारत सरकारने स्त्रीभ्रूण हत्या आणि लिंगनिश्चिती चाचणीनंतर गर्भपात करण्याच्या प्रथेविरुद्ध विविध नियम आणि कायदे केले. गर्भपात करून मुलीची हत्या करणे हा देशभर गुन्हा आहे.

जर ते डॉक्टरांकडून लैंगिक चाचण्या आणि गर्भपात करत असल्याचे आढळले, विशेषतः मुली मारल्या गेल्या, तर ते गुन्हेगार असतील आणि त्यांचे परवाने रद्द केले जातील. स्त्रीभ्रूण हत्येपासून मुक्त होण्यासाठी, समाजात मुलींच्या महत्त्वविषयी जागरूकता पसरवणे हे मुख्य शस्त्र आहे.

स्त्री भ्रूण हत्या ही समस्या काही नवीन नाही आणि वर्षानुवर्षे अनेक ठिकाणी ह्याचे प्रकार होतच आले आहेत. आपली संस्कृती ही पुरुषप्रधान संस्कृती मानण्यात येत असल्यासमुळे एखाद्या जोडप्याचे लग्न झाले की त्यांना होणारे पाहिले अपत्य हे मुलगाच असले पाहिजे अशी कुटूंबीयांची इच्छा असते. देवाच्या या सृष्टीमध्ये मानवाला विशेष महत्त्व आहे. त्यात स्त्री आणि पुरुष यांचे प्रमाण पूर्णपणे हवे आहे. नर आणि मादी दोघांच्या संगतीमुळे भविष्यातील संततीचा जन्म होतो आणि अशा प्रकारे निर्मितीची ही प्रक्रिया पुढे जाते.

परंतु सध्याच्या काळात अनेक कारणांमुळे स्त्री -पुरुषांमधील लिंगभेदाचे एक भीषण रूप समोर येत आहे. जे पुरुषप्रधान समाजात स्त्रीभ्रूणहत्येचे समानार्थी बनून विषमता वाढवत आहे. स्त्री भ्रूणहत्या ही आपल्या देशात एक अमानवी कृत्य बनली आहे, जी चिंतेची बाब आहे.

मुलगा हा वंशाचा दिवा अशी पिढ्यानंपिढ्या लोकांची धारणा झालेली आहे. जीवनाच्या अंतिम क्षणी जर आपल्या मुलग्याने आपल्याला मुखाग्नी दिली तरच आपल्याला मोक्ष प्राप्त होते अशी काही जुनाट विचारांच्या लोकांची भावना असते. त्यामुळे पाहिले अपत्य मुलगाच झाला पाहिजे म्हणजेच आपला वंश व त्याचे नाव पुढे चालत

राहिल म्हणून लोक आटापिटा करतात.

स्त्री भ्रूण हत्या होण्यास आणखी एक महत्वाचे कारण म्हणजेच आपल्या समाजात पूर्वीपासून एक धारणा निर्माण केली आहे की मुलगी हे परक्याचे धन आहे. मुलगी लग्न करून सासरी जाणार ती कायमची आपल्याकडे राहणार नाही परंतु आपल्या म्हातारपणाची काठी म्हणजेच आपला मुलगाच असतो म्हणून प्रत्येक घरात एक मुलगा हवाच अशी लोकांची समजूत चालत आलेली आहे.

स्त्री भृण हत्या का होतोय.? आसा प्रश्न मला वेळोवेळी पडत आसते, त्यात मी निष्कर्ष पण काढलो, समाजात हुंडा व स्त्री संरक्षण या कारणांमुळे आज स्त्री जन्माचे दारे बंद होतांना दिसतोय. हुंडा पद्धत जगात आहे का नाही हे मला माहीती नाही पण भारतात मात्र खुले आम चालत, हुंडाविरोधी कायद्याने गुन्हा आहे, तरीपण आपला देशच पुरूषप्रधान आसल्याने स्त्री चा माण कायद्याने पण दिसत नाही. आपल्या देशात स्त्रीयांना आरक्षण मिळाल, प्रत्येक क्षेत्रात प्रवेश मिळाले, खरे पण स्त्री स्वतंत्र आजूनही दिसत नाही. स्त्रीयांना काही मंदिरात प्रवेश दिल्या जात नाही हे आजूनही स्त्री-पुरूष भेदभाव आज समाजात घडतोय, त्यांच्या संरक्षणाच तर अवघे बोंबाबोंब दिसतोय.

आज प्रत्येक सरकारी कार्यालयापुढे स्त्री भृण हत्येची मोठी मोठी बॅनरे उभारली, पण ते आमलात आणण्याच्या बाबतीत मात्र घोर निराशा आहे, आज प्रत्येक पुरूषामागे स्त्रीयांच्या संख्येची कमतरता हा एक गांभीर्याची बाब आहे.

राज्यात शून्य ते सहा वर्ष वयोगटातील मुला-मुलींचे लिंग गुणोत्तर प्रमाण ८४८ पेक्षा कमी आहे. केंद्र सरकारने महिलांची संख्या अत्यंत कमी आहे, अशा १०० जिल्ह्यांची नावे जाहीर केली होती. महाराष्ट्रात ० ते ६ वर्षापर्यंतच्या मुला-मुलींमध्ये दरहजारी मुलींची संख्या १९९१ मध्ये ९४६ होती, २००१ मध्ये ती ९१३ पर्यंत घसरली आणि २०११ मध्ये तर ९१८ इतकी खाली घसरली. गेल्या वर्षी राज्यात अंदाजे ४ लाख ६८ हजार मुलींना गर्भातच मारण्यात आल्याची आकडेवारी समोर आली आहे. चार लाख चिमुकलींचे जगदर्शनागोदरच गर्भातच चिरमुडून टाकण्याचे भयावह कृती करणारा हा समाज किती संकोचीत विचार धारेची आसेल,

जि माऊली आपल्या बाळाच पोटातच गळा घोटते, मात्र तीच माऊली स्त्री आसल्याचा भाण बाळगत नाही, ही एक गांभीऱ्यांची बाब आहे, एक स्त्री समाजाला घडवू शकते पण समाज स्त्री जन्माचे दारे बंद केले हे एक देशाचे स्त्रीयाविषयी विकृतीकरण म्हणायला काही हरकत नाही.

जेव्हा महिला गर्भवती असतात तेव्हा आनंदाचा क्षण आईसाठी मौल्यवान असतो. पण कुटुंबाला काय पाहिजे मुलगा, मुलगी? गर्भवती महिलांना चाचण्यांसाठी रुग्णालयात नेले जाते. तेथे अल्ट्रासाऊंड स्कॅनद्वारे असे आढळले आहे की आईच्या गर्भात मुलगा किंवा मुलगी आहे. जर मुलगी जन्माला आली तर मुलीच्या आईच्या पोटात जन्म घेण्यापूर्वीच ती मारली जाते. त्याला मराठीमध्ये गर्भपात म्हणतात. भारतात भ्रूणहत्येचे प्रमाण वाढत आहे. कन्या भ्रूणहत्या हा कायदेशीर गुन्हा आहे. हे अत्यंत लज्जास्पद आहे की ज्या ठिकाणी देवी लक्ष्मी, दुर्गा आणि सरस्वती यांची पूजा केली जाते, तेथे स्त्री-भ्रूणहत्या सारख्या लज्जास्पद घोटाळे होतात. त्यांची आकडेवारी भारतात वेगाने वाढत आहे. आम्ही समाजातील अशा विचारसरणीच्या लोकांचा तीव्र निषेध करतो. जर मुलगा जन्मला तर तो कुटुंबाचे नाव घेऊन जात असे. बरेच लोक विचार करतात की मुलगा जन्मला नाही तर समाजातील कुटुंबाचा सन्मान काय असेल? त्यांचे नाक समाजात कापले जाईल, आता काय करावे, त्यांच्या अभ्यासावरून सुरू असलेल्या या लोकांची विचारसरणीच स्त्री भ्रूणहत्येसारख्या लज्जास्पद घटना घडवून आणत आहेत. लग्न झाल्यावर नवीन वधूवर एक चिंता आहे की तिला मुलगी झाल्यास मुलाच्या पोटातच ठार मारण्यात येईल. मुलींनी सुनेवर चाचपणी करण्यासाठी दबाव आणला की तो मुलगा आहे की मुलगी? लोकांमध्ये जनजागृती करण्याची तातडीने गरज आहे की मुलगा व मुलगी समान आहेत. मुली असे करू शकत नाही असे कोणतेही काम नाही. बऱ्याच क्षेत्रात मुलींनी मुलांना मागे सोडले आहे.

अभ्यास असो वा विमान चालत असो किंवा ऑलिम्पिकमध्ये पदक जिंकत असो, मुलींनी प्रत्येक क्षेत्रात झेंडा परिधान केला आहे. मुली मुलांबरोबर कोणत्याही परिस्थितीत काम करत नाहीत. कृपया मुलींना शिकवा आणि त्यांना पुढे जाऊ द्या. नवविवाहित जोडप्याला याची

जाणीव करून द्या की जर कोणी तिचा लैंगिक दृढनिश्चय करण्यासाठी बोलला तर ती स्थानिक पोलिसांची मदत घेऊ शकते. जेणेकरून कोणत्याही आईने इच्छित नसले तरीही आपल्या मुलीला गमावू नये. मादा भ्रुणहत्या ही आत्महत्या आहे ज्यात मातांना खूप धक्का बसतो. त्याच प्रकारे, जर मुली मरण पावल्या तर मुलींच्या प्रमाणात मुलांच्या तुलनेत काम होईल, ज्यामुळे बर्‍याच गंभीर परिस्थिती उद्भवू शकतात. स्त्री भ्रूणहत्येस नर सशित समाजही जबाबदार आहे. कन्या भ्रूणहत्येचे मुख्य कारण म्हणजे मुलींना अनावश्यक ओझे मानणे जे पूर्णपणे चुकीचे आहे.

समाजाला आई पाहीजे, बहिण पाहीजे, पत्नी पाहीजे पण स्वतः ला मुलगी जन्म नको.? का? कारण समाजात घडणार्‍या घटना व पद्धतींना हा समाज भेडसावत आहे.

अत्याधुनिक तंत्रज्ञानाने प्रगतीचे वारे वाहत असतानाच वैद्यकीय क्षेत्रातील संशोधने मुलींच्या जन्मासाठी शाप ठरली आहेत. राज्यात मुली जन्मालाच न येण्याचे प्रमाण वाढले आहे. या असंतुलनामुळे सामाजिक सुरक्षितता, उतरंड ढासळण्याची भीती व्यक्त केली जात आहे. स्त्री-पुरुष गुणोत्तर प्रमाण घसरण्याने काही राज्यांमध्ये विवाहविषयक गंभीर प्रश्न निर्माण झाले आहेत. तोच धोका महाराष्ट्रालाही असल्याचे दिसून आले आहे. कायद्याच्या विरोधी जाऊन काही शासकीय वैद्यकीय आधीकारी स्त्री भृण हत्येच शस्त्र हाती घेवून राज्यात स्त्री नष्ट करण्याचा डाव मांडला आहे.

ही पुरातन रूढीवादी परंपरा काही अशिक्षित कुटुंबांमध्ये चालते. ही संक्रमणकालीन विचार समाजाला खोल पाताळात ढकलून देईल. पुरुष सामाजिक समाजात, मानसिक, सामाजिक आणि परंपरा ढकलून स्त्रिया दडपल्या जातात. जे लज्जास्पद आहे. हेच मुलींचे अस्तित्व आहे, की ते फक्त मुलांना जन्म देतात. त्यांचे विचार आणि इच्छा समजून घेणे हे कुटुंब आणि समाजाचे कर्तव्य नाही का? Epilogue: तथापि, भूतकाळाच्या तुलनेत काळ खूप बदलला आहे आणि विचारसरणीही बदलली आहे. मुलगी वाचवा आणि मुलगी शिकवा मोहीम कार्यरत असल्याने. जे एक सकारात्मक विचार आणि भविष्य दर्शवते. अनेक

संस्था स्वयंसेवी संस्था मुलींना बचत, अभ्यास आणि स्वावलंबी बनविण्याचे आणि त्यांना आत्मनिर्भर बनविण्यासाठी सर्वतोपरी प्रयत्न करण्याचे सुचवित आहेत. ज्या रुग्णालयात डॉक्टर जबरदस्तीने गुन्हे करतात त्यांच्यावर कारवाई केली जात आहे आणि कठोर नियम लागू केले आहेत. जे पुन्हा एक सकारात्मक समाज तयार होण्याकडे लक्ष वेधत आहे, मुलींची ओळख केवळ स्टोव्ह बनवणे नव्हे तर समाजाला नवीन दिशेने नेणे आणि स्वावलंबी होणे ही आहे. मुलींना प्राधान्य देणे हे मुलांइतकेच महत्वाचे आहे. आपल्या सर्वांनी या स्त्री भ्रूणहत्येतून समाजाची सुटका करावी लागेल. विचार बदलण्याची गरज आहे, नवीन सकारात्मक विचारसरणीने नवा समाज निर्माण करून आपला समाज पुढे नेला पाहिजे. अशा प्रकारचा गुन्हा समाजात कोठेही आढळून आल्यास त्यास त्वरित पोलिसांना कळवावे जेणेकरुन त्या गुन्हेगारांना कठोर शिक्षा होऊ शकेल. मुले – मुलींमध्ये भेदभाव करू नका, हे त्या सर्व कुटुंबांना समजून घेणे आहे, जे मुलांना जास्त महत्त्व देतात आणि त्यांना अधिक सक्षम मानतात. जर पाहिले तर असे बरेच भाग आहेत जिथे मुलींनी मुलांना मारहाण केली.

समाजतल्या समस्याने गर्भपातेत चिरडणाऱ्या बालीकेला हे वैद्यकीय अधिकार समाजाचे खिसे कापून स्वताःचा धंदाच मांडलेत आसे म्हणायला हरकत नाही, कायद्याने सोनोग्राफी, लिंग परिक्षाचे तपशील उघडकीस केल्यास त्या वैद्यकीय अधिकाऱ्यास तिन वर्षाची सजा आहे, तरी पण आज पर्यंत आशी बातमी कुठे ऐकतांना व वाचतांना आढळली नाही की स्त्रीभ्रूण हत्या हा समाजाला लागलेला कलंक दूर करण्यासाठी खऱ्या अर्थाने सामाज प्रबोधनाची गरज आहे. विनाशाच्या खाईकडे चाललेला समाज भरकटलेले स्त्रीभ्रूण हत्येचे बीज याला आज वाचविण्याची गरज आहे. एक स्त्री वाचली तर एक कुटुंब वाचेल, एक घर वाचले तर एक वस्ती वाचेल, एक वस्ती वाचली तर एक खेडे वाचेल, ऐक खेडे वाचले तर एक तालुका वाचेल, ऐक तालुका वाचला तर एक जिल्हा वाचेल, एक जिल्हा वाचला तर एक राज्य वाचेल, एक राज्य वाचले तर एक देश वाचेल, एक देश वाचला तर संपूर्ण जग वाचेल, म्हणूनच मला असे वाटते स्त्रीभ्रूण हत्या थांबलीच पाहिजे. त्या साठी सर्व प्रथम

हा समाज जागा झाला पाहीजे, शासनाच्या कायद्याची अमलबजावणी करणे गरजेची आहे.

स्त्रीभ्रूण हत्येची कारणे

भारतीय मध्यमवर्गीय समाजात मुलीचा जन्म अशुभ मानला जातो. कारण मुलीला तिच्याशी लग्न करावे लागते. यासाठी खूप पैसा खर्च होतो.

विशेषतः हुंडा वगैरेमुळे लग्नात समस्या उद्भवतात मुलीला परकीय संपत्ती आणि मुलगा एकूण परंपरा वाढवणारा आणि म्हातारपणाचा आधार मानला जातो.

म्हणूनच अशा लोकांना मुलीला जन्म द्यायचा नसतो, या सर्व कारणांमुळे, काही क्षेत्रांमध्ये आणि जातींमध्ये, मुलीच्या जन्माच्या वेळी तिची हत्या केली जाते. आजच्या यांत्रिक युगात आता मुलीच्या जन्मापूर्वीच भ्रूणहत्या थांबली आहे.

स्त्रीभ्रूण हत्या हा सामाजिक गुन्हा आहे

सध्या, अल्ट्रासाऊंड मशीन प्रत्यक्षात स्त्री संहार करण्याचे शस्त्र बनले आहे. लोक या यंत्राच्या मदतीने लिंगभेद शोधतात. आणि जर गर्भाशयात मुलगी असेल तर ती मुलगी गर्भाला खाली टाकून नष्ट करते. स्त्रीभ्रूण हत्येमुळे लिंग गुणोत्तराचा समतोल बिघडला आहे. अनेक राज्यांमध्ये मुलांच्या तुलनेत मुलींची संख्या वीस ते पंचवीस टक्क्यांनी कमी आहे. यामुळे, पात्र तरुणांचे विवाह होत नाहीत. एका सर्वेक्षणानुसार आपल्या देशात दररोज सुमारे अडीच हजार स्त्रीभ्रूण मारले जातात. हे हरियाणा, पंजाब, दिल्ली येथे सर्वाधिक दृश्यमान आहे.

स्त्री भ्रूणहत्येचा निरक्षरता आणि गरिबीशी फारसा संबंध नाही. जेवढे ते सनातनी आणि स्वार्थी मध्यमवर्गीय समाजाच्या अमानवी विचारसरणीतून आहे. असे दिसते की अशा लोकांमध्ये लिंग निवडीची

मानसिकता सतत विकृत होत आहे. स्त्री भ्रूण हत्या करणाऱ्या विकृत लोकांची मानसिकता इतकी टोकाला पोहचलेली असते की अश्या प्रकारचे लोक लगातार जर एक दोन मुली झाल्यावर पुढील मुली जन्माला आल्यावर ही त्यांची हत्या करायला कमी पडत नाहीत अश्या अनेक बातम्या आपण ऐकलेल्या आहेत. एक मुलगा व्हावा म्हणून चार पाच मुलींच्या नंतर ही कित्येक लोक मुलगा होईल ही आस मनात ठेवतात.

कित्येक लोक कुटुंबातील स्त्री गरोदर असताना तिच्यावर तुला मुलगाच झाला पाहिजे असे सांगून मानसिक दबाव आणण्याचा प्रयत्न करतात त्यामुळे तिच्या तब्येतीवर ही परिणाम होऊ शकतो. जर का मुलगा झाला नाही तरी त्या स्त्रीला सारखे खडे बोल सुनावण्यात येतात. काही घरात मुलगा असलेल्या सुनेला जास्त मानसन्मान व मुलगी असलेल्या सुनेला टोचून बोलले जाते. त्या स्त्री वर मुलगा जन्माला घालण्यासाठी दबाव आणण्यात येतो. परंतु आपल्याला होणारे अपत्य हे मुलगा कीं मुलगी हे तिच्या हातात नसते हे जुनाट विचारांच्या काही विशिष्ट लोकांच्या लक्षातच येत नाही आणि मग सुरु होतो त्या स्त्रीचा स्वतः बरोबर तिच्या मुलींसाठी ही अश्या कुटुंबामध्ये आपली जागा बनविण्यासाठी आयुष्भरासाठीचा एक संघर्ष.

पण खरंच मुलगा जन्माला आला की जीवनाचे सार्थक होते कां? हा एक विचार करण्यासारखा मुद्दा आहे. आज आपण बघतोय की या 21 व्या शतकात कित्येक मुली हया विविध क्षेत्रात मुलांच्या बरोबरीचे काम करतात कींबहुना त्यांच्या पेक्षा ही चांगले काम करून आपल्या आईवडिलांना नाव लौकिक करत आहेत. आज कित्येक मुली हया म्हातारपणी एका मुलापेक्षा ही जास्त आपल्या वृद्ध मतापित्याची काळजी घेत आहेत. ज्या मुलग्यासाठी लोक नवस करतात , अनेक देव धर्म करीत असतात त्या मुलग्याद्वारे आज कित्येक आई वडील आपण वृद्धाश्रमात पाठविले गेलेले पाहिलेले आहेत. पुरुष हा कुटुंबाचा प्रमुख असतो. कर्ता-धर्ता असतो. त्यामुळे पुरुषाला कुटुंबात अनन्यसाधारण महत्त्व असते. हीच गोष्ट मुले लहानपणापासून पाहत असतात. म्हणून त्याच गोष्टी त्यांच्या मनामध्ये रुजतात. मुलांना लहानपणापासून

विशेष वागणूक मिळते. महागडी खेळणी, पौष्टिक आहार, मैदानी खेळ, मान, सन्मान इ. तर मुलींना बंधनात वाढवले जाते. हे करू नकोस ते करू नकोस. घरकामात लक्ष घाल, मुलींना असच वागायला हवं, सगळीकडे मोजमापे लावली जातात. सतत तू मुलगी आहेस याची जाणीव करून दिली जाते. लग्न झाल्यावर मुलीला सासरी जाव लागत म्हणजेच ती परक्याच धन आहे. अर्थातच तिला किती शिकविले तरी त्याचा आपल्याला काहीच उपयोग नाही. असा चुकीचा ग्रह निर्माण झाला आहे. मुलीच्या लग्नाच्या वेळी द्यावा लागणारा हुंडा मुलगी किती ही शिकली तरी तिच्या योग्यतेचा वर शोधताना आई वडिलांची होणारी फरफट आणि हुंड्यासाठी करावी लागणारी तडजोड मुलींच्या नजरेतून सुटत नाही. मुलगी जन्मली की तिच लग्न होईपर्यंत याच व्यथेने पालक व्यस्त असतात. म्हणजेच स्त्री- भ्रूण हत्येच्या पद्धतीला म्हणजेच समस्येला हुंडा पद्धती अप्रत्यक्षपणे हातभारच लावत असते.

आज मुलांना चांगले शिक्षण मिळाले कीं त्यातील बहुतांश मूल ही शिक्षणासाठी परदेशीं निघून जातात व तेथेच स्थायिक होतात आणि आई वडील मात्र इथेच राहतात पुन्हा एकटे. तरी पण मग मुलगा व्हावा ह्यासाठी एवढा अट्टाहास कां? कित्येक घरात खरंच मुलगे आईवडिलांना आधार असतात, शेवटपर्यंत त्यांची साथ देतात, त्यांची काळजी ही घेतात परंतु ह्याचा अर्थ असा नाही णा होत कीं मुलगी जन्माला येऊच नये. मुलगी ही ते सर्व काही कर्तव्य करू शकते जो एक मुलगा करू शकतो. फक्त गरज आहे ती आपण तिच्यावर केलेल्या संस्काराची, आपण तिच्यावरील ठेवलेल्या विश्वासाची आणि तिला स्वतः हून जाणीव झालेल्या तिच्या पालकांच्या विषयीच्या जबाबदारीची.

स्त्री भ्रूण हत्या करून काही ही मिळवू शकत नाही या उलट एका निष्पाप जीवाचा बळी घेतला जातो. आज वर्षानुवर्ष अश्या अनेक निष्पाप जीवांचा बळी घेतला जात आहे किंवा मुलगा हवा होता आणि मुलगी जन्माला आली म्हणून तिला कचराकुंडीजवळ ठेवण्यात आलेली विकृती ही आपण पाहिलेली ऐकलेली आहे. आज जग झपाट्याने पुढे जात आहे, विज्ञान आणि तंत्रज्ञान यामुळे दिवसेंदिवस प्रगती होत आहे.

कॉम्पुटर, मोबाईल, टॅब, लॅपटॉपच्या या युगात आपण सर्वच जण दिवसेंदिवस उन्नक्रांती घडवत आहोत अश्या वेळी मुलगा आणि मुलगी हा भेदभाव आणि हया बुरसटलेल्या विचारांना नवीन पिढीने मागे सोडले पाहिजे व आजकल कित्येक नवीन पिढीच्या पालकांना हया गोष्टीची जाणीव झालेली ही आपल्या निदर्शनास येते.

आपल्या समाज व्यवस्थेतच ही संकल्पना ठाम रुजलेली आहे की मुलगा म्हातारपणी आपला सांभाळ करेल, मुलगी काय लग्न झाल की सासरी निघून जाईल. त्यामुळे जर मुलीकडे राहावे लागले तर पालकांना फार अपराध्यासारख वाटत आणि समाजातही त्यान मान मिळत नाही. मुलगी जन्मालाच न आलेली बरी असा एकांगी विचार करण्यास प्रवृत्त करते, आई वडिलांनी लहानपणापासूनच दोन अपत्यामध्ये भेदभाव करू नये, जेणेकरून मुलामध्ये हे विचार रुजणार नाही याची काळजी घ्यावी. मुलगा किवा मुलगी असो. दोघानाही समान वागणूक मिळायला पाहिजे. दोघानचीतुलना ही कधीच करू नये. तरच आज स्त्री स्वतंत्रता मिळते व स्त्री भ्रूण हत्येला आळा घालण्याच काम पण सलगरित्या होऊ शकते.

आज बहुतांश लोक मुलगा मुलगी हा भेदभाव न करता जे अपत्य होईल त्याच्याकडे संपूर्ण लक्ष देऊन त्याला किंवा तिला चांगल्यात शिक्षण आणि संस्कार देऊन त्याचे किंवा तिचे भविष्य उज्ज्वल करण्यासाठी प्रयत्नशील असतात व आपल्या मुलांनाही चांगल्या प्रकारे स्वतःच्या पायावर उभे राहण्यासाठी चांगला पाठिंबा देत आहेत परंतु समाजच्या अजूनही काही दुर्गम भागात किंवा काही वाईट मानसिकतेच्या उच्चभ्रू लोकांमधेही स्त्री भ्रूण हत्या व मुलगा हवा हा हव्यास आहेच. तेव्हा आपण जेवढे जमेल तेवढे आपल्या आसपास जर अश्या प्रकारच्या घटना निर्दर्शनास आल्यास त्यांना वेळीच विरोध करून आळा घालण्यासाठी दक्ष राहिले पाहिजे. आपल्या इच्छेसाठी एका निष्पाप जीवाचा बळी घेणाऱ्या लोकांना चांगलाच धडा शिकविण्याची गरज आहे. कारण आज जर तुम्ही मुलीला जन्माला येऊ दिले नाही तर उद्याची माता, बहीण , पत्नी आणि मैत्रीण तुम्हाला कशी काय मिळेल ? तेव्हा तिला जन्माला येऊ द्या.

स्त्रीभ्रूण हत्या थांबवण्यासाठी उपाययोजना

भारत सरकारने स्त्रीभ्रूण हत्या प्रभावीपणे रोखण्यासाठी अल्ट्रासाऊंड मशीनमधून लिंग ज्ञानावर पूर्ण बंदी घातली आहे. यासाठी, प्रसूतीपूर्व निदान तंत्रज्ञान कायदा PNDT 1994 च्या स्वरूपात कठोर शिक्षेची तरतूद करण्यात आली आहे. यासोबतच महिला सक्षमीकरण, मुलींचे मोफत शिक्षण, वडिलोपार्जित वारसा, समानतेचा हक्क इत्यादी अनेक उपायांचा अवलंब करण्यात आला आहे. जर भारतीय समाजात मुलगा आणि मुलगी यांच्यातील फरकाचा विचार केला गेला नाही, तर मुलीचा जन्म कुटुंबात शुभ मानला जातो, जर मुलीला घरात लक्ष्मी आणि सरस्वती म्हणून वाढवले जाते, तर स्त्रीवर बंदी भ्रूणहत्या आपोआप लादली जाईल.

मित्रांनो, मुलगा आणि मुलगी कोणी ही असो फक्त ते बाळ निरोगी आणि सुदृढ जन्माला याव बस एवढीच अपेक्षा करावी आणि आपल्या हया समाजाला गेली कित्येक वर्षानुवर्षे लागलेला स्त्री भ्रूण हत्या हा कलंक कायमचा घालवून टाकूया. "मुलगी वाचवा , मुलगी शिकवा !"

उपसंहार

सध्या लिंग निवड आणि लिंग गुणोत्तर या विषयावर खूप विचार केला जात आहे. युनायटेड नेशन्सने मुलीचे संरक्षण घोषित केले आहे. लैंगिक गुणोत्तर डोळ्यासमोर ठेवून भारत सरकारने स्त्री भ्रूणहत्येवरही कडक बंदी घातली आहे. खरे तर स्त्रीभ्रूण हत्येचे हे क्रूर कृत्य पूर्णपणे संपले पाहिजे.

22

स्त्री अस्तित्व उभारणे काळाची गरज

आपला भारत देश हा अफाट लोकसंख्या असलेला देश आहे. या देशात महिला व पुरुष दोघांना बरोबरीचे स्थान आहे. पण काही भागात ग्रामीण भागात आजही स्त्रियांवर अत्याचार केला जातो. ते थांबवण्यासाठी स्त्री ने स्वतःच्या हक्कासाठी लढले पाहिजे. स्त्रियांचे सशक्तीकरण म्हणजे स्त्रियांचा संपूर्ण विकास !

स्त्री घर आणि काम किंवा नोकरी अशी दोन्ही क्षेत्र सांभाळत असते. त्या दरम्यान तिच्यावर अनेक अत्याचार होतात व अनेक समस्यांना सुद्धा तिला तोंड द्यावे लागते. आजच्या स्त्रिया ह्या पहिल्या सारख्या आबला राहिल्या नाहीत.

आजच्या स्त्रीने प्रत्येक क्षेत्रात उंच झेप घेऊन आपले कर्तव्य जगभर पसरवले आहे. तरी सुद्धा भारताला आणखी सक्षम आणि महासत्ता बनण्याच्या प्रयत्नाच्या दृष्टीने महिलांना पाहिजे तेवढा योग्य तो मान आणि ताकद मिळणे गरजेचे आहे आणि त्या साठी स्त्री सशक्तीकरण करणे अत्यंत गरजेचे बाब आहे. प्रत्येक स्त्री ही आर्थिक, सामाजिक आणि मानसिक दृष्ट्या सुरक्षित आणि स्वतंत्र असली पाहिजे.

जेव्हा एखादी स्त्री कुठल्याही कारणामुळे घराबाहेर पडते तेव्हा तिचा योग्य तो सन्मान केला पाहिजे. आज स्त्रीया शिक्षणासाठी कामासाठी

"

व नोकरीसाठी बाहेर पडतात. त्यांच्या संरक्षणासाठी व स्त्रियांवर कुठल्याही अत्याचार व छळ होता कामा नये म्हणून एक सुव्यवस्था केली पाहिजे. मागील दोन दशका पासून स्त्री शिक्षण क्षेत्रात परिपूर्ण झाले आहे. व स्त्रियांच्या या शिक्षणासाठी सावित्रीबाई फुले आणि ज्योतिबा फुले पुढे आले आणि आज त्यांच्या मुळेच स्त्रिला पुरुषां बरोबरीचा शिक्षणाचा हक्क मिळाला. स्त्रीला शिक्षण तर मिळाले पण गरज राहिली ती योग्य कर्तुत्व देण्याची आणि तिला सक्षम बनवण्याची !

आपल्या सभोवतीच्या समाजामध्ये वावरतांना आपल्याला सामाजिक रजनेनुसार आणि व्यवस्थेनुसार राहावे लागते. समाजातील रूढी-परंपरा आणि बंधनांना धरून चालावे लागते.

मग चालत असताना येथे पुरुष आणि स्त्री असे दोन व्यक्ती विभाजन असल्याची कीड वाढ आहे. स्त्रियांचे हक्क आणि पुरुषांचे हक्क यामध्ये नेहमी भेद-भाव केला जातो. यामध्ये स्त्रियांच्या स्वतंत्र्यांकडे, हक्काकडे योग्य पद्धतीने लक्ष दिले पाहिजे.

आजच्या काळात स्त्री व पुरुष दोघे म्हणून कुठल्याही क्षेत्रात काम करताना दिसतात तेथे फक्त पुरुषांनाच सन्मानित केले जाते व स्त्रियांच्या कर्तुत्वा कडे दुर्लक्ष केले जाते या मागचे एकमेव कारण म्हणजे भेदभाव आणि पारंपारिक व्यवस्था ! आपल्याला माहिती आहे की, पुरातन काळापासूनच आपल्या समाजामध्ये पुरुष वर्चस्व आहे.

यामध्ये स्त्री कधीही सशक्त असल्याच्या गोष्टी आपण ऐकल्या नाहीत आणि आजही बऱ्याच ठिकाणी स्त्रियांना स्वतःच्या हक्कासाठी लढण्याचा हक्क नाही, त्या सशक्त नाहीत. पण आज काळ बदलत जात आहे. आजच्या काळाची गरज आहे. ” महिला सशक्तिकरण “ प्रत्येक महिला आपल्या हक्कासाठी, स्वातंत्र्यासाठी आणि स्वतःवर होणाऱ्या अन्यायासाठी आवाज करू शकते आणि लढू शकते. महिला सशक्तिकरण म्हणजे स्त्रियांचा संपूर्ण विकास असते. एखादी स्त्री घराबाहेर काम करत असेल तर तिला तेथे काम करणे सुरक्षित वाटले पाहिजे.

आजच्या स्त्रीची मानसिक तयारी शिक्षणामुळे उंचावली आहे पण बाहेर काम करताना सुरक्षितता वाटावे हे तिला आणखी मजबूत बनू शकेल म्हणून सुरक्षित वातावरण प्राप्त होणे ही प्रत्येक स्त्रीची गरज आहे आणि ही सुरक्षितता तर एखाद्या स्त्रीला लाभली तर ती पुरुषाच्या बरोबरी पुरुषां इतकेच काम सुद्धा करू शकेल.

जेव्हा स्त्री बाल्यावस्थेत असते तेव्हा पासूनच तिच्या वर महिला सशक्तिकरण करणे गरजेचे आहे. प्रत्येक स्त्रीला ती स्वतंत्र असल्याची जाणीव करून देऊन तिला शिक्षणाचा हक्क जोपासण्याची प्रवृत्त केले पाहिजे.

जेव्हा एखादी स्त्री मानसिक दृष्ट्या सक्षम होते तेव्हा ती कुठल्याही क्षेत्रामध्ये यश प्राप्त करु शकते. त्यामध्ये तिचे कुटुंब तिच्या सोबत असेल तर ती अजूनही पुढे जाऊ शकेल. मना सोबत तिचे शरीर सुद्धा सुदृढ असणे गरजेचे आहे त्यासाठी तिला दररोज व्यायाम करायला लावणे, शारीरिक कष्टाची कामे करायला लावणे आणि धाडसी प्रवृत्ती येणे गरजेचे आहे. त्यामुळे स्त्री शारीरिक दृष्ट्या परिपूर्ण होईल सक्षम होईल. शिक्षणामुळे बुद्धीचा विकास होईलच पण व्यायामामुळे आणि खेळामुळे तिचा शारीरिक विकास सुद्धा होईल.

महिला स-शक्तिकरण करताना प्रथमतः स्त्रियांच्या आर्थिक दृष्ट्या स्वतंत्र बनवले पाहिजे. तिला थोड्या पैसा साठी कोणाजवळ हात पसरविण्याची वेळ आली ना पाहिजे. तिझ्या जवळ असलेल्या ज्ञानाच्या आणि कौशल्याच्या साह्याने ती नोकरी करून काम करून आर्थिक दृष्ट्या प्रबळ झाली पाहिजे. आज काळ बदलत जात आहे. त्याचप्रमाणेच स्त्रियांचे स्थान सन्मान बदलत चालला आहे.

आजची स्त्री फक्त चूल आणि मूल सांभाळण्या पुरती राहिली नाही तिने औद्योगिक, शिक्षण आणि तंत्रज्ञान या तिन्ही क्षेत्रात स्त्री आपल्याला बघायला मिळत आहे.

बदलत्या परिस्थितीत स्त्रीची भूमिका सुद्धा बदलत जात आहे. ती आज कोणाच्या घरची मुलगी, सून, पत्नी व आई या सर्व नात्यांना संभाळते. व या नात्यानं व्यतिरिक्त ती अनेक क्षेत्रात काम करताना दिसत आहे.

यावरून कळते की, स्त्रीचा विकास तर झालाच आहे, परंतु त्या विकासाला सर्वांगीण विकास असे म्हणू शकत नाही, कारण समाजाचा काही भाग खूप पुढे गेला प्रगत झाला पण याच समाजाची काही भाग अजूनही मागे राहिलेला आहे. त्यांचा विकास झालेला नाही या भागातील स्त्रियांवर आजही अत्याचार होतात. छळ होतात. असूनही कित्येक स्त्रिया अंधश्रद्धा, अशिक्षितता, मारहाण, हुंडा या प्रथांना बळी पडलेल्या आहेत. त्यांच्यावर अनेक बंधने लादण्यात आलेली आहेत. त्यांना स्वतःच्या स्वातंत्र्यासाठी लढण्याचा हक्क सुद्धा नाहीय. त्या स्त्रियांना प्रगतीची दिशाच मिळालेली नाही. नवऱ्याची मारहाण, कुटुंबामुळे मिळालेला छळ यांना बळी पडत आहेत. म्हणतात ना, नाण्याला दोन बाजू असतात, एक बाजू अतिशय सुंदर दुसरी बाजू कुरूप आहे.

एकाकडे आपल्या समाजातील स्त्रिया प्रगत झालेल्या आहेत. त्या महिला शिक्षिका, डॉक्टर, इंजिनिअर, अभिनेत्री, मंत्री- देशाच्या अनेक सर्वोच्च पदावर स्त्रियांनी स्थान मिळवलेले आहे.

तर दुसरीकडे ग्रामीण भागात व अनेक शहरी भागात अनेक स्त्रिया अंधश्रद्धा, मारहाण आणि हुंडा या अभावी मारताना दिसत आहेत. त्यांना न्याय सुद्धा मिळत नाही. अशा महिलांना न्याय देण्यासाठी प्रत्येक शिक्षित प्रगत स्त्री पुढे आलेच पाहिजे. स्त्री सशक्तीकरण हा मुद्दा प्रत्येक राज्य आणि केंद्र सरकारच्या महत्त्वाच्या मोहिमेत असतो. त्याकडे सरकारने लक्ष दिले पाहिजे. सरकार स्त्रियांना उपलब्ध होतील तेवढ्या सुविधा प्राप्त करून दिल्या पाहिजेत.

समाज्या मध्ये सर्व स्त्रियांना समान दर्जा दिला पाहिजे. महिला सशक्तिकरण ही बाब आपल्या समाजासाठी खूप महत्त्वाचे आहे. त्यासाठी सर्वांनी पुढे आले पाहिजेच. त्यासाठी देशातील सर्व पुरुषांनी सहकार्य केले पाहिजे.

पुरुषांनी स्त्रीला योग्य सुरक्षित वातावरण कर्तृत्व सिद्धीस कार्यरत केले पाहिजे त्यामुळे स्त्रियांनाही योग्य तो सन्मान, दर्जा आणि शक्ती प्राप्त करून घेण्यास मदत होईल.

आपल्या देशाच्या स्त्रियांनी अनेक क्षेत्रात उंच भरारी घेतली आहे. आज इथल्या स्त्री कुठल्याच क्षेत्रात कमी पडली नाही. तिला देवीचे

स्थान देण्यात आले आहे. म्हणून सर्जन शीतलतेची शक्ती प्राप्त असलेल्या या स्त्रीला समाजातील दुय्यम स्थान बदलणे आवश्यक आहे.

शारीरिक आणि लैंगिक दृष्टिकोनाने स्त्रियांकडे बगण्याचा हेतू बदलला पाहिजे. प्रत्येक स्त्रीने लैंगिक पातळीवरचे स्वातंत्र्य स्वैराचार यांमधील फरक स्वतः ओळखयला हवा व पुरुष वर्गाला स्वैराचारापासून दूर ठेवण्या इतके सक्षम व्हायला हवे. जेव्हा एखादी स्त्री स्वतः वर होणाऱ्या अन्याया विरुद्ध स्वतः आवाज करते व लढते तेव्हा ती खऱ्या अर्थाने सक्षम झाली असेल व आपल्या समाजातील स्त्री सशक्ती करण करण्याची गरज सुद्धा भासणार नाही हे मात्र नक्कीच!

23

स्त्रियांनी संघटित व्हावे

देशभरात चललेल्या स्त्रियांवरील अन्याय अत्याचार , बलात्काराचे प्रमाण वरचे वर वाढतंच चालले आहेत , देशात स्त्रियांना मिळणाऱ्या दुय्यम स्थानाने समानता , स्वतंत्रता कधीच लूप्त झाली हे समजणे कठीण आहे , गुलामगिरीच्या जाळ्यातून मुक्त होऊन १५० वर्ष लोटून गेले , देशयाला स्वतंत्र मिळून ७० वर्ष लोटले , मात्र स्त्री स्वतंत्रता अजूनही मिळालेलं नाही , " चूल आणि मूल " , या पलीकडील जग दर्शन मिळण्याचं हक्क प्रस्थापित करून स्त्री शक्तीच दर्शन उभ्या जगाला घडवून दिल , " राजमाता माँ साहेब जिजाऊ , क्रांतीज्योती सावित्री , अहिल्याबाई होळकर , कवियोत्री बहिणाबाई चौधरी " , या सारख्या महापुरुष्यांच्या विचारांचं जागर आज आपल्याला पाहायला मिळत आहे , यांनी स्त्री शक्तीचा कळस एवरेशष्टच्या टोकापर्यंत पोहचवल , परंतु त्यांच्या वरिल अन्यायाचा वाचा फोडण्यासाठी कुठे तरी आज स्त्री वर्ग गुलामीच्या , अंधश्रद्धेच्या , बुवा बापूंच्या अमिश्याला बाळी पडत चाललेला स्त्री समाज कुठे तरी आपल्या इतिहासाला विसरत चाललेत असे म्हणायला काही हरकत नाही , आज आपल्या देशात विधेची देवता म्हणून सरस्वतीची पूजा कर तो , आजची महिला आपल्या पतीच्या सातजन्माची गाठ असावी यासाठी वटसावित्रीची पूजा करते , संतान

प्राप्तीसाठी बुवा बापूंकडे दर्शन घेते , देवळांत नवस करते , यासर्वांचा विचार केला तर असं वाटते की आजच्या स्त्रियांकडे आत्मविश्वास कमी पडतोय , स्वतः पेक्षा दगडावर विश्वास ठेवून आपल्या अज्ञानाची जाणीव करून देत आहेत , यावर प्रशासनाची काहीतरी काठोर निर्णय असणार परंतु तस काही झालं नाही , जैसे थे स्थिती कायम आहे , या आगोदर दिल्लीतील निर्भया प्रकरणाने अख्क देश हादरून सोडलं होत , तेव्हा पण अनेक महिला रस्त्यांवर उतरले , मेणबत्या पाजळळ्या परंतु या सर्वातून शेवटी मात्र काही साध्य झाले नाही , शेवटी स्त्री हि एक भोग वस्तू ठरली आहे , प्रत्येक स्थरावर स्त्री पोहचली.

पुरुषयांच्या खांद्याला खांदा लावून आज स्त्री चूल आणि मूल या पलीकडे व्यवहारिक जीवनात प्रवेश केली , परंतु तिथे पण तिच्या सुरक्षतेचा मुद्दा चावंट्यावर येतोय , स्त्री सुरक्षते बाबतीत अवघीच बोबबोंब दिसतोय . भारत देशात स्त्री अत्याचार हि एक भयानक विकृती आहे , सिनेमातील नटीचे बिभत्स प्रदर्शन , मालिकेत दाखवल्या जाणाऱ्या माहिलेवरील अत्याचार या सर्व प्रदर्शनाचा परिणाम समाज जिवणावर होत आहेत , वाईट नजरेच्या प्रदर्शनाने महिलांकडे पुरुषांची बागण्याचं दृष्टीकोण बदलत चालली आहे , आणि बलात्कार , स्त्री अत्याचार , लैंगिक शोषण या सारखे समाजाला काळिमा फासणारे कृत आज समजत घडत आहेत , या साठी स्त्री संघटित होऊन स्वतः वरील जाब संघटित पणे लढा उभारून विचारण्याची वेळ आली आहे , स्त्रियांवरील अश्याप्रकारे होणाऱ्या अत्याचारावर , आपल्या हक्काची जाणिव ठेऊन प्रत्येक स्त्री आज संघटित पणे लढा उभारण्याची गरज आहे , आपल्या लेखणीच्या जोरावर किव्हा वक्तव्यच्या बळावर या विश्वाच्या प्रत्येक क्षेत्रात समानतेचा अजेंडा असणे काळाची गरज आहे , तरच महिलांवरील होणाऱ्या अन्यायावर ठोस पाऊल उचलल्या जातील.

राष्ट्र संत तुकाराम महाराजांनी एक छानस अभंगाची रचना केली , त्यातलं हि ओळ अंधश्रद्धेला जुलमी ठरावते .

"नवसे कन्या पुत्र होती , तर का करावे लागी पती"

आपला भारत देश हा पुरुष प्रधान देश आहे , इथे फक्त पुरुषांचीच मान उंचावर टांगलेली असते , जरी कायदा स्त्री पुरुष समानतेचा हक्क दिला तरी स्त्रियांना दुय्यम स्थान मिळतो , आपल्या भारत देश्यात दर वीस मिनिटांत एक बलात्कार घडतो , हा संशोधनाचा भाग आहे , स्त्री सुरक्षिततेचा कायदा जरी असला तरी ते अमलात का येत नसेल हा हि विचार करण्या जनक बाब आहे , नेमकं काय घडतेय , स्त्री आपल्या वरील अन्यायाचा जाब विचारण्या साठी रस्त्यांवर उतरू शकत नाही , कोर्टाच्या पायऱ्या चढु शकत नाही , पोलीस स्टेशन गाठवू शकत नाही , असे का होते ?, कारण स्त्रियांना कुठे तरी दाबलं जात , धमकावल्या जात , कितीही प्रशासकीय यंत्रने कठोर असले तरी , इज्जतीशी तडजोड करीत आपल्यावरील झालेल्या अन्यायाची जाब विचारने हा समस्थ स्त्री वर्गाचं एक प्रश्न चिन्ह आहे . मागे काही दिवसांपूर्वी कोपर्डी प्रकरण घडलं , फक्त १६ वर्षयाच्या निरापधार मुलींवर वासनेच्या भुकेने व्याकुळ असलेले काही नराधमांनी तिच्यावर बलात्कार करून तिच्या शरीराचे लचके तोडले , तिची हत्या केली , किती सहन करायच त्या चिमुकलीने , ह्या प्रकरनारवरून महाराष्ट्रात राजकारण पेटून उठलं , त्यातच जाती - जातीत मतातंर झाले , मराठा क्रांती मोर्चा , बहुजन क्रांती मोर्चा , एकमेकांत वरचढ झाली , अनेक मोर्चे निघाले , लाखोंच्या संख्येने एकत्रित येणाऱ्या समाज बांधवांना पाहून असं वाटलं अत्ता नक्कीच स्त्रियांवरील होणाऱ्या अन्यायावर

24

स्त्रियांचे कम्फर्ट झोन

सोळाव्या शतकातील एक जुनी इंग्रजी म्हण आहे: "काहीही साहस केले नाही, काहीही मिळाले नाही." याचा अर्थ असा होतो की जर आपण नवीन अनुभवांमध्ये गुंतलो नाही तर आपल्याला नवीन दृष्टीकोन प्राप्त होत नाही. जे आजही खरे आहे.

नवीन भूमी शोधण्यासाठी वादळांचा सामना करणाऱ्या प्राचीन खलाशांपासून ते आधुनिक डिजिटल उद्योजकांपर्यंत ज्यांनी दूरस्थ ऑनलाइन व्यवसाय उभारले आहेत, जीवन अनोळखी व्यक्तींना बक्षीस देत आहे. का? कारण ते असेच आहेत जे अस्वस्थ व्हायला/राहायला तयार होते. ते असे आहेत ज्यांनी अस्वस्थता आणि मानवी अनुभवाचे खरे स्वरूप स्वीकारले आहे; एक नेहमीच बदलणारी, सतत विकसित होणारी, वाढणारी प्रक्रिया.

आपण पृथ्वीवर आहोत ते उत्क्रांत होण्यासाठी; म्हणूनच त्याला "मानवी उत्क्रांती" म्हणतात. आपण वाढत नाही कारण आपण अस्वस्थ (अनकंम्फर्टेबल) होण्यास नकार देत आहोत. आपण वाढत नाही कारण आपण नवीन अनुभव घेण्यास नकार देत आहोत. आपण स्थिर आहोत, आपल्या कम्फर्ट झोनमध्ये खूप खोलवर गुंतलेले. आपली वाढ होत नाही कारण प्रत्येक बेड्या आपल्या आरामाला चिकटून बसल्या आहेत ज्या आपल्याला मागे बांधून ठेवत आहे. आणि अशा प्रकारे, आपण स्वतःला बदलण्यास अक्षम केले आहे.

आपल्याला काय लक्षात ठेवण्याची आवश्यकता आहे ते येथे आहे: आपली उद्दिष्टे साध्य करण्यासाठी आपल्याला आवश्यक असलेली जवळपास सर्वच नवीन कौशल्ये, सवयी, ज्ञान आणि अनुभवांची आवश्यकता आहे. आपण जिथे आहोत तिथून आपल्याला जिथे व्हायचे आहे तिथे जाण्यासाठी, आपण अशा गोष्टी केल्या पाहिजेत ज्या आपण यापूर्वी कधीही केल्या नाहीत. आपण अस्वस्थ होण्यास तयार असले पाहिजे कारण अस्वस्थता हा वाढीचा एकमेव मार्ग आहे. दुसरा मार्ग नाही.

सत्य हे आहे की खरोखर वर जाण्यासाठी, आपल्या पूर्वीच्या स्वतःच्या वर जाण्यासाठी आणि आपले जीवन पूर्णपणे बदलण्यासाठी, आपल्याला केवळ अस्वस्थतेच नाही, तर सोबत येणाऱ्या त्या प्रवासाच्या प्रेमात पडावे लागेल. अस्वस्थता हा काही काळाचा क्षण नसून तो काळाचा मार्ग आहे. हा जगण्याचा एक मार्ग आहे - तणावापासून दूर जाण्याऐवजी आपल्यावरील त्यांची पकड सोडवण्यासाठी तणावाच्या बिंदूंमधून सतत कार्य करणे. थोडक्यात: वाढ तुम्हाला नवीन मागणी करते.

तुमचा कम्फर्ट झोन मोहक आहे. हा तो आरामदायी पलंग आहे जो तुम्हाला बोलावतो, तुम्हाला उबदारपणाने गुंडाळतो आणि नंतर तुम्हाला त्याच्या गाभ्यामध्ये खोलवर ओढतो. ते मोहक आहे. पण त्यात थोडा वेळ रेंगाळतो आणि पुन्हा उभे राहणे कठीण होते - या आकर्षणाला सोडणे खूप कठीण आहे.

कम्फर्ट पुलचे तीन टेंशन पॉइंट्स आहेत जे आपल्याला आपल्या कम्फर्ट झोनमध्ये स्थिर ठेवतात: आपली मानसिकता (mindset), अतिविचार भीती (fear of overthinking) आणि कृतीचा अभाव (lack of action)

A. मानसिकता

तुम्हाला प्रेरणा देणारे ध्येय हवे आहे. कारण महत्त्वाच्या ध्येयासाठी, ते तुम्हाला ताणले पाहिजे. आणि तुम्हाला ते वाढवायचे असेल, तर तुम्हाला प्रथम विश्वास ठेवावा लागेल की तुम्ही ते ध्येय साध्य करू शकता.

B. भीती

येणारा बदल काय घडवून आणेल याची तुम्हाला भीती वाटते, पण बदल हा स्थिर आहे असे तुम्ही मानले आहे का? तुम्ही ते तयार करा किंवा न करा, बदल होणारच. तुमच्या कम्फर्ट झोनची सुरक्षितता हा केवळ एक भ्रम आहे कारण अज्ञात नेहमीच तेच असते—अज्ञात. तुम्हाला वाटले असेल की तुमची आरामदायी नोकरी "सुरक्षित" आहे आणि मग अज्ञात व्यक्ती साथीच्या रूपात आली (जसा कोरोना) आणि तुम्ही ती (नोकरी) गमावली.

अनिश्चितता हा ही मार्ग आहे. तुम्ही अपयशाच्या भीतीने देखील मागे राहता, परंतु अपयश म्हणजे "शिकलेले धडे" हे विसरून जाता. म्हणून प्रश्न असा आहे की, तुम्हाला खरोखर नवीन धडे शिकण्याची भीती वाटते का?

C. कृती

काही अंशी तुमच्या स्थिर मानसिकतेमुळे आणि काही प्रमाणात तुमच्या भयभीत अतिविचारामुळे, तुम्ही आता शक्तीहीन आहात. वाढीच्या खेचण्यापेक्षा सांत्वनाचे आकर्षण खूप मोठे आहे, आणि म्हणून तुम्ही तुमच्या ध्येयाच्या दिशेने सर्वात लहान कृती करण्याचा प्रयत्न देखील केला नाही - जुने काढून टाकणे आणि वाढणे शक्य आहे हे सत्यापित करण्याची तुम्ही स्वतःला संधी दिली नाही. नवीन मध्ये. त्यामुळे हे सर्व एकत्र आणण्यासाठी, तुम्हाला त्या कम्फर्ट झोनमध्ये का अडकल्यासारखे वाटते:

अ. तुमची चुकीची मानसिकता आहे; तुमची उद्दिष्टे तुम्हाला प्रेरणा देत नाहीत आणि त्यांनी केले तरीही तुम्ही त्यांच्यापर्यंत पोहोचू शकता यावर तुमचा विश्वास नाही.

ब. तुम्ही भीतीचा जास्त विचार करत आहात. क. आपण अजून ही त्यातून बाहेर पडण्याचा प्रयत्न केला नाही.

कम्फर्ट झोनमधून कसे बाहेर पडायचे - कम्फर्ट झोनची विडंबना अशी आहे: तुम्ही तुमच्या कम्फर्ट झोनमधून बाहेर पडण्यास आणि कम्फर्ट झोनमध्येच अत्यंत अस्वस्थ असेपर्यंत अस्वस्थतेत जाण्यास तयार नसाल.

विचार करा.

जोपर्यंत तुम्ही तुमच्या कॉर्पोरेट जॉबच्या सोईचा पूर्णपणे कंटाळा करत नाही तोपर्यंत तुम्ही त्या स्टार्टअपसाठी अर्ज करण्याचा विचार कराल का? जोपर्यंत तुम्ही शहरातील नित्यक्रमाच्या घाई-गडबडीला कंटाळले नाही तोपर्यंत तुम्ही निवांत ठिकाणी जाण्याचा विचार कराल का? जोपर्यंत तुम्ही ब्लॉगिंगच्या शिकण्याच्या वळणावर प्रभुत्व मिळवत नाही, त्याच्या परिचयाचा शोध घेत नाही आणि तुम्ही ते कमाल मर्यादा गाठल्यासारखे वाटत नाही तोपर्यंत तुम्ही ते पुस्तक लिहिण्याचा विचार कराल का?

तुमचा कम्फर्ट झोन जेव्हा अस्वस्थ होतो, तेव्हा ठिणगी पेटते. आणि तेव्हाच तुम्हाला वर जाऊन आग पेटवायची असते (बदल घडवायचा असतो). तेव्हा तुम्हाला तुमची नवीन आवृत्ती (बदललेलं व्यक्तिमत्व) दिसणे आवश्यक आहे.

आता आधी उल्लेख केला आहे, त्या तीन गोष्टी: मानसिकता, भीती आणि कृती. त्यांच्या पकडीतून मुक्त होण्यासाठी तुम्ही त्या तणावाच्या बिंदूंमधून कसे कार्य करता ते येथे आहे जेणेकरून तुम्ही थेट अमर्याद वाढीच्या क्षेत्रात जाऊ शकता.

आपण कोषातून (कम्फर्ट झोनमधून) कसे बाहेर येऊ शकतो? Comfort Zone मधून बाहेर यायचं म्हणजे नक्की काय करायचं?

A. तुमची मानसिकता बदला - तुम्ही हे करू शकता यावर विश्वास ठेवा.

B. अतिविचार करणे थांबवा - त्या भीतीने कार्य करा, त्याच्या विरोधात नाही.

C. कृती करा - एका छोट्या पायरीने "अज्ञात" अंतर भरून टाका.

तुमच्या कम्फर्ट झोनमधून निघून आणि तुमच्या ग्रोथ झोनमध्ये प्रवेश करण्यासाठी लागणाऱ्या 10 पायऱ्या

1. तुमच्या कम्फर्ट झोनमध्ये असल्याने खूप अस्वस्थ व्हा आणि लक्षात घ्या की तुम्ही आतापर्यंत जे काही केले आहे ते तुम्हाला आजच्या स्थानावर आणले आहे, म्हणून तुम्हाला कुठे जायचे आहे ते दिसण्यासाठी तुमच्या पूर्णपणे नवीन आवृत्तीची मागणी करेल.

2. तुमच्या प्रेरणांवर विचार करा आणि तुम्ही या झोनमधून बाहेर पडण्यास का तयार आहात हे स्पष्ट करा. ते लिहा जेणेकरून तुम्हाला ते आठवतील. तसेच, ती स्थिती बदलण्यासाठी तुम्ही आज कारवाई न केल्यास काही वर्षांत काय होईल याचा विचार करा. दुःखाने मागे वळून बघाल का? बहुधा.

3. तुम्हाला तुमचे जीवन कोणत्या दिशेने वळवायचे आहे? त्या ध्येयाची स्वतःला प्रत्येक दिवशी आठवण करून द्या आणि तुम्हाला ते का साध्य करायचे आहे हे लक्षात ठेवा.

4. ध्येय हे केवळ साध्य करण्याबद्दल नाही, ते त्या व्यक्तीबद्दल आहे ज्याच्यामुळे तुम्ही बनता(पूर्णतः नवीन व्यक्ती). प्रत्येक नवीन ध्येय दिसण्यासाठी तुमच्याकडून नवीन आवृत्तीची मागणी करते—एक नवीन ओळख. म्हणून, स्वतःला विचाराः "मी कोण बनले पाहिजे?" त्या व्यक्तीच्या गुणांसह स्वतःचे वर्णन करा. आज स्वतःला पहा आणि उद्या तुम्ही कोण बनू इच्छिता त्याप्रमाणे वागा.

5. ही कल्पना स्वीकारा की तुम्ही ते शोधून काढू शकता, तुम्ही ते घडवून आणू शकता आणि एकदा तुम्ही तुमच्या ध्येयाच्या दिशेने एक छोटीशी कृती केली की, सर्व "अज्ञात" तुमच्यासमोर प्रकट होऊ लागतील. आरामापेक्षा वाढ, ओळखीपेक्षा शिकणे आणि कधीही प्रयत्न न करण्यापेक्षा अपयश आणि प्रयत्नांना महत्त्व देण्यासाठी स्वतःला प्रशिक्षित करा.

6. सहापैकी कोणती भीती आहे? त्या विरुद्ध नाही तर त्याच्यासोबत काम करा. लक्षात घ्या की प्रचंड आत्म-शंका आणि असुरक्षितता असेल आणि ते पूर्णपणे नैसर्गिक आहे - हाच मार्ग आहे. अस्वस्थता हा पुढे जाण्याचा मार्ग आहे - दुसरा कोणताही मार्ग नाही. जसजसे तुम्ही मार्गावर चालत राहाल, तसतसा तुम्हाला अनुभव मिळेल आणि अनुभव तुम्हाला त्या भावनांचे अधिक चांगल्या प्रकारे व्यवस्थापन कसे करावे हे शिकवेल.

7. कृती स्पष्टता निर्माण करते. एकदा तुम्हाला कळले की तुम्हाला काय हवे आहे, आता तुमच्याकडे जाण्यासाठी एक दिशा आहे. आता, स्वतःला विचाराः "मी पुढचे पाऊल काय उचलू शकतो?" पुढे जात रहा

आणि काहीही झाले तरी हार मानू नका किंवा मागे फिरू नका.

8. तुमची उन्नती होण्याची वाट बघणाऱ्यांना साथ ठेवा, तुमची अधोगती अपेक्षित असलेल्यांची नाही. तुमचे वातावरण येथे मोठी भूमिका बजावेल. टीकाकारांना सोडून द्या आणि समर्थकांना सोबत ठेवा. एखाद्याच्या निराशावादी उपस्थितीमुळे तुमचा आत्मा निराश होण्यासारखे काहीही वाईट नाही.

9. स्वतःवर आणि तुमच्या चुकांवर हसा. लोक ऐकू इच्छित असलेल्या आपल्या साहसी कथा कशा बनतील याचा विचार करा. आणि जेव्हा तुम्ही पडाल (आणि तुम्ही कराल), तेव्हा तुमच्या गुडघ्यांवरची धूळ काढा आणि परत वर जा. जर आपण कधीही हरायचे शिकलो नाही तर जिंकण्याचा अर्थ काय आहे?

10. आपल्या शक्तींना खतपाणी द्या. तुमची प्रगती साजरी करा. मजा करा आणि "हे शोधून काढा" च्या प्रवासाचा आनंद घ्या कारण हेच जीवन आहे.

जे आपलं सुखी समाधानी आयुष्य चाललं आहे त्याला टाटा बायबाय करून वाळवंटात जाऊन राहायचं का? अर्थात नाहीच. सर्वात पहिल्यांदा आपण comfort zone मध्ये आहोत म्हणजे नक्की काय ते जाणून घेऊ.

समजा तुम्हाला अगदी तुमच्या पसंतीची घरापासून अगदी काही अंतरावर असणारी नोकरी मिळाली. पगार पण बऱ्यापैकी आहे. तुम्हाला तुमच्या गरजा भागवता येत आहेत. आणि विशेष म्हणजे तुम्हाला सहकारी पण चांगले मिळाले आहेत आणि कंपनी च्या policies पण चांगल्या आहेत. तुम्ही २ वर्षांपासून ह्या कंपनी मध्ये चांगली जबाबदारी पार पडत आहात. सगळं अगदी तुमच्या मनाप्रमाणे होत आहे. तुम्ही अगदी तुमच्या comfort झोन मध्ये निवांत झाले आहात. पण तुम्हाला असं कळतं कि अजून एक कंपनी मार्केट मध्ये आहे जिथे तुम्हाला अजून जास्त पगार मिळणार आहे, नवीन शिकायला पण मिळणार आहे, नवीन कंपनी सध्याच्या कंपनी पेक्षा जास्त मोठी आहे आणि अजून जास्त facilities मिळणार आहेत. पण अडचण फक्त एवढीच कि कंपनी दुसऱ्या शहरात आहे.

आता तुमच्या पुढे प्रश्न निर्माण होतो, ह्या comfort झोन मधेच राहायचं कि नवीन संधी साधायची? तुमचं mind म्हणेल मला अजून पैसे हवेत तर तुमचं heart म्हणेल नाही इथे माझी चांगली सोय आहे, माझे ओळखीचे माणसं आहेत. मी इथून जाणार नाही.

तर प्रगती करायची आहे तर comfort झोन मधून बाहेर यावंच लागेल ना, नाही का?

मग काय करायचं?

स्वतःला सांगायचं मी हे काम करु शकतो/ शकते.

मी धाडसी निर्णय घेऊ शकतो आणि माझे निर्णय उत्तम असतात. (I am fearless)

कंफोर्ट झोन मध्ये तुम्ही स्वतःला सारख्या पातळीवर ठेवाल तसेच तुम्हाला तुमच्या स्वप्नांशी compromise म्हणजे समझोता करावा लागेल.

तुम्ही तुमच्या भूतकाळात केलेली यशस्वी वाटचाल आठवा. भूतकाळात किती तरी असे कठीण प्रसंग तुमच्या वाट्याला आले असतील तेव्हा तुम्ही किती शिताफीने त्यावर मात केली होती हे सांगून स्वतःला आपण हे नक्की करु असा धीर द्या.

योग्य कारण शोधा. जर तुम्हाला तुमच्या comfort झोन मधून बाहेर पडून काहीतरी नवीन करायचं आहे तर त्या नवीन कारणासाठी स्वतःला तयार करा. त्या ठिकाणावर पोहोचल्यावर तुम्ही कसे दिसाल, स्वतःची ओळख कशी करून द्याल याची मनात कल्पना करा. ते स्वप्न (Visual image) तुम्हाला प्रेरित करेल तुमच्या comfort झोन मधून बाहेर पाडण्यासाठी.

शारीरिक व्यायाम आणि योगसाधना तुमच्या मनाला पक्के बनवतात आणि तुमची निर्णय क्षमता वाढवतात.

असा विचार करा कि जुने काम/ कौशल्ये मला किती दिवस साथ देणार आहेत, जर मी नवीन काही शिकलो तर मला त्याचा किती तरी जास्त फायदा होणार आहे.

रोज काही तरी नवीन शिकण्याची सवय स्वतःला लावून घ्या, म्हणजे रोज तुम्हाला मी काल पेक्षा आज किती तरी जास्त mature

, कौशल्यवान आणि मला किती जास्त चांगल्या सवयी आहेत याची जाणीव होईल आणि तुम्ही स्वतःवर प्रेम करू लागाल.

छोटी छोटी पाऊल उचलायची. तुम्ही पहिल्यांदाच अगदी वाळवंटात जाऊन राहिलात तर स्वतःच्या पायावर कुऱ्हाडी मारून घ्याल त्याऐवजी छोट्या पण प्रभावी पायऱ्या चढा ज्या तुम्हाला यशाच्या शिखरावर चढायला मदत करतील.

Be A Risk Taker आयुष्यात रिस्क घ्यायला शिका. Scam 1992 बघितली असेलच. त्यामध्ये हर्षद मेहता चा पॉप्युलर डायलॉग, लक्षात ठेवा.

"रीस्क हे तो इश्क हें"

तुम्हाला काय महत्वाचे आहे

कम्फर्ट झोनमध्ये, जिथे आपल्यापैकी बहुतेक जण आपला वेळ घालवतात, जीवन सुरक्षित वाटते. परंतु आपण बनण्याचे स्वप्न पाहतो ते सर्व काही ग्रोथ झोनमध्ये आहे. त्या दुस-या झोनमध्ये, तुम्हाला असुरक्षित, भीती आणि असुरक्षित वाटेल, परंतु त्या संघर्षात, जादू तिथेच घडते. तिथेच वाढ आणि शिक्षण होते. तिथेच तुमचा विकास होतो आणि आपण उत्क्रांत होतो.

नैराशेतून (डिप्रेशन) कसे बाहेर पडावे?

नैराश्य हा एक मानसिक आजार आहे.शरीराला अनेक आजार होतात त्यांना कारण आपले खाणे पिणे,रोजचे नियमित उद्योग नित्यनेमाने करत असताना होणारया हालचाली ह्या सगळ्या गोष्टींचा उल्लेख करावा लागेल.

मानसिक ताण तणाव निर्माण करण्या साठी आपली वृती जबाबदार असते.सतत आनंदात राहण्याच्या कल्पना ह्या दुसरया कडे बघत

ठरविल्या मुळे आपली कमजोरी स्पष्ट होते ती कमजोरी हेच नैराश्य यायला कारणीभूत होते.ह्या जगात प्रत्येक जीव हा वेग वेगळे आयुष्य जगत असतो.त्याच्या आजूबाजूची परिस्थिती,आर्थिक विषमता (ही मानवासाठी) त्याला जगण्यासाठी हातभार लावत असते.तो तसा आहे मी पण त्याचे सारखे जीवन जगेण ही कल्पनाच चुकिची आहे.दुसरया कडून प्रेरणा आवश्य घ्यावी पण आपल्या मर्जीने वागले पाहिजे.अट्टाहास नसावा.तोच मानववाच्या सर्वनाशास कारणीभूत ठरतो.नैराश्य हा त्याचाच एक भाग आहे.

मी कोण आहे.कशासाठी जन्माला आलो आहे.हा विचार महत्वाचा आहे.विनाकारण अर्धवट माहितीच्या आधारे एखाद्या सारखे होण्याचा प्रयत्न करु नये.कधी कधी तुकाराम महाराजांची उक्ती खरी वाटते " ठेविले अनंते तैसेची रहावे " ह्याचा अर्थ प्रगती करु नये असा नाही पण अपयश आल्यावर नैराश्याला जबाबदार कोण?

मानवाला बुध्दी मिळाली आहे तिचा वापर व्यवहारात कसा करावा ह्याचे ज्ञान फार महत्वाचे आहे .शिक्षण किती घेतले आहे ह्याचा त्याच्याशी काही संबंध नाही.शहाणपणा हा विकत मिळत नाही.त्यासाठी डोळे , कान उघडे ठेवून जगाकडे चौकस बुध्दिने ,अक्कल हुशारीने वागले पाहिजे.दुसरयास ठेच मागचा शहाणा असा प्रकार घडल्यास तो चांगले जीवन जगण्यास उपयोगी पडते.

अती हाव ही कधिही वाईटच आहे.अती तेथ माती असे म्हणतात.सगळ्या गोष्टी योग्य प्रमाणात असाव्यात.आपली साम्पतीक परिस्थिती डोळ्यांसमोर नेहमी ठेवावी.त्यानूसार जीवन जगावे.जीवन फार सुंदर आहे त्याची शोकांतिका करण्यासाठी विचारधारा फारच महत्वाची आहे.महत्वाकांक्षा असाव्यात पण त्या पुरया करता आल्या पाहिजेत.रबरासारखे आयुष्याला ताणू नये.त्यात मजा येणार नाही.सहज सोपे समाधानी जीवन जगण्यासाठी गरजा,अपेक्षा ह्या मर्यादीत असायला हव्यात.आपल्या पेक्षा खालचा कसा जगतो हे फार महत्वाचे आहे.तो कमी,तुटपुंज्या पगारावर जर सुखाने जगतो तर मला नक्की काय हवंय.याचा विचार करायला हवा.नैराश्य कधीच येणार नाही.

षड्विकार हे मानावाचे शत्रु आहेत.त्या पासून कुणीही अलिप्त राहिलेला नाही त्यांना बरोबर घेऊनच जगायला लागते.शत्रु ची ओळख केली की त्याची सवय होते मग ओढाताण होत नाही.ह्या मायेला ओळखले की मन,इंद्रिये सरळ वागायला लागतात. जीवन अपेक्षेप्रमाणेच घडेल असे कधिही होत नाही.आणि तसा आग्रह सुध्दा नसावा.पाण्याचा प्रवाह त्याचा मार्ग आपसुक शोधत असतो तसेच जीवनाचे असावे.प्रत्येकाने टाटा,बिर्ला व्हायची स्वप्ने बघू नये असे नाही पण त्यासाठी प्रयत्न,नसिबाची साथ मिळायला हवी.ती प्रत्येकाला मिळत नाही.हाच मोठा प्रोब्लेम आहे.

चढाओढ,स्पर्धा ह्या आजच्या युगात दिवसेंदिवस घातक बनत चालल्या आहेत.अपेक्षांचे ओझे घेऊन जगणे अशक्य,असाह्य होत आहे.तेच नैराश्याला कारण होत आहे. प्रत्येकाने शिक्षण घेतले पाहिजे.आपली संस्कृती,सामाजीक जडणघडण समजून घेतली पाहिजे.त्यानूसार आयुष्याची सुरुवात करुन,सुसंस्कृत झाले पाहिजे.आपल्या मर्यादा ज्ञात झाल्यावर नैराश्य आजुबाजुला सुध्दा फिरकणार नाही.

25

स्त्रियांचे हक्क अधिकार आणि सुरक्षितता

बलात्कार वा लैंगिक शोषण ही एक भयानक विकृती आहे. ती व्यक्तिसापेक्ष असल्याने तिची व्यापकताही अमर्याद व विशाल आहे. या विकृतीला संपविण्यासाठी संबधित कायदे जरी केले असेल तरी न्याय मिळविण्यासाठी प्रक्रिया ही फार विलंबाची व किचकट असल्याने तिच्या वाटेलाच सहसा कोणी जात नाही. परिमाणतः अश्या बलात्कारित महिलांचे मानसिकदृष्या कमालीचे खच्चीकरण होते. कारण अशा पडित महिलांकडे पाहण्याचा समाजाचा दृष्टीकोन हा कलुषित वा अन्यायकारकच असतो. एकीकडे अंतराळात झेप घेणाऱ्या एव्हरेस्टचे सर्वोच्च शिखर गाठणाऱ्या महिला आपल्या यथोचित आत्मप्रतिष्ठेचे दर्शन घडवत आसताना दुसरीकडे अन्याय, आत्याचार, बलात्कारांसारख्या समस्यांना समोरे जाताना मात्र मनोद्रोबल्याचाच परिचय घडवितात. यावरून स्त्रियांना सरंक्षणाची गरज आहे. महिला सुरक्षेच्या कायद्याची काटेकोर अंमलबजावणी करणे ही काळाची गरज आहे, हे ध्यानात येते.

आपला भारत देश पुरूषप्रधान संस्कृतीचा आहे ; पण इथे फक्त पुरूषांचीच मान वर असते. स्त्रियांना अनेक क्षेत्रात प्रवेश मिळाला, त्या प्रत्येक क्षेत्रात भाग घेण्यास पुढाकार घेत आहेत खरे; पण त्यांच्यावर होणाऱ्या अन्यायावर मात्र योग्य तोडगा निघत नाही. महिला सुरक्षेचा मुद्दा पुन्हा पुन्हा चव्हाट्यावर येतो आहे. महिलेवर होणारे अत्याचार आणि त्यांना योग्य न्याय मिळत नसल्याचे पाहून खरोखरच लाज वाटते. "हुंडा घेणे व देणे कायद्याने गुन्हा आहे " हे वाक्य फक्त सरकारी कार्यालयापुढे लावली जाणाऱ्या बॅनरपुरतेच मर्यादित आहे. त्या वाक्याची अंमलबजावणी मात्र झाल्याचे दिसत नाही. हुंड्यामुळे आज स्त्रीभ्रूणहत्येसारखे प्रकारण घडत आहे. मुलींच्या बापाकडून हुंड्याची मागणी करून त्यात काही कमतरता भासल्यास मुलींना मारहाण, जिवे मारण्याची धमकी असे प्रकार वाढत आहेत. सासरकडून होणाऱ्या आत्याचारास कंटाळून अनेक महिलांनी आपला जीव गमावला आहे.

आपल्या देशाला स्वातंत्र मिळाले. देशात लोकशाही आली. सर्वांना समान हक्क आला. अनेक महिला आपल्या हक्काची जाणीव करून घेत खुप उंचावर पोहचल्या ; पण त्यांच्या सुरक्षेच्या बाबतीत अवघीच बोबांबोंब दिसते. काही दिवसापुर्वी दिल्लीत झालेल्या एका आल्पवयीन मुलीवर सामुहिक बलात्काराची घटना आठवता अंगावर काटा उभा राहतो. इतकी गंभीर घटना होती. त्या घटनेनंतर देशातील महिला रस्त्यावर उतरल्या, तेव्हा वाटले, आता दाशात महिलांना सुरक्षा मिळेल. कायद्याची काटेकोर अंमलबजावणी होईल; पण त्याबाबत घोर निराशा झाली आहे. महिलांवरील आत्याचाराची मालिका काही थांबत नाही. लैंगिक आत्याचाराबरोबर मारझोड, घटस्फोट, सासरच्या माणसांकडून होणारा शारिरीक आणी मानसिक त्रास, लग्नासाठी धमकी देणे, पळवून नेणे अशा अनेक कारणांनी महिलांवर आत्याचार होतो. आत्याचार वाढण्यास सरकार, पोलिस खाते जबाबदार आहे. सरकारने केलेल्या स्त्री संरक्षणाच्या कायद्याची अंमलबजावणी व्यवस्थित होत नाही. आत्याचार झेलेली पीडीत व्यक्ती पोलीसांकडे जाऊन आपल्यावर आत्याचार झाल्याची नोंद करत नाही. कारण नोंद केली तरी पोलीसांकडुन तपास योग्य रीतीने होईल याची खात्री नाही.

मागील आठ दहा दिवसा खालील बातमी एका 12 वी च्या इयत्तेत प्रवेश घेण्यासाठी आलेल्या आल्पवयीन मुलीला त्या मुख्याधापकाने व अन्य काही शिक्षकांने त्यांच्या विषयात व 12 वी उत्तीर्ण करण्याची आमिष दाखवून त्या अल्पवयीन मुलीवर लैंगिक शोषण करण्यात आले, किती भयानक विकृत आहे, आस्या समस्यांना तोंड देत आज कित्येक स्त्रीयांनी व अल्पवयीन मुलींनी आपल जिवनयात्रा संपविली. आसे एखादे प्रकरण डोळ्यांसमोर आठवता शरिरांचा थरकाप उडतो. समाजात चालणारे हे महिलांच्या सुरक्षेचा मुद्दा आज चाव्हट्यावर आला आहे, माणासातल्या माणूसकीपणाला हि शोभेनासी बाब आहे. आपल्या वाईट नजरेंच्या प्रभावाने समाजात स्त्रिया असुरक्षित आहेत.

सिनेमातील नटीच्या देहाचे विभत्स प्रदर्शन, दुरदर्शन वरील मालिकामध्ये महिलांवर होणारे आत्याचार दाखवले जातात. याचा परिणाम देशातील समाजावर होतो. देशात पसरणाऱ्या वाईट नजरेंच्या विचारांचे प्रदर्शन पाहुण प्रत्येक मुलींचे पालक आपल्या मुलींना शाळेत, महाविद्यालयात धाडण्याच धाडस करत नाही. मुलगी शिकली म्हणजे पर्ण कुटूंब शिकण्यासारखे आहे. म्हणून मुलींना शिक्षण घेण्यास प्रवृत करावे. त्यांच्या शिक्षणात आडथळा येवू नये याची पण कायद्याने अंमलबजावणी करणे गरजेच आहे. प्रत्येक व्यक्तीने महिलांवर होणाऱ्या अन्यायाविरोधात एकजूटीने उभारने गरजेच झाले आहे. महिलेवर होणाऱ्या आत्याचार रोखणे हे प्रत्येक माणवाचे कर्तव्य ठरते...

माझ्या एका वरिष्ठाने मला पूर्वी एकच वाक्य सांगितले होते - स्त्री म्हणून तिला संपूर्ण सुरक्षितता दिली गेली पाहिजे आणि तिचे स्वच्छतागृह हे पुरुषांच्यापेक्षा वेगळे असायला हवे. अर्थातच बाळंतपणासाठी दिली जाणारी रजा हा तिचा कायदेशीर अधिकार आहे. हे सोडून स्त्री आणि पुरुष असा कोणताही भेद असू नये.

1. मुलगा आणि मुलगी यांना शिक्षणात सर्व क्षेत्रात समान संधी असावी.

2. मुलगा आणि मुलगी यांना नोकरीत सर्व क्षेत्रात समान संधी असावी.

3. जर कार्यक्षमता समान असेल तर पुरुष आणि स्त्री यांना समान वेतन असावे.

4. पुरुष आणि स्त्री यांना नोकरीतल्या पदोन्नतीत समान संधी असावी.

5. पुरुष आणि स्त्री यांना राजकारणात समान संधी असावी.

अजून काय हवे. अर्थातच हे सर्व पात्रता बघून व्हावे हीच अपेक्षा.

आजच्या काळात स्त्रीवाद (फेमिनिझम) कोठे चुकत आहे?

"फेमिनिझम" किंवा "स्त्रीवाद" याची व्याख्या "असा सिद्धांत जो राजकीय, आर्थिक आणि सामाजिक समानता सर्व लिंगाच्या लोकांना देतो". भारतात असा पेच पडला आहे कि सर्व लिंगाच्या लोकांना सामान वागणूक देणं म्हणजे फेमिनिझम नसून स्त्रियांना "विशेष" वागणूक देणं म्हणजेच फेमिनिझम आहे. हेच सेक्युलरीझम आणि आरक्षणाच्या बाबतीतही झालं आहे. भारताला सामानाधिकार कधीच कळले नाहीत आणि त्यांना विशेषाधिकारामध्येच आपला राजकीय फायदा दिसतो. जे सेक्युलरीझम आणि आरक्षणाच्या बाबतीत झालं तेच आजकाल "फेमिनिझम" च्या बाबतीतही होत आहे. स्त्रीहक्कांसाठी काम करायला हवं हे बरोबर आहे पण आपण स्त्रियांना सामान वागणूक द्यावी या अपेक्षेने काम करतो आहे कि विशेष? ज्यावेळी आपण एकाला विशेष वागणूक देतो तेव्हा नक्कीच दुसऱ्यावर अन्याय करतो यात वादच नाही. आणि पूर्वीच्या पुरुषांनी स्त्रियांना टाचेखाली ठेवलं त्याची फळं आताच्या पुरुषांना भोगायला लावणं हे समानतेचं नाही तर अन्यायाचं लक्षण आहे. खालील रोहतक भगिनींच्या उदाहरणावरून हे दिसतंच आहे. मीडिया स्वतःच या फेमिनिझम च्या नावाखाली पुरुषांना आधीच गुन्हेगार ठरवून मोकळा होतो. नाना पाटेकर यांनासुद्धा फक्त आरोपांवरून मीडियाने गुन्हेगार ठरवलं.[2] आपण काय करतो आहे?

"निर्भयाच्या" बाबतीत जे झालं त्यामुळे आपल्या सर्वांचीच मान शरमेनं खाली गेली. पण म्हणून त्याचा बदला आपण रोहतक मधील त्या निरपराध मुलांकडून घेणार आहोत कि नाना पाटेकर कडून? (निरपराध कारण न्यायालयात ते निर्दोष ठरले आहेत). शहरात फेमिनिझम म्हणजे विशेषाधिकार झाला आहे आणि गावात स्त्रियांना साधे मूलभूत अधिकारही नाहीत. त्यात रोहतक सारखी प्रकरणं झाली कि यामुळे समाजाला खरे गुन्हेगारसुद्धा निरपराधाच वाटतात. यासाठी स्त्रियांच्या सामान हक्कांसाठी काम करायला हवं विशेषाधिकारामुळे पुढे जाऊन अजूनच वाद होतील हे निश्चित.

दुसरा मुद्दा म्हणजे समानता कुठे हवी? शिक्षणात, नोकरीत, घराच्या मालमत्तेत वगैरे वगैरे. मंदिरात प्रवेश मिळत नाही म्हणून भांडून नक्की कोणत्या महिलेचं भलं होणारे? मंदिरात प्रवेश मिळवण्यापेक्षा शाळेत प्रवेश मिळवण्यासाठी, महिलांना नोकरी मिळवून देण्यासाठी जर काही केलं असतं (आंदोलन नाही हा! कारण आजकाल लोकांना वाटतं कि आंदोलन केल्याशिवाय काहीच पदरी पडत नाही) तर काही महिलांचं भलं तरी झालं असतं. मंदिरात प्रवेश मिळून फक्त त्याचा क्रेडिट घेणाऱ्या संस्था, मंदिराचे विश्वस्त, पुजारी, मंदिराबाहेरचे विक्रेते असे ठराविक घटक सोडून बाकी कोणाचंच भलं होताना दिसत नाही. झगडून महिलांना प्रवेश मिळाला कि अचानक समाजाचा स्त्रियांकडे पाहण्याचा दृष्टिकोन बदलणारे का? हा दृष्टिकोन बदलण्यावर काम करायची गरज आहे का नुसताच झगडत बसायची? तुम्ही आम्हाला अधिकार देत नाही ते आम्ही कसे हिरावून घेतले हे दाखवून स्वतःचा अहंकाराचे समाधान करून घेण्यातच यांना आनंद मिळतो.

मुळात लोकशाही, समानता, स्त्रीसमानात वगैरे युरोपातून आलेल्या संकल्पना आहेत आणि त्यांना स्वीकारणं तर लांबची गोष्ट त्या हक्कांचे अजून अर्थही आमच्या समाजाला नीटसे कळलेले नाहीत. कृपया उगाचच पूर्वी भारतात स्त्रीसमानता, लोकशाही वगैरे कशी होती याचे उगाच वाद घालण्यासाठी दाखले देऊ नयेत आजच्या काळात डोळे उघडून आजूबाजूला पाहिलं तर भारत या संकल्पनांचा वापर समजून

न घेता कसा करतो आहे हे दिसेलच. तसंच युरोपातून या संकल्पना आल्या आहेत कारण ते तेथे त्या संकल्पना प्रभावीपणे वापरातसुद्धा आहेत.आपण त्या संकल्पना भारतीय समाजात अजून समर्थपणे मुराव्यात यासाठी प्रयन्त करायला हवेत. ज्यावेळी आज आपण लोकांना दाखवण्यासाठी त्यांच्याकडून हक्क हिरावून घेतो तेव्हा उद्या तुम्ही कसे कमकुवत आहात हे दाखवण्यासाठी लोकं तुम्हाला अजून दुसऱ्या कुठल्यातरी दबावाखाली आणून तुमचे हक्क हिरावून घेतात. याने भलं कुणाचाच होत नाही. मी तुमची जिरवते आणि मग बदला घ्यायला आम्ही तुमची जिरवतो हेच सुरु राहणार.

तर समानता आणण आणि समानतेचं ज्ञान जनसामान्यांपर्यंत पोहोचवणं या गोष्टी आजच्या फेमिनिझम मध्ये घडत नाहीयेत हेच चुकत आहे.

•

आज स्त्री मुक्त आहे का?

नाही! आजची स्त्री मुक्त नाही. एका वाक्यात उत्तर दिलेय तरी, पुर्ण उत्तर वाचा.

रात्रीच्या वेळी एकट्या स्त्रीने घराबाहेर पडणे चांगले नाही, याला आपण मान्य करु मात्र आज दिवसाढवळ्या काही नराधमांकडून तिच्यावर सामुहीक बलात्कार होतात आणि निघृण हत्याही होतेय. मानवी रुपातल्या काही मोकाट जनावरांमुळे ती काही ठिकाणी मुक्त नाही!

सर्वच पुरुष वाईट नसतात मात्र एखादीला लहानपणापासूनच खूप वाईट अनुभव आलेले असतात. त्यामुळे कुठेही गेली की जरा भेदरलेल्या आवस्थेत जगायला होते. त्यामुळे एका अनामिक भितीने ग्रसल्यामुळे ती काही ठिकाणी मुक्त नाही !

एखादी फार हुशार असते मात्र तिला घरातलेच लोकं साथ देत नाहीत. ती तिच्या मनाने, आवडीने शिक्षण घेऊ शकत नाही. ती

बांधलेली असते घरातल्या मोठ्यांच्या शब्दांना, घरच्या परिस्थितीला, म्हणून ती काही ठिकाणी मुक्त नाही!

लग्न झाल्यावर एखादीला राजा-राणीचाच संसार हवा असतो. त्याचे आई वडीलही सोबत नको असतात. कुणास ठाउक कसली ही विचित्र मानसिकता!! खूप चिड येते... अशा बुरसटलेल्या विचारात गुरफटल्यामुळे ती काही ठिकाणी मुक्त नाही! पण ती मुक्त व्हावी असे मला वाटते. वृध्दाश्रम कमी होतील.

काही ठिकाणी ती हुशार असते, कर्तुत्ववान असते. नवरयाला मात्र ती फक्त ' हाऊस वाईफ' असावी एवढेच वाटते. तिला नौकरी करु देत नाही, तिचे जीवन त्याच्या विचाराने चालते. त्याला सर्वस्वी बांधून असल्यामुळे ती काही ठिकाणी मुक्त नाही!

अलिकडेच एक उदाहरण पहाण्यात आले. काही ठिकाणी ती स्वता खुप शिकलेली असते, नवरया मुलाकडचे नौकरी करण्याची मोकळीक तिला देतात मात्र लग्नानंतर "नवरयानेच तिला पोसायचेय मग मी नौकरी का करावी "असे मत मांडत खूप संकुचित विचारांनी तिने स्वताला बांधुन घेतलेय त्यामुळे ती काही ठिकाणी मुक्त नाही!

या सगळ्यातूनच तिने मुक्त व्हावं एवढंच वाटतं...

आजच्या काळात भारतात महिला किती सुरक्षित आहेत?

राहत्या घरात कि बाहेर? कारण सुरक्षा हि फक्त घराच्या बाहेर पडल्यावरच लागते असे जरुरीचे नाही. निदान मी तर म्हणेन कि आपल्या देशात महिला बाहेर जेवढ्या सुरक्षित असतात तेवढ्या त्या स्वतःच्या घरातच नसतात.

घराच्या बाहेर होणारे अत्याचार लगेच दिसून येतात. यामध्ये मारझोड, बलात्कार, अम्ल फेकण्याने ज्या दुखापती इजा होतात त्या दिसतात. म्हणून आपल्याला हा अत्याचाराचा माहित असलेला एकच

प्रकार जास्त प्रमाणात आहे असे वाटते.

पण स्वतःच्या राहत्या घरात होणारी मारझोड, मुस्कटदाबी, तिच्या मतांना नसणारे स्थान आणि तिच्या अधिकारांची, इच्छा आकांक्षांची होणारी कुचंबणा याला सुरक्षा कशी देणार?

हे तर जन्माला आल्यावर. Mathrubhumi: A Nation Without Women हा मनीषा झा दिग्दर्शित 2003 साली प्रदर्शित झालेला चित्रपट जरूर बघा. जन्माला आल्यावर जर इतकी भयावह अवस्था आहे कि काय असे आपल्याला वाटत असेल तर एका स्त्रीला तिच्या आईच्या गर्भात सुद्धा सुरक्षितता नसते हे आपल्याला लक्षात येईल वरील चित्रपट बघून.

मग आता सांगा कि नेमकी कोणती सुरक्षा दिल्याने उपयोगी ठरेल? आणि आता त्या किती सुरक्षित असतील असे वाटते तुम्हाला?

महिलांच्या सुरक्षिततेचा मुद्दा खुपच कठीण होत चालला आहे? मुलींनी सुरक्षित राहाव यासाठी काय काळजी घेतली पाहिजे? शस्त्र परवाना मिळवणे मुलींसाठी योग्य उपाय होऊ शकतो का?

मुलीवरील अत्याचाराच्या घटनांमध्ये दिवसेंदिवस वाढ होत आहे. कराटेसारख्या खेळाची कौशल्ये आत्मसात केल्यास त्यांच्यातील आत्मविश्वास वाढून वेळप्रसंगी त्या वाईट प्रसंगांना खंबीरपणे तोंड देऊ शकतील. त्यामुळे ज्यूदो आणि कराटे यांचे प्रशिक्षण घेणे ही आजच्या काळाची गरज आहे. ज्यावेळी बलात्कारासारखे गुन्हे घडतात त्यानंतरच आत्मसंरक्षणाबाबत समाजप्रबोधन करणं सुरू करतात आणि थोड्या दिवसानंतर परत "जैसे थे". असं न होता प्रत्येक शाळा महाविद्यालयात शारीरिक शिक्षणांतर्गत आत्मरक्षणासाठीचे धडे शिकवले गेले पाहिजेत.

अगदी शस्त्र न बाळगता छोटा फोलडेबल चाकू, मिरची पूड तसेच बाजारात पेपर स्प्रे ही उपलब्ध आहेत ते जवळ बाळगता येतील.

•

स्त्री सुरक्षेसाठी आपण कोणते उपाय सुचवाल?

करायचे असेल म्हणजे जर राजकीय इच्छाशक्ती असेल तर काहीही शक्य आहे परंतू राजकीय इच्छाशक्ती मात्र असली पाहिजे जी जनमताच्या रेट्याशिवाय निर्माण होऊ शकणार नाही.

स्त्रीयांना आत्मसंरक्षण करण्याचे शिक्षण देणे वगैरे बहुतांशी पुस्तकी उपाय आहेत. आज भारतातील सर्व मुली / युवती शाळा कॉलेजमध्येही जात नाहीत तेव्हा त्यांना हे शिक्षण कोण आणि असे देणार आहे? इथ खायला पुरेसे अन्न नसलेल्या स्त्रिया काय ज्युडो आणि कराटे शिकायला जाणार आहेत का?

स्त्रियांच्या बाबातीत होणाऱ्या घटनांच्या विषयी चालणाऱ्या खटल्यांसाठी विशेष न्यायालये स्थापन झाली पाहिजेत आणि त्याची कारवाई ही समयबद्ध पद्धतीनेच व्हायला हवी. अशी बंधने न्यायालयावर आणल्याशिवाय न्यायव्यवस्था जागी होणार नाही. स्त्रियांच्या बाबतीत होणाऱ्या गंभीर गुन्ह्यांसाठी rarest of rare वगैरे निकष न लावता विनयभंग, लैंगिक छळ, बलात्कार, खून, बलात्कारासह खून या सर्व गुन्ह्यासाठी केवळ फाशीची शिक्षा हीच एकमेव शिक्षा असावी. सर्वोच्च न्यायालयात प्रकरण गेल्यास निकाल लागल्यावर 24 तासाच्या आत गुन्हेगाराला फाशी देण्यात यावी. अगदी राष्ट्रपतींकडे दयेचा अर्ज करण्याचा अधिकारसुद्धा काढून घेण्यात यावा. कारण राष्ट्रपती काही लवकर निर्णय घेऊ शकत नाहीत आणि कायद्याची जरब बसत नाही.

फक्त थेट गुन्हा करणारी व्यक्ती नव्हे तर तिला प्रत्यक्ष अथवा अप्रत्यक्षपणे मदत करणाऱ्या व्यक्तीलाही अत्यंत कठोर शिक्षा करण्यात यावी. अशा गुन्ह्यांच्या बाबतीत किमान वयाची अट अधिक करावी कारण ज्या मुलाला एखाद्या स्त्रीचा लैंगिक छळ किंवा बलात्कार करण्याची अक्कल असते त्याला केवळ वय कमी असल्याचा फायदा देऊन सवलत देणे / शिक्षा माफ करणे / सुधारगृहात पाठवणे ही त्या गुन्ह्यात बळी ठरलेल्या व्यक्तीची चेष्टा आहे.

अर्थातच कोणताही कायदा केला की त्याचा शस्त्र म्हणून गैरवापर करणाऱ्या व्यक्तीही उदयास येणारच. तेव्हा जर एखाद्या स्त्रीने अशा कायदेशीर तरतुदींचा गैरवापर केल्यास तिलाही अत्यंत कठोर शिक्षा

देण्यात यावी.

या बाबत भारतातील एक जेष्ठ राजकारणी माजी मुख्यमंत्री मुलायमसिंह यादव यांचे वक्तव्य लक्षात घेण्यासारखे आहे, 'बच्चे है, गलती हो जाती है. अब बच्चे गलती करते है तो उनको मरवा दोगे का?' असले सडलेली मनस्थिती दर्शक विचार करणाऱ्या लोकांनाही सामाजिक वातावरण बिघडवण्याच्या गुन्ह्याखाली अत्यंत कठोर शासन करायला हवे.

हे करायला हवे आणि ते करायला हवे परंतू काहीही होणार नाही कारण आपल्याकडे लोकशाही आहे आणि बहुसंख्य भारतीय लोकशाहीत जीवन जगण्याच्या लायकीचे नाहीत असे माझे प्रामाणिक मत आहे.

भारतीय राज्यघटनेत महिलांसाठीच्या विशेष तरतुदी कोणकोणत्या आहेत?

1. कायदेमंडळ, कार्यकारी व्यवस्था आणि न्यायव्यवस्था या एकमेकांना पूरक अशा व्यवस्था आहेत ज्या एकमेकांच्या हातात हात घालून मार्गक्रमण करीत असतात.

2. भारतात घटनेने सामान्य माणसाला अनेक अधिकार दिलेले आहेत तसेच त्याबरोबर काही कर्तव्य सुद्धा दिलेली आहेत.

3. राज्यघटनेच्या कलम २१ नुसार भारतात प्रत्येक व्यक्तीला सन्माननीय जीवन जगण्याचा अधिकार आहे. यात राज्यघटनेनुसार एखाद्या असहाय, पिडीत तसेच सन्मानित जीवनाचा अभाव असलेल्या कोणत्याही स्त्रीस घटस्फोट मागण्याचा अधिकार आहे.

4. राज्यघटनेच्या कलम ५१ अ अनुसार काही मुलभूत कर्तव्य सुद्धा प्रत्येक भारतीय व्यक्तीने पाळावीत असे निर्देश आहेत यात समाजात प्रेम, समता, बंधुभावाचा प्रसार सुद्धा अभिप्रेत आहे आणि यात प्रत्येक स्त्रीचा मान सुद्धा अपेक्षित आहे.

5. राज्यघटनेच्या कलम १४ अनुसार कायद्यासमोर सर्व समान आणि कायद्याचे सर्व भारतीयांना समान संरक्षण ह्या तरतुदी आहेत.

6. राज्यघटनेच्या कलम १५(१) आणि १६(२) अनुसार जात, लिंग, वय, वंश, धर्म, जन्माचे ठिकाण यावरून भेदभाव करण्यास मज्जाव

आहे. यात महिला आणि पुरुष यात लिंगभेदावरून कोणत्याही प्रकारचा भेदभाव होणार नाही असे अपेक्षीत आहे. वरील कलमानुसार स्त्री-पुरुषात कोणत्याही परिस्थितीत नोकरीत अथवा पगारात सुद्धा भेदभाव नसावे असा कायदा आहे.

7. राज्यघटनेच्या कलम १५ (३ आणि ४), कलम १६ (३ आणि ४) नुसार राज्यघटनेने राज्यांना महिला, बालके, अनुसूचित जाती, जमाती यांच्यासाठी विशेष कायदे करण्याचे अधिकार दिलेले आहेत.

महिलांशी संबंधित 10 कायदे खालीलप्रमाणे आहेत.

1. बालविवाह प्रतिबंधक कायदा, 2006
2. विशेष विवाह कायदा, 1954
3. हुंडा निषिद्ध कायदा, 1961
4. भारतीय घटस्फोट कायदा, 1969
5. मातृत्व लाभ कायदा, 1861
6. गर्भधारणा अधिनियम चे वैद्यकीय समाप्ती, 1971
7. कार्यस्थळावरील महिलांचा लैंगिक छळ (प्रतिबंध, प्रतिबंध व निवारण) कायदा, 2013
8. महिलांचे असंतुष्ट प्रतिनिधित्व (प्रतिबंध) कायदा, 1986
9. राष्ट्रीय महिला आयोग, 1990
10. समान मोबदला कायदा, 1976

26

सर्वगुणसंपन्न स्त्री

स्त्री हि पुरूषापेक्षा अनेक पटीने ताकदवान, शुर व कडवा प्रतिकार करणारी असते. तसेच ती हुशार व बुद्धिमान सुद्धा असते. ज्या कठीण परिस्थितीत पुरूषाला काय करावे काहीच समजत नाही, तेथे स्त्री सहजपणे सामोरी जाते.

तसेच जे दुःख, वेदना, शारीरिक व मानसिक त्रास पुरूषाला सहन करता येत नाहीत, ते दुःख, वेदना, शारीरिक व मानसिक त्रास कोणतीही स्त्री सहजपणे सहन करत जगते. एक गोष्ट सांगतो. हि गोष्ट डॉक्टर सर्वपल्ली राधाकृष्णन यांनी लिहिलेली आहे. वाचुन विचार करा.

एका श्रीमंत माणसाचे लग्न एका बुद्धिमान मुलीसोबत होते. त्याची पत्नी येवढी हुशार व बुद्धिमान असते की, तिचा श्रीमंत नवरा एखाद्या विषयावर तर्क किंवा वादविवाद करताना दरवेळेस तीच्यापुढे हरत असतो. ती असे काही वागते की, तीच्या पतीला काहीच न बोलता गप्प बसावे लागते. तीच्या श्रीमंत पतीला तो अपमान वाटतो. एक दिवस तीला मी माझ्यासमोर हार मानायला लावेनच. असा विचार करून तो तीची एक कठीण परिक्षा घेतो.

तीचा पती तीला म्हणतो की, "तु स्वतःला खूप हुशार व बुद्धिमान समजतेस ना? तर आता मी तुझी परिक्षा घेणार आहे. मी दोन वर्षासाठी लांबच्या गावाला जाऊन तेथेच रहाणार आहे. दोन वर्षामध्ये मी परत येणार नाही. या दोन वर्षात तु एकटीने एक महाल बांधुन दाखवायचा.

व्यवसायधंद्‌यात नफा कमवुन दाखवायचा आणी तिसरी अट म्हणजे, बाळाला जन्म देऊन दाखवायचा." असे म्हणून तीचा पती निघून गेला. इकडे त्याच्या हुशार व बुद्‌धिमान पत्नीने आपल्या हाताखालील सर्व कामगार व नोकरांसोबत गोड बोलून त्यांचे कौतुक करून त्यांना दररोज जास्तीत जास्त कष्ट करायला प्रोत्साहन दिले. तसेच जे जास्तीत जास्त चांगले काम करतील त्यांचा पगार पण वाढवला. यामुळेच सर्व कामगार व नोकर इमानदारीने जास्त कष्ट करू लागले. खुश होऊन मन लावुन दररोज काम करू लागले.

यामुळेच व्यवसाय वाढला. सहाजिकच फायदा पण वाढला. यातुनच तीने एक महाल बांधला. नंतर तीने दहा गायी विकत घेतल्या. गायींच्या दुधापासून दही व तुप तयार केले. नंतर आपल्या नोकरांकरवी आपला पती कोठे आहे याचा शोध लावला.

नंतर डोक्यावर घुंघट ओढून आपला चेहरा दिसणार नाही अशा वेशात ती आपला पती जेथे गेला होता तिथे गेली. तेथे जाऊन आपल्या पतीला गोड बोलून प्रेमाच्या जाळ्यात अडकवले. तीन चार वेळेस पतीकडे जाऊन त्यालाच दही व तुप विकुन प्रेमाच्या जाळ्यात अडकल्यावर तिचा पती तिच्यासोबत शरीर संबंध करण्यास उतावीळ झाला असताना तीने त्याला एक अट घातली की,

मी पण तुमच्यावर प्रेम करते. मला पण तुम्ही खूप आवडता. पण मला खुप लाज वाटते तसेच आमच्या जातीमध्ये स्त्री हि कोणालाही आपला चेहरा दाखवत नाही. तेव्हा जेव्हा आपण दोघे शरीर संबंध करू तेव्हा तेथे अंधार असावा आणी कोणत्याच परिस्थितीत तुम्ही माझा चेहरा पहायचा नाही. या अटी मान्य असतील तरच मी तुमच्या सोबत शरीर संबंध करेन. तसेच दरवेळेस तुम्ही मला भेट म्हणून एक सोन्याची अंगठी दिली पाहिजे.

नाईलाजास्तव तीच्या पतीने तीच्या अटी मान्य केल्या. कारण तीचे कमणीय शरीर पाहून तो उपभोगाच्या इच्छेने उताविल झाला होता.

अशा प्रकारे तीन चार वेळेस पतीसोबत शरीर संबंध निर्माण झाल्यानंतर ती गरोदर राहिली. आणी एका मुलाची आई पण झाली. दोन वर्षानंतर तीचा पती घरी परत आला. नवीन बांधलेला महाल आणी

श्रीमंती पाहुन तो खुश झाला. पण जेव्हा त्याने आपल्या पत्नीसोबत लहान बाळ पाहिले तेव्हा मात्र तो खुप रागावला. आणी त्याने पत्नीला विचारले की, हा कोणाचा मुलगा आहे? याचा बाप कोण आहे?

पत्नीने त्याला सांगीतले की, हा आपल्याच दोघांचा मुलगा आहे. आणी या मुलाचे वडील तुम्हीच आहात.

तीच्या पतीने हे खोटे आहे असे म्हणत तीच्यावर पापी, व्यभिचारी असे आरोप केले. तो काहीच ऐकायला तयार नाही म्हटल्यावर त्याच्या पत्नीने शांतपणे त्याने भेट म्हणून दिलेल्या अंगठ्या त्याच्या समोर ठेवल्या आणी त्याला विचारले की,

एका दुध विकणाऱ्या गवळणीसोबत तुम्ही शरीर संबंध करून तीला या सोन्याच्या अंगठ्या भेट म्हणून दिल्या होत्या. ती गवळण मीच होते. माझ्या जागी दुध विकणारी गवळण दुसरी स्त्री असती तर?

माझ्या सारखी पत्नी असतानाही मला दुसरी स्त्री समजुन माझ्या शरीराचा उपभोग तुम्ही घेतलात. तरीदेखील तुम्ही पापी, व्यभिचारी आहेत असे तुम्हाला वाटत नाही. तर मग समजा तुम्ही दोन वर्षासाठी बाहेरगावी गेल्यावर मी दुसरया पुरूषासोबत शरीर संबंध केले असते तर मी मात्र पापी व व्यभिचारी झाली असते.

स्त्री व पुरुषामध्ये असा फरक का? स्त्रीसाठी समाजाने वेगळा नियम आणी पुरूषासाठी वेगळा नियम समाजाने का केलेला आहे?

जी गोष्ट केल्यानंतर स्त्री पापी व व्यभिचारी समजली जाते, तीच गोष्ट केल्यानंतर पुरूषाला पापी व व्यभिचारी का समजले जात नाही? हे ऐकून तीचा पती निरुत्तर झाला. कारण त्याच्या पत्नीने अतिशय हुशारीने व बुद्धीमत्तेने वागुन त्याला जे प्रश्न विचारले होते, त्या प्रश्नांचे उत्तर त्याच्याकडेच नाही तर जगातील कोणत्याच पुरूषाकडे नव्हते.

सर्वगुणसंपन्न वगैरे हे काल्पनीक शब्द आहेत हो !!

मुलीलाच शिकवाव्या असं नाही सांगणार. पण प्रत्येक लहान मुलामुलींना या गोष्टी शिकवल्या तर त्यांच्या स्वतःच्या शरीरासाठी,जिवनासाठी ,आत्मनिर्भर बनण्यासाठी उपयुक्त ठरतीलच व त्यांच्या वागण्याचा दुसऱ्यांना त्रास होणार नाही.

1. पहिली उठल्या बरोबरची गोष्ट म्हणजे आपलं अंथरुण आवरुन ठेवणे व झोपलेली जागा साफ करणे . जितक्या कमी वयात हि सवय लागेल तितकं उत्तम .

जास्त पाणी पिण्याची सवय लावावी ज्याचे फायदे असंख्य आहेत . शरीरासाठी काय खाणं हितकारक आहे ते शिकवावं. म्हणजे मोठे झाल्यावर त्यांच्या शरीराचा बर्गर नाही बनणार (पण आजकाल बाहेरचं खाण्याची सवय घरचेच लावतात रोज जेवनात पाव देऊन).

2. जेवन झाल्यावर स्वतःचं ताट उचलायची ,स्वच्छ करायची जबाबदारी द्यावी.

अंघोळ झाल्यावर स्वतःचे कपडे भिजवुन ठेवण्याची सवय तर प्रत्येकाला असावीच. तेही व्यवस्थित गरम पाण्यात किंवा बाकी कपड्यांनुसार हे शिकवणं गरजेप्रमाणे.(कमीत कमी आठवड्यातुन एक दिवस हे करायलाच हवं)

3. अंघोळ स्वच्छ कशी करायची हे लहानपणीपासुनच शिकवावं म्हणजे नतंर नखांच्या बाजुला काळं दिसतय म्हणुन मॅनिक्युअर,पेडिक्युअर करावं लागणार नाही . आणि अंघोळ झाल्यावर प्रत्येकाने व्यवस्थित खराट्याने पाणी ढकलुन ,बाथरुम स्वच्छच करावं असा नियमंच ठेवावा . (कुणालाच आवडत नसते अस्वच्छ ठिकाणी जायला किंवा दुसर्याने केलेली घाण रोजंच साफ करायला)

लहान असल्यापासुनच स्वयंपाकघरातील छोट्ट्यामोठ्या गोष्टित मदत करायला लावावी .लेकरांनी लेडिज फिंगर म्हणण्याआधी भेंडी म्हणायला शिकावं. अचानकच १८ वर्षांची मुलगी झाल्यावर अपेक्षा करु नये की तीने पाक कलेत रस घ्यावा .

4. भांडी रॉकला घालणे, भाजी निवडणे,लसुण सोलुन देणे असे छोटेछोटे काम तरी लावावे.

प्रत्येक साधं काम देखिल लक्ष देऊनच व स्वच्छच झालं पाहिजे असा आग्रहच करावा (सुरुवातीला चुकलं तर ठीक पण नेहमीच कामातला गबाळेपणा भागवुन नाही घ्यायचा) . असेलतर हरीणाची गती नाहीतर एकदम कासवंच असं नाही व्हावं (एकाच जागी बसुन लोळत राहणारा मानवी पान्डा बनवु नका ,जरा कष्ट द्या त्यांना ,कामात चुनचुनीत

असावं .कशातच अडुन राहु नये असं बनवा)

5. बहीनीने भावाची बरोबरी नाही करायची आणि उलट देखिल करायचं नाही हे सांगुन ठेवायचं . मुलीचं मुलगीपण जपावं .गरजेच्या ठिकाणीच हक्क मागायला शिकवावे . स्वतःच्या स्त्री असण्याचा किंवा पुरुष असण्याचा गैरफायदा घ्यायचाच नाही हि ताकीद द्यायची व त्याप्रमाणे वागणुक द्यावी. (अधिकार गाजवण्याचा हक्क ,कुणालाही ओरडायचा ,हात उचलण्याचा हक्क नसतो)

लेकरांना ईतकंही जास्त कौतुक करत कुरवाळायचं नाही की ते गर्वीष्ठ बनुन फक्त स्वतःलाच भारी म्हणेल . आजकाल लेकराने कही उलटं बोललं तरी आईवडील कौतुक करतात ,अहो!! बघा कसं पटपट उलटं बोलायला शिकलयं आमचं सोनु .. हेच उलटं बोलणारं सोनु नंतर तुम्हालाच तुमच्या घरातुन बाहेर काढु शकेल हे आठवणीत ठेवुन लाड पुरवा.

6. मोबाईलचा पॅटर्न उघडुन दाखवला तरी तासभर कौतुक करतात जसं काही सोनुने रॉकेटच लॉन्च केलय अरे!! कुठे नेऊन ठेवलाय महाराष्ट्र माझा..

स्वतःच्या वागण्याची जबाबदारी घ्यायाला शिकवा . तीच्यामुळे/ त्याच्यामुळे हे असं घडलं असलं वाक्य आलेच नाही .गरजेच्या ठिकाणी माफी ,आभार मागता येणारे देखिल आजकाल क्वचीतच आहे.

7. चुकांवर पांघरुन नका घालु (या गोष्टी आई मायेपोटी करते),त्या चुकीला बरोबर कसं करतात हे समजवा..

प्रत्येक हट्ट जो पुरवतो ,तोच आदर्श पालक अशी व्याख्या डोक्यात ठेवु नका . कुठलीच गोष्ट सहज मिळत नसते हि जाणिव नेहमी करून देत राहा . त्यांना वस्तुंची,पैशांची ,व्यक्तींची किंमत कळेल.

8. तुम्ही त्यांच्यासाठी कष्ट घेत आहात हे कळु द्या ,तुमचं त्यांच्यावर किती प्रेम आहे याची माहिती असणं देखिल गरजेचं आहे . बोलुन दाखवलं तरी हरकत नाही . स्वतःच्या काम करण्याच्या ठिकाणी नेऊन तुम्ही काय कष्ट घेता हे डोळ्याने पाहिलं की आपोआप समजुतदारपणा रूजेल.

तुम्ही लोकांना जशी वागणुक देता जसं वागता तसेच तुमची मुलं वागणार आहेत लक्षात घ्या .म्हणुन तुमच्या वागण्यातुन स्वार्थीपणा ,खोटेपणा ,व्यसन अशा वाईट गोष्टी वडिलोपार्जीत संपत्ती म्हणुन नकळतपणे देऊ करू नका .

9. माणुसघाणी न बनवता लोकांमधे राहायला शिकवा . (हे येत नसलेले लेकरं पुन्हा हॉस्टेलवर जाऊन एकटे पडतात कारण त्यांना माणसांची सवय नसते). हातांचा वापर जितका काही घेण्यासाठी करतो त्याच्या अर्धातरी देण्यासाठी करायला शिकवा .

आनंद साजरा करायला नाहि शिकवलंत तरी हरकत नाही. पण दुःखाला सामोरे कसं जावं ,स्वतःला कसं सांभाळावं हे कौशल्य जमलंच पाहिजे .

10. प्रत्येक गोष्ट/व्यक्ती आवडली म्हणजे मिळतेच /मिळवावीच असले धडे न दिलेले बरे .जिवन खुप सोप्प आहे ,नेहमीच सुख,यश मिळतं असं बिंबवु नका . या प्रत्येक गोष्टी मिळवायला कष्ट घ्यावे लागतात समजवा. स्वतःच्या मनात विचार करुन कुजत न राहता स्वतःचं मन मोकळं करायला शिकवा . भविष्यात नैराश्यात जाण्यापासुन वाचवा.(आजच्या जगातला सर्वात मोठा आजार)

आधी स्वतःवर प्रेम करायला शिकवा. स्वतःला काय आवडतं,कशात कमी ,कशात उत्कृष्ट आहोत हे समजु द्या . हे तेव्हा जमेल जेव्हा ते नविन गोष्टी करतील त्यात चुकतील ,नविन लोकांना भेटतील . या नंतरच त्यांना दुसऱ्यांवर प्रेम करता येईल .एकटं राहु द्या ,पडु द्या ,स्वतःच स्वतःला कसं उचलायचं हे शिकु द्या . सर्वच ठिकाणी हातभार लावायला जावंच असं नाही. कधीकधी काहीच न करनं देखिल खुप काही करण्यासारखं असतं..

11. दिलेल्या पैशांचा हिशोब लिहुन ठेवायची सवय लावा. कशावर किती पैसा घालावा हे शिकणं काळाची गरज झाली आहे . काही लोकांना पैसा कमवता येतो पण त्याचा योग्य वापर करता येत नाही . म्हणुन पैशांची मॅनेजमेंट शिकवणं भविष्यासाठी उपयुक्त राहिल (हे मुलींना देखिल शिकवावं . म्हणजे, त्या घरात कपडे व चप्पलचं दुकान तयार करणार नाहीत)

प्रत्येक काम शिकवा जे भविष्यासाठी कामी येईल ,कामासोबतच स्वतःची आवड जपायला लावा .कुठेच अडणार नाही कुणामुळे अशा गोष्टि शिकवा त्यासोबतच मन शांत कसं ठेवतात ही कलादेखिल आत्मसात करुन द्या.

12. स्वतःच्या शरीराची माहीती द्या ते जपायला शिकवा ते ज्ञान देताना संकोच करू नका ,नाहितर मनानेच चुकिचे अर्थ घेऊन घोडचुका घडतील व तेव्हा ते त्या चुका सांगायला संकोच करतील..[हि माहिती शाळेत देतीलच असं म्हणुन शिक्षकांवर तर विसंबुन राहुच नये]

जमतील तितक्या चुका करु द्या .त्यावर गरजेपुरतं रागवा नाहितर नंतर भितीपोटी काही चुक घडलं तरी सांगणार ते नाहीत. मुलांना किती रागवावं आणि नंतर मायेने कसं बोलावं, समजुन सांगावं ,हेच तर पालकांच कौशल्य आहे. रागवणे व प्रेम देणे यातला समतोल जमणं महत्वाचं आहे .

13. दुसर्यांच्या लेकरांशी बरोबरी न करता स्वतःच्या लेकरातील चांगल्या गुणांना शोधुन वाव द्या .याच्यासारखं बन,तु त्याच्यासारखा का नाहीस ,आमच्या काळात आम्ही असे नव्हतो असे भाषणं नेहमीच देऊन त्या व्यक्तीचा स्वतःवर असणारा आत्मविश्वास घालवु नका. स्वतःचे निर्णय घेऊ द्या .प्रत्येक गोष्टीत तुमच्यावर अवलंबुन नका ठेऊ.

थोडक्यात, सर्व गोष्टिंच संतुलन ठेवा,सर्व गोष्टी शिकवा गरजेच्याठिकाणी बंधनं टाका ,स्वावलंबी बनवा , सोनु, छकुली, ताई, भैय्या म्हणुन म्हणुन लाडावु नका कारण त्याचा परीणाम बाकी लोकांना सहन(भोगावा) लागतो.

14. शेवटची पण महत्वाची गोष्ट -स्वतःच्या शरीराबाबतीत असुरक्षीत बनु देऊ नका . ऊंच ,काळा ,गोरा जसेपण असणार त्यात त्यांचा आत्मविश्वास असावा ,स्वतःबाबतीत आनंदिच असावं .स्वतःला सिद्ध करण्यासाठी सुंदर पेक्षा निरोगी शरीराची गरज असते हे रुजवा. आणि शेवटी स्वतःची जडणघडण स्वतःच करावी लागते .आईवडील तरी किती आणि कायकाय शिकवतील..

27

स्त्रियांचे सक्षमीकरणाची गरज आणि वास्तव

जगातील जवळपास सर्वच समाजात स्त्रियांचा दर्जा पुरुषांच्या बरोबरीने नाही . सध्याच्या सामाजिक रचनेत पुरुषांकडे अधिक अधिकार , संसाधने आणि निर्णय घेण्याची शक्ती आहे . महिलांना पारंपारिक भूमिका सोपवण्यात आल्या आहेत . खेड्यापाड्यातील महिलांचे काम मुख्यतः बियाणे शिंपडणे , वृक्षारोपण , खत पाणी घालणे , पिकांची कापणी करणे आणि घरी आणणे हे आहे , तरीही महिलांना कोणत्याही श्रेणीत ठेवले गेले नाही . महिलांना समान कामासाठी पुरुषांपेक्षा कमी आणि कमी वेतन दिले जाते . जवळपास सर्वच क्षेत्रात महिलांशी भेदभाव केला जातो . असे का ? अमेरिकेसारख्या प्रगत देशातही अद्याप एकही महिला राष्ट्राध्यक्ष बनलेली नाही . भारतातील महिलांची स्थितीः महिला सक्षमीकरण , महिलांच्या संदर्भात , भारतीय समाजात महिलांना मानाचे स्थान मिळत आले आहे , अशा विषयाच्या आधारे विविध कालखंडातील महिलांच्या स्थितीचे वर्णन मांडणे आवश्यक आहे हे शक्तीचे मूर्त स्वरूप मानले जाते . येथे लक्ष्मी सरस्वती दुर्गेची पूजा

केली जाते , वैदिक आणि ऋग्वेदिक काळात स्त्रियांची स्थिती खूप प्रगत होती . कालांतराने , त्यांचे अधिकार पुरुषांनी हिरावून घेतले आणि त्यांची स्थिती घसरली . 19 व्या शतकात त्यांची स्थिती सुधारण्यासाठी व्यापक प्रयत्न करण्यात आले .

या प्रयत्नांमध्ये वेगवेगळ्या कालखंडातील महिलांच्या स्थितीत फरक दिसून आला . महिला सक्षमीकरणाची व्याख्याः सशक्तीकरण ही एक व्यापक संज्ञा आहे , ज्यामध्ये नैसर्गिकरित्या अधिकार आणि अधिकारांचा समावेश होतो , ही अशी मानसिक स्थिती आहे , जी काही आंतरिक कौशल्ये आणि शैक्षणिक , सामाजिक , आर्थिक , राजकीय इत्यादींवर अवलंबून असते . त्यासाठी आवश्यक कायदे , संरक्षणात्मक तरतुदी आणि त्यांच्या योग्य अंमलबजावणीसाठी समाजात सक्षम प्रशासकीय यंत्रणा असावी लागते . अशाप्रकारे , महिला सक्षमीकरण म्हणजे अशा सामाजिक प्रक्रियेचा संदर्भ आहे , अन्न , पाणी , गृहशिक्षण , आरोग्य अशा अनेक संधींसाठी नवीन पर्याय महिलांसाठी खुले केले जातात . सुविधा , पशुसंवर्धन , नैसर्गिक संसाधने , बँकिंग सुविधा , कायदेशीर हक्क आणि पुतळ्यांच्या विकासासाठी पुरेशा सर्जनशील संधी मिळवा . महिला सक्षमीकरणाची गरज : कोणत्याही समाजाच्या विकासात दोन्ही पक्षांची भूमिका आवश्यक असते , म्हणजेच स्त्री - पुरुष दोघांचाही सहभाग आवश्यक असतो , तरच कोणत्याही समाजात समृद्धी , समरसता आणि समृद्धीची बीजे पेरता येतील . , नाहीतर विषम परिस्थितीत दोघेही एकच आहेत . दुसरे काम करू शकणार नाहीत , आज महिला कोणत्याही अर्थाने पुरुषांपेक्षा कमी नाहीत . ते कोणत्याही क्षेत्रात मागे नाहीत , फक्त चिंतेची बाब म्हणजे सर्व क्षेत्रांमध्ये त्यांच्या सहभागाची टक्केवारी खूपच कमी आहे , तर लोकसंख्येमध्ये त्यांचा सहभाग सुमारे 50 टक्के आहे.

आज महिलांचे विविध क्षेत्रांतील योगदान पाहिले , तर पुरुषांपेक्षा महिला अधिक सार्थ ठरत असल्याचे दिसून येते . शेवटी , यानंतरही मुलगा आणि मुलगी यांच्यात एवढी विषमता का ? आपण विचार केला पाहिजे की आई मुलीच्या जन्माचा शोक का करते आणि मुलाच्या जन्माचा आनंद का करते , मिठाई का वाटते . महिलांमध्ये इतका

फरक का ? याला आपला समाज जबाबदार आहे हे वेगळे सांगायला नको . त्यामुळे आज महिला सक्षमीकरणाचा प्रश्न समाजाला विचार करायला भाग पाडत आहे . ज्याचे कारण खरे तर समाजाला महिला सक्षमीकरणाच्या मुद्द्यावर विचार करण्यास भाग पाडणारे आहे . प्रत्यक्षात महिला आपल्या कलागुणांना पृथ्वीपासून आभाळात ओवाळत आहेत . साहित्यविश्वापासून ते उद्योग , कारखाने , वैद्यक , तंत्रज्ञान , अवकाश , चित्रपट जगत , राजकारण , क्रीडा आदी क्षेत्रांत त्यांचे कौतुकास्पद योगदान आहे . महिला सशक्तीकरण आणि वर्तमान भारतः भारतीय सामाजिक रचना समाजातील स्त्री - पुरुषांच्या वेगवेगळ्या भूमिका ठरवते . जगातील जवळपास सर्वच समाजात स्त्रियांचा दर्जा पुरुषांच्या बरोबरीने नाही . सध्याची सामाजिक रचना पुरुषांना अधिक अधिकार , संसाधने आणि निर्णय घेण्याची शक्ती देते . महिलांना पारंपारिक भूमिका सोपवण्यात आल्या आहेत - आई , पत्नी विरुद्ध गृहिणी , स्वयंपाकी आणि मुलांची काळजी . समान शैक्षणिक पात्रता आणि समान स्थान असतानाही लग्नाच्या वेळी दिलेला हुंडा यातूनच महिलांचे समाजातील स्थान स्पष्टएवढ्या अडथळ्यांना न जुमानता महिला सर्वच क्षेत्रात आपला झेंडा फडकावत आहेत , तेव्हाच पुरुष महिलांना पुढे येण्याची संधी देत आहेत-

तेव्हाच कुणीतरी खूप काही बोलून दाखवले..

"तुला घरासारखं वाटतंय
नाहीतर भितीदायक आहे
तुझ्या कपाळावर खूप छान वाटतंय.."

जर तुम्ही हे वर्तुळ पॅराचम बनवू शकला असता . समाजातील एवढ्या मोठ्या वर्गाकडे दुर्लक्ष करून भारताची प्रगती होऊ शकत नाही . खांद्याला खांदा लावून चालावे लागते . आपल्या विचारांमध्ये बदल घडवून आणावा लागेल , तरच महिलांना आई , पत्नी , बहीण आणि मुलीचा दर्जा देण्याचा त्यांचा विश्वास आपण सर्वांनी जिंकू शकू . अन्यथा विषयाची चर्चा निरर्थक ठरेल . आईने विचार केला पाहिजे की

मुलगा आणि मुलगी यात फरक नाही , सर्व समान आहेत , आपण आपली विचारसरणी बदलली पाहिजे . सरकारी आकडेवारी दर 10 वर्षांनी होणाऱ्या जनगणनेच्या आकडेवारीचा आधार घेतला , तर 2001 च्या जनगणनेत दर हजार पुरुषांमागे लिंग गुणोत्तर 933 होते जे 2011 च्या जनगणनेत 943 पर्यंत वाढले . 0-6 , म्हणजेच बाल लिंग गुणोत्तर 2001 च्या जनगणनेपासून 914 होते , जे 2011 च्या जनगणनेमध्ये 927 पर्यंत वाढले . आकडेवारीतील हा बदल म्हणजे महिलांचा साक्षरता दर 53.67 होता . 2011 मध्ये ते 64.6 टक्क्यांपर्यंत वाढले आहे . मात्र तरीही महिलांना हुंडा , गर्भपात आणि लैंगिक छळाच्या आगीत होरपळावे लागत आहे . शेवटी , माणूस स्वत : ला सर्वोच्च असल्याचे का दाखवतो ? आजकाल तरुणांमध्ये असा ट्रेंड वाढला आहे की नोकरी केल्यानंतर ते आत्महत्या करतील पण मुलींचे पालक त्यांना असा विचार करू देत नाहीत , मुलींना त्यांच्या आयुष्याचा निर्णय घेण्याचा अधिकार दिला जात नाही . अशा भेदभावपूर्ण वागणुकीचा पाया रचण्यात वडिलांसोबतच आईचाही सहभाग असतो . ही विडंबना समाज कुठपर्यंत सहन करणार ? एक दिवस या अंधाऱ्या विचारसरणीला नक्कीच उजेडाला सामोरे जावे लागेल आणि त्या दिवशी समाज प्रगतीच्या मार्गावर चालेल . महिला सक्षमीकरणात सरकारची भूमिकाः इतके शोषण आणि अत्याचार असूनही महिलांनी प्रत्येक क्षेत्रात आपला सहभाग सुनिश्चित केला आहे . भारतीय राज्यघटनेचे कलम 14 महिला आणि पुरुषांना राजकीय , आर्थिक आणि सामाजिक क्षेत्रात समान अधिकार आणि संधी प्रदान करते . कलम १५ महिलांना समानतेचा अधिकार प्रदान करते . कलम १६ सर्व नागरिकांना समान रोजगार संधी देते . कलम 39 देखील रोजगाराच्या समान कामासाठी सुरक्षा आणि समान वेतन घोषित करते .

2001 हे वर्ष महिला सक्षमीकरण वर्ष म्हणून घोषित करून महिला सक्षमीकरणाचे धोरण तयार करण्यात आले आहे. तरीही , पाहिल्यास , केंद्र राज्य सरकारच्या वतीने महिला विकास कार्यक्रम राबवत आहे , ज्यामध्ये त्यांच्या कल्याणासाठी तरतूद करण्यात आली आहे . यासाठी सरकार महिलांच्या कल्याणासाठी करत असलेल्या प्रयत्नांमध्ये बेटी

बचाओ बेटी पढाओ योजनेचा समावेश आहे . कामधेनू योजना , किशोरी बालिका योजना , स्वस्थ स्त्री योजना , सॅनिटरी मार्ट योजना , अपनी बेटी , अपना धन योजना , पंचधारा योजना , इत्यादी योजना राज्य आणि केंद्र सरकार राबवत आहेत . 2001 हे वर्ष महिला सक्षमीकरण वर्ष म्हणून साजरे करण्याच्या भारत सरकारच्या निर्णयामुळे , या वर्षी , देशात महिलांना अधिक सामाजिक , आर्थिक , राजकीयदृष्ट्या सक्षम करण्यासाठी प्रयत्न केले जात आहेत , या कल्याणकारी योजनांमुळे महिलांवर अत्याचार आणि हिंसाचार वाढत आहे . च्या घटना कमी करण्यास मदत करेल सामाजिक , आर्थिक आणि घटनात्मक सशक्तीकरणासोबतच राजकीय सक्षमीकरणासाठी महिला आरक्षण विधेयक मंजूर करण्याचा प्रयत्न करण्यात आला आहे जेणेकरून राजकीय क्षेत्रात महिलांचा सहभाग सुनिश्चित करता येईल . उपसंहार : केंद्र सरकारने सन 1998 आणि 1999 मध्ये संसद आणि विधिमंडळात महिलांसाठी एकतृतीयांश जागा राखीव ठेवण्यासाठी प्रस्तावित विधेयक मंजूर करण्यासाठी सर्व राजकीय पक्षांमध्ये एकमत निर्माण करण्याचा प्रयत्न केला आणि ते पारित करण्यासाठी सर्वतोपरी प्रयत्न केले गेले .. सर्व अडथळे येऊनहीहे विधेयक मंजूर होऊ शकले नसले तरी पंचायती राज व्यवस्थेच्या माध्यमातून महिला या ना त्या मार्गाने आपली भूमिका अधोरेखित करत आहेत . देशातील राजकीय , आर्थिक आणि सामाजिक विकासात महिलांना समान सहभागासाठी संधी देण्यासाठी विशेष प्रयत्न करणे आवश्यक आहे . अशा प्रकारे , पुढील चरणे घेणे आवश्यक आहे : देशात महिलांसाठी असे वातावरण निर्माण करणे जेणेकरुन त्यांना आर्थिक आणि सामाजिक धोरणे बनवताना वाटेल . महिलांना मानवी हक्कांचा वापर करण्यास सक्षम करण्यासाठी . देशातील महिलांचा शिक्षण , आरोग्य , रोजगार आणि सामाजिक सुरक्षितता यामध्ये सहभाग सुनिश्चित करणे ; महिलांवरील कोणताही भेदभाव दूर करण्यासाठी योग्य कायदेशीर व्यवस्था 3 , सामुदायिक प्रक्रिया विकसित करणे ; समाजात पुरुषांच्या समान सहभागास प्रोत्साहन देणे , कोणत्याही प्रकारच्या गुन्ह्याच्या स्वरुपातील असमानता दूर करणे . स्त्रिया आणि स्त्रिया आणि मुलींच्या विरोधात ,

इ . शेवटी एवढेच म्हणावे लागेल -

> " तू कोमल आहेस ,
> कमकुवत नाहीस ,
> तू शक्ती स्त्रीचे नाव आहेस .
> जगाला जीवन देणारा मृत्यूही तुमच्या हातून हरवला
> आहे . "

पौगंडावस्था (10-19 वर्षे) हा वाढ आणि विकासाचा एक महत्त्वाचा टप्पा आहे . हा बालपणापासून पौगंडावस्थेतील संक्रमणाचा काळ आहे आणि या अवस्थेत शारीरिक आणि मानसिक बदल खूप वेगाने होतात . या टप्प्यावर , किशोरवयीन मुले लैंगिक , मानसिक आणि व्यावहारिकदृष्ट्या परिपक्व होऊ लागतात . किशोरवयीन मुलींच्या समस्या वेगवेगळ्या प्रकारच्या असतात आणि त्यांच्यासाठी धोकादायक परिस्थिती देखील भिन्न असते . उदाहरणार्थ , ते विवाहित आणि अविवाहित असू शकतात , शाळेत जातात किंवा नसतात , ग्रामीण आणि शहरी भागात राहतात आणि त्यांच्या लैंगिक ज्ञानातही फरक असू शकतो . प्रत्येक गटाच्या समस्या एकमेकांपासून भिन्न असू शकतात आणि त्यांना समाजाचा एक विशेष घटक मानून त्यांना महत्त्व दिले पाहिजे . पौगंडावस्थेतील हार्मोन्सच्या बदलांमुळे यौवनाची सुरुवात होते , शारीरिक वाढ जलद होते आणि दुय्यम लैंगिक लक्षणे दिसतात . यासोबतच स्वत : ची ओळख , संयमांची नापसंती , लैंगिक इच्छा आणि विरुद्ध लिंगाबद्दल आकर्षण वाटणे यासारखे मानसिक आणि भावनिक बदल होतात . या अवस्थेत कुटुंबाव्यतिरिक्त ते बाहेरील लोकांच्या संपर्कात येऊ लागतात . किशोरवयीन मुलींना त्यांच्या समस्या , समस्या आणि गरजा त्यांच्यापेक्षा वयाने मोठ्या असलेल्या लोकांशी , जसे की पालक , शिक्षक आणि आरोग्य कर्मचारी यांच्याशी चर्चा करण्यास संकोच वाटतो . यामध्ये त्यांचे नाते , वय , लिंग आणि सामाजिक व सांस्कृतिक परिस्थिती अडथळे बनतात . त्यांच्या आयुष्यातील या गंभीर टप्प्यावर , त्यांच्या आरोग्यावर

परिणाम करणारे पॅथॉलॉजीज असण्याची शक्यता जास्त असते आणि त्यामुळे कुपोषण , मादक पदार्थांचे सेवन , लवकर गर्भधारणा , लैंगिक शोषण , प्रजनन आणि लैंगिक अवयवांचे संक्रमण आणि एचआयव्ही सारख्या समस्या आणि रोग होतात . तोंड दिले . किशोरवयीन मुलींशी संवाद साधण्याची आणि समुपदेशन करण्याची जास्त गरज आहे कारण बहुतेक किशोरवयीन मुली नैसर्गिकरित्या लाजाळू असतात आणि गुप्तता आणि अविश्वासामुळे त्यांचे शरीर आणि गैरसमज इतर कोणत्याही व्यक्तीला प्रकट करत नाहीत . .

किशोरवयीन मुलींच्या मनात अनेक काळजी आणि कुतूहल असते . त्यांच्या शोषणाची भीती जास्त असते आणि त्यांना वय , लिंग , शहरी आणि ग्रामीण , सुशिक्षित आणि अशिक्षित , गर्भवती किंवा नसणे अशा परिस्थितीच्या आधारावर भेदभावाला सामोरे जावे लागते . किशोरवयीन मुले नैसर्गिकरित्या कोणाचीही मदत घेण्यास प्रवृत्त नसतात . त्यांना आरोग्य सेवा घेण्याची लाज वाटते . ते अत्यंत प्रतिक्रियाशील असतात आणि त्यांच्या स्वभावातील बदल तात्पुरता असतो . . त्यांच्यात शारीरिक आणि मानसिक बदल जाणून घेण्याची तीव्र उत्सुकता असते . त्यांच्या समस्या, समस्या आणि गरजा यांची योग्य आणि संपूर्ण माहिती कोठून मिळवायची हे त्यांना माहीत नाही .

•

किशोरवयीन समस्यांसाठी उपाय आणि टिपा

किशोरवयीन मुलींच्या पालकांनी आपल्या मुलांना सकस व संतुलित आहार व आहार घेण्यास प्रवृत्त करावे . पालकांनी किशोरवयीन मुलींना शारीरिक क्रियाकलाप करण्यास नेहमीच प्रोत्साहित केले पाहिजे . उदाहरणार्थ , किशोरवयीन मुले त्यांच्या पालकांसह 1-2 किमी चालत असल्याचे सुनिश्चित करा . पालकांनी तरुणांसाठी असा नित्यक्रम केला पाहिजे की त्यांनी ठरलेल्या वेळी झोपी जावे आणि रात्री उशिरापर्यंत झोपू नये . . . . . . कौटुंबिक कलह शक्य तितके कमी करण्याचा

प्रयत्न करा आणि लक्षात ठेवा की तरुणांनी दारू आणि अंमली पदार्थांचे सेवन करू नये . तणाव आणि वेदना कमी करण्यासाठी त्यांचा वापर केल्याने समस्या आणखी वाईट होते . आयुष्यात चांगल्यासोबत वाईट दिवसही असतात हे सत्य स्वीकारा . जर मुलांना एखाद्या गोष्टीची भीती वाटत असेल तर लगेच त्याकडे लक्ष द्या- त्यास नकार देऊ नका किंवा दुर्लक्ष करू नका .. पौगंडावस्थेतील मुलांना असे वाटले पाहिजे की तुम्हाला त्यांच्या क्षमतेवर पूर्ण विश्वास आहे आणि जेव्हा त्यांना गरज असेल तेव्हा तुम्ही त्यांना मदत करण्यासाठी नेहमी उपलब्ध आहात . . किशोरांना समजावून सांगा की या वयात तणाव सामान्य आहे . त्यांना किशोरवयीन समस्यांबद्दलचे तुमचे अनुभव सांगा आणि त्यांना समजावून सांगा की इतर तरुण देखील तणावग्रस्त आहेत . • त्यांना लहान ध्येये ठेवण्यास सांगा जेणेकरून ते ते साध्य करू शकतील कारण ध्येय साध्य न झाल्यास ते निराश होतील . त्यांना मदत आणि प्रोत्साहन द्या . उदाहरणार्थ , एखाद्या किशोरवयीन मुलाला एखाद्या गटासमोर परफॉर्म करण्याबद्दल काळजी वाटत असल्यास , त्यांनी प्रथम कुटुंबातील सदस्यांसमोर परफॉर्म करण्यास सुचवा . त्यामुळे त्यांचा आत्मविश्वास वाढेल . मुलांना त्यांच्यातील भीती काढून टाकण्यास मदत करा . त्यांनी केलेल्या सर्व लहान - मोठ्या प्रयत्नांचे कौतुक करा . जर किशोरवयीन मुलास चिंताग्रस्त परिस्थितीमुळे परिस्थिती टाळायची असेल तर त्यास समस्या बनवू नका . त्यांना खात्री द्या की तुम्हाला माहीत आहे की ते भविष्यात या प्रकारच्या परिस्थितीला सामोरे जाण्यास सक्षम असतील . किशोरवयीन मुलांमध्ये लैंगिक अंतर देशातील जवळपास निम्मी लोकसंख्या महिला आहे , तथापि सामाजिक - सांस्कृतिक परिस्थितीत मुलगा आणि मुलगी यांच्यातील भेदभावामुळे , किशोरवयीन मुलींना किशोरवयीन मुलींच्या तुलनेत विकासाच्या कमी संधी मिळतात . ही असमानता शिक्षण , साक्षरता , आरोग्य , पोषण , कौशल्य पातळी , व्यावसायिक स्थिती यासारख्या महत्त्वाच्या सामाजिक विकास निर्देशकांमध्ये दिसून येते .

राजीव गांधी किशोरी सशक्तिकरण योजना (सबला योजना)

भारत सरकारने 11 ते 18 वर्षे वयोगटातील किशोरवयीन मुलींच्या सक्षमीकरणासाठी 2010 मध्ये सुरू केलेली एक योजना आहे . राजीव गांधी किशोरी सशक्तीकरण योजना , ज्याला सबला म्हणूनही ओळखले जाते , 2000-01 मध्ये भारत सरकारने किशोरवयीन मुलींच्या सक्षमीकरणासाठी सुरू केली होती . ही योजना 2009 पर्यंत सुरू होती . देशातील 200 मागास जिल्ह्यांमध्ये त्याची अंमलबजावणी करण्यात आली . महिला आणि बाल विकास मंत्रालय (भारत) च्या सौजन्याने 1 एप्रिल 2011 पासून सबला या नावाने हीच योजना संपूर्ण देशात लागू करण्यात आली . या अंतर्गत 11 ते 18 वयोगटातील किशोरवयीन मुलींमध्ये पोषण , प्रशिक्षण आणि जागृतीचा प्रचार केला जातो . किशोरवयीन मुलींना लोह आणि प्रथिनांच्या गोळ्या आणि इतर आवश्यक पोषक तत्वे दिली जातात . योजनेची अंमलबजावणी 11 ते 14 वयोगटातील मुलींसाठी माध्यान्ह भोजन योजना आणि 15 ते 18 वर्षे वयोगटातील किशोरवयीन मुलींसाठी अंगणवाडी केंद्रातून केली जाते . या योजनेंतर्गत प्रत्येक मुलीला प्रतिदिन ५ रुपये पोषण खर्चाची तरतूद आहे.

सबला योजनेचे उद्दिष्ट .

किशोरवयीन मुलींना स्व-विकास आणि सक्षमीकरणासाठी सक्षम करणे. त्यांचे पोषण आणि आरोग्य स्थिती सुधारा .

आरोग्य , स्वच्छता , पोषण , पौगंडावस्थेतील पुनरुत्पादक आणि लैंगिक आरोग्य आणि कौटुंबिक आणि मुलांची काळजी याबद्दल जागरूकता वाढवणे. घरगुती कौशल्ये , जीवन कौशल्ये श्रेणीसुधारित करा आणि व्यावसायिक कौशल्यांसाठी राष्ट्रीय कौशल्य विकास कार्यक्रम (NSDP) सह समाकलित करा. शालेय मुलींना औपचारिक / अनौपचारिक शिक्षणातून मुख्य प्रवाहात आणणे..

कम्युनिकेशन रिव्होल्यूशन आणि महिलांचे बदलते सामाजिक स्वरूप यावर निबंध देशाला स्वातंत्र्य मिळून 70 वर्षे झाली आहेत , परंतु महिला अजूनही त्यांच्या हक्कांपासून वंचित आहेत , तर देशातील निम्म्याहून अधिक महिला खेड्यात राहतात . शहरी आणि ग्रामीण महिलांना आजही बुरख्यात राहावे लागते , निरक्षरतेमुळे त्यांचा विकास खुंटला आहे , अलीकडे बलात्कार , लैंगिक अत्याचार यांसारख्या महिलांवरील अत्याचाराच्या घटनांचा पूर आला आहे . समाजात अचानक अशा घटना झपाट्याने वाढल्या असे सत्य नाही , तर सत्य हे आहे की संवाद क्रांतीने महिलांच्या शोषणाची ही दडपलेली पातळी समाजासमोर आणली . निर्भयासोबत झालेल्या बलात्काराच्या घटनेचा पर्दाफाश करण्यात माध्यमांनी महत्त्वाची भूमिका बजावली . ज्यांचे सर्व वयोगटातील लोक , ज्यांचा या घटनेशी वैयक्तिक संबंध नव्हता , तेही हक्क आणि न्यायासाठी रस्त्यावर उतरले . · प्रसारमाध्यमांनी महिलांना त्यांच्या हक्कांची जाणीव तर करून दिलीच , पण त्यांना स्वावलंबी बनवण्यात , त्यांची आर्थिक - राजकीय स्थिती सुधारण्यात महत्त्वाची भूमिका बजावली रेडिओ आणि दूरदर्शन हे इलेक्ट्रॉनिक माध्यमातील सर्वात शक्तिशाली अवयव आहेत . या सुलभ माध्यमातून शेतीला नवी चालना मिळाली यात शंका नाही . रेडिओ , टीव्ही , डी.टी.एच. , इंटरनेट , मोबाईल फोन इत्यादींनी महिला उद्योजक आणि कृषी क्षेत्रात काम करणाऱ्या महिलांचे जीवनमान सुधारून त्यांना आर्थिकदृष्ट्या सक्षम केले आहे . महिलांसाठी कोणत्या योजना चालवल्या जात आहेत , कोणती बिनव्याजी कर्जे उपलब्ध आहेत आदींची माहिती त्यांच्यापर्यंत संवादाच्या माध्यमातून पोहोचत आहे.

महिलांवर पारंपारिक व्यवस्थेचा प्रभाव आहे , परंपरांचा त्यांच्या विचारांवर प्रभाव पडतो . नोकरदार महिला , निम्न सामाजिक आणि आर्थिक वर्गातील महिला अजूनही पुरुषांवर अवलंबून आहेत , त्यामुळे त्यांची स्थिती आणि भूमिका बदलत नाहीत . पण टी.व्ही , कल्याणी इत्यादी रेडिओवर आधारित कार्यक्रम प्रसारित केले जातात , ज्यामध्ये विषय तज्ञांद्वारे समस्या सोडवल्या जातात , शेतीशी संबंधित समस्या तत्त्वज्ञानाद्वारे सोडवल्या जातात , ज्यामुळे उत्पन्न वाढते आणि

आर्थिक स्थिती सुधारते . महिलांना घराबाहेर काम करण्याची परवानगी शहरालगतच्या गावांमध्ये जास्त आहे . तर दुर्गम गावांमध्ये ते कमी आहे . खेड्यापाड्यात नोकरी करणाऱ्या महिलांचा सामाजिक स्तर उच्च मानला जातो , अशा स्त्रिया ज्या केवळ घरगुती कामांपुरत्या मर्यादित आहेत , त्यांचा सामाजिक स्तर चांगला नाही , दळणवळण क्रांतीमुळे त्यांच्या राहणीमानात गुणात्मक बदल झाला आहे . महिला सुरुवातीला दूरचित्रवाणी आणि चित्रपटांच्या माध्यमातून महिलांना आदर्श सून , आदर्श मुलगी , आदर्श आई म्हणून दाखवले जात असे . पण आज चित्र बदलले आहे . महिलांची विविध कणखर आणि कणखर रूपेही समाजासमोर मांडली जात आहेत . त्यामुळे महिला त्यांचे अनुकरण करून आपले हक्क मिळवू शकत आहेत . आज , केंद्र सरकार आणि राज्य सरकार ग्रामीण महिला आणि मुलींच्या सुरक्षेसाठी आणि विकासासाठी अनेक योजना राबवत आहेत , ज्या वर्तमानपत्रे , टीव्ही आणि इतर माध्यमांद्वारे प्रसारित केल्या जातात . इत्यादींचा प्रसार झपाट्याने होत असून ग्रामीण महिलांना त्यांचे लाभ सहज मिळतात . अनेक सार्वजनिक सेवा केंद्रे आणि हेल्पलाइन क्रमांक आहेत जे तुम्हाला मोफत माहिती देतात . महिलांच्या समस्या सोडवण्यासाठी सध्याच्या उत्तर प्रदेश सरकारने तक्रार क्रमांक 1090 सुरू केला असून , त्यावर 24 तास सुविधा उपलब्ध आहे .

महिला त्यांचे नाव न सांगता त्यांच्याविरुद्ध शोषणाच्या तक्रारी दाखल करू शकतात . आजच्या आर्थिक युगात महिला स्वावलंबी झाल्या आहेत , त्यांचा आत्मविश्वास आणि मनोबलही वाढले आहे . त्यांच्या हक्कांची जाणीव झाली . नम्मा ध्वनी (आमचा आवाज) हा कार्यक्रम कर्नाटकातील कोलार जिल्ह्यातून प्रसारित केला जातो , त्याचे श्रोते बहुधा गरीब आणि अशिक्षित महिला असतात , याशिवाय उत्तराखंडमधील मंदाकिनीचा आवाज , बेंगलोरमधील केलू सखी (सखी ऐका) इत्यादी कार्यक्रम महिलांसाठी माहिती प्रसारित केले जातात . त्याचप्रमाणे 26 जानेवारी 1967 रोजी दूरदर्शनवर कृषी दर्शन C ' हा कार्यक्रम सुरू झाला आणि विविध जाहिराती , पोषण , लस , चाचण्या , रोग , मुलांचे संगोपन , मुलांमधील अंतर आणि लोकसंख्या नियंत्रण

यासारख्या गोष्टींबाबत जनजागृती केली जाते . ५ कोणत्याही राष्ट्राचा विकास तेव्हाच होऊ शकतो जेव्हा तिथल्या लोकसंख्येच्या निम्म्या महिला आहेत ज्या आर्थिक , सामाजिक , राजकीय , धार्मिक इत्यादी सर्व क्षेत्रात बलशाली आणि सामर्थ्यशाली असतील , त्यांचे आरोग्य उत्तम असेल आणि त्या पूर्णपणे स्वतंत्र आणि स्वतःचे निर्णय घेण्यास सक्षम असतील . सध्याचा काळ हा पुरुषप्रधान समाज आहे असे म्हटले जाते , पण इतिहासाची पाने उलटल्यावर आपल्याला भारतातील पहिली प्राचीन सिंधू संस्कृती मातृसत्ताक स्वरूपाची दिसते , त्यानंतर वैदिक काळातील स्त्रियांनाही समाजात उच्च स्थान मिळाले .

आपला, घोपा , गार्गी , लोपामुंद्रासारख्या स्त्रिया अभ्यास करत असत आणि त्यांना यज्ञात बसण्याचा अधिकार होता . रामायण - महाभारतात आत्मसंस्थेचे पुरावे सापडतात . ज्यामध्ये महिलांना स्वतःसाठी जंगल निवडण्याचा अधिकार देण्यात आला होता . स्त्रिया शिक्षित होत्या आणि युद्धात भाग घ्यायच्या आणि राज्य करत असत . भारतातील मुस्लिमांच्या आक्रमणामुळे स्त्रियांची सामाजिक स्थिती कमकुवत होऊ लागली . मूठभर महिलांच्या सक्षमीकरणामुळे महिलांची स्थिती अधिक चांगली झाली आहे , असे म्हणता येणार नाही , कारण जवळपास निम्मी लोकसंख्या महिलांची आहे आणि त्यांचा अपमान , घोडे- व्यापार , वेश्याव्यवसाय , बाल शोषण या गोष्टींना सामोरे जावे लागते . हक्काचे नाव . विवाह , हुंडा प्रथा इत्यादी वाईट गोष्टींना तोंड द्यावे लागते . ज्यातून त्यांना मुक्त केले पाहिजे जेणेकरून त्यांचे व्यक्तिमत्व पूर्ण विकसित होईल . 5 आज दळणवळण क्रांतीमुळे शहरांबरोबरच ग्रामीण भागातही माहिती घरोघरी पोहोचत आहे . त्यामुळे आपल्या दु : खासाठी अशिक्षितपणा अंधश्रद्धा , पुराणमतवाद , पारंपारिक समजुती आणि समाज पुरुषप्रधान असावा लागतो , त्यामुळे दारिद्र्य , शोषण , पक्षपात , हुंडा प्रथा , बलात्कार , लैंगिक शोषण इत्यादींना बळी पडावे लागते , हे स्त्रियांना समजू लागले आहे . जी संपर्क आणि माध्यमांच्या माध्यमातून लोकांपर्यंत झपाट्याने पोहोचत आहे . त्यामुळे महिलांच्या त्या आधुनिक आणि चकचकीत रूपाबरोबरच शेतातील कोठारातील महिला आणि नवजात बाळाला

आपल्या मांडीत घेऊन विटा बनवणाऱ्या महिलाही समाजासमोर खऱ्या रूपात मांडल्या गेल्या पाहिजेत आणि ग्रामीण महिला सक्षम व्हाव्यात . खऱ्या अर्थाने संवाद साधा.संपत्तीचा पुरेपूर वापर करून , स्वावलंबी आणि स्वावलंबी होऊन , देशाच्या प्रगतीत सहाय्यक बनून अभिमान वाटू शकतो आणि असा आदर्श आपल्या देशातील महिलांसमोर ठेवू शकतो . सहकारी महिलाही त्यांचे अनुकरण करून स्वत : ला व देशाला बलशाली बनवू शकतात .

भारत सरकारने 2001 हे महिला सशक्तीकरण वर्ष म्हणून घोषित करून नवीन सहस्राब्दीची सुरुवात म्हणून जेव्हा स्त्रियांना पुरुषांसारखे समान अधिकार असतील या संकल्पनेवर लक्ष केंद्रित केले . मनुष्यबळ विकास मंत्र्यांनी हे जाहीर केले (महात्मा गांधींच्या मताचे समर्थन करत) : " भारतातील महिला सामान्य सार्वजनिक जीवनात सहभागी झाल्याशिवाय या देशाचा उद्धार होऊ शकत नाही . "महिला सक्षमीकरण" ची सर्वात सामान्य व्याख्या म्हणजे स्त्रीची तिच्या कृतींवर पूर्ण नियंत्रण ठेवण्याची क्षमता . गेल्या पाच दशकांमध्ये आपल्या समाजातील महिलांच्या स्थितीत आणि भूमिकेत काही मूलभूत बदल झाले आहेत . 1980 च्या दशकाच्या उत्तरार्धात कल्याणाच्या संकल्पनेवर आणि ऐंशीच्या दशकात विकासाच्या संकल्पनेवर भर देणारा धोरणात्मक दृष्टिकोन आता नव्वदच्या दशकात सक्षमीकरणाकडे वळला आहे . कौटुंबिक आणि सामान्य जीवनातील अनेक क्षेत्रांमध्ये महिलांना भेडसावणाऱ्या भेदभावाबाबत महिलांच्या काही विशिष्ट वर्गामध्ये अधिकाधिक जागरूकता निर्माण झाल्यामुळे सक्षमीकरणाची ही प्रक्रिया अधिक गतिमान झाली . ते त्यांच्या एकूण स्थितीवर परिणाम करू शकणाऱ्या मुद्द्यांवर स्वतःला एकत्र ठेवण्यास सक्षम आहेत . या सर्व उपाययोजना करूनही गेल्या दशकांमध्ये महिलांची स्थिती बिकट झाल्याचे स्पष्ट झाले आहे . ढोल , बोर , शूद्र , प्राणी , स्त्री हे सर्व निषेधास पात्र आहेत , रामायणात नमूद केलेले तुळशीचे हे दोन्ही जात , समुदाय , धार्मिक श्रद्धा आणि वर्गाच्या आधारे आ प्रचलित असलेला भेदभाव आणि खोल लिंगभेद उघड करते . प्रदेशांमध्ये अस्तित्वात आहे . भारतीय संविधानाने महिलांना

जीवनाच्या विविध क्षेत्रात समान अधिकार प्रदान केले आहेत . तरीही मोठ्या संख्येने महिला या अधिकारापासून वंचित आहेत किंवा त्यांच्या पारंपारिक असमाधानकारक सामाजिक - आर्थिक परिस्थितीतून स्वत : ला बाहेर काढण्याच्या स्थितीत नाहीत . ते गरीब , अशिक्षित आणि वंचितांमध्ये वाढलेले आहेत . ते अनेकदा आहेत महिलांवरील अत्याचार आणि क्रूरता अजूनही जोरात सुरू आहे .

आजही भारताच्या अनेक भागांमध्ये , समाजव्यवस्थेत पितृसत्ता अधिक खोलवर रुजली आहे , ज्यामुळे बहुतेक स्त्रियांना त्यांना हवे तसे जीवन जगण्याच्या इच्छेपासून वंचित ठेवले जाते . कोणत्याही पितृसत्ताक व्यवस्थेमध्ये समुदायाचे सर्वांगीण महत्त्व हे सुनिश्चित करते की महिलांना क्वचितच समुदायाच्या समस्यांमध्ये स्वतंत्र अधिकार असतात . स्त्रीभ्रूण हत्या आजही सर्रास आहे . सांख्यिकीय आकडेवारी दर्शवते की उत्तर प्रदेश , मध्य प्रदेश , पंजाब इत्यादी राज्यांमध्ये आजही पुरुष जन्माला उच्च प्राधान्य दिले जाते . या राज्यांमध्ये स्त्री - पुरुष प्रमाण खूप जास्त आहे . कौटुंबिक हिंसाचार देखील व्यापक आहे आणि हुंड्याशी देखील संबंधित आहे . भारतीय महिला आजही सामाजिक न्यायासाठी याचना करत आहेत . 7 स्वयंसिद्धा , स्त्रीशक्ती , बालिका समृद्धी योजना आणि इतर दोन हजार प्रकल्पांसारख्या महिला सक्षमीकरणासाठी सरकार राबवत असलेल्या विविध कार्यक्रमांचा आढावा घेतल्यास असे दिसून येते की या कार्यक्रमांमध्ये फारच कमी काम झाले आहे आणि फारच कमी यश मिळाले आहे . याशिवाय सरकारची जागतिकीकरणाची धोरणे महिलांना दारिद्र्यरेषेखाली ढकलत आहेत . भारतातील महिला सक्षमीकरणाच्या धोरणातील विचारधारा आणि परंपरेतील विद्यमान विसंगती सततच्या सामाजिक , आर्थिक आणि सामाजिक मागासलेपणास कारणीभूत आहे . आपल्या देशाच्या लोकसंख्येच्या 52 टक्के महिला आहेत , त्यामुळे त्यांच्या गरजा आणि आवडी पूर्ण झाल्याशिवाय कोणतीही प्रगती होऊ शकत नाही . जोपर्यंत त्यांना समाजात समान दर्जा प्राप्त करून दिला जात आहे तोपर्यंत सक्षमीकरणाला काही अर्थ नाही . सावध आणि जागरूक केले नाही

. त्यांना (महिलांना) समाजाच्या मुख्य प्रवाहात आणण्यासाठी ते उपयुक्त ठरतील अशा पद्धतीने धोरणे बनवायला हवीत . महिलांना शिक्षित करणे महत्त्वाचे आहे . महिला साक्षरता दर , जो 39.42 टक्के आहे , पुरुष साक्षरतेच्या तुलनेत खूपच कमी आहे , जे 63.8 % आहे . महिला साक्षरता सुधारणे ही काळाची गरज आहे कारण शिक्षण हाच विकासाचा घटक आहे . स्त्रिया शिक्षित , अधिक माहितीपूर्ण आणि तर्कशुद्ध निर्णय घेतल्यास सक्षमीकरण अधिक सुसंगत होईल . पुरुषांनाही महिलांबाबत जागरूक करणे आवश्यक आहे . जीवनाच्या विविध क्षेत्रातील महिलांच्या भूमिकेबाबत सामाजिक मूड आणि धारणा बदलणे आवश्यक आहे . पारंपारिक लिंग विशिष्ट कार्यांच्या अंमलबजावणीच्या क्षेत्रात समायोजन केले पाहिजे . समानतेची आव्हाने पेलण्यासाठी स्त्रीने शारीरिकदृष्ट्या तंदुरुस्त असणे आवश्यक आहे . परंतु बहुसंख्य महिलांमध्ये प्रामुख्याने ग्रामीण भागातील महिलांमध्ये याचा तीव्र अभाव आहे . त्यांना मूलभूत आरोग्य संसाधनांपर्यंत असमान प्रवेश आहे आणि त्यांना योग्य समुपदेशन मिळत नाही . यामुळे अवांछित आणि अकाली गर्भधारणा , एचआयव्ही संसर्ग आणि इतर लैंगिक संक्रमित रोगांचा धोका जास्त असतो . त्यांच्या उत्तम आरोग्याच्या हक्काच्या मार्गातील अडथळे ओळखणे हे सर्वात मोठे आव्हान आहे . कुटुंबाला , समाजाला , समाजाला उपयोगी पडायचे असेल तर महिलांना आरोग्य सुविधा पुरविल्या पाहिजेत .

अनेक स्त्रिया कृषी क्षेत्रात घरगुती शेतात किंवा मजुरी कामगार म्हणून काम करतात . आजही शेतीत उपजीविका जी अलिकडच्या वर्षात क्षणिक आणि असुरक्षित बनली आहे आणि त्यामुळे महिला शेतकऱ्यांवर नकारात्मक परिणाम होत आहे . महिलांना त्यांच्या श्रमासाठी योग्य मोबदला मिळत नसल्याने गरिबी निर्मूलनासाठी सरकारी धोरणे कोणतेही अपेक्षित परिणाम देऊ शकली नाहीत . महिलांना घरकामात बळजबरीने किंवा बिगरविक्रीचे कामही करावे लागते . वेतनातील लैंगिक असमानता शहरी भागात अधिक दिसून येते कारण ती विविध आणि कमी पगाराच्या कामांमध्ये महिलांच्या रोजगारामध्ये योगदान देते . त्यांना पुरुषांइतकाच पगार आणि काम

दिले पाहिजे जेणेकरून ते समाजात त्यांचे स्थान उंचावेल . राजकीय सहभागामध्ये महिलांची संख्या वाढवण्यासाठी अलीकडच्या काळात स्पष्ट पावले उचलली गेली आहेत . तथापि , महिला आरक्षण धोरण विधेयक संसदेत वारंवार मांडले जात असल्याने अतिशय दुःखद कथा आहे . मात्र , पंचायती राज व्यवस्थेत महिलांना राजकीय सबलीकरणाचे प्रतीक म्हणून प्रतिनिधित्व दिले गेले आहे . ग्रामपरिषद स्तरावर अनेक निवडून आलेल्या महिला प्रतिनिधी आहेत . तथापि , त्यांची शक्ती मर्यादित आहे कारण सर्व शक्ती पुरुषांकडे आहे . अनेकदा त्यांचे निर्णय सरकारी यंत्रणा धुडकावून लावतात . या महिला नेत्यांना त्यांच्या गावात महिलांशी संबंधित बदल घडवून आणण्यासाठी त्यांना प्रशिक्षित करणे आणि त्यांना सक्षम करणे खूप महत्त्वाचे आहे . या सर्व गोष्टी दर्शवतात की लैंगिक समानता आणि महिला सक्षमीकरणाच्या प्रक्रियेला अजून बराच पल्ला गाठायचा आहे आणि अलिकडच्या वर्षात ती अधिक कठीण होऊ शकते . त्यांचे निर्णय सरकारी यंत्रणा नाकारतात . या महिला नेत्यांना त्यांच्या गावात महिलांशी संबंधित बदल घडवून आणण्यासाठी त्यांना प्रशिक्षित करणे आणि त्यांना सक्षम करणे खूप महत्त्वाचे आहे . या सर्व गोष्टी दर्शवतात की लैंगिक समानता आणि महिला सक्षमीकरणाच्या प्रक्रियेला अजून बराच पल्ला गाठायचा आहे आणि अलिकडच्या वर्षात ती अधिक कठीण होऊ शकते . या विरोधाभासाचे मुख्य कारण असे आहे की लक्ष्यित योजनांचा परिणाम तेव्हाच होतो जेव्हा विकासाचे मूलभूत फोकस क्षेत्र सरासरी स्त्रीपर्यंत पोहोचत नाही , ज्यामुळे तिचे जीवन अधिक असुरक्षित आणि असुरक्षित होते .

कोणताही सकारात्मक बदल करण्यासाठी प्रत्येक गावात आणि शहरात मूलभूत पायाभूत सुविधा उपलब्ध करून दिल्या पाहिजेत . प्रथम , सुरक्षित पिण्याचे पाणी , पाणी पुरवठा आणि उत्तम स्वच्छता प्रदान केल्याने महिलांचे जीवनमान थेट सुधारते . परंतु अशा सुविधा पुरविण्याच्या आणि खात्री देण्याच्या बाबतीत त्यांचे कामही कमी पडत आहे . परवडणारे अन्न तयार करण्यासाठी इंधनाच्या उपलब्धतेमुळे इंधन लाकडाच्या शोधात दूरवर प्रवास करण्याची गरज कमी होते . वाहतुकीची प्रगत साधने , जे गावांना एका ठिकाणाहून दुसऱ्या ठिकाणी

नेण्यात गुंतलेल्या सक्तीच्या मजुरीचा कालावधी देखील अपग्रेड करू शकतात . हे वस्तू आणि सेवांच्या विस्तृत श्रेणीमध्ये प्रवेश देखील सुलभ करू शकते . तसेच , आरोग्य सेवेची अधिक चांगली सुविधा मिळू शकते . अन्न अनुदान खर्च आणि सार्वजनिक वितरण सेवांसाठी उत्तम तरतूद यांचा योग्य पोषणाच्या दृष्टीने महिला आणि मुलींच्या जीवनावर थेट परिणाम होतो . सरकारद्वारे संसाधन एकत्रित करण्याच्या पद्धतींचा देखील स्त्रियांवर महत्त्वपूर्ण प्रभाव पडतो , ज्यांना सहसा ओळखले जात नाही . जेव्हा कर कमी होत आहेत आणि उपभोगाच्या वस्तूंवर पुन्हा उलट आकारले जातात याचा महिलांवर मोठा प्रभाव पडतो . हे केवळ अशा वस्तूंचा वापर कमी केल्यामुळे नाही तर अशा वस्तूंची तरतूद करणे ही घरातील महिलांची जबाबदारी मानली जाते . त्याच वेळी , बचत योजनांमुळे लहान उद्योगांना होणारा कर्जाचा प्रवाह कमी होतो , त्यामुळे महिलांसाठी रोजगाराच्या संधी कमी होतात . महिलांना त्यांचा आर्थिक आणि सामाजिक स्तर उंचावेल आणि स्वावलंबी बनता यावे यासाठी महिलांना अनुकूल आर्थिक धोरणे राबविण्याची गरज आहे . स्वातंत्र्य मिळाल्यापासून नियोजनाचा भर नेहमीच महिलांच्या विकासावर राहिला आहे , यात शंका नाही . सशक्तीकरण हे या दिशेने एक मोठे पाऊल आहे , परंतु त्याकडे नातेसंबंधाच्या दृष्टीकोनातून पाहिले पाहिजे . महिलांच्या उन्नतीच्या मार्गातील अडथळे दूर करण्यासाठी सरकार आणि स्वत : महिलांनी स्पष्ट दृष्टी देण्याची गरज आहे . महिलांना त्यांचा योग्य वाटा देऊन भारतीय महिलांच्या सर्वांगीण विकासासाठी प्रत्येक स्तरावर प्रयत्न केले पाहिजेत .

नवीन आणि आधुनिक शिक्षण आणि देशाच्या स्वातंत्र्यामुळे महिलांना घराच्या भिंतीतून बाहेर पडण्याची संधी मिळाली आहे . आधुनिक विचारसरणी आणि वैज्ञानिक विचारसरणीचाही या कामात विशेष हात असल्याचे मानले जाते . आधुनिक स्त्रियांचे जग केवळ स्टोव्हपुरते मर्यादित राहिलेले नाही , तर तिच्या बाहेरचे जगही बनले आहे . जीवनाच्या प्रत्येक क्षेत्रात ती पुरुषांच्या खांद्याला खांदा लावून काम करत आहे . भावना , विचार आणि कृती इत्यादी प्रत्येक बाबतीत

ती आधुनिक झाली आहे . जुना पर्दा किंवा बुरखा , जुना पेहराव , जुन्या चालीरीती , परंपरा हा आज चेष्टेचा किंवा चेष्टेचा विषय बनला आहे . काही कुटुंबांमध्ये स्त्रिया काही प्रमाणात परंपरांचे पालन करताना दिसल्या , तर ती त्यांची मजबुरी म्हणता येईल . स्वातंत्र्यापूर्वी स्त्री नोकरी किंवा व्यवसाय करताना दिसली तरी दोनच क्षेत्रात . ती क्षेत्रे परिचारिका आणि शिक्षकांची होती . पण आज ती जीवनाच्या प्रत्येक क्षेत्रात कार्यरत आहे . पुरुषांपेक्षा ती तिची प्रतिभा आणि काम करण्याची क्षमता दाखवत आहे . ती आधीच पोलिसांच्या उच्च पदांवर पोहोचली होती , आता तिच्यासाठी सुरक्षा दलांचे दरवाजेही उघडले आहेत . हे सर्व पाहिल्यानंतर साहजिकच प्रश्न पडतो की स्त्रिया नोकऱ्या का करतात ? देशात नोकऱ्यांची कमतरता आहे . तरुण लोक नोकरीच्या शोधात निरुपयोगी शूज घालतात , परंतु आधुनिक लोक मजा आणि कुटुंब विसरून नोकरीच्या मागे धावतात - शेवटी का ? या प्रश्नाचे उत्तर अनेक प्रकारे दिले जाते . याला स्त्री स्वातंत्र्याचा पक्षपात म्हणतात . जोपर्यंत स्त्री संपत्तीच्या बाबतीत स्वयंपूर्ण होत नाही . जोपर्यंत ती स्वतःच्या पायावर उभी होत नाही तोपर्यंत स्वातंत्र्याला काही अर्थ नाही . त्यामुळे ती आर्थिकदृष्ट्या स्वतंत्र आणि दृश्यमान होण्यासाठी नोकरी करते . दुसरे म्हणजे , दिवसेंदिवस वाढणारी महागाई या दृष्टिकोनातूनही या प्रश्नाचा विचार केला जातो . असं म्हटलं जातं आणि हेही खरं आहे की आजचं आयुष्य खूप महाग झालं आहे . दर्जेदार आणि प्रमाणित जीवन जगण्यासाठी भरपूर पैशांची गरज आहे , जोपर्यंत घरातील सर्व प्रौढ सदस्य कमावत नाहीत तोपर्यंत कुटुंबाच्या गरजा पूर्ण करणे शक्य नाही . कनिष्ठ आणि मध्यमवर्गीय कुटुंबातील महिला आर्थिक अडचणींसाठी , कुटुंबाच्या गरजा पूर्ण करण्यासाठी काम करतात.

काही वेळा उच्च मध्यमवर्गीय कुटुंबातील महिलाही काम करताना दिसतात . बड्या सरकारी अधिका - यांच्या मुली आणि पत्नींना त्यांच्या सामाजिक नात्यामुळे आणि कौटुंबिक प्रवेशामुळे सहज नोकऱ्या मिळतात , त्यामुळे त्या नोकरी करू लागतात . लक्षात ठेवण्यासारखी गोष्ट अशी आहे की या प्रकारची नोकरी करणाऱ्या महिलांच्या पगाराचे सर्व पैसे बहुतेकदा त्यांच्या स्वत : च्या मेकअपवर खर्च केले जातात

, केवळ त्यांच्या वैयक्तिक गरजा पूर्ण करण्यासाठी . होय , कुटुंबात येणाऱ्या सामाजिक प्रतिष्ठेच्या प्रसंगीही अशा महिला मोकळेपणाने खर्च करतात . नोकरी - व्यावसायिक महिलांचा एक वर्ग असाही आहे ज्यांना स्वतःसाठी किंवा कोणासाठीही पैशाची गरज नाही . तिचा नवरा वगैरे सर्व मार्गातून मोठमोठे पैसे आणून तिला देतो , पण तरीही तिचा वेळ घालवता येत नाही . तर फक्त टाईमपास करण्यासाठी अनेक स्त्रिया हजार बाराशेच्या नाहीत , चार ते पाच हजार पगारापर्यंतच्या नोकऱ्या करतात . आमच्या मते , नोकरदार आधुनिक महिलांच्या या दोन वर्गांमध्ये सामील झाल्यामुळे , खरोखर गरजू असलेल्या अनेक महिला केवळ गरजूच नाहीत , तर सक्षम आणि प्रतिभावानही आहेत . अशा महिलांनी आपला वेळ इतर समाजसेवेत घालवावा , हे चांगले आहे . तो अनावश्यक गौरवासाठी खर्च करू नका . तुमच्या गरजू आणि गरजू भगिनींसाठी जागा सोडा . याचा अनेकांना फायदा होऊ शकतो . तुमच्या गरजू आणि पात्र बहिणींसाठी जागा सोडा . याचा अनेकांना फायदा होऊ शकतो . तुमच्या गरजू आणि पात्र बहिणींसाठी जागा सोडा . याचा अनेकांना फायदा होऊ शकतो . महिलांनी नोकरी करण्यामागे आणखी एक महत्त्वाचे कारण आहे . अशा रीतीने खालच्या मध्यमवर्गीय स्त्रीच्या आर्थिक गरजांशीही त्याचा संबंध आहे , पण तिचा उद्देश स्वतःच्या आणि कुटुंबाच्या गरजा पूर्ण करणे हा नसून लग्नाच्या बाजारात स्थान , महत्त्व आणि संधी मिळवणे हा आहे .

आधुनिक स्त्रियांनी नोकऱ्या घेण्याचे हे कारण , आमच्या दृष्टीने , कनिष्ठ मध्यम आणि मध्यमवर्गीय तरुणांच्या बौध्दवादाचे किंवा बौद्धिक - मानसिक अभिमानाचे प्रतीक आहे . अक्षम आणि लोभी - लोभी प्रकारचे तरुण पैसे कमावण्याच्या शोधात असतात . नोकरी करणाऱ्या मुलीला वर लवकर सापडतो , असे म्हणतात . एका मर्यादेपर्यंत , असे गृहीत धरले जाऊ शकते की एखाद्याला ते लवकर मिळेल , परंतु ते चांगले मिळणे देखील शक्य आहे , यावर पूर्ण विश्वास ठेवता येत नाही . कारण या इच्छेने नोकरी , पुढे सुख मिळवण्याच्या इच्छेने लग्न करणारे नोकरी - व्यवसाय करणारे अनेकवेळा अतोनात दुःख आणि यातनाचे जीवन जगताना दिसले आहेत . त्या टप्प्यावर

अनेकदा अशा महिला आधुनिक होऊनही आधुनिक होऊ शकल्या नाहीत . कधी आई वडील , घराणेशाहीच्या लाजेच्या नावाखाली , तर कधी आपल्या खोट्या अभिमानाच्या आणि प्रतिष्ठेच्या नावाखाली आयुष्यभर त्रास सहन करत राहतात , कधी जाळून किंवा इतर मार्गाने मारले जातात , पण नाते तुटल्यानंतर वेळ . तिच्या मुक्तीचा मार्ग शोधून ती खऱ्या अर्थाने स्वत : ला आधुनिक सिद्ध करण्याचा प्रयत्न करत नाही . त्यामुळे असे म्हणता येईल की केवळ पेहरावानेच नव्हे , तर मनाने , मनाने , कृतीशील वर्तनाने स्त्री आधुनिक होऊन पूर्णपणे स्वतंत्र आणि स्वतंत्र होऊ शकते . आधुनिकतेचा खरा अर्थ म्हणजे भावना , विचार आणि कृतीचे जाणीवपूर्वक स्वातंत्र्य , दुसरे काही नाही ! घरच्यांच्या इज्जतीच्या नावाखाली तर कधी आपल्या खोट्या अभिमानाच्या आणि प्रतिष्ठेच्या नावाखाली आयुष्यभर त्रास सहन करत राहतात , कधी जाळपोळ करून किंवा इतर मार्गाने मारले जातात , पण वेळप्रसंगी नाती तोडून त्यांचा मार्ग मुक्ती . शोधून स्वतःला खऱ्या अर्थाने आधुनिक सिद्ध करण्याचा प्रयत्न करू नका . त्यामुळे असे म्हणता येईल की केवळ पेहरावानेच नव्हे , तर मनाने , मनाने , कृतीशील वर्तनाने स्त्री आधुनिक होऊन पूर्णपणे स्वतंत्र आणि स्वतंत्र होऊ शकते .

आधुनिकतेचा खरा अर्थ म्हणजे भावना , विचार आणि कृतीचे जाणीवपूर्वक स्वातंत्र्य , दुसरे काही नाही ! घरच्यांच्या इज्जतीच्या नावाखाली तर कधी आपल्या खोट्या अभिमानाच्या आणि प्रतिष्ठेच्या नावाखाली आयुष्यभर त्रास सहन करत राहतात , कधी जाळपोळ करून किंवा इतर मार्गाने मारले जातात , पण वेळप्रसंगी नाती तोडून त्यांचा मार्ग मुक्ती . शोधून स्वतःला खऱ्या अर्थाने आधुनिक सिद्ध करण्याचा प्रयत्न करू नका . त्यामुळे असे म्हणता येईल की केवळ पेहरावानेच नव्हे , तर मनाने , मनाने , कृतीशील वर्तनाने स्त्री आधुनिक होऊन पूर्णपणे स्वतंत्र आणि स्वतंत्र होऊ शकते . आधुनिकतेचा खरा अर्थ म्हणजे भावना , विचार आणि कृतीचे जाणीवपूर्वक स्वातंत्र्य , दुसरे काही नाही ! तिच्या सक्रिय वर्तनाने आधुनिक होऊनही स्त्री पूर्णपणे स्वतंत्र , स्वतंत्र होऊ शकते . आधुनिकतेचा खरा अर्थ म्हणजे भावना ,

विचार आणि कृतीचे जाणीवपूर्वक स्वातंत्र्य , दुसरे काही नाही ! तिच्या सक्रिय वर्तनाने आधुनिक होऊनही स्त्री पूर्णपणे स्वतंत्र , स्वतंत्र होऊ शकते . आधुनिकतेचा खरा अर्थ म्हणजे भावना , विचार आणि कृतीचे जाणीवपूर्वक स्वातंत्र्य , दुसरे काही नाही ! नोकरी करणाऱ्या महिलेच्या कामाच्या क्षमतेचा प्रश्न होताच बुद्धिमत्तेचा प्रश्न विचारला जाऊ शकत नाही . होय , आजपर्यंत त्याच्यामध्ये ते धैर्य आलेले नाही जे स्वतंत्र आणि पूर्णपणे आधुनिक होण्यासाठी आवश्यक आहे . या वंचिततेमुळेच तिला अनेकदा तिच्या पुरुष सहकाऱ्यांकडून दडपले जाते . अनेकदा तिला असहाय्य वाटू लागते . अशी आधुनिकता देखील दिसून येते , ज्याने अशा सर्व कमकुवतपणा फेकून दिल्या आहेत . या कारणास्तव , ती अनेक अधीनस्थ कर्मचाऱ्यांवर कार्यक्षम शासन चालवत आहे . मात्र अशा महिलांची संख्या खूपच कमी आहे . अनेक महिलांनी कार किंवा कार चालवणे , क्लबमध्ये नाचणे - गाणे , सिगारेट ओढणे यांसारखे उपक्रम आधुनिकता म्हणून स्वीकारले आहेत ! कमी कपडे घालून ऑफिसमध्ये पोहोचणे आणि रासबांच्या दृष्टीचे केंद्र बनणे ही आधुनिकताही अनेकांनी स्वीकारली आहे . यापैकी केवळ कार चालवणे हे आधुनिकतेचे लक्षण मानले जाऊ शकते , ते काहीही असले तरी महिला आणि नोकऱ्या हे एकमेकांचे समानार्थी नाहीत किंवा आधुनिकतेचेही समानार्थी नाहीत .

लक्षात ठेवायची खास गोष्ट म्हणजे प्रत्येक जुन्याला मागे टाकून जे नवीन येतं , ते आधुनिक असायचं . तर , आधुनिकता किंवा आधुनिक असणे म्हणजे काळाचा कल ओळखणे , खंबीर आणि दृढनिश्चय करणे आणि स्त्रीला नोकरी करायची आहे की नाही आणि ती ते काहीही असले तरी महिला आणि नोकऱ्या हे एकमेकांचे समानार्थी नाहीत किंवा आधुनिकतेचेही समानार्थी नाहीत . लक्षात ठेवायची खास गोष्ट म्हणजे प्रत्येक जुन्याला मागे टाकून जे नवीन येतं , ते आधुनिक असायचं . तर , आधुनिकता किंवा आधुनिक जे असणे म्हणजे काळाचा कल ओळखणे , खंबीर आणि दृढनिश्चय करणे आणि स्त्रीला नोकरी करायची आहे की नाही आणि ती घरातील व्यस्त आहे की नाही हे योग्य मानवी कर्तव्य पार पाडणे . जेणेकरून स्त्रीचे व्यक्तिमत्व बहरते , सन्मान राखला जातो

, हीच तिची आधुनिकता आहे .

भारतीय संस्कृतीमध्ये काही सणांमध्ये देवींना महत्त्व आहे . नवरात्रासारख्या सणांमध्ये तर नऊ दिवस देवींचा , त्यांच्या ' नवविधा ' रूपांचा भक्तिपूर्वक उत्सव साजरा केला जातो . गौरी , चंडिका , सरस्वती , लक्ष्मी , ललितकला इत्यादी रूपांचे होणारे पूजन म्हणजे स्त्रीच्या विविध भूमिकांचे स्मरण आहे , असे म्हटले तर वावगे ठरणार नाही . भारताच्या सांस्कृतिक परंपरांमध्ये देवीपूजकांचा एक मोठा प्रवाह आहे . तसेच भारतात अनेक प्रदेशांत पूर्वी मातृसत्ताक पद्धती प्रचलित होती . तसेच महिषासुरमर्दिनी हे स्त्रीचेच रूप देवी म्हणून पूजले जाणारे आहे . महाराष्ट्रातील साडेतीन शक्तिपीठे (माहूर , कोल्हापूर , तुळजापूर या ठिकाणांच्या देवीतीन पीठे व वणी इथली देवी - अर्ध पीठ) स्त्रीचे महत्त्व सिद्ध करणारी आहेत . जिथे देव पराभूत होतात तिथे ते शत्रूवर विजय प्राप्त करून घेण्यासाठी देवीला आवाहन करतात , अशा कथाही लोकसाहित्यात आहेत . या पुरातन कथांमधील समजुतींवरून समाजामध्ये स्त्रीशक्तीची असलेली जाणीव व्यक्त होते ; पण नंतरच्या कालखंडामध्ये मात्र स्त्री व पुरुष यांच्यात समानता राहण्यापेक्षा स्त्रीचे स्थान दुय्यम पातळीवरचे समजले गेले . पुरुषप्रधान व पितृसत्ताक पद्धतीच्या प्रभावाने पुरुषांचे महत्त्व स्त्रीपेक्षा अधिक समजले जाऊ लागले ; याचे कारण स्त्री व पुरुष यांची संख्या किती याच्याशी संबंधित नसून , काही प्रमाणात ते दोघांमधील कामाच्या विभागणीशी संबंधित असावे , असे म्हणायला वाव आहे . प्रारंभी , म्हणजे आदिमानवाच्या काळामध्ये स्त्री युद्धातही भाग घेत होती . कष्टाची व मेहनतीची कामे ती करीत होती . पण निसर्गाने तिच्यावर सोपविलेल्या सर्जनशक्तीच्या निर्मितीप्रक्रियेच्या काळात ती अशी कष्टप्रद कामे करू शकत नव्हती .

अशा काळामध्ये तिलाच इतरांच्या मदतीची गरज शारीरिक व भावनिक पातळीवर जाणवत होती . प्रसूतीसाठी सुरक्षित आडोशाची जागा हीही तिची गरज होती आणि माणसाच्या बाबतीत तर लहान बालकाचे पालनपोषण , संस्कारसंवर्धन , जडणघडण ही काम पुरुषांपेक्षा तिला करणे आवश्यक होते . ते तिला अधिक चांगले जमत होते आणि तिलाही ही कामे करण्यात खूप समाधान व आनंद मिळत होता . अशा

प्रकारच्या म्हणजे मुलांची जडणघडण व शिक्षण करण्याची प्रथा महाभारतातील काही कथांवरूनही स्पष्टपणे कळून येते. शंतनूपत्नी गंगा जेव्हा शंतनूपासून विभक्त होते तेव्हा ती आपल्या पुत्राला बरोबर घेऊन जाते. त्याचे संगोपन, शिक्षण पूर्ण करून नंतर त्याला शंतनूच्या हवाली करते. पुत्रावर संस्कार करण्याचे मातेचे कर्तव्य समाजाने या काळात गृहीत धरलेले आहे; पण संगोपनाची जबाबदारी स्त्रीची असली तरी पुत्राचे नाव, गाव, कूळ, गोत्र, पित्याचेपुरुषाचे असल्याने स्त्रीचे महत्त्व कमी होऊ लागले असावे. गरोदरपण, प्रसूती व बालकांवर संस्कार या कालखंडामध्ये संरक्षण, निवारा, अन्न यांसाठी ती पुरुषांवर अवलंबून असल्याने तिचे दुय्यमपण केवळ या काळापुरतेच मर्यादित न राहता कायमस्वरूपी झाले. अन्न, वस्त्र, निवारा यांसाठी पुरुषांना शिकारीसारखे धाडसी उद्योग करावे लागत; दगडधोंडे, लाकूडफाटा गोळा करून निवारा तयार करावा लागे. या कामांच्या मोबदल्यात त्यांचे वर्चस्व वाढत चालले आणि स्त्रीजात सहकारी म्हणजे दुय्यम ठरू लागली. निर्मितीची शक्ती असलेली आणि मानवजातीवर बालपणापासून संस्काराचे काम करणारी स्त्री गुणवैशिष्ट्यांनी सरस असूनही तिच्याकडे सहकाराची भूमिका आली आणि तिचे रक्षण करण्याची शारीरिक क्षमता दाखविणाऱ्या पुरुष जातीकडे मात्र प्रमुखपद आले. यातील उपरोधिकता लक्षात येण्यासारखी आहे. ' बळी तो कान पिळी ' या म्हणीचा प्रत्यय म्हणा किंवा संघर्षात टिकणे ही शक्ती प्रभावी ठरली म्हणा, पण स्त्रीजातीकडे आलेले हे दुय्यमपण अजूनही कायम राहिले आहे. भटक्या टोळ्यांमधून समूहजीवन अस्तित्वात आले. समूहजीवनात एकाच प्रदेशात स्थिर होण्याची प्रवृत्ती विकसित झाली . वर्तमानाच्या जोडीला भविष्यकाळातील स्थिरस्थावरता पाहण्याकडे कल वाढला . ' आज इथे , तर उद्या तिथे ही वृत्ती बदलली . समूहजीवनाची नियमावली तयार होऊ लागली . मुलेबाळे , त्यांचे संगोपन , घरदार , जमिनीवरचा हक्क अशा अनेक दृष्टींनी भटक्या टोळ्यांपेक्षा या जीवनात बदल होऊ लागला . अशाच काळात शेतीचा शोध लागला आणि नवल म्हणजे शिकारी वृत्तीच्या काळात हा शोध घरात - गुहेत राहणाऱ्या स्त्रीने लावला . शिकारी - वृत्तीकडून

कृषिअवस्थेकडे वळण्याची ती प्राथमिक पायरी ठरली . अन्न मिळविण्याचा एक वेगळा मार्ग माणसाच्या हातात आला . यामधूनच भूमाता व स्त्री यांच्यातील साम्य व त्यावर आधारलेली धर्मकल्पना उदयाला आली .

लहान मुले आणि पिके ही देवाची निर्मिती आहे हा विचार सुचला आणि संस्कृतीमध्ये त्यांचा स्त्रीच्या कर्तव्याकर्तव्याशी संबंध जुळला गेला . जमिनीजवळ असलेली सर्जनशक्ती व स्त्रीजवळ असलेली सर्जनशक्ती या दैवी मानल्या गेल्या . त्यासाठी पूजनाची गरज निर्माण झाली . तिची ही दैवीशक्ती निरनिराळ्या देवींच्या रूपांमधून धर्माने स्वीकारली . त्यामधून तिच्या अमानवी रूपाकडे तारक व संहारक अशा दोन्ही शक्तींकडे समाजाचे लक्ष वेधले गेले . स्त्री हे परमेश्वराचं साक्षात रूप समजण्याची कल्पना ' या भूमिकेतून आलेली आहे . कधी स्त्रीला देवी मानले गेले , तर कधी तिला राक्षसी मानले गेले . प्रारंभीच्या काळामध्ये पुरुषजातीने स्त्रीजातीची कल्पना या दोन प्रकारांत केली . अर्थातच कधी प्रतिस्पर्धी तर कधी रक्षक ही भूमिका नंतरच्या भांडवलशाहीच्या काळात बदलली . या काळात तिचे क्षेत्र घराशी निगडित झाले . पितृसत्ताक पद्धतीचा उदय होताच स्त्रीच्या वागण्याबोलण्यावर अनेक निर्बंध आले . अनेक ' मिथ 'कथा तयार झाल्या . उदाहरणार्थ- सावित्रीसत्यवानाच्या कथेमध्ये सावित्रीने आपल्या बुद्धिमत्तेच्या जोरावर प्रत्यक्ष यमराजाशी वाद घातला आणि त्याला वादात जिंकून आणि प्रसन्न करून पतीचे प्राण परत मिळविले ; पण अशा व्रतकथांमधील स्त्रीच्या बौद्धिक विकासाकडे लक्ष वेधण्यापेक्षा तिच्या पातिव्रत्याला महत्त्व दिले गेले . सावित्रीच्या कथेत पतीने तिचे रक्षण करायच्याऐवजी तिनेच पतीचे रक्षण केले , पण स्त्रीच्या ठिकाणी असलेली ही बौद्धिक ताकद , तिचे निर्णय घेण्याचे सामर्थ्य यांकडे दुर्लक्ष होऊन तिला दुय्यम स्थान मिळाले . आजही अनेक क्षेत्रांमध्ये स्त्री आपले बौद्धिक , आत्मिक , मानसिक कौशल्य पुरुषांपेक्षा अधिक प्रभावीपणाने दाखवीत आलेली आहे ; तरीही तिला सहकाऱ्याचेच स्थान देण्याची समाजाची , पुरुषांची व पुष्कळदा तिची स्वत : चीच प्रवृती असते . इतक्या वर्षांच्या पुरुषसत्ताक प्रभावाच्या

दडपणाखाली तीच आपले सामर्थ्य विसरून गेली आहे आणि समाजाने दिलेले घरातील कर्तव्य, केवळ ' चूल आणि मूल ' यामध्ये आपल्या आयुष्याची कृतार्थता मानू लागली आहे.

शिक्षक, डॉक्टर, वैमानिक, सैनिक अशा अनेक क्षेत्रांमध्ये आज स्त्री कर्तबगारी गाजविताना दिसत आहे. एवढेच नव्हे तर मध्ययुगीन कालखंडात राजपुत्राला जसे राजा म्हणून शिक्षण देऊन घडविले जात असे, तसे शिक्षण राजघराण्यातील मुलींना व सुनांना मिळत नसूनही वेळप्रसंग पडल्यावर त्यांनी राज्याची धुरा समर्थपणे सांभाळली आहे. अहिल्याबाई होळकर, ताराबाई (शिवाजी महाराजांची सून), झाशीची राणी लक्ष्मीबाई अशी अनेक उदाहरणे या संदर्भात देता येतील. सामान्यतः पतीच्या मागे स्त्रीच्या कर्तबगारीला धुमारे फुटलेले दिसतात. म्हणजे पितृसत्ताक पद्धतीनुसार राजाचा पुत्र राजा म्हणून घडविला जात असतानाही या राजघराण्यातील स्त्रिया त्यांच्या रोजच्या राजकीय व्यवहारात लक्ष देत असल्याशिवाय त्यांच्याजवळ हे कौशल्य व असे राजकारणपटुत्व आलेले नाही. राजकारण, साहित्यादी कला, तत्त्वज्ञान, अध्यात्माच्या मार्गाने समाजसुधारणा अशा अनेक क्षेत्रांमध्ये स्त्रियांनी गाजविलेल्या कर्तबगारीची व स्वतःच्या वेगळेपणाची झलक दाखविली असली तरी अशा स्त्रियांची संख्या हाताच्या बोटांवर मोजण्याइतकी अत्यल्प आहे. अशा स्त्रिया अपवादभूत असल्याने तो नियम ठरत नाही. सर्वसामान्य स्त्रीचे कार्यक्षेत्र म्हणून या क्षेत्रांचा उल्लेख होत नाही, तर ' चूल आणि मूल ' हेच घराच्या चार भिंतींनी मर्यादित केलेले क्षेत्र म्हणजे स्त्रीचे क्षेत्र समजले जाते व त्याला विरोध करणारी स्त्री बंडखोर व बदनाम ठरते. स्त्रीनेही हे क्षेत्र नाइलाजाने असेल किंवा आपखुषीने असेल पण मान्य केलेले दिसते ; आणि हे तिच्या अंगवळणी पडले. इतक्या वर्षांच्या, नव्हे शतकांच्या सवयीनंतर स्त्रीचे व्यक्तिमत्त्वच बदलून गेले आणि आपण " घराबाहेरच्या क्षेत्रांमध्ये धीटपणे वावरू शकणार नाही. आपण पुरुषांच्या आधाराशिवाय घरातही समर्थपणे जगू शकणार नाही. झाडाच्या आधाराशिवाय जशी वेल वाढू शकत नाही, तसेच आपण पुरुषांच्या खंबीर आधाराशिवाय टिकाव धरू शकणार नाही ", असा

समज शतकानुशतके तिच्या मनावर कोरला गेला . निसर्गतः स्त्री खरोखरीच एवढी दुबळी नाही . पण कायमस्वरूपी तिच्या मनावर तसे कोरले गेल्याने , सुसंस्कृतपणाच्या नावाखाली ती अधिकाधिक परावलंबी बनली . स्त्रीला सबल व्हायचे असेल तर प्रथमतः तिच्या मनावरचा हा संस्कार पुसून टाकला गेला पाहिजे . याचा अर्थ असा नव्हे की , तिने पुरुषांना डावलून त्यांचे स्थान हस्तगत केले पाहिजे . समाजात काय किंवा घरात काय , एक व्यक्ती जर खंबीर असेल तरच घराची प्रगती होते . अशी एक प्रमुख व्यक्ती पुरुष असायला हरकत नाही ; पण त्याने स्त्रीवर्गाला आपली प्रतिस्पर्धी न मानता सहकारी समजले पाहिजे .

एकमेकांच्या सहकार्याने जगण्यातच संस्कृतीचे सामर्थ्य दडलेले असते . पुरुष म्हणजे एकाचा आकडा व स्त्री म्हणजे शून्य व हे शून्य एकाच्या पुढे आले तरच प्रगती , असे जुने समीकरण बदलून दोघेही एकाचेच आकडे आहेत ; कुणीही कुठे असले तरी त्यांच्या एकत्र येण्याने विकासाची गती वाढते , असे समीकरण रूढ करायला पाहिजे . हा विचार समाजमनामध्ये रुजविणे महत्त्वाचे आहे . हा समज जिच्या हाती पाळण्याची दोरी ती मातेच्या रूपामधली स्त्रीच मुलींच्या व मुलांच्या बालवयापासून त्यांच्या मनात रुजविण्याचे कार्य करू शकते . मुलगी म्हणजे परक्याचे धन ' , ' कन्यादानासारखे पुण्य नाही ' , ' हुंडी कशी पटवायची ही भूमिका मुलीच्या मनावर ठसविण्याचे काम प्रथमतः माताच करीत असते . त्यामध्ये बदल घडायला पाहिजे . त्याऐवजी शारीरिक मानसिक - बौद्धिक अशा पातळ्यांवर तिला सुसंस्कृत केले पाहिजे . तिचे जीवनातील स्थान दुय्यम नसून सहकाराचे आहे ; एक प्रकारे नाटकात जे स्थान दिग्दर्शकाचे असते ते तिचे आहे ; याची तिला बालपणापासूनच शिकवण दिली पाहिजे . सर्व घरादाराचे सूत्र हातात ठेवण्याइतके तिने सामर्थ्यशाली असायला पाहिजे . एक प्रकारे ती Kingmaker असली पाहिजे . पतंगाची दोरी नावाचे अनंत काणेकरांचे एक नाटक आहे . त्यामध्ये स्त्रीची तुलना पतंगाशी केली आहे . पतंगाने कसे उडावे , हे ज्याच्या हातात त्याची दोरी असत तो ठरवितो , असे म्हणून स्त्रीच्या सर्व प्रकारच्या कर्तृत्वाला समाजाने व पुरुषसत्ताक

प्रवृत्तीने कसे स्वत : च्या ताब्यात ठेवले आहे , ते या नाटकामधून दाखविले आहे . पण हे प्रतीक स्त्रीच्या संदर्भात वेगळा अर्थ सुचवू शकते .

घराबाहेरच्या क्षेत्रामध्ये कर्तबगारी गाजविणारी मुले व पती यांच्या श्रेयाचे सूत्र तिच्या हातात तिने ठेवायला पाहिजे . यामध्येच तिच्या सबलीकरणाचे रहस्य आहे . आकाशात भरारी घेणे हे जितके महत्त्वाचे आहे तितकेच भरारीला रीत लावणे हेही महत्त्वाचे असते . ते ती करू शकली पाहिजे . केवळ पुरुषांशी स्पर्धा करणे हे महत्त्वाचे नाही . स्त्रीने या स्पर्धेपेक्षा स्पर्धा करणाऱ्यांना घडविणे हे महत्त्वाचे आहे . विशेषतः घरात किंवा समाजात काय आज जे दहशतीचे , गुंडगिरीचे , लाचलुचपतीचे व अनीतीचे दर्शन घडत आहे , ते दूर करण्याचे सामर्थ्य स्त्रीच्या हातात आहे . मुलांवर , पतीवर , भावांवर व वडिलांवर या नात्याप्रमाणेच ती जिथे नोकरी करीत असेल त्या प्रत्येक क्षेत्रात तिला असे संस्काराचे आदर्श उभे करता आले पाहिजेत . त्यासाठी शिक्षण , संस्कार , धर्म , नीती यांच्या कल्पना तिने समजून घेतल्या पाहिजेत आणि केवळ स्वतःपुरते त्याचे आचरण करून थांबता कामा नये तर सभोवतालच्या स्त्री पुरुष , मुले इत्यादींवर त्यांचे संस्कार घडविण्याचे बळ तिच्या मनगटात , वाणीत , लेखनात हवे , तिला ते अंगभूत हवे . हे मिळविणे सोपे नाही . स्वत : ला समर्थ बनवून समाज घडविण्याच्या या कामामध्ये तिला आत्मभान येणे व स्वत : वर विश्वास असणे अगत्याचे आहे . आज पुरुषाच्या बरोबरच्या स्पर्धेत धावताना तिची दमछाक होत आहे . नोकरी , शिक्षण , उद्‍योजकता , पोलीसदल , सैन्य , संगणकादी विविध क्षेत्रांत आपला ठसा उमटविणे ही सबलीकरणाची पहिली पायरी ठरते ; पण त्यापेक्षाही एका महत्त्वाच्या आत्मसामर्थ्याचा प्रत्यय तिचा तिलाच यायला पाहिजे . तो म्हणजे आपण काय करावे ? आपले खरे कार्यक्षेत्र कोणते ? ते कसे हस्तगत करावे ? आज नोकरीच्या किंवा घराबाहेरच्या अन्य व्यापात गुंतल्याने तिचे घरादाराकडे विशेषतः मुलांकडे दुर्लक्ष होत आहे . पती व्यसनाच्या व अन्य दुष्ट प्रलोभनांच्या मागे धावतो आहे आणि मुले व्यसनाधीन व लैंगिकदृष्ट्या विकृत होत आहेत. यांच्यावर संस्कार करणे हे स्त्रीला पूर्वापार काळापासून साधलेले

आहे.

मग ही मुले व ही पुढची पिढी जशी घरातली असेल तशीच समाजातली असेल , विविध जाति - जमातींमधील असेल ; त्यांना योग्य संस्कार देऊन घडविणे हे फार मोठे कार्य , सर्जनशीलतेची साक्षात मूर्ती असलेली स्त्रीच करू शकेल . त्यासाठी तिने सामर्थ्यशाली होणे आवश्यक आहे . कायद्याच्या कक्षेमध्ये आज तिच्या हातात खूप काही तिला मिळालेले आहे . पुरुषांच्या बरोबरीने तिला समानतेचा अधिकार मिळालेला आहे . शिक्षणात समान संधी आहेत . तसेच कर्तृत्वक्षेत्रातही समान संधी देण्याचा प्रयत्न आहे . राजकारणाच्या दालनातही तिच्यासाठी राखीव जागा ठेवल्या जातात . अशा घराबाहेरच्या विश्वात वावरताना तिला कधी कधी पुरुषांची मदत घ्यावी लागत असली तरी काही काळाने ती त्या त्या कामात स्वत : चा वेगळेपणा दाखविण्याइतकी सबल होऊ शकते , हे अनेक उदाहरणांनी स्पष्ट केले आहे . तरीही अनेक ठिकाणी तिच्या कर्तृत्वाबद्दल अनुदारपणाने बोलले जाते . त्यामध्ये नैतिकतेचेही रंग मिसळले जातात . यामागे एकमेकांबद्दलची स्पर्धेची भावना असते . ती दूर व्हायला पाहिजे . स्त्री व पुरुष हे एकमेकांचे प्रतिस्पर्धी नसून सहकारी आहेत , ही भावना समाजात निर्माण करण्याने स्त्रीच्या कर्तृत्वाला खराखुरा वाव मिळू शकेल . यासाठी तिने आर्थिक दृष्टीने सक्षम व स्वतंत्र असणे ही प्रथम गरज आहे ; पण ती मिळवती असून प्रश्न सुटत नाही . एक वेळ ती मिळवती नसली तरी चालेल , पण घरातील , समाजातील आर्थिक व्यवहारांवर पुरुषांप्रमाणे व पुरुषांच्या बरोबरीने तिने अधिकार मिळविला पाहिजे . त्यासाठी सुशिक्षित व्हायला पाहिजे . तिला मुलांच्या बरोबरीने शिक्षण घेता आले पाहिजे ; आणि केवळ शाळा , महाविद्यालयातील शिक्षणापेक्षाही तिच्यावर संस्कार घडायला पाहिजेत . हे संस्काराचे धडे जीवनाच्या शाळेतून मिळत असतात . घरातल्या जीवनाबरोबरच घराबाहेरच्या विश्वामध्ये वावरण्याने विश्वाचे , माणसांचे व्यवहार व चांगले - वाईट स्वरूप तिला उलगडता येते . कुणाचा पांगुळगाडा न घेता स्वतंत्रपणे वावरण्याचे निर्णय घेण्याचे धाडस तिने दाखवायला पाहिजे आणि असे जगासमोर वावरताना

आपली प्रतिमा शुद्ध ठेवली पाहिजे ; ती नैतिकतेला , मानवतेला सोडून असता कामा नये . स्त्री - पुरुष समानतेचे तत्त्व समाजासमोर ठेवतानाही कुठे समानता , कुठे सहकार्य तर कुठे प्रमुख याचे भान ठेवून वागता आले पाहिजे . पुरुषांच्या सदोष वर्तनाला व दंडेलशाहीला एकजुटीने विरोधही करता आला पाहिजे . लैंगिक पातळीवर समाजाची स्त्रीकडे व पुरुषाकडे पाहण्याची , न्याय देण्याची वृत्ती वेगळी आहे . समाजाची ही वृत्ती बदलायला लावून पुरुष गुन्हेगार किंवा दोषी असेल तर त्याला शासन करण्याची व समज देण्याची जाणीव समाजात निर्माण करायला पाहिजे . स्त्रीवर होणारे बलात्कार व त्यामुळे तिच्यावर बसणारा बदचाली'चा शिक्का हा स्त्रीवरचा प्रमुख अन्याय आहे . त्याच्या विरोधी लढा देऊन स्त्रीने पुरुषांना शासन होण्यासाठी जनमत जागृत करायला पाहिजे . सुशिक्षित , सुदृढ , सुसंस्कारित व बलवान समाज घडण्यासाठी समाजातील पन्नास टक्के असलेली स्त्रीशक्ती समर्थ होणे आवश्यक ठरते .

विवाहसंस्था , कुटुंबसंस्था व इतर सामाजिक संस्था स्त्रीशी माता , पत्नी , भगिनी , कन्या , सासू , सून , नणंद या नात्यांनी जशा संबंधित आहेत , तशाच ती एक नागरिक व जबाबदार व्यक्ती म्हणूनही संबंधित आहेत . तिच्या सबलीकरणाचा संबंध समाजाच्या सबलीकरणाशी संबंधित आहे . लढाईवरून पळून येणाऱ्या पतीला पूर्वीच्या काळातील स्त्री घरात घेत नव्हती , हे पत्नीव्रत जसे महत्त्वाचे तसे आज व्यक्ती म्हणून विवाहात , कुटुंबात व समाजात आपले नेमके कर्तव्य बजावण्याचे तिला कळणे म्हणजे ती सबल आहे हे सिद्ध होईल . तिच्या व्यक्तिस्वातंत्र्याचा हा अर्थ तिला उमगला पाहिजे . केवळ आपल्या मनाला रुचेल / पटेल तसे वागणे म्हणजे व्यक्तिस्वातंत्र्य नव्हे व सबलीकरणही नव्हे आपल्यावरच्या नैतिक धार्मिक कौटुंबिक वैवाहिक वा अन्य जबाबदाऱ्या ओळखून वागणे हे सबलीकरण होय . अर्थात , त्यासाठी राजकारणातही तिला अधिकार हवा , हक्क हवा ; कारण सर्वे गुणा कांचनम् आश्रयन्ते । ' या न्यायाने सर्व प्रकारची क्षमता राजसत्तेपाठोपाठ येत असते . पण राजसत्तेत तीस टक्के म्हणजे सर्वस्व नव्हे , ते सबलीकरणाचे एक साधन आहे , एकमेव साधन नव्हे .

सारांश सर्जनशीलतेची शक्ती असलेल्या स्त्रीला समाजात सतत दुय्यमपणा स्वीकारावा लागणे ही परिस्थिती बदलायला पाहिजे . बालसंगोपन व संस्कारक्षमतेचे सामर्थ्य असणे हे तिचे विशेष महत्त्वाचे न ठरता केवळ शारीरिक पातळीवरील दुर्बलता सामाजिक रूढीने तिच्या मनात निर्माण केली आहे . ती स्वत : चे व समाजाचे रक्षण करण्याइतकी समर्थ आहे , हे तिचे तिलाच पटले पाहिजे . ही तिची समर्थता पूर्वीच्या साडेतीन शक्तिपीठे किंवा नवरात्रोत्सव यांमधून व्यक्त झालेली आहे . बुद्धिकौशल्य , राजकारणपटुत्व , रणकौशल्य इत्यादी विशेषणांच्या जोडीलाच तिच्याजवळ उपजत सहनशीलता , क्षमाशीलता इत्यादी स्त्रीविशेष आहेत . त्यांच्या जोरावर तिने आर्थिक दृष्टीने सक्षम व्हावे व घरातील सर्वच निर्णायक गोष्टींमध्ये अधिकार मिळवावा . स्वतः स्पर्धेत उतरणे वा स्पर्धेत उतरणाऱ्यांना घडविणे हे आपल्या हातात ठेवून तिने समाजहिताचे सूत्र आपल्या ताब्यात घ्यायला पाहिजे . लैंगिक पातळीवर तिने स्वातंत्र्य व स्वैराचार यांमधील फरक स्वतः ओळखावयास हवा व पुरुषवर्गाला स्वैराचारापासून दूर ठेवण्याइतके सबळ व्हायला हवे .

सध्याच्या भारतात लिंगभेद आणि महिला सक्षमीकरणाची गरज संपूर्ण मानवजातीमध्ये स्त्री - पुरुषांमध्ये फरक असला , तरी भारतीय समाजात लिंगभेदाचे जे भयंकर स्वरूप आढळते ते केवळ अद्वितीयच नाही , तर ते निराशाजनक , दुर्दैवी आणि अन्यायकारकही आहे . भारतातील स्त्री - पुरुष असमानतेचे स्वरूप ऐतिहासिक दृष्टिकोनातून समजून घेण्याचा प्रयत्न केल्यास हे अगदी स्पष्ट होते की पुरुष वर्चस्वाचे राजकारण विवाह आणि कुटुंब आणि वारसाहक्क या मूलभूत संस्थांपासून सुरू होते . मग धर्म , परंपरा , नैतिकता आणि कायदे यांच्या आडून हे राजकारण संपूर्ण व्यवस्थेत वाढवले जाते . या व्यवस्थेचा बळी आधी घराच्या हद्दीत दडपला जातो आणि नंतर त्यांना आर्थिक , राजकीय आणि कायदेशीर अधिकारांपासून वंचित राहिल्याने ते कमकुवत झाले आहे . अशा प्रकारे पुरुषप्रधान कौटुंबिक- सामाजिक रचना पुरुषी वर्चस्वाच्या छायेत निर्माण होते , जिथे स्त्रीचे जीवन , श्रम , शरीर आणि तिचा गर्भ पुरुषाचा हक्क बनतो आणि स्त्री ही त्याची

वैयक्तिक मालमत्ता राहते . मुळात स्त्री कुटुंबालाच आपले कार्यक्षेत्र मानते आणि तिच्या सर्व सर्जनशील शक्तींनी ती सजवते . प्रत्येक लहान मोठ्या सदस्याच्या गरजा पूर्ण करणे हे आपले कर्तव्य समजते . स्त्रीचे संपूर्ण जग कुटुंबापुरते मर्यादित असते . पण जेव्हा कुटुंबाचे हे संरक्षण कवच तिच्या जीवनाचे केंद्र बनते , तिच्यासाठी सर्वात असुरक्षित आणि वेदनादायक असते , तेव्हा स्त्रीला ' मन आणि दुःख असते . टॅक्समुळे जगण्यासाठी दुसरा पर्याय उरला नाही . 1 खरे तर मानवी समाजाचा इतिहास हा स्त्रियांना सत्ता , वर्चस्व आणि सत्तेपासून दूर ठेवण्याचा इतिहास आहे आणि म्हणूनच प्रत्येक देशात , काळ , वर्ग , जात , धर्म , स्त्रियांना समानता न मिळण्याची संरचनात्मक सक्ती केली गेली आहे . पुरुष ही वस्तुस्थिती अतिशय मार्मिकपणे मांडताना श्रीमती राधा ओझा यांनी लिहिले आहे की , ‘ सामाजिक रचनेतील अनेक भेदांपैकी स्त्री - पुरुष हा भेद मूलभूत आहे कारण तो नैसर्गिक आहे , परंतु नैसर्गिक भेद म्हणजे लिंग असमानता सूचित होत नाही . हे मत लोकशाही तत्त्वज्ञान आणि महिला भेदभाव द्वारे निहित लैंगिक असमानता नाही .

लोकशाही तत्त्वज्ञानात आणि स्त्री प्रवचनात हे मत सतत उदयास येत आहे . आहे . स्त्रीवादी प्रवचनाने सामाजिक स्वरूपाचे काही मूलभूत प्रश्न उपस्थित केले आर्थिक आणि राजकीय क्षेत्रात स्त्री आणि पुरुष असमान का आहेत ? त्यांचे परस्परसंबंध हे वर्चस्व गौण परस्परसंबंध का आहे ? आणि ही परिस्थिती इतिहासाच्या प्रत्येक कालखंडात , जवळजवळ सर्व सभ्यतांमधील बदलांसह , कमी - अधिक फरकाने कशी स्थिर राहिली आहे ? इथे असमानता निसर्गात नसून समाज , संस्कृती , राजकारण , अर्थव्यवस्था (पुरुषसत्ताक व्यवस्थेत रुजलेली) शक्ती संरचनांमध्ये आहे . समतोल , अर्थपूर्ण सामाजिक - आर्थिक - राजकीय रचना आणि विकासातील अर्ध्या लोकसंख्येचा सक्रिय सहभाग याकडे दुर्लक्ष करून चालणार नाही , तर ते सुनिश्चित करणे आवश्यक आहे . या मुद्द्यावर एक सामान्य एकमत आहे . खरे तर महिलांच्या अस्तित्वाचा आणि सक्षमीकरणाचा प्रश्न हाच मुळात महिलांच्या लोकशाही हक्कांचा आणि त्यांच्या मानवी हक्कांचा प्रश्न आहे . स्त्री - पुरुष समानतेचे तत्व

भारतीय राज्यघटनेनुसार आहे हे खरे आहे .

हे केवळ महिलांना समान संधी देत नाही तर सरकारला महिलांच्या बाजूने सकारात्मक भेदभावासाठी पावले उचलण्यास सक्षम करते . महिलांच्या कायदेशीर सबलीकरणाच्या दिशेने हे निश्चितच एक क्रांतिकारी पाऊल आहे . राज्याची भूमिका महिलांच्या कल्याणाची असो किंवा गरिबी निर्मूलनाची असो किंवा समान संधी / आरक्षणाद्वारे त्यांचे सक्षमीकरण असो - या दिशेने महिला सक्षमीकरण महत्त्वाचे ठरले आहे . सन 1967 मध्ये युनायटेड नेशन्सच्या महिलांवरील भेदभाव निर्मूलनाच्या जाहीरनाम्याच्या शिफारशी आणि सदस्य देशांकडून त्यांच्या देशांतील महिलांच्या स्थितीबाबतच्या अहवालानुसार , सन 1971 मध्ये , राज्यमंत्र्यांच्या नेतृत्वाखाली समाज कल्याण , फुलरेनुगुहा , ' भारतातील महिलांची स्थिती ' ' (CSWI) स्थापन करण्यात आली . या समितीने 1974 साली आपला अहवाल समानतेकडे ' सरकारला सादर केला . स्वतंत्र भारतातील महिलांच्या स्थितीबद्दलचा हा पहिला सर्वसमावेशक अहवाल होता , ज्यामध्ये 22 खालील मुद्दे अधोरेखित करण्यात आले होते : 1- लैंगिक समानता ही केवळ सामाजिक न्यायासाठीच नव्हे तर राष्ट्राच्या सामाजिक , आर्थिक आणि राजकीय विकासासाठी आवश्यक असलेली अट आहे . २- महिलांना आर्थिकदृष्ट्या सक्षम बनवण्यासाठी त्यांच्या रोजगाराच्या संधी वाढविण्यास सर्वोच्च प्राधान्य देणे आवश्यक आहे . प्रजननक्षमतेमुळे महिलांप्रती समाजाचे दायित्व वाढते .

मुलांच्या संगोपनात आईबरोबरच वडिलांनी आणि समाजानेही जबाबदारी पार पाडली पाहिजे . 4- गृहिणींचे कार्य हे घरातील सामाजिक आणि आर्थिकदृष्ट्या फलदायी मानून , राष्ट्रीय बचत आणि विकासामध्ये त्यांचे योगदान मान्य केले पाहिजे . 5- वैधानिक समानतेचे विकास समानतेत रूपांतर करणे . सामाजिक दृष्टिकोन आणि संस्थांमध्ये बदल झाल्याशिवाय महिलांच्या स्थितीत खरी सुधारणा होणार नाही , हे समितीच्या अहवालातून स्पष्ट झाले . 1975 नंतरच्या शिफारशींच्या अनुषंगाने आणि आंतरराष्ट्रीय महिला वर्षाच्या अंतर्गत आंतरराष्ट्रीय आणि भारतीय महिला चळवळ पुन्हा सक्रिय

झाल्यामुळे , सहाव्या पंचवार्षिक योजनेनंतर (1980-) प्रथमच महिलांची स्थिती सुधारण्यासाठी अनेक धोरणात्मक निर्णय घेण्यात आले . 85) .

विकासावर एक वेगळा अध्याय ठेवण्यात आला . राष्ट्रीय शिक्षण धोरण 1986 आणि त्यानंतर राष्ट्रीय कृती योजना , 1992 मध्ये मुलींच्या शिक्षणाचा मोठा प्रश्न निर्माण झाला . राज्याच्या धोरणांमध्ये लैंगिक संवेदनशीलतेवर विचार सुरू झाला आहे , राष्ट्रीय महिला कोष आणि स्थानिक पातळीवर स्वयं सहायता गटांच्या माध्यमातून आर्थिक सक्षमीकरणाच्या दिशेने पर्यायी रणनीती वापरल्या जात आहेत . 73 व्या आणि घटनादुरुस्तीद्वारे पंचायत राज आणि स्थानिक स्वराज्य संस्थांमध्ये महिलांना दिलेल्या आरक्षणाचा परिणाम म्हणून , सुमारे 10 लाख महिलांचा राजकीय सहभाग हा सक्षमीकरणाच्या दिशेने एक मैलाचा दगड आहे . विधानसभा आणि ८३ लोकसभेतील महिला आरक्षणाचा मुद्दा आजही दुहेरी राजकीय मापदंडाचा बळी ठरत आहे . भारत सरकारचे महिला सक्षमीकरण धोरण , 2000 आणि घरगुती हिंसाचार विधेयक , 2005 हे महिला सक्षमीकरणासाठीच्या कायदेशीर प्रयत्नांच्या मालिकेतील एक उल्लेखनीय पाऊल आहे . या अंतर्गत राज्यातील संस्था विशेषत : पंचायत राज संस्था , स्वयंसेवी संस्थांची गरज आणि वाढती लिंग संवेदनशीलता देखील अधोरेखित झाली आहे . हा नक्कीच स्वागताई प्रयत्न आहे . घटनात्मक आणि वैधानिक समानतेद्वारे आम्हाला महिलांसाठी एक मजबूत आधार प्रदान करण्यात आला आहे , परंतु महिलांची मोठी लोकसंख्या अजूनही वैधानिक हक्कांच्या वास्तवापासून दूर आहे . युनिसेफच्या अंदाजानुसार , भारतात दरवर्षी 3 दशलक्ष भ्रूणहत्या होतात , ही मुळात स्त्री भ्रूणहत्या आहे , असा अभ्यास अहवालात दिला आहे . भारताच्या कुटुंब कल्याण मंत्रालयाने केलेल्या अलीकडील अंदाजानुसार , भारतात दरवर्षी 4 लाख गर्भपात केले जातात , ज्यामध्ये लाखो गैर - सरकारी गर्भपातांचा देखील समावेश आहे . आंतरराष्ट्रीय कामगार संघटनेचा अहवाल द एंड ऑफ चाइल्ड ' जागतिक स्तरावर बालकामगारांच्या संख्येत ११ टक्क्यांनी घट झाल्याचे कामगार दिनानिमित्त सांगण्यात

आले आहे , मात्र भारतातील परिस्थिती जैसे थेच आहे . बालमजुरीचा सर्वांत घृणास्पद प्रकार म्हणजे बळजबरीने वेश्याव्यवसाय .

एका अभ्यासानुसार , 15 टक्के वेश्या त्यांच्या किशोरवयातच या व्यवसायात आल्या . आयपीसी अंतर्गत भारतात दरवर्षी होणाऱ्या एकूण गुन्ह्यांपैकी सुमारे 6 टक्के गुन्ह्यांमध्ये महिलांविरुद्ध 31,000 छेडछाडीची प्रकरणे (प्रति व इतरानुसार) 28,00 विनयभंगाची प्रकरणे 14,000 अपहरण प्रकरणे 11,000 बलात्कार , हुंडाबळी छळ संबंधित 2,800 प्रकरणे आणि एक किंवा दोन प्रकरणे सतीप्रथेशी संबंधित आहेत , एकूण आर्थिक क्रियाकलापांपैकी 50 टक्के महिलांची आर्थिक क्रियाकलाप आहे , परंतु बहुसंख्य मुलींना याचा लाभ मिळालेला नाही . आरोग्य सेवा देखील शेवटच्या व्यक्तीपर्यंत वाढवता येत नाही . गरोदर महिलांमध्ये ५० टक्के ॲनिमियाच्या समस्येने ग्रस्त आहेत आणि एक लाख जिवंत मृत्यूंमागे ३० टक्के माता मृत्यू आहेत . औद्योगिक आणि उत्तर- औद्योगिक विकास यंत्रणा आणि तंत्रज्ञानामुळे नवीन संधी निर्माण झाल्या आहेत , परंतु महिलांच्या आर्थिक गरिबीचे आकडे वाढले आहेत . गंमत म्हणजे , विकासाचा वेग वाढूनही महिलांच्या स्थितीत अपेक्षेप्रमाणे सुधारणा झाली नाही , तर काही भागात परिस्थिती बिकट झाली आहे . जागतिकीकरणाच्या अंतर्गत , खाजगीकरण आणि उदारीकरणाच्या धोरणांमुळे PSUs वरील खर्च कमी झाला आहे ज्याचा थेट परिणाम गरीब वर्गाच्या उत्पन्न आणि उपभोगाच्या पातळीवर होतो . जगातील लोकसंख्येच्या सुमारे 50 टक्के महिला आहेत . संयुक्त राष्ट्रांच्या अलीकडील अभ्यासातून हे स्पष्ट झाले आहे की गरिबीचे लिंग परिमाण सातत्याने वाढत आहेत . हे दारिद्याचे स्त्रीकरण आहे . यात निश्चितच जागतिकीकरणाच्या आर्थिक घटकांची भूमिका आहे .

जागतिकीकरण पासूनविशेषत : ' प्रवीण महिलांना निश्चितच फायदा झाला आहे , विशेषतः माहिती तंत्रज्ञान क्षेत्रात . परंतु बहुसंख्य स्त्रिया , ज्यांच्याकडे ना कौशल्ये आहेत ना संसाधने , त्या मार्जिनवर आहेत . T १ स्त्री - पुरुष समानता हा महिला सक्षमीकरणाचा आधार आहे . महिलांचे स्वातंत्र्य , समानता , सन्मान , न्याय आणि प्रतिष्ठा प्रस्थापित करण्यासाठी राष्ट्रीय आणि आंतरराष्ट्रीय स्तरावर विविध

महिला संघटना , महिला चळवळी , स्त्रीवाद विचारवंत आणि अनेक संघटना आणि कायदे झटत आहेत , परंतु अथक प्रयत्न आणि उपाययोजना करूनही स्त्री - पुरुष असमानता कायम आहे . या संदर्भात डॉ . राम मनोहर लोहिया म्हणाले की , मानवतेचे अर्ध भांडवल म्हणून महिलांचे सहकार्य घेणे हे विकासासाठी आवश्यक आहे आणि हे तेव्हाच शक्य आहे जेव्हा आपण महिलांबाबत समानतेचा दृष्टीकोन अंगीकारून त्यांना समान व्यवस्थेत पुरुषांप्रमाणे वागणूक दिली पाहिजे . आणि समाज . स्थान प्रदान करा . डॉ . लोहिया महिला , मुस्लिम आणि मागासवर्गीयांना 60 टक्के आरक्षण देण्याची मागणी होती . ही मोठी दुर्दैवाची आणि खेदाची बाब आहे की , जर आरक्षण सैद्धांतिक पातळीवर अन्यायकारक आणि आक्षेपार्ह असेल तर ते सर्व वर्गाच्या संदर्भात असायला हवे , फक्त महिलांच्या संदर्भातच का ? आरक्षण हे इतर वंचित घटकांच्या विकासासाठी योग्य धोरण असेल तर महिलांसाठी का नाही ? महिला वंचित झाल्या नाहीत का ? उल्लेखनीय आहे की 33 : महिला आरक्षणाच्या प्रश्नावर एकमत होऊ नये म्हणून राज्यसभेत महिला आरक्षण विधेयक मंजूर करण्यात आले आहे . नुसते आरक्षण देऊन महिलांची स्थिती बदलणार नाही , हे खरे आहे . अशा परिस्थितीत स्त्री - पुरुषांना मिळून समता आणि समृद्धीवर आधारित नव्या भारताची मोहीम राबवावी लागेल .अन्यथा सक्षमीकरणाचे स्वप्न केवळ स्वप्नच राहील . हे तेव्हाच घडेल जेव्हा आपण सर्व मिळून अर्ध्या लोकसंख्येची स्थिती सुधारण्याचा संकल्प करू आणि त्याची अंमलबजावणी करण्याचा संकल्प करू.

मुलींच्या घटत्या संख्येवर निबंध ही एक गुंतागुंतीची समस्या आहे 20 आपल्या प्राचीन ग्रंथांमध्ये म्हटले आहे - ' यत्र नार्यस्ते पूजन्ते रमन्ते तत्र देवता ' म्हणजे जिथे स्त्रीची पूजा केली जाते , तिथे देव वास करतो . उपनिषदांमध्ये म्हटले आहे . एकम् सत् विग्रह बहुदा वदन्ति ' - या जगात एकच सत्य आहे जे अनेक प्रकारे सांगितले गेले आहे . पुरुष आणि स्त्री ही परम शक्तीची दोन महत्त्वाची निर्मिती आहेत जी शक्ती , शक्ती आणि निसर्गाच्या बाबतीत समान / समान आहेत . आपल्या प्राचीन ग्रंथांमध्ये आणि समाजात स्त्रियांना इतके

उच्च स्थान होते , परंतु शतकानुशतके स्त्रियांना समाजात त्यांचे हक्क नाकारले गेले आणि त्यांच्यावर शारीरिक आणि मानसिक दोन्ही प्रकारे अनेक अत्याचार केले गेले . आधुनिक भारतातील असमानतेच्या दुष्ट वर्तुळामुळे महिलांची सामाजिक स्थिती कमकुवत झाली आणि एकतर्फी विकासावर भर दिला . 21 व्या शतकात काही महिलांनी धाडस दाखवून बदल घडवला आहे . पण तरीही मोठ्या संख्येने महिलांना सन्मानाने जगण्याचा अधिकार नाकारण्यात आला आहे . याव्यतिरिक्त , जर मूल मुलगी असेल तर तिला जगण्यासाठी योग्य मानले जात नाही . सर्वसमावेशक वाढीसाठी महिलांना प्रत्येक परिस्थितीत जगण्याची समान संधी मिळणे आवश्यक आहे आणि तेही त्यांच्या आवडीनुसार . 2011 ची जनगणना थक्क करणारी आहे . यानुसार , नवजात ते 6 वर्षे वयोगटातील प्रत्येक 1000 मुलांमागे 918 मुली आहेत , जे मुलांचे मुलींचे प्रमाण (CSR) सर्वात कमी आहे . देशाच्या प्रत्येक भागात मुलींची संख्या कमी होत आहे - खेडेगावात , आदिवासी भागात आणि अगदी शहरांमध्येही . ही अशी धोकादायक परिस्थिती आहे ज्याचा परिणाम देशाच्या लोकसंख्येच्या रचनेवर होईल . महिलांच्या भेदभावाची आणि सामाजिक समावेशाची धोकादायक प्रवृत्ती थांबवण्यासाठी आणि त्यांच्या सर्वांगीण विकासासाठी तातडीने कृती करण्याची गरज आहे . बेटी बचाओ , बेटी पढाओ (BBBP) ही मोहीम मुले आणि मुलींमधील घटते प्रमाण कमी करण्यासाठी आणि महिलांचे शिक्षण सुनिश्चित करण्यासाठी सुरू करण्यात आली आहे .

पंतप्रधानांनी यावर्षी 22 जानेवारीला हरियाणातील पानिपत येथून याची सुरुवात केली . ही मोहीम महिला आणि बाल विकास मंत्रालय , आरोग्य आणि कुटुंब कल्याण मंत्रालय आणि मनुष्यबळ विकास मंत्रालय यांचा संयुक्त प्रयत्न आहे . मुलीच्या जन्माच्या आणि जगण्याच्या अधिकाराचे रक्षण करणे आणि तिला शिक्षण आणि जीवन कौशल्याने सक्षम करणे हा त्याचा उद्देश आहे . ही मोहीम सुरू करण्यासाठी निवडलेली जागाही खूप महत्त्वाची होती कारण हरियाणात मुलांपेक्षा मुलींची संख्या कमी आहे . हरियाणात दर 1000 पुरुषांमागे केवळ 877 स्त्रिया आहेत आणि जर आपण 0-6 वर्षे वयोगटातील

आकडेवारी पाहिली तर तेथे मुलींची संख्या खूपच कमी आहे . कार्यक्रमाच्या शुभारंभावेळी पंतप्रधानांनी लोकांना भावनिक आवाहन केले की , ही परिस्थिती त्वरीत बदलण्याची गरज आहे . भविष्यातील पिढ्यांवर याचा मोठा परिणाम होणार असल्याने हे ' भयानक संकट ' संपवणे ही प्रत्येकाची जबाबदारी आहे , असे ते म्हणाले . मुलींचा जन्म आनंदोत्सव म्हणून साजरा करण्याचे आवाहन त्यांनी केले . मुलींच्या शिक्षणासाठी त्यांनी सुकन्या समृद्धी खाते ' ही सुरू केले . 2015 16 च्या केंद्रीय अर्थसंकल्पात वार्षिक 9.1 टक्के व्याजदर आणि करात सूट देण्याचा प्रस्ताव आहे . बेटी बचाओ , बेटी पढाओ अंतर्गत , सुरुवातीला सर्व राज्ये आणि केंद्रशासित प्रदेशांमधून 100 जिल्हे निवडले गेले आहेत जिथे मुली आणि मुलांचे प्रमाण खूप कमी आहे . या मोहिमेअंतर्गत समाजातील प्रत्येक घटकाला सहभागी करून घेणे , समुदायाचा सहभाग आणि जनजागृती वाढवण्यावर भर देण्यात आला आहे . हा कार्यक्रम अनेक उद्दिष्टांसह एक मोहीम आहे . एक म्हणजे निवडलेल्या महत्त्वाच्या जिल्ह्यांमधील जन्मावेळी मुला - मुलींचे गुणोत्तर (SRB) एका वर्षात 10 गुणांपर्यंत सुधारणे . दुसरे पाच वर्षांखालील मृत्यूदर 2011 मधील 8 अंकांवरून 2017 पर्यंत 4 अंकांवर आणला जाणार आहे . त्याच बरोबर , माध्यमिक शिक्षणातील मुलींची पटसंख्या 2013-14 मधील 76 टक्क्यांवरून 2017 पर्यंत 79 टक्क्यांपर्यंत वाढवणे आणि 2017 पर्यंत निवडलेल्या 100 जिल्ह्यांमधील प्रत्येक शाळेत मुलींसाठी शौचालये बांधणे . BBBP मोहिमेअंतर्गत , स्त्री भ्रूणहत्या रोखणाया प्री- कन्सेप्शन आणि प्री - नॅटल डायग्नोस्टिक टेक्निक्स (PC आणि PNDT) कायद्याच्या काटेकोर अंमलबजावणीवर विशेष लक्ष दिले जाईल .

मुलींच्या पोषणावर लक्ष केंद्रित करून पाच वर्षांखालील मुलींचे कमी वजन आणि अशक्तपणाची समस्या कमी करणे . मुलांचे लैंगिक गुन्ह्यांपासून संरक्षण कायदा , 2012 (POCSO) ची अंमलबजावणी करून मुलींना सुरक्षित वातावरण प्रदान करणे हे या मोहिमेचे उद्दिष्ट आहे . जनजागृती मोहीम केवळ स्थानिक नेत्यांचा समावेश असलेल्या समुदायाच्या सहभागातूनच यशस्वी होऊ शकते , विशेषत : विचार

आणि वर्तनात बदल घडवून आणण्याच्या उद्देशाने BBBP मोहीम सर्व स्थानिक नेते आणि तळागाळातील कार्यकर्त्यांना एकत्र आणण्याचे जोरदार समर्थन करते . मुलींच्या जन्मासाठी चांगले वातावरण उपलब्ध करून देणे हा या मोहिमेतील मुख्य भर आहे . पंतप्रधानांनी पानिपतमधील भाषणात वाराणसीतील जयपुरा गावाचे उदाहरण दिले . मुलीच्या जन्मानिमित्त सण साजरा केला जातो आणि त्यानिमित्ताने पाच झाडे लावली जातात . प्रत्येक गावात मुलीच्या जन्मावर असा सण साजरा करण्यास सांगितले . आई आणि बाळासाठी चांगले वातावरण निर्माण करणे , गर्भवती महिलांच्या प्रसूती आणि मुलींच्या महत्त्वाबाबत जागरूकता निर्माण करणे हे या दिशेने टाकलेले पाऊल आहे . हे गर्भधारणेदरम्यान अंगणवाडी केंद्रे / आरोग्य केंद्रांची नोंदणी करण्यास प्रोत्साहन देते .

या कार्यक्रमांतर्गत शाळांमध्ये मुलींचा प्रवेश सुनिश्चित करण्यासाठी शाळा व्यवस्थापन समित्या सक्रिय करण्याबाबतही सांगण्यात आले आहे . शाळा सोडलेल्या मुलींना पुन्हा शाळेत जाण्यासाठी प्रोत्साहन देण्यासाठी गर्ल्स फोरम स्थापन करण्यावरही भर देण्यात आला आहे . यामध्ये प्राथमिक आठवी ते नववी आणि १० वी ते ११ वी , % मुलीकरून ती एका वर्षासाठी कायम ठेवण्यासाठी शाळा व्यवस्थापन समित्यांना प्रोत्साहन दिले जाते आणि ज्या शाळेतस्तरावर याशिवाय , या मोहिमेमध्ये नारी चौपाल उभारणे , बेटी जन्मोत्सव साजरा करणे आणि प्रत्येक महिन्यात बेटी पढाओ हा सण म्हणून साजरा करणे , तसेच राष्ट्रीय बालिका दिन आणि आंतरराष्ट्रीय महिला दिन यांचाही प्रस्ताव आहे . रक्षाबंधन , मुलींच्या जन्मावर लोहरी साजरी यासारख्या सणांच्या माध्यमातून सामाजिक - सांस्कृतिक पूर्वग्रह दूर करण्याचा या मोहिमेचा प्रयत्न आहे . मुलींची घटती संख्या ही चिंतेची बाब आहे , ज्याचा परिणाम समाजावर आणि भावी पिढीवर होणार आहे . मुलींना शिक्षित करणे म्हणजे लोकसंख्येच्या मोठ्या वर्गाला सक्षम करणे . BBBP ही सर्वसमावेशक आणि शाश्वत विकासाचा मार्ग प्रशस्त करणारी राष्ट्रवादी मोहीम आहे .

महिला सक्षमीकरण म्हणजे शिक्षण आणि महिलांचे स्वातंत्र्य , समान कामासाठी समान वेतन , कामाच्या ठिकाणी छळवणुकीविरुद्ध हक्क , कायद्यांतर्गत संरक्षणाचा अधिकार इत्यादींसह सामाजिक सेवांमध्ये समान संधी प्रदान करणे . खरे तर महिला सक्षमीकरण हे समाजातील महिलांच्या भूमिकेला सक्षम करण्याचे साधन आहे . " महिला सक्षमीकरण म्हणजे कौटुंबिक बंधनातून मुक्त होऊन स्वतःचा आणि देशाचा विचार करण्याच्या महिलांच्या क्षमतेचा विकास करणे . " सध्याच्या परिप्रेक्ष्यात महिला सक्षमीकरण आज महिला सक्षमीकरण हा भारतातील सर्वात ज्वलंत प्रश्नांपैकी एक आहे . भारतीय राज्यघटनेत स्त्री - पुरुष समान असल्याचे सांगितले जात असले , तरी काही प्राधान्यक्रमही निश्चित करण्यात आले होते , परंतु त्याचे वास्तव केवळ कागदापुरतेच मर्यादित आहे . आजही महिला आर्थिकदृष्ट्या स्वतंत्र नाहीत आणि स्वतंत्रही नाहीत . तुम्हाला तुमच्या स्वतःच्या भविष्यासाठी कोणताही निर्णय घेण्याचे स्वातंत्र्य नाही . त्याच्या प्रत्येक निर्णयात कुटुंब आणि समाजाचा खूप दबाव स्पष्टपणे दिसून येतो . महिला हिंसाचाराच्या बळी होत्या आणि आजही आहेत . दैनंदिन वर्तमानपत्रे बलात्कार , अपहरण , हुंडाबळी , लैंगिक छळ अशा बातम्यांनी भरलेली असतात जी महिलांबद्दलची आपली विकृत मानसिकता दर्शवते .

जोपर्यंत महिलांना शिक्षण , रोजगार , आरोग्य , सामाजिक , राजकीय आणि स्त्री - पुरुष समानतेच्या समान संधी मिळत नाहीत , तोपर्यंत आपण प्रगतीशील समाजाची आणि देशाची कल्पनाही करणार नाही . एकविसाव्या शतकात भारतात महिलांनी प्रत्येक क्षेत्रात आपले अस्तित्व निर्माण केले आहे . सरकारी असो , निमशासकीय , खाजगी क्षेत्र असो वा क्रीडा जगत , पण प्रश्न असा आहे की अशा किती महिला आहेत ? " महिला खरोखरच सशक्त झाल्या आहेत का ? जर त्या आहेत , तर वृत्तपत्रे कौटुंबिक हिंसाचार , महिलांचा छळ अशा कथांनी भरलेली का आहेत ? भारतातील महिला सक्षमीकरण कार्यक्रम या देशाची निम्मी लोकसंख्या महिला आहे , त्यामुळे देशाला पूर्णतः सशक्त बनवण्यासाठी महिला सक्षमीकरण आवश्यक आहे . महिलांना त्यांच्या मूलभूत

अधिकारांची जाणीव करून दिली पाहिजे . राष्ट्राच्या जडणघडणीत महिलांचे खरे महत्त्व व अधिकार याबाबत समाजात जागरूकता आणण्यासाठी ' बेटी बचाओ बेटी पढाओ योजना ' , ' महिला शक्ती केंद्र योजना ' , ' सुकन्या समृद्धी योजना ' , ' समर्थ योजना ' आदी कार्यक्रम राबविण्यात येतात . महिलांना साक्षर आणि आर्थिकदृष्ट्या स्वावलंबी बनवणे हा या योजनांचा उद्देश आहे . याशिवाय मदर्स डे , आंतरराष्ट्रीय महिला दिन असे अनेक कार्यक्रम राबवले जात आहेत . देशाच्या प्रगतीत साक्षर महिलेचे योगदान आहे भारताच्या विकासात स्त्री साक्षरतेचे मोठे योगदान आहे . महिला साक्षरतेत जेव्हा जेव्हा वाढ झाली आहे , तेव्हा भारताने विकासाच्या मार्गावर प्रगती केली आहे , हे नाकारता येत नाही . याची अनेक कारणे आहेत- स्त्री आणि पुरुष ही समाजाची दोन चाके आहेत . एक चाकही नीट चालले नाही तर समाज स्तब्ध होतो . कालपर्यंत ज्या महिला घरकामात मर्यादित होत्या , त्या आज कार्यालयीन कामकाज सांभाळत आहेत . वैद्यकीय , आयटी , सरकारी विभागांपासून ते देशाच्या संसदेपर्यंत महिलांनी आपला झेंडा रोवला आहे . महिलांना शिक्षित केल्याने केवळ मुलींच्या शिक्षणाला प्रोत्साहन मिळाले नाही तर बालमृत्यूचे प्रमाणही कमी झाले आहे . स्त्री भ्रूण हत्येसारख्या जघन्य गुन्ह्यांमध्ये घट झाली असली तरी अजून प्रगतीला वाव आहे .

शिक्षणाबद्दल बोलायचे झाले तर 2011 च्या जनगणनेनुसार एकूण 73% साक्षरांपैकी पुरुष साक्षरता 80.9% आणि महिला साक्षरता 64.6% आहे. 2001 च्या आकडेवारीशी तुलना केल्यास असे दिसून येते की महिला साक्षरतेत सुधारणा झाली आहे, परंतु सुधारणा केवळ प्राथमिक स्तरावर आहे. गेल्या अनेक वर्षांपासून 10वी आणि 12वीच्या परीक्षेच्या निकालात मुली मुलांपेक्षा चांगली कामगिरी करत आहेत. परंतु उच्च शिक्षणावर अजूनही पुरुषांचे वर्चस्व आहे. 2011 च्या जनगणनेनुसार कामगारांची एकूण संख्या 36.25 कोटी आहे. यामध्ये एकूण पुरुष कामगारांची संख्या 36.25 कोटी असून महिला कामगारांची संख्या 8.93 कोटी आहे. 2001 च्या तुलनेत हा रोजगाराचा आकडा वाढला असला तरी एकूण कमाईत त्यांचा वाटा अजूनही कमी आहे. आजही

पोलीस, आर्मी, पायलट, चार्टर्ड अकाऊंटंट, कमांडो अशी अनेक क्षेत्रे आहेत जी पूर्वी फक्त पुरुषांसाठी होती पण आता महिलाही त्यात चांगली कामगिरी करत आहेत, तरीही त्यांच्या क्षमतेचा पुरेपूर वापर होताना दिसत नाही. निष्कर्ष महिला सक्षमीकरणासाठी विविध सरकारे, स्वयंसेवी संस्था आणि खाजगी संस्थांकडून अनेक प्रयत्न केले जात आहेत आणि सुरू आहेत. पण हे प्रयत्न तेव्हाच यशस्वी होतील जेव्हा एखादी स्त्री दुसऱ्या स्त्रीबद्दल जागरूक असेल. समाजालाही आपली विकृत मानसिकता सोडून पुरुषप्रधान समाजातून समक्रमित समाजाकडे वाटचाल करावी लागेल. जे कोणत्याही धोरणे, योजना, कागदी घोषणा आणि कार्यक्रमांद्वारे बदलले जाणार नाही, परंतु त्यासाठी आत्मचिंतन तसेच कौटुंबिक आणि सामाजिक उपक्रमांची आवश्यकता आहे.

एकोणिसाव्या शतकाला आपण प्रामुख्याने नवजागरण म्हणून ओळखतो , परंतु एकविसावे शतक हे स्त्रियांचे शतक म्हणून ओळखू , कारण स्त्रियांची बदललेली स्थिती सांगते . ज्या सौदी अरेबियात महिलांना कार चालविण्यास बंदी होती , तेथे महिला विमाने उडवत आहेत. मे 2005 मध्ये कुवेती महिलांना मतदानाचा अधिकार देण्यात आला . अलीकडे आपल्याकडे घरगुती हिंसाचाराच्या विरोधात कायदा करण्यात आला आहे . यामध्ये इतर गोष्टींबरोबरच लैंगिक छळ आणि गैरवर्तन यांनाही हिंसाचाराच्या श्रेणीत ठेवण्यात आले आहे . एकोणिसाव्या शतकातील अनेक समस्यांचे प्रतिध्वनी अजूनही आहेत . आतापर्यंत मोठ्या संख्येने विधवांची लग्ने झालेली नाहीत किंवा बालविवाह वेगवेगळ्या प्रसंगी होतात हुंडा न मिळाल्याबद्दल महिलेचा छळ करणे किंवा परदेशी वराच्या लालसेपोटी चौकशी न करता मुलीशी लग्न करणे . कधी कधी स्त्रीला सती झाल्याची घटनाही ऐकायला मिळते . हुंडाबळी पीडित महिलांना न्याय मिळत नाही . अनेकदा बलात्कार पीडितेला त्रास देणारेही शिक्षेत सहभागी होऊ शकत नाहीत . महिला सक्षमीकरण हा आता शैक्षणिक चर्चेचा मुद्दा राहिलेला नाही . संस्कृतीवादी पुरातन लोकांनी काळाचा रथ मागे खेचण्याचा कितीही प्रयत्न केला , तरी आजची स्त्री पारंपरिक विचारसरणीला छेद देत

सर्वांगीण विकासाकडे वाटचाल करत आहे . तिला प्रजननक्षम गर्भ मानण्याच्या सरंजामशाही मानसिकतेचे उघड समर्थन करण्याचे धाडस त्यांच्या शोषितांमध्येही आता राहिलेले नाही .

नव्या शतकात महिलांच्या प्रश्नावर खुली जाणीव निर्माण झाली असून ही जाणीव महिला सक्षमीकरणाच्या रूपाने व्यक्त होत आहे . त्याचा परिणाम आपल्या समाजजीवनावर नक्कीच होईल . नवीन चळवळीशी संबंधित सरकारी , निमसरकारी आणि निमशासकीय संस्थांकडून महिला सक्षमीकरणाचा मुद्दा जोरदारपणे मांडला जात आहे . त्यामुळे महिला सक्षमीकरण म्हणजे काय असा प्रश्न पडतो . आणि त्याचा वाहक कोण असू शकतो ? महिला सक्षमीकरणाची संकल्पना समजून घेण्यासाठी स्त्रीमुक्ती चळवळीची ऐतिहासिक परंपरा समजून घेणे आवश्यक आहे . त्याचे तीन टप्पे स्पष्टपणे पाहिले जाऊ शकतात ज्याला कल्याण , पुनर्वसन आणि सक्षमीकरण मॉडेल म्हणता येईल . पहिला टप्पा 18 व्या शतकाच्या मध्यापर्यंतचा असू शकतो . सैद्धांतिकदृष्ट्या , या काळात सरासरी पुरुषांमधील असमानतेबद्दल मूलभूत प्रश्न उपस्थित केले गेले आणि असे स्थापित केले गेले की सामाजिक न्यायाच्या प्रवचनात वर्ग आणि जातीसह लिंगाला स्वतंत्र स्थान दिले पाहिजे . या दरम्यान महिलांना समाजात पुरुषांप्रमाणे समान अधिकार मिळावेत , यावर सर्व भर देण्यात आला आहे . हे सर्व उदारमतवादी नागरी हक्कांच्या वैचारिक दृष्टीमध्ये होते . समान वेतन , वैद्यकीय सुविधा महिलांना पुरुषांप्रमाणे समान कामासाठी समान वेतनगर्भपात आदी कायदेशीर हक्कांसाठी समाज व राज्याच्या वतीने प्रयत्न करण्यात आले . स्त्रियांच्या समस्या आणि त्यावरील उपाय जगभर सारखेच आहेत हे मान्य करण्यात आले कारण पितृसत्ताक समाज हा स्त्रियांच्या शोषणाचा आधार आहे , ज्याचा शेवट स्त्री आणि पुरुषांमधील कायदेशीर असमानता दूर करूनच शक्य आहे. याला महिला कल्याण मॉडेल म्हटले गेले . ' वुमन डेव्हलपमेंट मॉडेल 'चा प्रारंभिक स्रोत म्हणून आम्ही इस्टर बोसेरपच्या वुमन रोल इन इकॉनॉमिक डेव्हलपमेंट या पुस्तकाचा विचार करू शकतो . त्यांनी दाखवून दिले की कामाची कामगिरी संसाधनांची उपलब्धता आणि

लाभांची वाटणी यामध्ये लैंगिक असमानता आहे .

पुढील संशोधनातून , हे स्पष्ट झाले की जरी महिला जगातील लोकसंख्येच्या पन्नास टक्के आहेत , त्या कामाच्या तासांपैकी दोन तृतीयांश काम करतात परंतु त्यांना उत्पन्नाचा फक्त एक दशांश मिळतो आणि त्यांच्याकडे फक्त एक टक्का मालमत्तेची मालकी असते . या प्रकारची लैंगिक असमानता दूर करण्यासाठी महिलांच्या विकासासाठी विशेष योजना सुरू केल्या . परंतु अशा योजनांद्वारे महिलांना समान स्थान मिळू शकत नाही , हे या प्रयत्नांमुळे दिसून आले . उलट , आधीच अस्तित्वात असलेली सामाजिक विषमता बळकट झाली . काही विद्वानांचे असे मत होते की असा विकास भांडवलशाही - पुरुषसत्ताक मॉडेल अंतर्गत नैसर्गिक आहे . ते काहीही असो या वस्तुस्थितीमुळे लिंग - संवेदनशील विकासाची धोरणे आणि लिंग - संवेदनशील निर्देशांक हे प्रतिबिंबित करतात . आता फक्त विकासाच्या फायद्यांपुरते मर्यादित न राहता , विकास कार्यक्रमांमध्ये महिलांना सहभागी करून घेण्यावर सर्व भर दिला जात आहे . आर्थिक विकासाची एजन्सी म्हणून महिलांची ओळख होती . अशा प्रकारे आपण पाहतो की महिला विकास मॉडेल देखील दोन टप्प्यात पूर्ण झाले , ' महिला आणि विकास ' आणि ' लिंग आणि विकास ' . पहिल्या विकास धोरणांमध्ये महिलांच्या कल्याणाकडे योग्य लक्ष दिले गेले होते , तर दुसऱ्या धोरणात लिंगभेदाला या योजनेचा आधार देण्यात आला होता . उत्क्रांतीवादी मॉडेल महिलांच्या व्यावहारिक हितसंबंधांच्या नावाखाली त्यांच्या धोरणात्मक हितांकडे दुर्लक्ष करते , असे म्हणत महिला विकास मॉडेलवर टीका केली आहे . या मॉडेलची तीव्र टीका म्हणजे ते शक्तीच्या परिमाणाकडे दुर्लक्ष करते . प्रामुख्याने आर्थिक विकासाला प्राधान्य दिल्याने हे शक्य झाले आहे . काही अभ्यासातून असेही समोर आले आहे की , आर्थिकदृष्ट्या महिलांचा वाढता दर्जा त्यांना आवश्यक आनंद आणि समान सामाजिक दर्जा देत नाही . पारंपारिक भूमिकांसोबतच त्यांना नवीन आर्थिक जबाबदाऱ्या स्वीकाराव्या लागल्याने अनेक प्रकरणांमध्ये त्यांची परिस्थिती बिकट होते .

त्यामुळे त्यांनी निर्णयात सहभागी होणे गरजेचे आहे . यासाठी देशांतर्गत आणि सामुदायिक शक्ती संरचनांमध्ये त्याचा सक्रिय सहभाग आवश्यक आहे . ही वस्तुस्थिती ओळखून महिला सक्षमीकरणाच्या संकल्पनेला जन्म दिला . महिला सशक्तीकरण किंवा सशक्तीकरण , त्याच्या शाब्दिक अर्थानेच , इतर आयामांपेक्षा शक्तीच्या परिमाणाचे महत्त्व सूचित करते . या अंतर्गत महिला सक्षमीकरणाची गुरुकिल्ली तिच्या स्वतःवर आणि सत्ता रचनेवर नियंत्रण ठेवते असे मानले जाऊ लागले . सत्तेच्या संरचनेवर हळूहळू नियंत्रण वाढल्याने , इतर स्तरांवर लैंगिक समानता - सहभागिता , संसाधन संपादन , भौतिक कल्याण इ . नैसर्गिकरित्या स्त्रीला प्राप्त होईल . महिला सक्षमीकरण म्हणजे घरगुती आणि सामुदायिक शक्ती संरचनांमध्ये महिलांची शक्ती वाढवणे . प्रख्यात समाजशास्त्रज्ञ आंद्रा बेटे हे देखील मानतात की महिला सक्षमीकरणामागील मुख्य संकल्पना म्हणजे शक्ती संबंधांची पुनर्व्याख्या करून सामाजिक बदल . अँथनी गिंडिग्सने याला ट्रान्सफॉर्मेटिव्ह कॅपॅसिटी म्हटले आणि काही समाजशास्त्रज्ञांना त्याची व्याख्या पॉवर टू ऐवजी पॉवर टू द्वारे करायची होती . जैवविविधता (पृथ्वी कन्व्हेन्शन) 1992 ने सशक्तीकरणाची व्याख्या निर्णय घेण्याची किंवा निर्णय रोखण्याची क्षमता म्हणून केली आहे . कोणत्याही प्रकारे , महिला सक्षमीकरणाचे हे मॉडेल शक्तीकेंद्रित आहे आणि जे प्रत्येक स्तरावरील लैंगिक असमानता हळूहळू कमी करते . हे महिला विकास मॉडेलपेक्षा अधिक व्यापक आहे कारण ते केवळ सामाजिक कल्याण किंवा आर्थिक समानतेला महत्त्व देत नाही तर सामाजिक , आर्थिक , राजकीय , मानसिक अशा सर्व पैलूंना एकत्र बांधून विचार करते . महिला सक्षमीकरणाची ही संकल्पना शोषण , अत्याचार आणि अन्यायात लपलेल्या संरचनात्मक पैलूंना योग्यरित्या ओळखणारी गंभीर विवेक प्राप्त करण्यासाठी सक्षमीकरणाला प्राधान्य देते . या प्रक्रियेत तीन दुवे आहेत , पहिला म्हणजे भौतिक सुविधा , अन्न , मृत्युदर , लोकसंख्येचे प्रमाण , शिक्षण , वेतन , रोजगार , कुटुंब आणि समाजाच्या निर्णयांमध्ये सहभाग आणि एखाद्याचे श्रम , उत्पन्न आणि

जीवनावरील आत्म - नियंत्रण यातील लैंगिक फरकामुळे असमानता . त्यांची व्यापक जनजागृती झाली पाहिजे . दुसरा दुवा म्हणजे असमानता देवाने दिलेली नाही हे जाणणे , त्यामुळे ते बदलले जाऊ शकतात . तिसरा भाग . वरील समजुतीच्या आधारे , स्त्री - पुरुष समानतेची उद्दिष्टे साध्य करण्यासाठी महिलांना संघटित करणे . महिला सक्षमीकरणाचे ध्येय साध्य करण्यासाठी दोन मार्ग सुचवले आहेत . पहिली म्हणजे राज्याकडून कायदेशीर आणि प्रशासकीय उपाययोजनांद्वारे महिला शक्तीचे उन्नयन . दुसरे म्हणजे महिलांनी संघटित होऊन सत्ता मिळवणे . पहिल्याचा मार्ग वरपासून खालपर्यंत जातो तर दुसऱ्याचा मार्ग तळापासून वरपर्यंत जातो . सैद्धांतिक दृष्टिकोनातून दोघेही भिन्न असले तरी व्यावहारिक पातळीवर दोघांमधील द्वंद्वात्मक ऐक्य स्वीकारावे लागते.

वरील विवेचनातून हे स्पष्ट होते की महिला सक्षमीकरण मॉडेल हे अनेक महत्त्वाच्या गोष्टींमध्ये महिला विकास मॉडेलपेक्षा बरेच वेगळे आहे . महिला विकास मॉडेल हा सामाजिक - आर्थिक प्रकल्प असला तरी महिला सक्षमीकरण हा प्रामुख्याने राजकीय प्रकल्प आहे . पहिल्यामध्ये महिलांचे आर्थिक स्तर उंचावण्याबाबत आणि दुसऱ्यामध्ये त्यांना राजकीयदृष्ट्या सक्षम करण्याबाबत चर्चा आहे . GDI आणि GeM या दोन्हीच्या मोजमापासाठी स्वतंत्र मापदंड (निर्देशांक) तयार केले आहेत . तथापि , विश्लेषणात्मक दृष्टिकोनातून , दोन्ही भिन्न आहेत . पण खरं तर दोन्ही एकमेकांशी संबंधित आहेत . महिला सक्षमीकरणातील कमतरता / मर्यादा उदारमतवादी दृष्टीकोनातून पाहिल्यास असे दिसून येते की पुरुषांच्या सर्व स्तरांवर त्यावर टीका केली गेली आहे , परंतु काही वेळा ते पुरुषांना शत्रू म्हणून देखील चित्रित करते . परिणामी , महिला सक्षमीकरणाची चळवळ लिंग - युद्धात बदलते ज्यामध्ये कामातील नातेसंबंध आणि कौटुंबिक शक्ती चढण्याऐवजी यश मिळवते . संरचनात्मक दृष्टिकोनातून , महिला सक्षमीकरणाचे वरील मॉडेल मूलभूतपणे असंरचित , विशिष्ट वर्गकेंद्रित आणि मनोकेंद्रित असल्याचे दिसून येते . यात महिलांच्या अंतरात्म्याला जागृत करण्यावर मोठा भर दिला जातो . पण पुरुषांची

सद्सद्विवेक बुद्धी जागृत न करता आणि त्यांची वृत्ती न बदलता केवळ लिंगसंबंध निर्माण करता येतील का ? कदाचित नाही . हे केवळ आवश्यक नाही , तर त्यासोबत आर्थिक , राजकीय आणि संरचनात्मक बदलही आवश्यक आहेत . मार्क्सवाद्यांनी महिला सबलीकरणाच्या संकल्पनेवर आरोप केला की ते स्त्री आणि पुरुष यांच्यावरील आर्थिक अवलंबनाच्या सामाजिक पैलूकडे दुर्लक्ष करते , जे मालमत्ता संबंधांच्या संरचनेत अंतर्भूत आहे . लिंग आधारित मालमत्ता संबंध नष्ट झाल्याशिवाय , केवळ जाणीव बदलून काहीही होणार नाही . संरचनात्मक दृष्टिकोनातून , एक महत्त्वाची टीका अशीही केली जाते की महिला सक्षमीकरण मॉडेलमध्ये सर्व महिलांना समान श्रेणीमध्ये ठेवले जाते , परंतु हे खरे नाही . स्त्रियांमध्ये बरेच फरक आहेत जे विचारात घेतले पाहिजेत . मुख्यतः महिला चळवळीतः शहरी , सुशिक्षित , कामकरी , उच्च / मध्यमवर्गीय महिलांचाच समावेश आहे .

सांस्कृतिक दृष्टिकोनातून , महिला सक्षमीकरण मॉडेल हे पश्चिम - केंद्रित आहे आणि भारतासह पूर्वेकडील देशांच्या संस्कृतीशी सुसंगत नाही , असे म्हणत टीका केली जाते , कारण ते लैंगिक संबंधांना गुन्हेगारी ठरवण्यात धर्माच्या भूमिकेकडे दुर्लक्ष करते . धर्म भारतातील अनेक वाईट गोष्टी ओळखतो आणि त्याचे पालन मोठ्या प्रमाणात महिला करतात . हे स्पष्ट आहे की महिला सक्षमीकरण मॉडेलमध्ये अनेक कमतरता आहेत . तो एक मितीय दृष्टीकोन आहे . त्यामुळे सध्याच्या संकल्पनेचा फेरविचार करण्याची गरज आहे . त्याची रचना संघर्षाची असल्याने केवळ महिला सक्षमीकरणावरच का चर्चा करायची , लिंग सशक्तीकरण हे ध्येय का बनवू नये . स्त्री - पुरुष समानतेपेक्षा लैंगिक न्याय अधिक योग्य असेल . हा पुरुष केवळ या स्त्रीचे सक्षमीकरण होणार नाही . स्त्री - पुरुष संबंधांमधील असमतोल लक्षात घेऊन , ती अशा प्रकारे बदलण्यावर भर देते की ती समानता म्हणून सेपानी प्रणालीने बदलली पाहिजे . महिला सक्षमीकरणाच्या टिप्स महिला सक्षमीकरणाची बहुआयामी संकल्पना जी महिलांच्या सर्व प्रकारच्या क्षमता वाढविण्यावर भर देते , तिला राजकीय सत्ताकेंद्रित संकल्पनेचे रूप धारण करण्याची गरज आहे . या दिशेने ध्येय

गाठण्यासाठी महिलांमध्ये जागृती करणे , संघटना निर्माण करणे , आंदोलने करणे याला स्वतःचे महत्त्व आहे . पण वृत्ती बदलण्यासाठी इतर उपायांचीही मदत घेतली पाहिजे . सर्वसाधारणपणे शिक्षण आणि विशेषतः स्त्री शिक्षण हा असाच एक मार्ग आहे . विशेषतः जेव्हा अभ्यासक्रम लैंगिक न्यायाबाबत संवेदनशील असतो . दुसरा दृष्टीकोन लैंगिक न्यायासाठी संवेदनशील समाजीकरणाचे धोरण असू शकते . मुलांचे संगोपन याच दिशेने झाले पाहिजे .

संरचनात्मक बदल

आर्थिक राजकीय बदल

वृत्तीत बदल

सामाजिक मूल्यांमध्ये बदल

राष्ट्रीय बालिका दिन

भारताचा इतिहास जीवनाच्या विविध क्षेत्रात उंची गाठणाऱ्या यशस्वी महिलांच्या उदाहरणांनी भरलेला आहे . पण गंमत म्हणजे अनेक सांस्कृतिक कारणांमुळे आजही मुलींना अनेक समस्यांना तोंड द्यावे लागते . हे लक्षात घेऊन भारत सरकारने वेळोवेळी अनेक योजना राबविल्या आहेत . पण अजून बरेच काही करायचे आहे . असाच एक उपक्रम 2008 मध्ये UPA सरकारने घेतला होता , ज्या अंतर्गत दरवर्षी 24 जानेवारी हा राष्ट्रीय बालिका दिन म्हणून साजरा केला जातो . 1966 मध्ये या दिवशी इंदिरा गांधी यांनी भारताच्या पहिल्या महिला पंतप्रधान म्हणून पदभार स्वीकारला . 2011 च्या जनगणनेनुसार भारतातील लोकसंख्येतील सुमारे 15 कोटी 80 लाख मुले 0 ते 6 वयोगटातील आहेत , मग फक्त राष्ट्रीय बालिका दिन का साजरा केला जातो ? याचे कारण स्पष्ट आहे : मुलगी हा भारतीय समाजातील सर्वात असुरक्षित वर्ग आहे . 2011 च्या जनगणनेवरून असे दिसून आले आहे की साक्षरता सारख्या सामाजिक निर्देशकांमध्ये सुधारणा झाली आहे

आणि एकूण लिंग गुणोत्तर 933 वरून 940 पर्यंत वाढले आहे . परंतु वयोगटनिहाय जनगणनेवरून असे दिसून येते की 0-6 वयोगटातील 1000 मुलांमध्ये मुलींचे प्रमाण घटले आहे , म्हणजेच 2001 मध्ये 927 ते 2011 मध्ये 914 पर्यंत मुलांचे लिंग गुणोत्तर घटले आहे . 22 राज्ये आणि 5 केंद्रशासित प्रदेशांमध्ये बाल लिंग गुणोत्तरात घट झाल्याचे ताज्या जनगणनेवरून स्पष्ट झाले आहे . 43% मुली कुपोषित आहेत , ५ वर्षाखालील मुलांमध्ये पोषणाच्या कमतरतेच्या राष्ट्रीय कुटुंब आरोग्य सर्वेक्षणाच्या आकडेवारीनुसार

राष्ट्रीय बालिका दिन उद्देश

पुरूषप्रधान समाजात मुलीचे अस्तित्व टिकून राहावे आणि सन्मानाने व सन्मानाने जगता यावे यासाठी सरकार इतर भागधारकांसह प्रयत्न करते . जागरूकता वाढवणे आणि मुलींना नवीन संधी देणे . मुलींना भेडसावणाऱ्या सर्व असमानता संपवण्यासाठी . भारतीय समाजात प्रत्येक मुलीला योग्य सन्मान मिळावीत . मानवी हक्क आणि मूल्ये मुलींवरील सामाजिक कलंकाच्या विरोधात काम करणे आणि बाल लिंग गुणोत्तर कमी करणे . मुलीची भूमिका आणि महत्त्व याबद्दल जागरुकता वाढवणे . लैंगिक समानतेला प्रोत्साहन देणे . राष्ट्रीय बालिका दिन साजरा करून काय साध्य होणार आहे ? सध्याची मानसिकता संपवणे आणि मुलगी जन्माला येण्यापूर्वीच तिला ओझे मानले जाऊ नये आणि ती हिंसा किंवा भ्रूणहत्येला बळी पडू नये , हा यामागचा उद्देश आहे . कायदेशीर उपाय या आव्हानांना तोंड देण्यासाठी सरकार 3'अ ' वर भर देत आहे ज्यात संरक्षण , जागरूकता आणि सकारात्मक कृती यांचा समावेश आहे . आतापर्यंत घेतलेल्या काही महत्त्वाच्या कायदेविषयक उपाययोजनांमध्ये हे समाविष्ट आहे :

गर्भधारणेदरम्यान लिंग निर्धारण प्रतिबंधित करण्यासाठी आणि मुलीला बक्षीस देण्यासाठी धोरणे आणि कार्यक्रम . बालविवाहावर बंदी . सर्व गर्भवती महिलांसाठी प्रसूतीपूर्व काळजी सुधारणे . ' मुलगी बचाव योजना " सुरू करत आहे . 11-14 वर्षापर्यंतच्या मुला-मुलींसाठी मोफत

आणि सक्तीचे प्राथमिक शालेय शिक्षण . महिलांसाठी स्थानिक स्वराज्य संस्थांमध्ये एक तृतीयांश जागा राखीव . शालेय मुलांना गणवेश , दुपारचे जेवण आणि शैक्षणिक साहित्य दिले जाते आणि अनुसूचित जाती आणि अनुसूचित जमातीच्या मुलींसाठी उच्च शिक्षण योजना . बालवाडी आणि पाळणाघर . 9 मागासलेल्या भागातील मुलींच्या सोयीसाठी खुली शिक्षण प्रणाली स्थापन केली . ग्रामीण भागातील मुलींना जगण्याच्या चांगल्या संधी मिळाव्यात यासाठी विविध राज्यांतील स्वयं सहायता गट . 12 N 3 4 5 6 . 7 8 00 10 इतर सकारात्मक क्रिया महिला आणि बाल विकास मंत्रालयाने लसीकरण , जन्म नोंदणी शाळेत प्रवेश आणि आठवीपर्यंतची काळजी यासारख्या मूलभूत गरजा पूर्ण करण्यासाठी मुलीच्या कुटुंबाला रोख रक्कम हस्तांतरित करण्यासाठी धनलक्ष्मी नावाची योजना लागू केली आहे . 2010-11 मध्ये आणखी एक महत्त्वाची केंद्र पुरस्कृत योजना सुरू करण्यात आली . राजीव गांधी सशक्तीकरण योजना - SABLA Scheme ही 11-18 वर्षे वयोगटातील किशोरवयीन मुलींच्या सर्वांगीण विकासाच्या उद्देशाने सुरू करण्यात आली होती आणि ती सर्व राज्ये / केंद्रशासित प्रदेशातील 205 जिल्ह्यांमध्ये लागू केली जात आहे .

'किशोरी शक्ती योजना' 2006-06 मध्ये केंद्र पुरस्कृत समन्वित बाल विकास सेवा योजनेअंतर्गत लागू करण्यात आली होती , ज्याचा उद्देश पोषण , आरोग्य आणि कौटुंबिक काळजी, जीवन कौशल्ये आणि किशोरवयीन मुलींना शाळेचा हक्क प्रदान करणे आहे . देशातील 6 118 ब्लॉकमध्ये याची अंमलबजावणी करण्यात आली आहे .. 7 आर्थिक अधिकार प्रदान करणे 2014 मध्ये राष्ट्रीय बालिका दिनानिमित्त , इंडिया पोस्टने प्रत्येक मुलीच्या नावावर नवीन बचत खाते उघडण्यासाठी विशेष मोहीम सुरू केली आहे . ही मोहीम २४ जानेवारीपासून सुरू होणार असून २८ जानेवारीपर्यंत चालणार आहे . मुलींना लहान बचत खाती उघडण्यास प्रवृत्त करून त्यांचे भविष्य सुरक्षित करणे हा त्याचा उद्देश आहे . ही सुविधा उत्तर कर्नाटक प्रदेशातील सर्व गावांमधील 4,480 पोस्ट ऑफिसमध्ये उपलब्ध असेल , या योजनेअंतर्गत प्रत्येक खात्यावर वार्षिक चार टक्के दराने व्याज दिले

जाईल आणि ठेवीदार असंख्य व्यवहार करू शकतात . अधिकारी सर्व शाळांना भेट देतील आणि प्रत्येक मुलीला तिच्या नावावर बचत खाते उघडण्यास मदत करतील . लैंगिक छळ टाळणे, समन्वित बाल संरक्षण योजना 2009-10 मध्ये लागू करण्यात आली आणि ' चाइल्डलाइन सेवा ' भारतातील मुलींच्या सुरक्षिततेचा प्रश्न पाहत आहे . 2005 मध्ये , महिला आणि बाल विकास मंत्रालयाने भारतात बाल शोषण किती प्रमाणात होते हे शोधण्यासाठी एक अभ्यास केला . परिणामी , मे २०१२ मध्ये संसदेने ' प्रोटेक्शन ऑफ चिल्ड्रन ऑफ सेक्शुअल ऑफेन्सेस ॲक्ट २०१२ ' हा विशेष कायदा मंजूर केला .

मुलांसाठी बजेट यूपीए सरकारने 2008-09 च्या केंद्रीय अर्थसंकल्पात मुलांसाठी अर्थसंकल्पीय प्रणाली सुरू केली , जी मुलांच्या कल्याणासाठी योजनांसाठी प्रदान करण्यात आली होती . सुरुवातीला , त्यात महिला आणि बालविकास , मानव संसाधन विकास आरोग्य आणि कुटुंब कल्याण कामगार आणि रोजगार , सामाजिक न्याय आणि सक्षमीकरण , आदिवासी व्यवहार , अल्पसंख्याक व्यवहार , युवा व्यवहार आणि क्रीडा इत्यादी मंत्रालयांकडून अनुदानाच्या मागण्यांचा समावेश होता . सध्या मुलांच्या बजेटमध्ये अणुऊर्जा , औद्योगिक धोरण , पोस्टल , 18 केंद्रीय मंत्रालये / दूरसंचार आणि माहिती आणि प्रसारण विभाग इत्यादींच्या ' अनुदान मागण्या ' प्रारंभिक अर्थसंकल्पात समाविष्ट केल्या गेल्या आहेत आणि त्यात लक्षणीय वाढ करण्यात आली आहे . यामुळे मुलींना चांगली संधी मिळेल .. राष्ट्रीय बाल धोरण प्रस्ताव मंजूर बालकांना भेडसावणाऱ्या आव्हानांना सामोरे जाण्यासाठी हक्क - आधारित दृष्टीकोनाच्या वचनबद्धतेनुसार , सरकारने मुलांसाठी राष्ट्रीय धोरण , 2013 चा प्रस्ताव स्वीकारला . हे पाच वर्षांतून एकदा मुलांसह सर्व भागधारकांशी सल्लामसलत करून धोरणाचे सर्वसमावेशक पुनरावलोकन करण्याची तरतूद करते . महिला आणि बाल विकास मंत्रालय पुनरावलोकनाची प्रक्रिया पुढे नेईल . निष्कर्ष भारतातील मुलींच्या संरक्षणाचे कार्य प्रत्येक राष्ट्रीय बालिका दिनाच्या उत्सवापुरते मर्यादित नसावे , परंतु सरकार आणि इतर भागधारकांनी समुदाय , नागरी समाज , औद्योगिक प्रतिष्ठान , शेजारी

आणि पालक - - यांनी याची खात्री करणे आवश्यक आहे . मुलींसाठी सुरक्षित जीवन एक मजबूत आणि महत्त्वाची - भूमिका बजावली पाहिजे , जेणेकरून चांगला समाज , चांगले भविष्य आणि चांगले भारत घडवता येईल .

28

निष्कर्ष

लिंग न्यायाचे ध्येय पुरुषांशिवाय साध्य होऊ शकत नाही हे समजून घेण्याची वेळ आली आहे . जोपर्यंत पुरुष एकत्रितपणे लिंग संबंधांच्या सध्याच्या श्रेणीबद्ध रचनेला आव्हान देत नाहीत तोपर्यंत न्याय्य लैंगिक संबंध स्थापित केले जाऊ शकत नाहीत . स्त्री - पुरुष वैयक्तिक पातळीवर न्याय्य संबंध प्रस्थापित करू शकतात , पण गरज आहे ती न्याय्य संबंध संस्थात्मक पातळीवर साधण्याची . तरच महिला सक्षमीकरणाचे स्वप्न साकार होईल .

आपल्याकडे रूढ मूर्खपणा इतका जास्त आहे की, स्त्री आणि स्त्रीचं मन ह्यांना जिंकण्याबद्दल खूप वेळा लोक एकतर वाशिकरणाचा विचार करतात, किंवा स्त्रीला वारंवार वैताग देऊन किंवा सतत आपल्या इच्छा किंवा इंटरेस्ट व्यक्त करून तिचा होकार मिळवायचा प्रयत्न करतात.

ह्यामुळे असे प्रश्न विशेष असतात. पण ह्याला नीट दृष्टिकोनातून बघायला पाहिजे. मी प्रार्थना करतो की माझ्या उत्तरेकडे वाचक मोकळेपणानं आणि प्रज्ञापूर्वक बघतील.

पहिला मुद्दा तुम्ही हा समजून घ्या, की स्त्रीचं मन कुणीही वळवू शकत नाही. स्त्रीचं मन कुणाची हुकूमत नाही. पण ह्यात एक विशेष मार्ग आहे. तो मार्ग आहे स्त्रीचं संभोगा विषयी जे मन असतं त्यातली कामना, वासना, आणि नेमका कसा पुरुष हवा ह्याबद्दल असलेलं

कन्फ्युजन.

मी पुन्हा स्पष्ट पणे सांगतो, ह्या कन्फ्युजन चा आधार घेऊन अनेक तंत्रविद्येचे साधक आपली कामं करून घ्यायचा प्रयत्न करत असतात. पण मी कार्य साधण्याचा नाही, प्रेम आणि सहजीवन ह्याचा मार्ग सांगतोय.

कुठल्याही स्त्रीला खोलवर जाणीव असते की तिची चेतना तिच्या शरीर आणि मुख्यत्वे तिच्या योनी शी निगडित असते. पण प्रत्येक स्त्रीच्या ठायी अशी प्रेरणा असते की ती तिच्या योनी च्या फुलाची भेट त्या पुरुषाला देईल जो तिला अतिविशिष्ट वाटेल. प्रश्न एवढाच आहे, की तुम्ही खरंच विशेष आहात का?

स्त्रीला विशेष आकर्षण वाटतं, ते अशा पुरुषाचं, जो तिला प्रभावित करायचा मुळीच प्रयत्न करत नाही. जर तुम्ही स्त्रीला प्रभावित करायचा प्रयत्न कराल, तर ती असं सहज मानू शकेल की तुम्ही केवळ तिला प्रभावित करण्यासाठी सगळं करत आहात. जणू काही तुमचं सगळं अस्तित्व, तुमची सगळी प्रेरणा, तुमचं सगळं कर्तृत्व फक्त दाखवून तिला खुश करण्यासाठी आहे का? स्त्रीच्या स्त्रित्वाकडे दुर्लक्ष न करता, आणि तिला प्रभावित करण्यासाठी काहीही न करता जर तुम्ही तुमच्या विचारातली, वागण्यातली, तत्वांमधली कुठलीही विशेषता, त्या स्त्री समोर आणू शकलात तर ती तुमची नोंद घेतल्याशिवाय राहू शकणार नाही.

कामसूत्र लिहिणारा कात्यायन म्हणून गेलाय, की आपल्या स्त्रीला प्रभावित करण्यासाठी पुरुषाने, तिच्यासमोर आपल्या बुद्धिवान मित्रांना, गहन तत्व आणि जीवनाचं सत्य ह्याविषयी वादविवाद करून हरवलं, तर त्यातून स्त्रीला जी विलक्षण प्रेरणा प्रेम आणि संभोग ह्यांची उबळ देते, त्याला दुसरी कुठलीही उपमा नाही.

मी खरं आणि मनापासून सांगू? जर जगातल्या निम्म्या स्त्रिया जरी आपल्या जीवनात, त्यांच्या पुरुषा कडे आकर्षण आणि आदराने बघू शकल्या, स्वतः वर कुठलीही बळजबरी न करता, तर ह्या जगातल्या 90% समस्या संपतील.

आनंदी स्त्री घर, कुटुंब आणि परिसर आनंदी आणि समृद्ध करते. पण स्त्रीला आनंदी ठेवण्यासाठी कायम तिला विशेष भावना हवी असते. ह्यात स्त्री पुरुषाला सतत आव्हान देत असते, की तू अजून काय वेगळं करू शकतो? अजून कसं अस्तित्व आणि जीवन ह्यांना सामोरा जाऊ शकतो?

असं नाहीये की स्त्री पुरुषात फक्त विशेषता बघते किंवा शोधते. स्त्रीला जर पुरुषात निरागस भाबडेपणा सापडला, तर त्या पुरुषाला अनेक वर्ष अथांग आनंद देण्यासाठी ती स्त्री सहज प्रवृत्त होऊ शकते. मानवी जीवनात जे साधं आणि सुंदर आहे, त्याची शक्यता जर तुमच्या ठायी एका स्त्रीला दिसली, तर ती तुमच्यावर भाळली असं तीच तुम्हाला जाणवून देईल.

हे काही तोडगे नाहीत. ना काही उपाय आहेत. हे स्त्री मनाचे असे धागे आहेत ज्याला निर्मळ पुरुषी कुतूहलाचा स्पर्श झाला तर ती त्या पुरुषाला उत्तम जीवन मिळावं ह्यासाठी खास लक्ष देऊ लागते. जर असं झालं तर त्यापुढे काय होईल हे त्या दोघांच्या वर अवलंबून असतं.

एक लक्षात ठेवा. स्त्री फक्त सुख आणि आनंद किंवा संभोगाचे साधन नाही. स्त्री ह्यांच्या खूप पलीकडे आहे, आणि तुम्हालाही तिथवर नेऊ शकते. फक्त स्त्रीला आनंदी आणि समाधानी ठेवता आलं पाहिजे.

29

स्त्री (कविता)

"ती एक मूर्ती आहे
जगताना लागणारी स्पंदन आहे
असला देह आपल्याकडे जरी तरी त्या देहाची ती
मूर्तिकार आहे..
नऊ महिने उदरी ठेवून.
अगदी मरण यातना सोसून
या सप्तरंगी जगात आणणारी ती एक रचना आहे
बोट धरून आयुष्याचे धडे गिरवत
मोठं करणारी ती शाळा आहे.
ममतेचा झरा, वात्सल्याचा लळा
लीच्या एवढा नाही कुणाला कळवळा
'आई' या दोन शब्दात साठवली तिची महिमा
देवांनी माझ्यासाठी पाठवलेली देवाचाच एक भाग आहे..
येता संकट माझ्यावर, एक हात असतो पाठीवर
आधार असतो मला तिचा, आयुष्याच्या वाटेवर
रेशीम धाग्यामध्ये गुंफते ती एक सुरेख गुंफण
करुणेचं अन प्रेमाचं बांधते त्याला कुंपण
'बहीण' अशी, थोर आहे भाग्य

लहान असो कि मोठी, ती एक मायेची पाखर आहे.
मनाची होते घालमेल
येता तारुण्याच्या उंबरठ्यावर
स्पर्श तिचा होतो ठेवुनी हात हातावर
योग्य मार्ग दाखवून दिशा देते ती
प्रेमाची नवी व्याख्या सांगून जाते ती
काळीज माझं, ठोका तिचा
असं नवीन नातं जन्माला येतं.
आयुष्यात नवीन रंग भरायला तीच येणं असतं.
प्रेमापासून बनलेली ती 'प्रेयसी'
माझ्यासाठी परिणामाचीही पर्वा न करणारी ती एक
ज्योत आहे..
तुझं येणं अणि माझं होऊन जाणं
नकळत हृदयाच्या कोपऱ्यात हळुवार बघणं..
माझा होतो मी, कधी तुझ्या स्वाधीन झालो??
तुझ्याशिवाय आता माझं अस्तित्व नाही, इतका मी
तुझा झालो!!
माझ्या आसवांना बांध तू घातला
स्वतः मात्र खडतर प्रवास केला..
सात जन्माची वचन तर दोघांनीही घेतली
तू तर माझ्यासाठी जीव च ओवाळून टाकला
'पत्नी' आहेस तु...तुझ्यात बसलंय माझं घर
तुझ्याविना माझं जगणंच अर्थहीन आहे..
शरीर एक, रूप अनेक
बंध एक, नाती अनेक
कधी आई बनून तर कधी प्रेयसी
कधी मैत्रीन बनून तर कधी पत्नी
ती असते सतत माझ्यासोबत..
मला सावरण्यासाठी...
मला ठेचल्यावर अश्रू ढाळण्यासाठी

कधी दुर्गा तर कधी चंडिका..
प्रसंगी रणरागिणीही बनते..
माझ्यावरच्या संकटांना माझ्याआधी तो सामोर जाते,
तू देवाची एक सुंदर आणि मूर्तिमंत आकृती आहे..
आणि तुझ्याशिवाय मी अपूर्ण आहे...
(काव्यग्रंथ- ऐक ना, कवियत्री लेखक- तेजल अपाले)"

शेवटचे संदेश- Dear मुलींनो...

Dear मुलींनो,

सर्व मुलींना माझ्या कडून नमस्कार! मी मराठी माणूस असल्याचा अभिमान आहे मला आणि माझ्या स्वप्नं पूर्ण झाली खास करून मुलींना हे पुस्तक देताना मनस्वी आनंद होत आहे. तुझ्याकडे पाहून मला आठवतंय की तु मुलगी असून आता मोठी होत आहेच पण माझ्यासाठी सर्व मुलींनी मैत्रीण सारखं आहेस तर मला मित्र समजावे.. असो..

मला तुझ्याकडे पाहून मला खूप काही भावना व्यक्त कराव्यास वाटते, मुलींनो, तू आता आयुष्याच्या अश्या टप्प्यावर आहेस जो मानवी जीवनातला सर्वात महत्त्वाचा, आनंदाच्या क्षण पण त्याच प्रमाणे आव्हानांचा देखील आहे. त्यामुळे ही आव्हान पेलताना अश्या काही गोष्टी आहेत ज्या तुला आधीच माहिती असणे गरजेचे आहे, म्हणून हे पत्र तू हे वाचत आहेस, जर तुला हे तुझ्याबद्दलच आहे असे वाटत असेल तर हो हे मी तुझ्याचसाठी पत्र लिहिलं आहे..

खरंतर तुझं लहानपणी पासून आतापर्यंत वयाच्या अकराव्या वर्षातून बाराव्या मधे पदार्पण करताना तुझ्यात अनेक बदल झाले आणि अजुन होतीलही, मग त्यामध्ये शारीरिक बदल असो किंवा मानसिक, वयात येणं म्हणजे काय हे तुला अता हळू हळू कळेल. स्त्री च्या जीवनात वयात येण्याचे प्रक्रियेतील मासिक पाळी हा सर्वात महत्त्वाचा टप्पा मानला जातो. मासिक पाळी आली की स्त्री ला खरे स्त्री पण प्राप्त होतो. परंतु आजच्या काळामध्ये देखील पाळी विषयी अनेक समज गैरसमज लोकांच्या मनामध्ये आहेत. अर्धवट ज्ञान आणि आणि स्त्रियांकडे बघण्याचा दृष्टिकोन हे याला कारणीभूत आहे. आजही मासिक पाळी म्हणजे स्त्री जातीला मिळालेला श्राप की काय असं म्हणतात.परंतु तू अस अजिबात नको वाटून देऊस, हे एक वरदान आहे आणि जे फक्त तुझ्यासारखी भक्कमपणे स्त्रीच सहन करू शकते. पण हे सगळं सहन करताना तू घाबरु नकोस. तूच करु शकते गं..

मुलींनो, पण हे सर्व नैसर्गिक असतं यात ना स्त्रीचा दोष असतो ना आणखी कोणाचा. म्हणून पाळी आल्यावर घाबरून न जाता योग्य ती काळजी घ्यायला हवी, चांगल्या प्रकारच्या सॅनिटरी नॅपकिन चा वापर करायला हवा. पाच दिवस होणारा रक्तस्राव आणि त्यामुळे मनावर होणारा परिणाम या सर्व गोष्टी तू समजून घ्यायला हव्यात. या दिवसांत तुझे मन फार चंचल होईल, अचानक राग येईल, चिडचिड होईल, फार झोप येईल, खूप भूक लागेल, तू मध्येच हळवी होशील, तुला एकटे एकटे वाटेल, कधी कधी तर तुला स्वतःचा आणि सगळ्यांचाच राग येईल. पण अश्या वेळी तू शांत राहून स्वताला सांभाळायला हवे. बावरून किंवा घाबरून न जाता तू हे सगळं आईला सांगायला हवं. त्याचप्रमाणे पाळीच्या दिवसांमध्ये होणारा त्रासही तुला समजून घ्यायला हवा, तुझ्या पोटात आणि ओटीपोटात दुखेल त्रास जर सहन होण्याइतका असेल तर घाबरण्याचे कारण नाही, पण जर जास्त असेल तर तू आईला किंवा मलादेखील सांगू शकते मनमोकळेपणाने. काही वेगळीच भीती मनात ठेऊन तू गप्प राहू नकोस. पाच दिवसांची पाळी जर जास्त दिवस सुरू राहतं असेल किंवा पाळीमध्ये रक्ताबरोबर रक्ताच्या गाठी येत असतील तर तू गाफील राहू नकोस,ज्ञयोग्य वेळी योग्य उपचार घेतल्याने सर्व ठीक होईल काळजी घ्यावी.

महिन्यातून पाच दिवस होणारा रक्तस्राव आणि तुझ्या शरीराची झपाट्याने होणारी वाढ यामुळे तुला या वयात सकस आणि चौफेर आहाराची नितांत गरज आहे आणि याच वयात दुर्दैवाने बाहेरचे खाणे, जंक फूड, याविषयी आकर्षण वाढू लागते. या वयात लागलेल्या खाण्याच्या सवयी आयुष्यभर साथ देतात म्हणून घरगुती संपूर्ण आहार घे.. मस्त बिनधास्त राहा आणि सुरक्षित रहा.

याच वयामध्ये तुझ्या चेहऱ्यावर मुरूम देखील येऊ शकतात,आपला चेहरा खराब होतो की काय? या भीतीने काही मुलींमध्ये न्यूनगंड निर्माण होतो आणि ही भीती साहजिक आहे पण घाबरून न जाता तू सहनशीलतेने हे सर्व हाताळायला हवं. या वयामध्येच तुझे मन घरच्यांपासून दूर आणि मित्र मैत्रीणीमधे जास्त रमायला लागेलच ते साहजिक आहे. पण या वयात तू आईला तुझी सर्वात जवळची मैत्रीण

मानायला हवी, तुझ्या सर्व समस्या तू तिला बिनधास्त सांगायला हव्यात, अगदी रोज मनमोकळेपणाने गप्पा मारायला हव्यात..

हेच वय असत जेव्हा तुझ सौंदर्य बहरायला लागेल ना, तू सुंदर दिसायला लागशील ना आणि मग शारीरिक आकर्षण हे येतच असते. म्हणून मैत्री करताना स्वतःच्या मर्यादा तू विसरू नकोस आणि समोरच्याला ही विसरू देऊ नकोस आणि याठिकाणीच तुला असे काही लोक भेटतील जे तुझा गैरफायदा घेण्याचा प्रयत्न करतील आणि हो भरपूर वेळा अशी माणसं ही आपल्या जवळची असतात. तेव्हा त्यांना न घाबरता तू स्वतःच रक्षण करायला हवं. त्यांचा स्पर्श जर तुला नकोसा वाटतं असेल तर तू त्यांना सरळ नाही अस सांगू शकतेस तो तुझा अधिकार आहे. तू त्यांना घाबरण्याची काहीच गरज नाही, त्यांच्या धमकीला तू अजिबात भीड घालू नकोस. तुझ्या इच्छेविरुद्ध कोणी तुला स्पर्श करण्याचा प्रयत्न जरी केला तरी तू लगेच विरोध कर, आई-बाबा, मित्र-मैत्रिणी मंडळी मी आम्ही सगळे तुझ्या सोबत आहोत, आम्हाला सर्व सांगू शकतेस. मुलींनो, या जगात अत्यल्प प्रमाणात वाईट लोक आहेत आणि त्यांच्यापासून तू सावध राहायला हवे, पण त्याचवेळी खूप सारी चांगली लोक ही आहेत, आणि त्यांना तू हे आवर्जून सांगू शकतेस..

मुलगी म्हणजे फक्त ती एक मुलगीच नसते. ती कोणाची तरी बहीण, कोणाची तरी मुलगी, कोणाची तरी आई, कोणाची मैत्रिण तरी मावशी तसेच मामी, आत्या असते. मुलगी होणं पण सोप नसतं खूप काही सहन करावं लागत तिला लग्नाआधीही आणि लग्नानंतर ही थोड जरी काही चुकलं तर लगेच बोलणे खावा लागतात. मुलींना पण काही आशा असतात. त्यांना पण जीवन असत. याचा कोणीच विचार करत नाही. फक्त तिला कामवाली प्रमाणे वागवतात. तिला पण शिकण्याची खूप काही इच्छा असते पण काही लोक मुलींना शिकून देत नाही; मुली थोड्या मोठ्या झाल्यावर त्यांचे लगेच लग्न करून टाकतात. तर अस नाही केलं पाहिजे. मुलींच्या भावना समजून घेतल्या पाहिजे हे गोष्ट आई बाबांना ही विनंती आहे.

मुलगी सर्वांना आवडते.. पण मुलीची स्वतंत्रता कोणालाही आवडत नाही..! हे पण कटु सत्य आहे मला खूप राग येतो जेव्हा कोणीतरी बोलत

की तू मुलगी आहेस तु हे करू नको ते करु नको, प्रत्येक गोष्टीला अंत आहे; म्हणून मी काही बोलत नाही, मी अगदी शांत आहे. खास करुन जर त्या मुलींसाठी ज्या मुलीनी आई-वडिलांनी दिलेल्या स्वातंत्र्याचा कधीच गैरवापर करत नाहीत. मुलगी होणं सोपं नाही, अर्ध आयुष्य दुसऱ्यांच्या भल्याचा विचार करण्यात जातं.

जी मुलगी खुप साधी राहत असते ना तीने विचार पण केलेला नसतो तेवढं तिचं सगळं चांगलं होतं असतं. मुलींना कधीच कमी लेखू नका त्यांना संधी मिळाली तर त्या त्याच सोनं करायला वेळ लावणार नाही मुलगी होणं पण सोप नाही; अर्धी स्वप्न तर मनातच संपवावी लागतात..

मुलींनो, फक्त माणुस होता आलं पाहिजे. अनुभवातून माणसातला माणुस जागा होते, आनंद जसा क्षणापुरती चा आहे तसच दुःख ही क्षणापुरतीचच असतं, पण सुखाच्या वेळी माजु नये. अन दुःखाच्या वेळी घाबरु नये. जी साथ देणारे सोबत असते ना त्याला जपायचा प्रयत्न करायचा. आम्ही अनेक विचार, लेख, कविता, इत्यादी ऐकतो. त्यातून लाभेलेल जे समाधान दिसतं. नविन दिशा जी योग्य कार्य करावयास लावते त्याकडे आपण वाटचाल केली पाहिजे. बाकी एवढंच म्हणायचं आहे की, मुलींनो, तु खचून जावु नका गं. प्रयत्न करत रहा. जमिनीतुन वर यायचं आहे तुम्हाला थोडा का होईना संघर्ष करुन त्या जमिनीला फाडून वर आलं पाहिजे न एक नवं अंकुर जगापुढे दिसला पाहिजे. आयुष्य एकच आहे. फक्त एकच आयुष्य आहे. आपण हे ऐकतोच ना. अन् आहे देखील पण हेच एक आयुष्य असं जगा की बाकी सगळं काही नष्ट होईल पण तुमची खरी ओळख, अन् तुमच कार्य सदैव जिवंत असेल..

मुलींनो जर तुम्ही तणावग्रस्त असाल घाबरून जाऊ नका.. स्वतःला झोकून द्या. आता पासूनच लागा तयारीला. भेटतील खुप लोक जे तुम्हाला खुप काही शिकवुन जातील. त्यांतलं काय वेचून घ्यावं ना काय नको हे तुमच्या हातामध्ये आहे. पडलात तर पुन्हा उठुन प्रयत्न करा पण खचून मात्र जावु नका. स्वतःला जाणुन घ्या. एक संधी द्या स्वतःला. ओळख बनवा स्वतःचीच. तु खुप काही करु शकतो.. मला

माहित आहे असं करताना कुणीतरी दिसलं की फार अभिमान वाटतो खरंच आणि तुला ही जाणीव आहे सगळ्या गोष्टीची आणि विश्वास आहे की वाईट वेळ जाणार आहे याची. फक्त लढत रहा, थकलीस असेल की आराम घे आणि परत पुन्हा नव्या जोमाने कामाला सुरुवात कर... नेवर गीव अप मुलींनो..

जाता जाता एक शेवटी एवढेच म्हणेन,

खूप खेळ बागड, मनसोक्तपणे आयुष्य जग, तुझ्या या जगात नव्या जन्माच स्वागत अगदी दिमाखात कर. पण स्वतःला सांभाळ, माणसातल्या त्या सावधगिरी बाळगा आणि त्या सर्व धोक्यापासून लढायला शिक त्या सर्वांचाविरुध्दात जे तुझ्या स्वातंत्र्यावर गदा आणतील. आणि मनमोकळेपणाने जगायला शिक अगदी मुक्त, मनमुराद, तुला वाटेल तसं अगदी तुझ्या मनासारखं.. आम्ही कायम पाठीशी उभे आहेत. अलवेज प्राउड ऑफ यु.. बी स्टार्ग एंड बी हॅपी..

तुझा लाडका मित्र,
रजत महेशकर

www.ingramcontent.com/pod-product-compliance
Lightning Source LLC
Chambersburg PA
CBHW071553150726
48000CB00004B/1444